పి. వి. పరబ్రహ్మశాస్త్రి

కాకతీయులు

తెనుగుసేత

ప్రొఫెసర్ జి. వెంకటరాజం

డా. కాకాని చక్రపాణి

డా. డి. చంద్రశేఖర రెడ్డి

డా. గోవిందరాజు చక్రధర్

మీడియాహౌస్ సహకారంతో

ఎమెస్కో

KAAKATHIIYULU
(A Telugu Version of *Kakatiyas of Warangal*)
by
Dr. P V Parabrahma Sastry

కాకతీయులు

పి.వి.పరబ్రహ్మశాస్త్రి

తెనుగుసేత

ప్రొఫెసర్ జి. వెంకటరాజం

డా. కాకాని చక్రపాణి

డా. డి. చంద్రశేఖర రెడ్డి

డా. గోవిందరాజు చక్రధర్

సంపాదకులు

డా.డి.చంద్రశేఖర రెడ్డి

ముద్రణ : డిసెంబరు, 2012
రెండవ ముద్రణ : **ఫిబ్రవరి, 2016**

వెల : రూ. **150/-**
ISBN : 978-93-82203-31-5

టైప్ సెట్టింగ్
నల్లమోతు రఘురామయ్య
(040-24160318)

ప్రింటర్స్
రైతునేస్తం ప్రెస్
హైదరాబాద్.

ప్రచురణ కర్తలు :
ఎమెస్కో బుక్స్
1-2-7, బానూకాలనీ,
గగన్‌మహల్ రోడ్, దోమలగూడ,
హైదరాబాద్-500 029. తెలంగాణ.
ఫోన్&ఫ్యాక్స్ : 040-23264028
e-mail : emescobooks@yahoo.com
www.emescobooks.com

పంపిణీదారులు
సాహితి ప్రచురణలు
29-13-53, కాళేశ్వరరావు రోడ్డు,
సూర్యారావుపేట,
విజయవాడ - 520 002. ఆంధ్రప్రదేశ్
ఫోన్ : 0866-2436643, 8121098500
e-mail: sahithi.vja@gmail.com
www.sahithibooks.com

మూల రచనకు కొత్త వన్నెలు

కాకతీయులు అనే ఈ గ్రంథం 1978 లో నేను రచించిన The Kakatiyas అనే ఆంగ్ల మూలానికి తెనుగుసేత. ఆంగ్ల పుస్తకాన్ని ఆంధ్రప్రదేశ్ ప్రభుత్వ పురావస్తు శాఖ ప్రచురించింది. దీన్ని కొన్ని విశ్వవిద్యాలయాలు పాఠ్యగ్రంథంగాను, మరికొన్ని సంప్రదించాల్సిన గ్రంథంగాను నిర్దేశించాయి. అనతికాలంలోనే ఆంగ్ల మూలగ్రంథం ప్రతులన్నీ అమ్ముడుపోయాయి. అయినా ప్రభుత్వం ఇప్పట్లో పునర్ముద్రించే అవకాశాలు కన్పించటం లేదు. దీంతో విద్యార్థులకు, పరిశోధకులకు అసౌకర్యంగా ఉంది. ఈ నేపథ్యంలో తెలుగులో ఈ పుస్తకం ఇలా వెలువడటం నాకెంతో ముదావహం.

ఈ పుస్తకాన్ని శ్రీయుతులు జి.వెంకటరాజం, కాకాని చక్రపాణి, డి.చంద్రశేఖర రెడ్డి, గోవిందరాజు చక్రధర్ తెలుగులోకి అనువదించారు. వారు ఎంతో శ్రమకోర్చి చక్కని వ్యావహారిక తెలుగు భాషలో ఈ రచనను అందించారు. ఆంగ్ల మూలంలో కొన్ని సందర్భాలు సరిగా అర్థం కావటం కష్టం. శాసనాల ఆధారంగా ఎన్నడో గతించిన కాలానికి సంబంధించిన సన్నివేశాలను వివరించాల్సి రావటం ఇందుకు కారణం. వాటిని ఆయా కాలాలకు చెందని తత్కాల సన్నివేశాలకు చెందిన వ్యక్తులకు సరిపెట్టవలసి వస్తుంది. దీనికితోడు ఆయా వ్యక్తుల పేర్లు ముఖ్యంగా తాత-మనుమల పేర్లు ఒకటిగానే ఉంటాయి. ఉదాహరణకు ముదిగొండ చాళుక్య వంశంలోని బేతన పేరు, కాకతీయ బేతన పేరు రెండు వంశాల్లో రెండు మూడు తరాల్లో కనిపిస్తుంది. ఈ స్థితిలో ఏ సన్నివేశాన్ని ఏ బేతనకు సమన్వయించాలో కష్టం అవుతుంది. ఆ కాలంలోనే అప్పటి ప్రజలు ముదిగొండ బేతనను బొట్టు బేతరాజని, కాకతీయ బేతనను గరుడ బేతరాజని పిలుచుకున్నారు. అలాగని అన్ని సందర్భాల్లో ఈ విభేదం కన్పించదు. గూడూరు శాసన భాష అలా ఉంటుంది. ఆ శాసనంలోని కామసాని పేరు, భర్తపేరును బట్టి యెరకసాని అని పేర్కొన్నారు. ఈ తేడాలను విద్యార్థులకు, పరిశోధకులకు తేలిగ్గా అర్థం అయ్యేట్లు రాయటం మూలగ్రంథంలోనే కొంత కష్టమనిపించింది. కానీ అనువాదకులు ఈ ప్రకరణాన్ని తెలుగులోకి తెచ్చినప్పుడు, ఎంతో శ్రమకోర్చి విషయాన్ని సులభ గ్రాహ్యం చేశారు.

పూర్వపరిశోధకులలో కొన్ని నమ్మకాలు ప్రబలంగా ఉండేవి. కాకతీయులు, పశ్చిమచాళుక్య చక్రవర్తుల అధికారాన్ని ధిక్కరించి స్వతంత్ర హోదాను పొందారనేది వాటిలో ఒకటి. నిజానికి పశ్చిమ చాళుక్య రాజ్యాన్ని కలచురి బిజ్జలుడు దురాక్రమణ చేసేవరకూ, కాకతీయ రెండో ప్రోలుడు, రుద్రుడు ఆ చాళుక్యుల అధికారానికి లోబడి విధేయ సామంతులుగానే కొనసాగారు. అనుమకొండ వేయి స్తంభాల గుడి వద్దనున్న రుద్రదేవుడి సుదీర్ఘ శాసనాన్ని సమన్వయం చేస్తే ఈ విషయం తేటతెల్లమవుతుంది. కాకతిరుద్రుడు, బిజ్జలుడికి దాసోహం అంటూ లొంగిపోలేదు. బిజ్జలుడు అనుమకొండ రాజ్యాన్ని ఆక్రమించాలని బలగాన్ని పంపినపుడు, కాకతి రుద్రుడు తన బలాన్ని కూడగట్టుకుని శత్రువర్గాన్ని అంతా జయించి వారిని పారద్రోలి స్వాతంత్ర్యాన్ని ప్రకటించాడు. ఇలాంటి వాటిలో గతంలో నెలకొన్న కొన్ని సంశయాలు ఈ రచనలో తొలగించబడ్డాయి.

కాకతీయుల రాజకీయ చరిత్రే కాకుండా వారి రాజనీతిని గురించి కూడా వివరించే ప్రయత్నం జరిగింది. కాకతీయ రాజులు ప్రజలతో సన్నిహితంగా మెలిగేవారు. ప్రజానుకూల నిర్ణయాలు

తీసుకునేవారు. ఆ విధంగా ప్రజల మన్ననలకు పాత్రులయ్యారు. ఓరుగల్లులో తర్వాత రెండు శతాబ్దాలకు రాజ్యం చేసిన సీతాపతి రాజు (షితాబ్ ఖాను) కోటలో వేయించిన శాసనం, కాకతీయుల ప్రజారంజక పాలనకు నిలువుటద్దం. **పూర్వం కాకతి వంశ్య రాజనివహై ర్యాపాలితా ధర్మాత్మభిః అంటూ** సీతాపతిరాజు, ఈ శాసనంలో కాకతీయులను ప్రశంసించాడు. ధర్మాత్ములుగా కీర్తించాడు. శాసనంతోనే సరిపుచ్చక, కాకతి ప్రతాపరుద్రుడి పేరు కలిసివచ్చే విధంగా ఒరిస్సా గజపతి రాజుచే కొన్ని నాణాలను ముద్రవేయించి ఓరుగల్లు ప్రాంతంలో సీతాపతిరాజు చలామణి చేయించాడు. మధ్యయుగంలో కాకతీయుల వలె, రాజకీయంగా ప్రజాసామాన్యంలో మన్ననలకు పాత్రులైన మరొక రాజవంశం తెలుగునాట లేదనటం అతిశయోక్తి కాదు.

కాకతీయుల శాసనాలను కొన్నింటిని సాహిత్య దృష్టితో పరిశీలిస్తే వారు అనేకమంది కవులను, పండితులను, శిల్పులను పోషించేవారని విశదం అవుతుంది. రుద్రదేవుడి వేయి స్తంభాలగుడి శాసనాన్ని అచింతేంద్ర కవి రచించాడు. ఆయన గణనీయమైన ప్రతిభాశాలి. అనేక రాజకీయ విజయాల్ని చిన్న కావ్యంగా మలచగలిగిన ప్రతిభా సంపన్నుడు. అలాగే గణపతి దేవుడి నాటి పాకాల చెరువు శాసనం, చేబ్రోలు శాసనం, గణపేశ్వర శాసనం రచించిన కవి చక్రవర్తి బిరుదాంకితుడైన ఒకానొక కవి నిజంగా కవి చక్రవర్తినని సగర్వంగా చెప్పుకుంటాడు. గణపతి దేవుడి ఆస్థానంలో ఇంకా ఒక విద్యా చక్రవర్తి, ఒక అభినయ మయూరుడు, ఒక బాలభారతి, తాతా మనుమలైన ఇద్దరు ఈశ్వర భట్టులు, కవిసభా శిఖామణి అని పేరు గాంచిన జాయసేనాపతి, అపూర్వమైన మల్కాపురం శాసనాన్ని రాసిన విశ్వేశ్వర శివాచార్యుడు వంటి మహాకవి పండితులు కొలువై వుండేవారు. ఇటువంటి గణపతి దేవుని వద్దకు నెల్లూరి మనుమసిద్ధి తరఫున కవిబ్రహ్మ తిక్కన దౌత్య కార్యార్థియై రావటం ఎంతో సముచితం. వీరంతా మనల్ని రాజకీయాలకు దూరంగా సాహిత్య ప్రపంచంలోకి లాక్కుపోతారు. ప్రతాపరుద్రుడి ఆస్థానంలో కూడా విద్యానాథుడు, నరసింహ ఋషి, కొలని రుద్రుడు, గోన బుద్ధారెడ్డి వంటి మహావిద్వాంసులు ఉండేవారు.

ఆర్థిక, సామాజిక విషయాల్లో కూడా కాకతీయులు తెలుగుదేశ చరిత్రలో నూతనాధ్యాయాన్ని ప్రారంభించారు. వారు ప్రవేశపెట్టిన పన్నుల విధానాలను, ఆ తర్వాతి ప్రభుత్వాలు చాలాకాలం నిలకడగా అనుసరిస్తూ వచ్చాయి. ఈ అంశాలలో అనువాదకులు మూలవిధేయంగా, విషయానికి లోటు రానీకుండా తెలుగువారి చరిత్రలో కాకతీయాధ్యాయాన్ని వారి భాషలోనే అందించినందుకు అభినందిస్తున్నాను. ఈ ముఖ్య అధ్యాయం సమర్థులైన అనువాదకుల ద్వారా విద్యార్థులకు, పరిశోధకులకు, సామాన్య చరిత్ర జిజ్ఞాసువులకు లభించటం ముదావహం.

ఆంగ్ల మూలం మాదిరే ఈ తెలుగు పుస్తకం కూడా పాఠకాదరణ పొందగలదని అభిలషిస్తున్నాను. కాకతీయులు పుస్తకాన్ని సర్వాంగ సుందరంగా ప్రచురిస్తున్న ఎమెస్కో వారికి, తేటతెనుగులో సరళంగా అనువదించిన అనువాదకులకు నా శుభాశీస్సులు అందిస్తున్నాను.

హైదరాబాద్,
01-12-2012

పి.వి. పరబ్రహ్మశాస్త్రి

విషయ సూచిక

పుటసంఖ్య

అధ్యాయం-1

ఉపోద్ఘాతం 11

ఆధారాలు 13

అధ్యాయం-2

పుట్టుక 22

వంశాను క్రమణిక 35

కాలక్రమణిక 38

అధ్యాయం-3

తొలి తరం నాయకులు

I. వెన్న నుండి రెండవ గుండన వరకు 43

II. మూడవ గుండన, ఎఱ్ఱ, బేతయ 43

III. నాలుగవ గుండన 45

IV. మొదటి బేతయ 47

V. మొదటి ప్రోలుడు 49

VI. రెండవ బేతయ 51

VII. దుర్గరాజు 53

అధ్యాయం-4

కాకతీయులకు ముందున్న తెలింగాణ

I. ముదిగొండ చాళుక్యులు 56

II. పొలవాస నాయకులు 62

III. కందూరు చోడులు 67

IV. మహామండలేశ్వర పరమార జగద్దేవుడు 72

అధ్యాయం-5

ఆధిక్య పోరాటం

రెండవ ప్రోలుడు 77

అధ్యాయం-6
సార్వభౌమ పాలకులు
రుద్రదేవుడు   90
మహాదేవుడు   103

అధ్యాయం-7
గణపతిదేవుడు   105

అధ్యాయం-8
రుద్రమదేవి   117

అధ్యాయం-9
ప్రతాపరుద్రుడు   127

అధ్యాయం-10
సామంతులు, ఇతర అధికారులు   141

అధ్యాయం-11
పరిపాలన
1. రాజధాని, కోట   168
2. రాజు, మాండలికులు   170
3. ప్రజలు, ప్రభుత్వం   174
4. పాలనా విభాగాలు, అధికారులు 183
5. సైనిక పాలన, నాయంకర విధానం 186

అధ్యాయం-12
ఆర్థిక పరిస్థితులు
I.   వ్యవసాయం   188
II. పన్నులు   199
III. వాణిజ్యం   223
IV. నాణాలు, కొలతలు   235

అధ్యాయం-13

సమాజం - మతం - గుడి

I. సంఘ నిర్మాణం   245

II. మతం   245

  1. బౌద్ధం,   2. జైనం

  3. శైవం,   4. వైష్ణవం

III. గుడి   254

అధ్యాయం-14

సాహిత్యం, శిల్పం, వాస్తుకళ

I. సాహిత్యం   262

  1. సంస్కృతం, 2. తెలుగు

II. శిల్పం, వాస్తు కళ   267

అనుబంధ సూచి

శాసన భాగాలు

1. దానార్ణవుని మాంగల్లు దానశాసనం   272

2. కాకతి మైలమ బయ్యారం చెరువు శాసనం   274

3. గూడూరు శాసనంలో తెలుగుభాగం   275

4. కాకతి రుద్రదేవుని అనుమకొండ   276
  వెయ్యి స్తంభాల గుడి శాసనం

5. ప్రతాపరుద్రుని సలకలవీడు శాసనం   279

ఉపయుక్త గ్రంథాలు   **281**

ABBREVIATIONS

APARE   Andhra Pradesh Annual Report on Epigraphy

AR.   Annual Report on Indian Epigraphy and South Indian Epigraphy

Corpus.   Corpus of Inscriptions in Telingana Districts

EA.   Epigraphia Andhrica

EC.   Epigraphia Carnatica

EHD.   Early History of the Deccan, Ed. Dr. G.Yazdani

EI.   Epigraphia Indica

IA.   Indian Antiquary

IAP.Cu.   Inscriptions of Andhra Pradesh, Cuddapah District.

IAP. Kn.   Inscriptions of Andhra Pradesh, Karimnagar District.

IAP. Ng.   Inscriptions of Andhra Pradesh, Nalgonda District.

IAP. Wg.   Inscriptions of Andhra Pradesh, Warangal District.

JAHRS.   Journal of Andhra Historical Research Society

JDHC.   Journal of Deccan History and Culture

JNSI.   Journal of the Numismatic Society of India.

JRASB.   Journal of Royal Asiatic Society, Bombay.

NDI.   Nellore District Inscriptions.

SII.   South Indian Inscriptions.

అధ్యాయం-1

ఉపోద్ఘాతం - ఆధారాలు

ఓరుగల్లు రాజధానిగా కాకతీయులు తెలుగుదేశాన్ని సుమారుగా క్రీ. శ. 1150 నుండి క్రీ. శ. 1323 వరకు పరిపాలించారు. కాకతి రుద్రదేవుడి అనుమకొండ శాసనం జె.ఎస్. ఫ్లీట్ 1882లో వెలికితీయటంతో ఈ ఉజ్జ్వల కాలపు చరిత్ర గురించిన శాస్త్రీయ పరిశోధనలు ప్రారంభమయ్యాయి.[1] ఆ తర్వాత ఎంతో మంది పండితులు కాకతీయ చరిత్ర పరిశోధనలో ఎంతో కృషి చేశారు; వాటిల్లో చివరిది 1960లో జి.యాజ్దానీ సంపాద కత్వంలో వెలువడిన ది ఎర్లీ హిస్టరీ ఆఫ్ ది దక్కన్‌లో ఎన్.వెంకట రమణయ్య, ఎమ్. సోమశేఖర శర్మలు రాసిన అధ్యాయం. అయితే, తెలుగుదేశంలో సగభాగమయిన తెలం గాణా, కాకతీయుల రాజధాని వరంగల్లు నిజాం పరిపాలనలో ఉండటం వల్ల తెలంగాణ ప్రాంతేతర పరిశోధకులు అడుగుబెట్టడం కష్టమైంది. కాకతీయ రాజ్యంలోని ఈ ముఖ్య ప్రాంతపు శాసనాలు వెలుగు చూడలేకపోయాయి. చరిత్ర రచనకు ముఖ్య ఆధారాలు శాసనాలు; అవి లభ్యంకాక, ఈ విషయంలో తొలి రచయితలు ఎంతో ఇబ్బందికి గుర య్యారు. 1964లో ఆంధ్రప్రదేశ్ ప్రభుత్వం రాష్ట్ర పురాతత్త్వ శాఖలో శాసనాల అన్వేషణ కోసం ఓ ప్రత్యేక విభాగాన్ని ఏర్పరచి, రాష్ట్రంలో లభ్యమయ్యే శాసనాలను జిల్లాల వారీ వాల్యూములుగా ప్రచురించాలని నిర్ణయించింది. ఆ స్కీము కింద వరంగల్, కరీంనగర్, నల్గొండ జిల్లాలతో పాటు ఇతర జిల్లాల్లోని మరికొన్ని ముఖ్య ప్రాంతాలను సర్వే చేయించటం జరిగింది; ఫలితంగా ఎన్నో కొత్త శాసనాలు వెలుగుచూశాయి, ప్రచురిత మయ్యాయి. కొత్త ఆవిష్కరణల కారణంగా కాకతీయుల చరిత్రలో ఇప్పటిదాకా పండితుల దృష్టిలోకి రాని విషయాలు వెలికిరావటంతో ఆ చరిత్రకు మార్పులు, చేర్పులు చేయాల్సిన అవసరం కలిగింది.

ఈ అధ్యయనంలో లభ్య సమాచారం ప్రకారం కాకతీయుల చరిత్రను తిరగరాసే ప్రయత్నం జరిగింది. అంతకు ముందు రచయితలు చేసిన పొరపాట్లను ఎత్తిచూపటం ఈ రచయిత ఉద్దేశం కాదు; ఇంతకు ముందే చెప్పినట్లు వాళ్ళు తమకు లభ్యమైన ఆధారా లను బట్టే రాయగలిగారు. అలాగే ఆ రచయితల అభిప్రాయాలూ, అభిప్రాయ భేదాలూ ఉల్లేఖించి ఈ గ్రంథ పరిమాణాన్ని పెంచటమూ ఈ రచయిత ఉద్దేశం కాదు. కాకతీయ చరిత్రలోని కొన్ని ఇటీవలి ఆవిష్కరణల ఫలితంగా పునర్లేఖనానికి పనికి వచ్చే ముఖ్యాం శాలను చేర్చటమే ఈ గ్రంథ రచనా ప్రయత్నం.

మిగతా వంశ చరిత్రల లాగా కాకతీయ యుగాన్ని కూడా సౌలభ్యం కోసం మూడు భాగాలుగా అధ్యయనం చేయవచ్చు- 1) ప్రారంభం, 2) సార్వభౌమాధికారం, 3) పరి పాలన తదితర అంశాలు.

---

1. *IA.* X1, pp. 9 ff.

కాకతీయ యుగపు మొదటి భాగంలో వంశంలోని తొలి వ్యక్తుల చరిత్రే ప్రస్తావనకు వస్తుంది. రాష్ట్ర కూట రాజుల దగ్గర కాకతీయులు సైన్యాధికారులుగా తమ జీవితాన్ని ప్రారంభించినట్లుగా మనకు తెలియవస్తున్నది. తూర్పు చాళుక్యరాజు, దానార్ణవుడి క్రీ. శ. 956[2] నాటి మాంగల్లు దాన శాసనం వల్ల మనకు తొలి కాకతీయులను గురించి తెలుస్తుంది. క్రీ. శ. 1163 నాటి రుద్రదేవుని అనుమకొండ శాసనం వల్ల వాళ్ళు స్వతంత్ర రాజులైనట్టు తెలియవస్తుంది. అయితే, సామంతులుగా వారి చివరి శాసనం రెండవ ప్రోలరాజు వేయించిన క్రీ. శ. 1149 నాటి శనిగరం శాసనంగా తెలుస్తున్నది.[3] సుమారుగా రెండు శతాబ్దాల వారి తొలి జీవితం రాష్ట్ర కూటులు, ఆ తర్వాత పశ్చిమ చాళుక్య ప్రభువుల సామంతులుగా గడచిపోయింది. ఈ కాలంలో వారి కార్యకలాపాలు ఓ పక్కన తమ ప్రభువులకు సంబంధించినవయితే, మరో పక్కన పొరుగు సామంతులకు సంబంధించినవి; పొరుగు సామంతులతోడి వారి సంబంధాలే మనం ముఖ్యంగా ఈ భాగంలో చర్చించే విషయం. అందువల్ల, ఈ కాలంలోని ముఖ్య సామంత వంశాలయిన ముదుగొండ చాళుక్యులు, పొలవాస నాయకులు, కందూరు చోడ నాయకులను గురించి ప్రత్యేకంగా ఒక అధ్యాయం రాయాల్సిన అవసరం ఏర్పడింది. కళ్యాణ చాళుక్య సామ్రాజ్యాధీశుల అధీనంలోని మొత్తం తెలింగాణకు, ముఖ్యంగా కాకతీయులకు సంబంధించిన చరిత్రే ఈ కాలపు చరిత్ర. అలా ఈ గ్రంథంలోని మొదటి భాగం సుమారుగా క్రీ. శ. 956 నుండి క్రీ. శ. 1150 వరకు, కొన్ని స్వల్పమైన సర్దుబాట్లతో తెలింగాణకు పరిమితమైంది.

రెండవ భాగంలో సామ్రాజ్యాధి నేతలుగా కాకతీయుల పరిపాలనను గురించి చర్చించటం జరిగింది. క్రీ. శ. 1163నాటి అనుమకొండ శాసనాన్ని రుద్రదేవుడి స్వాతంత్ర్య ప్రకటనగా భావించినప్పటికీ, ఆ సంవత్సరానికి ముందే ఆయన సార్వభౌమాధికారాన్ని చెలాయించసాగాడు. చాల ప్రమాణాలు క్రీ. శ. 1323 కాకతీయుల చివరి పరిపాలనా సంవత్సరంగా స్థిరీకరించాయి; అందుకు భిన్నంగా చెప్పటానికి తగిన కారణాలు ఏవీ లేవు. ప్రస్తుతపు ఆంధ్రప్రదేశ్ మొత్తం, తమిళనాడులోని కొన్ని భాగాలు, పశ్చిమాన కర్ణాటకలోని కొన్ని భాగాలు కాకతీయుల రాజకీయ కార్యరంగమయ్యాయి. అలా ఈ భాగంలో, క్రీ. శ. 1150 నుండి 1323 వరకు తెలుగువారి చరిత్ర ప్రస్తావితమైంది.

తొలి రచయితలు పూర్తిగా వదిలేసిన, లేక పొరపాటుగా వ్యాఖ్యానించిన అంశాలకు ఈ పుస్తకంలో అధిక ప్రాధాన్యం ఇవ్వటం జరిగింది. కాకతీయుల మూలాలు, ఇతర సామంత రాజ్యాలు, ఈ వంశపు తొలి పరిపాలకులు, స్వతంత్ర రాజ్యాధినేతలుగా కాకతీయుల ప్రాదుర్భావం వగైరా విపులచర్చ సంబంధిత అధ్యాయాల్లో చోటు చేసుకుంది. ఈ సార్వ భౌమ పాలకుల రాజకీయ చరిత్రకు సంబంధించిన విషయాలు కొత్తగా వచ్చినంత వరకు పుస్తకంలో క్లుప్తంగా చెప్పటం జరిగింది.

---

2. *EA*.1 pp 57 ff.
3. *IAP Kn.*, 24.

మూడవ భాగం కాకతీయుల కాలపు పరిపాలన, ఆర్థిక పరిస్థితులకు సంబంధించినది.

అధ్యయన ఆధారాలు:

ఈ అధ్యయనానికి ఉపయోగించిన ఆధారాలను మూడు వర్గాలుగా విభజించవచ్చు. అవి 1) శాసనాలు, 2) సాహిత్యం, 3) కట్టడాలు.

1. శాసన ఆధారాలు:

ప్రాచీన, మధ్య యుగపు వంశాల విషయంలో లాగానే, కాకతీయుల చరిత్ర కూడా ముఖ్యంగా శాసనాలపైనే ఆధారపడి వుంది. అవి రెండు రకాలు; దానతామ్ర పత్రాలు, శిలాశాసనాలు. ఇప్పటిదాకా ఈ పాలకులను ప్రత్యక్షంగా పేర్కొన్న పదమూడు తామ్ర శాసనాలు వెలుగులోకి వచ్చాయి.

క్ర. సం.	తామ్రపత్రం	సంవత్సరం	విషయం	రిఫరెన్సు
1.	దానార్ణవుని మాంగల్లు దానశాసనం	956	కాకత్య గుండ్యన కోరిక మేరకు తూర్పు చాళుక్యరాజు దానార్ణవుడు ఓ బ్రాహ్మణుడికి మాంగల్లు గ్రామాన్ని దానం చేసిన విషయాన్ని తెలుపుతుంది.	EA.I pp 57 ff
2.	గణపతి దేవుని మొగలుట్ల దానశాసనం	1219	రాజు కూతురు కోట గణపాంబ వేసిన శాసనం: మొగలుట్ల గ్రామాన్ని ఓ బ్రాహ్మణుడికి దానం చేయటాన్ని అది పేర్కొంది.	EA. IV pp 93 ff
3.	గణపతి దేవుని కోలవెన్ను దానశాసనం	1250	గణపతి దేవుడు ప్రథమ శాఖకు చెందిన కొంతమంది బ్రాహ్మణులకు కోలవెన్ను గ్రామాన్ని దానంగా ఇచ్చిన విషయాన్ని తెలియపరుస్తుంది.	భారతి (తెలుగు మాసపత్రిక) జూన్, 1960
4.	గణపతి దేవుని కరీంనగర్ తామ్ర శాసనం	1254	ఓ కాలువను గూర్చిన వివాదంలో రాజు తీర్పును నమోదు చేసింది	1AP. Kn. Appendix.
5.	చక్రనారాయణ అనే శార్ఙ్గ ధరుడి శార్ఙ్గపురం దానశాసనం	1254-5	కాకతి గణపతిదేవుని సామంతుడు శార్ఙ్గధరుడు బ్రాహ్మణులకు శార్ఙ్గపురాన్ని దానమివ్వటాన్ని తెలుపుతుంది	NDI. C.P No. 17
6.	గణపతి దేవుని గారవపాడు తామ్రపత్రాలు	1260	బ్రాహ్మణులకు గారవపాడు గ్రామాన్ని దానంగా ఇవ్వటాన్ని పేర్కొంటుంది	EI XVIII pp 34 ff
7.	దాడి గన్నయ చింతలూరు దానశాసనం	1264	జైతుగి తన కూతుర్ని (సోమలదేవిని) గణపతి దేవునికిచ్చి వివాహం చేయటాన్ని తెల్పుతుంది.	అప్రకటితం

8.	రుద్రమదేవి కాలపు ఆలపాడు దానశాసనం	1264	రాణి అల్లుడు, యాదవ వంశానికి చెందిన ఎల్లణ దేవుడు ఆలపాడు గ్రామాన్ని బ్రాహ్మణులకు దానమిచ్చిన విషయం పేర్కొంటుంది	C.P. Ins. of Hyd. Mus. Vol. I, pp. 109 ff.
9.	రుద్రమదేవి సామంతుడి కోటగిరి దానశాసనం	1273	రాణి సామంతుడు – విరియాల సూరుడు వినాయకపురం గ్రామాన్ని కొంత మంది బ్రాహ్మణులకు దానమిచ్చిన విషయం తెల్పుతుంది.	Corpus III p. 114 ff
10.	(ప్రతాప రుద్రుని) ఉత్తరేశ్వర దానశాసనం	1290	మంత్రి చాళుక్య ఇందుశేఖరుడు ఉత్తరేశ్వర గ్రామాన్ని విద్దనాచార్య అనే బ్రాహ్మణుడికి దానమివ్వటం తెల్పుతుంది	E1 XXXVIII pp. 57 ff
11.	దాయగజకేసరి (ప్రతాపరుద్రుడు) ఖండవల్లి దానశాసనం	1)1289	మంత్రి అన్నలదేవుడు కొంత భూమిని విద్దనాచార్యుడికి దానమివ్వటాన్ని నమోదు చేసింది.	EA IV pp. 103 ff
		2) 1292	చాళుక్య ఇందుశేఖరుడు ఓనపల్లి గ్రామాన్ని విద్దనాచార్యులకు దానమివ్వటాన్ని పేర్కొంటుంది.	
12.	ప్రతాపరుద్రుడి సేనాని రాజరుద్రుడి గోరవంకపల్లి దానశాసనం	1293	సామంతుడు, చెరకు వంశజుడైన రాజరుద్రుడు గోరవంకపల్లి గ్రామాన్ని కొంతమంది బ్రాహ్మణులకు దానమివ్వటాన్ని ఇది నమోదు చేసింది	C.P.Ins. of Hyd. Mns. Vol I pp. 98 ff
13.	ప్రతాపరుద్రుని (నకిలీ) దానపత్రం.[4]	(శక. 855) విజయ	కాకతి రాజవంశజుడు మహాదేవుని (కుమారుడుగా) ప్రతాపరుద్రుని పేర్కొంది. ఒక బ్రాహ్మణునికి అనంతపురం గ్రామాన్ని దానమివ్వటాన్ని నమోదు చేసింది.	EC. XII Tumkur,14

కాకతీయ చరిత్రని సరిదిద్దే ఇప్పటి ఈ ప్రయత్నంలో ఈ తామ్రశాసనాలు ఎంతో

4. ఈ దానపత్రాన్ని సంకలించిన సంపాదకుడు మూల శాసనం లభ్యం కాలేదనీ, దాని ప్రతి (కాపీ) మాత్రమే దొరికిందనీ, ఇచ్చిన తారీకు శకవర్షం 855 విజయలోనే అంతమైందనీ అధో జ్ఞాపికలో తెల్పాడు. ఇది స్పష్టంగా చాలముందు కాలానికి చెందింది. 1155లో గతించిన విజయనామ సంవత్సరం బహుశా సరైనదేమోనని సంపాదకుడు పేర్కొన్నాడు. కానీ, ఈ తరువాత తారీకు కూడా మరీ ముందు కాలాన్ని సూచిస్తుంది కనుక ప్రతాప రుద్రుడికి సంబంధించిందిగా చెప్పలేం.

విలువైనవి. కాకతీయుల మూలాన్ని శోధించటానికి మాంగల్లు దానపత్రం ఎంతో విలువైన సమాచారాన్ని అందిస్తుంది. ఓ కాలువపై హక్కును గూర్చిన వివాదంలో రాజు చట్టపరమైన ఆదేశాన్ని జారీచేయటం గణపతిదేవుని కరీంనగర్ దానశాసనంలో ఉంది. ఆలపాడు దానపత్రం వల్ల రుద్రమదేవికి మరో కూతురు - ద్వితీయ పుత్రిక - ఉందనీ, ఆమె పేరు కూడా రుద్రమే అనీ, ఆమె జైతుగి వంశానికి చెందిన యాదవరాజు ఎల్లణ దేవుని వివాహ మాడిందనీ మనకు తెలుస్తుంది. ఈ సమాచారం మరోవిధంగా లభ్యంకాదు. ఈ పత్రాలు ఆ కాలపు సాంఘిక చరిత్రపై కూడా విలువైన సమాచారాన్ని వెలుగులోకి తెస్తాయి. ఈ దానపత్రాలన్నింటిలోకీ ప్రతాపరుద్రుడి కాలపు ఖండవల్లి రాగిరేకులు అద్వితీయమైనవి; కారణం - అవి కడియంలో బంధించబడి, స్పష్టమైన **దాయ గజకేసరి** అన్న పేరుతో ముద్ర కూడా చెక్కి ఉండటం. ఇలాంటి పేరుతో ఉన్న నాణాలను ప్రతాపరుద్రుడికి సంబంధించినవిగా నిర్ణయించే కీలక సూత్రం ఈ రాగిరేకులు అందించాయి. చివరగా పేర్కొన్న రాజు దానపత్రం, మిగతా విషయాల్లో దాన్ని నమ్మటానికి ఆస్కారం లేకపోయి నప్పటికీ, ఆయన తండ్రి మహాదేవుడు కాకతీయ వంశజుడేనని తెల్పుతుంది; అది సత్యమే అనిపిస్తుంది.

శిలాశాసనాలు:

కాకతీయుల కాలానికి చెందిన రాజకీయ, సాంఘిక చరిత్రను గూర్చిన సమాచారం చాలభాగం మనకు శిలా శాసనాలవల్లే లభ్యమవుతుంది. కాకతీయ సామ్రాజ్యానికి కేంద్ర స్థానమైన తెలింగాణలోని వరంగల్లు, కరీంనగర్, నల్గొండ జిల్లాలలో లభ్యమయ్యే వాటితో కలిపి అవి సుమారుగా వెయ్యి దాకా వుంటాయి. మరిన్ని కొత్త శిలాశాసనాలు వెలికి వచ్చే అవకాశాలు అంతగా లేవు. కనుక, ప్రస్తుత పరిశోధనలో శిలా ఆధారాలను క్షుణ్ణంగా గణనలోకి తీసుకున్నట్టే అని చెప్పవచ్చు.

ఎన్నో కాకతీయ శిలా శాసనాల్లో గణపతిదేవుడి కాలానికి చెందిన శిలాశాసనం ప్రముఖమైంది; గణపతిదేవుని సోదరి మైలమ వేయించిన బయ్యారం చెరువు శిలా శాసనం అది[5]; ఈ వంశజుల తొలిచరిత్రకు సంబంధించిన ఎన్నో అంశాలపై అది కొత్త వెలుగును ప్రసరింపచేస్తుంది. నిజానికీ రచయిత 1966లో ఈ శాసనాన్ని కనుగొనటంవల్ల కాక తీయుల మూలాలు, వంశానుక్రమణికను గూర్చిన అధ్యాయాన్ని తిరిగి రాయగలగటం అతనికి సాధ్యపడింది. వెయ్యి స్తంభాల గుడిలోని రుద్రదేవుడి అనుమకొండ శాసనానికి కూడా అంతే ప్రాముఖ్యం వుంది. పండితులకు ఈ శాసనాన్ని గురించి ఎప్పటినుండో తెలిసినప్పటికీ, సరైన ఆధారాలు లభ్యంకాక, ఇప్పటిదాకా శాసనంలో తెల్పిన సంఘటన లను కాలపరంగా సరిగ్గా వ్యాఖ్యానించటం జరగలేదు. తెలింగాణా ప్రాంతంలో ఇటీవల జరిగిన శాసన సర్వే ఫలితంగా, ఎన్నో ప్రయోజనకరమైన శిలా శాసనాలు వెలుగు చూశాయి; వాటి ఆధారంతో, ఐదో అధ్యాయంలో, కాకతీయులు తమ ప్రభువులైన

5. *EA* I, pp 71 ff.

చాళుక్యులపై తిరుగుబాటు చేయకుండానే స్వతంత్ర శక్తిగా ప్రాదుర్భవించారని నిరూపించటం సాధ్యపడింది. తమ ఇరుగుపొరుగు సామంతుల తిరుగుబాట్లను అణచివేయటంతో కాకతీయులు తెలింగాణలో దుర్నిరీక్ష్యులయిన ప్రభువులుగా వెలికి వచ్చారు; అయితే అప్పటికి అంటే క్రీ. శ. 1157 నాటికి, కళ్యాణ చాళుక్యుల బలం నిజానికి ఉడిగి పోయింది. రుద్రమదేవి బీదరు శిలాశాసనం[6], ఆమె పాలనలోని తొలిభాగంలో ఆ కోటని పట్టుకోటాన్ని నిరూపించింది. చందుపట్ల శిలాశాసనం[7] మరో ఆసక్తికరమైన విషయాన్ని తెలియజేస్తుంది; రుద్రమదేవి క్రీ. శ. 1289లో మరణించిందని ఇందువల్ల మనకు తెలియ వస్తుంది; బహుశః ఆమెతోపాటు ఆమె సేనాని మల్లికార్జున నాయకుడు కూడా మరణించి ఉండవచ్చు.

పుస్తకంలోని తరువాతి భాగానికి వస్తే, అంటే ఆ కాలపు సాంఘిక చరిత్ర విషయంలో గణపతిదేవుడి మోటుపల్లి అనుమతి పత్రం[8], ఆ రాజుదే మట్టివాడ శాసనం[9], రుద్రమదేవి మల్కాపురం శాసనం[10] చెప్పుకోవల్సిన శాసనాలు; వాటివల్ల సముద్ర వ్యాపారం, భిన్న వాణిజ్య వస్తువులపై విధించే సుంకాలు, దేవాలయ నిర్వహణలాంటి విషయాలపై ఎంతో సమాచారం లభ్యమైంది. **దాయగజకేసరి** ముద్ర ఉన్న నాణాలను ప్రతాపరుద్రుడివిగా గుర్తించటంలో ఆయన వేయించిన తేరాల శాసనం[11] ఎంతో విలువైంది. ఆయనదే సలకలవీడు శాసనం[12] ఆ కాలంలోని ఎన్నో రకాల పన్నులను పేర్కొంటుంది. అలాగే, నల్గొండ జిల్లాలోని (ప్రచురితం కాని) పాతర్లపాడు, కందుకూరు గ్రామాల శాసనాలు – పరిమాణం, వైశాల్యాన్ని కొలిచే ప్రాథమిక ప్రమాణం – 'తూము'కు సంబంధించిన గుణకాలు, భిన్నాల వివరాలను అందిస్తాయి. వరంగల్లు దగ్గర ఉర్సుగుట్టపై చెక్కిన మరో శాసనం ఈ కాలానికి చెందిన ఆసక్తికరమైన శిలా శాసన కావ్యం; అందులో ఇప్పటిదాకా తెలియని కవి నరసింహుడు చక్కటి సంస్కృతంలో రాసిన 62 శ్లోకాలున్నాయి.[13] ప్రతాపరుద్రుడి ఆస్థాన కవుల్లో ఆయన ఒకడు. అది చిన్న కావ్యం. మరో విధంగా అలభ్యం.

ప్రస్తుత అధ్యయనంలో **దక్షిణ భారత శాసన సంపుటులు** (The South Indian Inscriptions, Vol. IV, V, VI, X) ఎంతో విలువైనవి; ఆ కాలపు శిలాశాసనాలు ఎన్నో వాటిలో ప్రచురితమయ్యాయి. తీరాంధ్ర జిల్లాలలో వీటికి నకలు తీయటం జరిగింది. అలాగే బటర్‌వర్త్, వేణుగోపాలాచారిలు ఎప్పుడో ప్రచురించిన నెల్లూరు జిల్లా శాసనాల గ్రంథం కూడా ప్రస్తుత అధ్యయనానికి ఎంతో దోహదపడుతుంది. తెలింగాణకు సంబం

6. P.V.P. Sastry: *Select Epigraphs of A.P.*, No. 21.
7. *Studies in Indian Epigraphy* I, No. 9.
8. *EI*, XII, pp. 188 ff.
9. *IAP, Wg.*, 63.
10. *SII.* X, 395.
11. *Corpus* IV, 35.
12. *EA.* IV pp. 121 ff.
13. P.V.P.Sastry: (సిద్ధోద్వాహ) (AP. Ep. Series No. 2, 1963).

ధించినంత వరకు నిజాం, ఆ తర్వాత హైదరాబాదు ప్రభుత్వాలూ ఆర్కిలాజికల్ సీరీస్‌గా **కార్పస్ ఆఫ్ తెలంగాణ ఇన్‌స్క్రిప్షన్స్**, అనే పేరున మూడు సంపుటాల్లో ప్రచురించాయి. రెండు - మూడు భాగాలకు వరుసగా 1942లోనూ, 1958లోనూ, పి.శ్రీనివాసాచారి సంపాదకత్వం వహించి ప్రచురించాడు. నాలుగో భాగాన్ని మల్లంపల్లి సోమశేఖర శర్మ తన చివరి సంవత్సరాల్లో 1960-61లలో ప్రచురించాడు. ఈ మధ్యే 1974లో వరంగల్, కరీంనగర్ జిల్లాలకు చెందిన సుమారు 225 శాసనాలను రెండు విడి సంపుటాలుగా ప్రచురించటం జరిగింది. వాటిల్లో మొదటి సంపుటాన్ని ఎన్.వెంకట రమణయ్య, రెండో సంపుటాన్ని ప్రస్తుత రచయితా వెలుగులోకి తీసుకు వచ్చారు. అంతేకాక 1972లో 30 శాసనాలు ఉన్న మరో గ్రంథాన్ని **సెలక్ట్ ఎపిగ్రాఫ్స్ ఆఫ్ ఆంధ్రప్రదేశ్** అన్న పేరిట ఈ రచయిత సంపాదకుడుగా సంకలించాడు. ఈ పుస్తకాలను ఆంధ్రప్రదేశ్ ప్రభుత్వం పురాతత్త్వ, ప్రదర్శనశాలల విభాగం ప్రచురించింది. **తెలంగాణా శాసనములు** అన్న పేరుతో రెండు సంపుటాలను 'లక్ష్మణరాయ పరిశోధక మండలి' వారు ప్రచురించారు. అందులో మొదటి భాగానికి ఎమ్.రామారావు, రెండో భాగానికి గడియారం రామకృష్ణ శర్మ సంపాదకత్వం వహించగా అవి 1935, 1960లలో ప్రచురితమయ్యాయి. ఓ పరిశోధక విద్యార్థి, బి.ఎన్.శాస్త్రి 1974లో **శాసన సంపుటి** అన్న పేరుతో ఆ కాలపు ముప్పై శాసనాల వరకు ప్రచురించాడు. ప్రస్తుత పరిశోధనలో, **సౌత్ ఇండియన్ ఎపిగ్రఫీ సాంవత్సరిక నివేదికలు** (Annual Reports), **ఎపిగ్రాఫియా ఇండికా** వాల్యూములు, **ఆంధ్రా హిస్టారికల్ సొసైటీ, భారతి** పత్రికలు ఎంతో ప్రయోజనకారి అయ్యాయి.

పైన చెప్పిన ప్రచురణలేకాక, ప్రస్తుత రచయిత పర్యవేక్షణలో ఆంధ్రప్రదేశ్ పురాతత్త్వ, ప్రదర్శనశాలల విభాగం తెలింగాణ జిల్లాల్లోని ఎన్నో శాసనాలకు నకళ్ళు తీయించింది. ఆ ప్రచురితం కాని శాసనాలూ ఈ అధ్యయనంలో ఉపయోగపడ్డాయి.

2. సాహిత్యాధారాలు:

1. **ప్రతాపరుద్రీయం లేక ప్రతాపరుద్రయశోభూషణం:** చివరి కాకతీయ చక్రవర్తి ప్రతాపరుద్రుడి ఆస్థానంలో పేరెన్నికగన్న కవి అయిన విద్యానాధుడు సంస్కృతంలో రాసిన అలంకార శాస్త్ర గ్రంథమిది. అది ఆ రాజుకు అంకితమైనట్లు ఆ గ్రంథం పేరే తెల్పుతుంది. ఉదాహరణాత్మక శ్లోకాలు అన్నీ ప్రతాపరుద్రుడిని శ్లాఘించడమే కాదు, రాజు ఘనతను వెలార్చే ప్రత్యేక 'నాటక ప్రకరణా'న్ని కూడా అందులో చేర్చటం జరిగింది. అది సమకాలీన గ్రంథం కనుక, ఉన్న చారిత్రక అంశాలు కొద్దే అయినా, అవి ప్రామాణికమైనవనే భావించాలి. ప్రఖ్యాత వ్యాఖ్యాత కోలాచల మల్లినాధసూరి కుమారుడు, కోలాచల కుమారస్వామి సోమపీథి ఈ గ్రంథానికి వ్యాఖ్యానాన్ని సమకూర్చాడు. సాహిత్యానికి సంబంధించిన అంశాలతోపాటు, కాకతీయుల రాజచిహ్నం, వారి జాతి, రుద్రమదేవితో గణపతిదేవుడు, ప్రతాపరుద్రుల సంబంధం మొదలైన విషయాలను నిర్ధారించటానికి ఈ గ్రంథం దోహదపడుతుంది. అన్నింటికంటే మిన్నగా, గణపతిదేవుని తర్వాత రాణిగా సింహాసనాన్ని అధిష్ఠించిన రుద్రమదేవి,

'రుద్రదేవ మహారాజ' అన్న పురుష నామం ధరించటాన్ని ఈ గ్రంథం విస్పష్టమైన రీతిలో వెల్లడిస్తుంది. ఈ సందర్భంగా మద్రాసు, వావిళ్ళ ప్రెస్ వారు ప్రచురించిన 1954 ప్రతిని అనుసరించటం జరిగింది.

2. **క్రీడాభిరామము:** సుమారుగా 300 పద్యాలున్న తెలుగు గ్రంథమిది. ఈ చిన్నగ్రంథ కర్తృత్వం వివాదాస్పదం. కొంతమంది పండితులు దాన్ని వినుకొండ వల్లభ రాయుడు రచించాడంటే, మరికొందరు ప్రఖ్యాత శ్రీనాథ కవికృతమే అది అని అన్నారు. ఇద్దరూ క్రీ. శ. 14-15 శతాబ్దులకు చెందినవారే. ఇద్దరు మిత్రులు - మంచెనశర్మ, టిట్టిభశెట్టి - రాజధాని ఓరుగల్లులో తిరుగుతూ వివిధ విషయాల మీద మాట్లాడుకున్న మాటలే ఆ గ్రంథ వస్తువు. కాకతీయ కాల నగర జీవితపు భౌతిక, సామాజిక, ఆర్థిక పరిస్థితులకు సంబంధించిన విశ్వసించదగ్గ సమాచారాన్ని - కావ్య పరిభాష, వర్ణనలు వదిలేస్తే - అది మనకు అందిస్తుంది. పట్నంలోని భిన్న ప్రాంతాలు, కోటగోడలు, బురుజులు, దేవాలయాలు, భిన్న కులాల జనం, వాళ్ళ జీవిత విధానం, మతాచారాలు మొదలైనవి ఈ గ్రంథంలో చర్చితమయ్యాయి. ఈ పరిశోధనలో వేటూరి ప్రభాకరశాస్త్రి విస్తృత ఉపోద్ఘాతంతో 1960లో, హైదరాబాదులో ప్రచురింపబడిన ఈ గ్రంథ ప్రతిని అనుసరించటం జరిగింది.

3. **పండితారాధ్య చరిత్రము:** ప్రతాపరుద్రుడి సమకాలికుడైన ప్రఖ్యాత శైవకవి, పాల్కురికి సోమనాథుడు తెలుగులో రాసిన విస్తృత ద్విపద గ్రంథమిది. శైవ గురువు పండితారాధ్యుడి జీవిత చరిత్రే ఈ గ్రంథమయినా, శైవమతపు గొప్పదనాన్ని చెప్పటం కోసం ఆ కాలపు ఇతర మతాలను ఆ కవి విమర్శించాడు. ఆ కాలపు ఆంధ్రదేశ మత పరిస్థితులను గూర్చి తెల్సుకోటానికి, ఈ గ్రంథమూ, ఆయనే రాసిన **బసవ పురాణమూ** ఎంతో సమాచారాన్ని అందిస్తాయి. విస్తృతమైన ఉపోద్ఘాతాన్ని సమకూర్చి, చిలుకూరి నారాయణరావు దీనికి సంపాదకత్వం వహించాడు. దీన్ని ఆంధ్ర గ్రంథమాల సీరీస్, మద్రాసు వారు 1939లో ప్రచురించారు. బసవేశ్వరుడి జీవిత చరిత్రను తెల్పే గ్రంథమే **బసవ పురాణము**; బసవేశ్వరుడు వీరశైవ మత స్థాపకుడు. దీన్ని మద్రాసులో వావిళ్ళ వారు 1954లో ప్రచురించారు.

4. **శివయోగసారము:** కొలను గణపతిదేవుడు రచించిన సమకాలీన తెలుగు గ్రంథమిది. గణపతిదేవుని నుండి కాకతీయుల కొలువులో ఉన్న ఇందులూరి నాయకుల గురించి తెలియజెప్పే గ్రంథం ఇది ఒక్కటే. ఈ వంశానికి చెందిన అన్నయ అనే నాయకుడు రుద్రమదేవి మూడో కూతురిని వివాహమాడి, ఆ రాణి దగ్గరా, ప్రతాపరుద్రుడి దగ్గరా సేనానిగా, మంత్రిగా పనిచేశాడు. ఈ గ్రంథం పూర్తిగా లభ్యం కావటంలేదు. దొరికిన భాగంలో ఆ నాయకుల వంశానుక్రమణిక, కాకతీయ రాజులతో వాళ్ళకున్న సంబంధ బాంధవ్యాలు, వారి వీరకృత్యాలు మనకు తెలుస్తాయి.

5. **నీతిసారము:** రాజనీతిపై రాసిన తెలుగుగ్రంథం ఇది; దీనికర్త కాకతి రుద్ర దేవుడంటారు. కొన్ని విషయాల్లో ఇది సంస్కృత గ్రంథం **శుక్రనీతి సారాన్ని** అనుసరిస్తుంది. అయితే, సుంకాలు, వాణిజ్యం విషయంలో కొన్ని మౌలికమైన అంశాలు

గ్రంథంలో చోటుచేసుకున్నాయి. గ్రంథం పూర్తిగా లభ్యం కాలేదు. మడికి సింగన (17వ శతాబ్దం) రచించిన **సకల నీతిసారములో** దీన్లోని కొన్ని పద్యాలు కన్పిస్తాయి. ఈ పద్యాలు ఆ కాలపు ఆర్థిక పరిస్థితులను గురించి తెల్సుకోటానికి ఎంతో ఉపయోగపడతాయి.

6. **నీతి శాస్త్ర ముక్తావళి:** తెలుగు చోడ నాయకుడైన బద్దెన రాజనీతి శాస్త్రంపై రాసిన తెలుగు గ్రంథమిది. రాజు, మంత్రులు, కోటలు, రాజ్యరక్షణ, అరాచకం, అవిశ్వాస పాత్రులైన సేవకుల వల్ల కలిగే హాని, సాధారణ నీతి ఆదిగా గల విషయాలు, ఈ గ్రంథంలో చర్చకు వస్తాయి. 1962లో నరేంద్ర సాహిత్య మండలి, తణుకు వారు ఈ గ్రంథాన్ని ప్రచురించారు. దీనికి మానవల్లి రామకృష్ణ కవి ఉపోద్ఘాతాన్ని సమ కూర్చి, సంపాదకత్వం వహించాడు.

7. **నృత్త రత్నావళి:** గణపతిదేవుని సేనాని, మంత్రి అయిన జాయ–సేనాపతి సంస్కృతంలో రాసిన గ్రంథమిది. నృత్య, నాట్యశాస్త్ర లక్షణ గ్రంథం. భిన్న నృత్య, నాట్యశైలీ సూత్రాలను వివరించే గ్రంథం ఇది. సమకాలీన గ్రంథం కావటంవల్ల, ఆ కాలపు – ముఖ్యంగా ఆ ప్రాంతపు నృత్యకళను గురించి తెల్సుకోటానికి ఈ గ్రంథం తోడ్పడుతుంది. ఈ పుస్తకానికి వి.రాఘవన్ సంపాదకత్వం వహించగా, మద్రాసు గవర్న మెంట్ ఓరియంటల్ మాన్యుస్క్రిప్ట్స్ లైబ్రరీ వారు 1965లో ప్రచురించారు.

చరిత్రలు:

8. **ప్రతాప–చరిత్ర:** ఏకామ్రనాధుడు తెలుగు వచనంలో రాసిన గ్రంథమిది. ఆయన పదహారో శతాబ్దంలో జీవించి వున్నట్టు విశ్వసిస్తారు.

9. **సిద్ధేశ్వర చరిత్ర:** పదిహేడో శతాబ్దానికి చెందిన కాసె సర్వప్ప తెలుగు ద్విపదలో రాసిన గ్రంథమిది.

10. **సోమదేవ రాజీయము:** పద్ధెనిమిదో శతాబ్దానికి చెందిన కూచిమంచి జగ్గకవి రాసిన గ్రంథమిది.

విషయపరంగా, పైన చెప్పిన మూడు గ్రంథాలూ ఒకటే. ఆధారంలేని, అసంబద్ధ, మూఢనమ్మకాల సంప్రదాయ వివరణే చాలచోట్ల వాటిల్లో కన్పిస్తుంది. ఒకోసారి అవి చరిత్రకారుడిని తప్పుదోవ కూడా పట్టిస్తాయి. ఉదాహరణకు శాసనాలు, **ప్రతాప రుద్రీయ** గ్రంథ సాక్ష్యానికి విరుద్ధంగా అవి రుద్రమదేవి గణపతిదేవుని భార్య అని చెప్తాయి. అయితే, జాగ్రత్తగా పరిశీలించి, ఈ వంశ చరిత్రకు సంబంధించిన విస్తృత పరిధిని గుర్తించటంలో ఈ గ్రంథాలను మనం ఉపయోగించుకోవచ్చు. 1969లో, నరేంద్ర సాహిత్య మండలి, తణుకు వారు **ప్రతాప చరిత్రను**, 1960లో, ఆంధ్ర రచయితల సంఘం, హైదరాబాదు వారు **సిద్ధేశ్వర చరిత్రను** ప్రచురించారు. రెండింటికి కె.లక్ష్మీరంజనం ఉపోద్ఘాతం సమకూర్చి, సంపాదకత్వం వహించాడు. **సోమదేవ రాజీయమును** కూడా తణుకు నరేంద్ర సాహిత్య మండలి వారే ప్రచురించినట్లు తెలుస్తున్నది.

11. **పల్నాటి వీరచరిత్ర:** ప్రఖ్యాత తెలుగు కవి శ్రీనాధుడు (14-15 శతాబ్దాలు) తెలుగులో రాసిన ద్విపద కావ్యమిది. చాళుక్యరాజు మూడవ సోమేశ్వరుడు, అతని సంతతి వారి సామంతులయిన పలనాడు హైహయ నాయకుల కుటుంబ కలహాన్ని ఈ కావ్యం గానం చేస్తుంది. అయితే అసలు కథ కాకతీయ రుద్రదేవుడి సమకాలికు లయిన నలగామరాజు అతని సవతి తమ్ముడు మల్లిదేవరాజులకు సంబంధించినది. అలా రుద్రుడి పాలనా కాలపు తొలిభాగంలో ఆంధ్ర ప్రాంతంలో నెలకొని ఉన్న రాజకీయ పరిస్థితులను ఈ గ్రంథం తెలియపరుస్తుంది. అంతేకాకుండా, ఆ కాలపు సామాజిక పరిస్థితులు, భిన్న కులాల మతోన్ముఖతలకూ సంబంధించిన ఎంతో సమాచారం ఈ గ్రంథం వల్ల మనకు లభ్యమవుతుంది. ఈ గ్రంథానికి పండిత ఉమాకాంత విద్యాశేఖరుడు విపుల ఉపోద్ఘాతాన్ని సమకూర్చాడు. మద్రాసు వావిళ్ళ వారు దీన్ని 1955లో ప్రచురించారు.

12. **వెలుగోటి వారి - వంశావళి:**

13. **వెలుగోటి వారి వంశ చరిత్ర:** ఈ రెండూ తెలుగు గ్రంథాలు. **వెలుగోటి వారి వంశావళిని** ఎన్.వెంకట రమణయ్య మెకంజీ మాన్యుస్క్రిప్టుల నుండి సముద్ధరించగా, మద్రాసు విశ్వవిద్యాలయం వారు 1939లో ప్రచురించారు. **వెలుగోటి వారి వంశ చరిత్ర** కూడా అలాంటి గ్రంథమే. దీన్ని వెల్లాల సదాశివశాస్త్రి అనే ఆయన రచిస్తే, మాజీ వెంకటగిరి రాజా దాన్ని ప్రచురించాడు. ఈ వంశానికి చెందిన తొలి నాయకు లను గురించి చెప్తూ, ఈ రచయితలు కాకతీయ రాజుల యుద్ధాలను గురించి కొంత విలువైన సమాచారాన్ని అందజేస్తారు. ఈ నాయకులు గణపతిదేవుని కొలువులో కుదురుకున్నట్టు అన్పిస్తుంది; వారి వారసులు రుద్రమదేవి, ప్రతాప రుద్రుల వద్ద సేనానులుగా పనిచేశారు. కాకతీయుల యుద్ధాలను గురించిన కొంత సమాచారం ఈ గ్రంథాల నుండి సంగ్రహించవచ్చు. అయితే, రెండు గ్రంథాలూ, నిస్సందేహంగా, తరవాతి కాలానికి చెందినవి.

14. కన్నడ కృతి **కుమార రామన చరిత్ర** కూడా తన పాలన చివరి భాగంలో కంపిలి రాజ్యంతో ప్రతాపరుద్రుడి సంబంధాలను తెల్పుతుంది.

ముస్లిం రచయితల చరిత్రలు:

చివరి కాకతీయ రాజయిన ప్రతాపరుద్రుడి కాలానికి సంబంధించిన కొన్ని సంఘటనలు ఈ ఆధారాల నుండి సేకరించవచ్చు.

15. **ఫతూష్ - ఉస్ - సలాటిన్:** ఈ గ్రంథ రచయిత ఇషామీ మహమ్మద్‌బిన్ తుగ్లక్ సమకాలికుడు; ప్రతాపరుద్రుడు ముస్లిం సైన్యం చేతిలో ఎలా ఓడిపోయాడో ఇది వివరిస్తుంది.

16. **ఫరిష్టా** (ఆంగ్లానువాదం: బ్రిగ్స్): పదిహేడవ శతాబ్దానికి చెందిన ఫరిష్టా కూడా ఈ సంఘటనలను వివరిస్తాడు.

ప్రస్తుత సందర్భానికి ఇవి చాల ముఖ్యమైనవి. ముస్లిం చరిత్రకారుల ఆధారాల విష

యంలో వెంకట రమణయ్య తన గ్రంథం ఎరలీ ముస్లిం ఎక్స్పాన్షన్ ఇన్ సౌత్ ఇండియాలో చేసిన వ్యాఖ్యలను ఈ రచయిత ఉపయోగించుకోవటం జరిగింది. వెంకట రమణయ్య గ్రంథాన్ని 1942లో మద్రాసు విశ్వవిద్యాలయం వారు ప్రచురించారు. చాల సందర్భాల్లో రచయిత అరబ్బీ మూలంతో పాటు ఆంగ్లానువాదాన్ని కూడా ఇచ్చాడు.

పరిశోధనాంశానికి సంబంధించిన ఆధునిక కాలపు ఇతర పుస్తకాలు, పత్రికలను బిబ్లియాగ్రఫీలో చేర్చటం వల్ల ఇక్కడ ఇవ్వలేదు.

కట్టడాలు:

పలు రకాలయిన కట్టడాలకు, నిర్మాణాలకు కాకతీయ కాలం ప్రసిద్ధి కెక్కింది. మధ్యకాలపు హిందూ రాజుల కోటలు ఎలా ఉండేవో తెల్పటానికి కాకతీయుల ఓరుగల్లు కోట నమూనాగా నిలుస్తుంది. పాలంపేట, పిల్లలమర్రి, అనుమకొండ, నాగులపాడు, ఘన్పూర్, ఇంకా తదితర ప్రదేశాల్లో వాళ్ళు నిర్మించిన దేవాలయాలు ఆ కాలపు శిల్ప, వాస్తు కళల అధ్యయనానికి పనికి వచ్చే మిగిలిపోయిన చక్కటి ఉదాహరణలు. కుడ్య ఫలకాల మీద చెక్కిన మానవాకృతులు ఆ కాలపు వేష భూషణాలను, క్రీడలను, నాట్యరీతులను ఆ సమాజపు సౌందర్యాభిరుచిని తెలియపరుస్తాయి.

కాకతీయుల కాలంలో తవ్వించిన ఎన్నో చెరువులు ఇప్పటికీ చక్కటి స్థితిలోనే ఉన్నాయి. ఆ రాజులు, వారి సామంతులు సాగునీటి కాలవల అభివృద్ధికై ఎంతగా కృషి చేశారో తెలియచెప్పే సజీవ సాక్ష్యాలు అవి.

✪ ✪ ✪

అధ్యాయం-2

పుట్టుక, వంశం, కాలానుక్రమణిక

పుట్టుక

తూర్పు చాళుక్యరాజు దానార్ణవుడు క్రీ. శ. 956[1]లో జారీచేసిన మాంగల్లు దానపత్రంలో కాకతీయ నాయకుల గురించిన తొలి సూచనలు మనకు లభ్యమవుతాయి. అందులో నలుగురు కాకతీయ వంశ సభ్యులను పేర్కొనటం జరిగింది. వారిలో చివరి వ్యక్తి కాకత్య గుండ్యన దానార్ణవుని విశ్వాసానికి పాత్రమై, ఆయన చేత ఓ బ్రాహ్మణునికి దానమిప్పిస్తాడు. దీనిపై ఆధారపడి, తొలి కాకతీయ చరిత్రకారులు ఈ నాయకులు మొదటగా తూర్పు చాళుక్య రాజుల సామంతులనీ, మాంగల్లు ఉన్న ప్రస్తుత నందిగామ తాలూకా, కృష్ణా జిల్లాలో వారి మాన్యం ఉండేదనీ సిద్ధాంతాన్ని లేవనెత్తారు.[2] మరికొంతమంది పండితులు **కాకర్త్య, కాకత్య, కాకతీయ** పద రూపాల పోలికను అంగీకరించినప్పటికీ, అనుమకొండ లేక వరంగల్లు కాకతీయులు, తూర్పు చాళుక్యుల సామంతుడుగా భావించే కాకర్త్య గుండ్య నకు ఔరసులన్న నిర్ణయానికి రాలేకపోయారు.[3] తూర్పుచాళుక్య రాజుల సామంతులుగా వాళ్ళని భావించటం వల్ల, కాకతీయులకు తెలుగు మూలాలను కట్టబెట్టే ప్రయత్నం చాలమంది పండితులు చేశారు. అయితే, ఆంధ్రదేశపు పశ్చిమ సరిహద్దుల్లోని కాకతి గ్రామం నుండి ఈ నాయకులు వచ్చినప్పటికీ, ఎప్పుడో తూర్పు చాళుక్యుల కొలువులో కుదురుకొనటంవల్ల, వాళ్ళు నిజంగానే తెలుగువాళ్ళయ్యారని ఎమ్.రామారావు సూచించాడు. మాంగల్లు దానపత్రాన్ని నిశితంగా పరిశీలిస్తే, ఈ సిద్ధాంతాల సందేహాలను పటాపంచలు చేసే స్పష్టమైన చిత్రం మనకు కన్పిస్తుంది.

ఈ రాగిరేకుల పొదిని మొదటగా ప్రభుత్వ ఎపిగ్రఫీ శాఖ గుర్తించి,[4] ఆ తర్వాత 'మాంగల్లు గ్రాంట్ ఆఫ్ అమ్మా-II[5] అన్న పేరున **ఎపిగ్రాఫియా ఇండికా**లో వి.రంగాచార్య సంపాదకత్వంలో పొందుపర్చారు. ఈ దత్తపత్రం ప్రాముఖ్యత దృష్ట్యా, ఆ తర్వాత దీన్ని **ఎపిగ్రాఫియా ఆంధ్రికా**-Iలో "ది మాంగల్లు గ్రాంట్ ఆఫ్ దానార్ణవా"[6] పేరున ప్రస్తుత రచయిత పునః సంపాదీకరించటం జరిగింది. ఈ దానపత్రంతో రెండవ అమ్మరాజుకు ఎలాంటి సంబంధం లేదనీ, దాన్ని స్వతంత్రంగా విడుదల చేసింది దానార్ణవుడేననీ మనం తెలుసుకొంటాం. ఆ కాలపు వేంగి దేశపు రాజకీయ పరిస్థితిని ఆ దానపత్రం పేర్కొంటుంది. రెండవ భీముడి కొడుకైన తూర్పుచాళుక్య అమ్మరాజు, భూమిని పదకొండేళ్ళ

1. EA. I, pp. 57 ff.
2. ఎం.రామారావు (ఎడిటర్), **కాకతీయ సంచిక,** పే. 6-7.
3. G.Yazdani, *Ed, Early History of the Deccan* (EHD), p. 577.
4. *AR.* 19116-117, C.P. No. 1 and para 24, p. 117.
5. *EI,* XXXI, pp. 37 ff.
6. *EA. I,* pp. 57 ff.

పరిపాలించాక, కృష్ణుడి కోపకారణంగా, ఇక్కడ నుండి కళింగ దేశానికి వెళ్ళాడని చెప్తుంది. సందర్భాన్ని బట్టి ఈ కృష్ణుడు రాష్ట్రకూట రాజు మూడవ కృష్ణుడు. అయితే, భీముడికి రాణి అంకిదేవికి పుట్టిన దానార్ణవుడు – అమ్మరాజు సవతి సోదరుడు – వల్లభుడు అంటే మూడవ కృష్ణుడి సాయంతో రాజ్యాన్ని పొంది పరిపాలిస్తున్నాడు.[7] క్లుప్తంగా దానార్ణవుడిని శ్లాఘించాక, శాసన వక్తవ్యమిలా ఉంది. అలాంటి విజయాదిత్యుడు కాకత్య గుండ్యన కోరిక మేరకు మాంగల్లు గ్రామాన్ని ఆ సేనానిపట్ల కృతజ్ఞతతో దొమ్మన అనే బ్రాహ్మణుడికి దత్తం చేశాడు. సేనాని గుండ్యనకు ధర్మువుగా (పుణ్యంకోసం) దొమ్మన 'కర్పటీవ్రతా'న్ని జరిపించి, అందుకు ప్రతిఫలంగా మాంగల్లు గ్రామాన్ని అగ్రహారంగా పొందాడు. శాసనంపై తారీకు లేకపోయినప్పటికీ, అది సుమారుగా క్రీ. శ. 956కు చెందినదై ఉంటుంది. రెండవ అమ్మరాజు, అతని మలియంపూడి దానశాసనం[8] ప్రకారం శకవర్షం 867కి సరి అయిన క్రీ. శ 945లో పట్టాభిషిక్తుడయ్యాడు; అతడు వేంగిని వదలి కళింగకు వెళ్ళటానికి ముందు రాజ్యాన్ని పదకొండు సంవత్సరాలు పరిపాలించాడు. వల్లభుడు – రాష్ట్రకూట మూడవ కృష్ణుడు వేంగిపై దాడి చేయటంతో రెండవ అమ్మరాజు రాజ్యాన్ని వదలి పారిపోయి కళింగంలో శరణు పొందాడు. అప్పుడు మూడవ కృష్ణుడు వేంగి దేశానికి దానార్ణవుడిని రాజును చేశాడు. అమ్మరాజు కంటే దానార్ణవుడు వయసులో పెద్దవాడయినప్పటికీ, అతని వారసత్వాన్ని నిర్లక్ష్యం చేసి, అమ్మరాజుకు వేంగి సింహాసనం ఎందుకు కట్టబెట్టాల్సి వచ్చిందో మనకు తెలియదు. అలా హక్కును కోల్పోయిన దానార్ణవుడు తనకు తిరిగి తన రాజ్యాన్ని ఇప్పించవలసిందని రాష్ట్రకూటరాజు సహాయం అర్థించి ఉండవచ్చు.

ఈ దానపత్రం జారీ చెయ్యటానికి ముందు జరిగిన రాజకీయ సంఘటనలు ఇలా ఉన్నాయి. అలా జారీచేసిన అధికారి లేక రాజు దానార్ణవుడే అయ్యుండాలి కాని, అమ్మరాజు కాదు. శాసనంలోని వక్తవ్యం ఆ విషయాల్ని స్పష్టపరుస్తుంది. కృష్ణుడి కోప కారణంగా అమ్మరాజు కళింగకు పారిపోవాల్సి వచ్చింది (**అగమత్ కృష్ణకోపాత్ కళింగాన్**); అలాగే దానార్ణవుడు, వల్లభుడి వల్ల రాజ్యాన్ని పొంది (**వల్లభాదాప్త – రాజ్యః**), సకల జనామోదంగా (**సకల జనామోదే**) పృథివిని పరిపాలిస్తున్నాడు. అంటే దానార్ణవుడు అమ్మరాజు అంగీకారంతో రాజ్యపాలన చేయటం లేదనీ, అందుకు మూడవ కృష్ణుడు సాయపడ్డాడనీ స్పష్టంగా తెలుస్తుంది. రాజధాని వదలి పారిపోయిన అమ్మరాజు ఈ దానపత్రాన్ని జారీ చేశాడని అనలేం. అందులో వివరించిన సంఘటనలు కూడా అతనికి అవమానం కలిగించే రీతిలోనే ఉన్నాయి. అమ్మరాజే కనుక దానపత్రాన్ని జారీ చేసిన అధికారి అయినట్లయితే, దానపత్రం అలా ఉండదు. రెండవ అమ్మరాజు రాజ్యాన్ని ఇరవై ఐదు

---

7. **"సూనుస్తస్యామ్మ రాజస్సురపతి విభవః పట్టబద్ధో ధరిత్రీమ్**
   రక్షన్నే కాదశాబ్దాన్ అగమత్ కృష్ణకోపాత్ కళింగాన్"
   Appendix I, 22-23.
8. *EI.* IX, pp 55 ff.

సంవత్సరాలు (క్రీ. శ. 945 – 970) పరిపాలించాడనీ, 'విజయాదిత్యుడ'న్న బిరుదాన్ని మొదట అమ్మరాజు, ఆ తర్వాత కొత్త రాజు దానార్ణవుడు ధరించాడనీ చెప్పే సంప్రదాయ శాసనాలు, దానపత్రం అమ్మరాజుకు చెందిందని చెప్పటంలో మనల్ని తప్పుదారి పట్టి స్తాయి. ఈ రెండు ఆక్షేపణలు పైకి కన్పించేవే కానీ, పరిశీలనకు నిల్చేవి కావు. మొదటగా దానార్ణవుడు సింహాసనాన్ని స్థిరపరచుకోలేకపోయాడు. అతని బలహీనతను అవకాశంగా తీసుకుని సింహాసనాన్ని మళ్ళీ కైవసం చేసుకున్న అమ్మరాజు త్వరలోనే రాజ్యంపై తన అధికారాన్ని స్థిరపరచుకున్నాడు. రెండు – తన రాజ్యంలోని ఓ ప్రాంతమైన కళింగకు – ఇప్పటి విశాఖపట్నం, తూర్పు గోదావరి జిల్లాల ప్రాంతం – వేంగిని వదలిపెట్టి అమ్మరాజు పారిపోయాడు; దానార్ణవుడి తిరుగుబాటును అణచివేయటానికి కావల్సిన సైనిక వనరుల నతడు అక్కడ సమకూర్చుకోగలడు. అయితే, దానార్ణవుడు, ఆ కొద్ది కాలంలో మంత్రులు, సేనానులను తన వైపు తిప్పుకొని, కుటుంబ సంప్రదాయం ప్రకారం, 'విష్ణువర్ధనుడు' అన్న కొత్త బిరుదు ధరించి పట్టాభిషేకాన్ని జరిపించుకోలేకపోయాడు. అందువల్ల, పట్టాభి షిక్తుడైన రాజు బిరుదం 'విజయాదిత్యుడు'తోనే, దానార్ణవుడు అధికారికంగా దానపత్రాన్ని జారీచేశాడు.

పైన చెప్పిన దానపత్ర వాస్తవ విశ్లేషణ మనల్నీ ఊహలకు దారితీయిస్తుంది: 1) వేంగి సింహాసనాన్ని దానార్ణవుడు రాష్ట్రకూటరాజు మూడవ కృష్ణుడి సాయంతో చేజిక్కించు కున్నాడు. 2) పట్టాభిషిక్తుడైన అమ్మరాజును పారద్రోలటంలో తనకు సాయపడ్డ రాష్ట్రకూట సేనాని కాకర్త్య గుండ్యనను సంతోషపర్చటం కోసం అతనే మాంగల్లు దానపత్రాన్ని జారీ చేశాడు. 3) సదరు దానపత్రంలో పేర్కొన్న కాకర్త్య గుండ్యన రాష్ట్రకూటుల అనుచరుడే అయివుండాలి. అందులోనే పేర్కొనబడిన అతని పూర్వీకులు గుండియ – రాష్ట్రకూట, ఎఱియ – రాష్ట్రకూటుల పేర్లే ఆ సత్యాన్ని సమర్థిస్తాయి. 4) మాంగల్లు దానపత్రాన్ని అమ్మ రాజుకు తప్పుగా అంటగట్టటం వల్లా అమ్మరాజు అనుమతితో దానార్ణవుడు రాజ్యాన్ని పరిపాలించాడని భావించటం వల్లా కాకర్త్య గుండ్యన తూర్పు చాళుక్య రాజుల సేనానిగా పొరపడటం జరిగింది. ఆ పైన కాకతీయుల మూలస్థానం తెలుగుదేశమనీ పొరపడటం సంభవించింది.

సందర్భవశాత్తూ, ఈ దానపత్రం కాకర్త్య గుండ్యన వంశ అనుక్రమణను క్రితం మూడు తరాల వరకు ప్రస్తావిస్తుంది. ఆ ప్రకారం, గుండ్యన తండ్రి బేతియ, తాత ఎఱియ రాష్ట్రకూటుడు, ముత్తాత గుండ్యన లేక గుండియ రాష్ట్రకూటుడు.[9] ఈ దానపత్రంలోని వంశానుక్రమణికను 1917లోనే గుర్తించినప్పటికీ, ఎవరో కొద్ది మంది తప్ప, చాలమంది చరిత్రకారులు, దీన్ని సమర్థించే మరో సాక్ష్యం లేకపోవటంవల్ల వరంగల్లుకు చెందిన తొలికాకతీయ రాజులతో వీరి సంబంధాన్ని జత కలపటంలో విఫలమయ్యారు. కాకతి గణపతి దేవుని సోదరి, మైలమదేవి వేయించిన బయ్యారం చెరువు శాసనం[10] ఈ మధ్యే

9. Appendix I, ll. 34-35.
10. *EA. I,* pp 71 ff.

వెలుగులోకి రావటంతో ఈ వంశ పూర్వజుల విషయంలో నెలకొని ఉన్న సందేహాలన్నీ పటా పంచలయ్యాయి. ఈ బయ్యారం చెరువు శాసనం కాకతీయ నాయకుల దీర్ఘ వంశాను క్రమణ పట్టికను మనకు అందిస్తుంది. ఆ శాసనంలోని వివరణల జోలికి పోకుండా, ప్రస్తుత ప్రయోజనార్థం ఆ వంశానుక్రమణ పట్టికను పరిశీలిద్దాం. దాని ప్రకారం, దుర్జయ వంశంలో వెన్న నృపుడు అవతరించాడు; అతని కొడుకు, మనుమడు, ముని మనుమడు – ముగ్గుర్నీ గుండన పేరుతోనే – అంటే మొదటి గుండన, రెండవ గుండన, మూడవ గుండన– అని పిల్చేవారు[11]; చివర పేర్కొన్న వ్యక్తి కొడుకు ఎఱ్ఱియ; అతని తరువాత వచ్చిన వాడు పిండిగుండన. ఈ రెండు శాసనాల ప్రకారం మనకు కాకతీయ ప్రభువుల రెండు పట్టికలు లభ్యమవుతాయి.

మాంగల్లు దానపత్రం	బయ్యారం శాసనం
కాకతీయ వంశం	దుర్జయ వంశం
↓	↓
గుండియ రాష్ట్రకూట	వెన్న – నృపుడు
↓	↓
ఎఱియ రాష్ట్రకూట	మొదటి గుండన
↓	↓
బేతియ, భార్య – వంద్యానాంబ	రెండవ గుండన
↓	↓
కాకర్త్య గుండ్యన	మూడవ గుండన
	↓
	ఎఱ్ఱియ
	↓
	పిండిగుండన

ఈ రెండు పట్టికలను పోల్చాక, మాంగల్లు దానపత్రంలో పేర్కొన్న పేర్లు, బయ్యారం శాసనం[12]లోని చివరి మూడు పేర్లతో సరిగ్గా సరిపోతాయని మనకు స్పష్టమవుతుంది. అయితే, మాంగల్లు దానపత్రంలోని అదనపు సభ్యుడు బేతియను పేర్కొనటమొక్కటే తేడా. దురదృష్టవశాత్తూ వ్రాయస కాని నిర్లక్ష్యం వల్ల **బేతియ నామధేయః** అన్న మాటకు ముందున్న కొంతభాగం దానపత్రంలో లుప్తమయింది.[13] శ్లోకం చివర్లో 'తదీయ' అన్న పదం ఉండటం, **బేతియ** ముందు లుప్త భాగంలో మిగిలిన అక్షరం 'తో' కన్పిస్తూండటం

11. Apendix 2, l. 17.
"తత్ పుత్ర పౌత్ర నప్తారః క్రమరో గుండ సంజ్ఞాకాః!!
12. Appendix 2, ll. 14-20.
13. Appendix 1, ll. 41-42.

వల్ల, ఆ లుప్తభాగాన్ని (అభూత్‌సు) తోగా పూరించటం సాధ్యమవుతుంది. అప్పుడు ఎఱియ రాష్ట్ర కూటుని కొడుకు బేతియ అనీ, అతని కొడుకు గుండ్యన అనీ అర్థం వస్తుంది. బయ్యారం చెరువు శాసనం బేతియ పేరు పూర్తిగా వదిలేసినప్పటికీ, "తతః" పద ప్రయోగంవల్ల కుటుంబపు కొనసాగింపు వెల్లడవుతుంది, అంటే ఎఱ్ఱ తర్వాత పిండిగుండ వచ్చాడని చెప్తుంది; వీరిద్దరి మధ్య ఉన్న సంబంధాన్ని గురించి మాత్రం స్పష్టంగా చెప్పదు. అందువల్ల, బేతియ గుండ్యన తండ్రి అనీ, రెండో పట్టికలో అతని పేరును వదలిపెట్టటానికి కారణం అకాల మరణమో, లేక ఏదో అనర్హత కారణంగా దీర్ఘకాలం తర్వాత అతన్ని ప్రముఖ వ్యక్తిగా గుర్తింపకపోవటమో అయి వుండాలి. అయితే, గుండ్యన కోరిక మేరకు మాంగల్లు దానపత్రం జారీ చేయబడటం వల్ల, అది అతని పూర్వీకులతో పాటు తండ్రిని, తల్లిని కూడా పేర్కొంది. అలా దానపత్రంలో పేర్కొన్నట్టు బేతియ వంధ్యానాంబల కుమారుడు గుండ్యన అయ్యాడు. శ్లోకాల తరువాత రాసిన వచనంలో అతని వంశనామం **కాకత్య**గా పేర్కొనటం జరిగింది; కనుక అతని, అతని పూర్వీకుల ఏకత్వాన్ని, కాకతి మైలమ వేయించిన బయ్యారం శాసనంలోని ఆయా పేర్లతో నిర్ధారించవచ్చు. బయ్యారం శాసనంలో గుండియకు బందులుగా గుండ అనీ, ఎఱియకు బదులుగా ఎఱ్ఱ అనీ, గుండ్యనకు బదులుగా పిండి గుండ అనీ చిన్న చిన్న మార్పులు కనిపిస్తాయి. కానీ, అవి జన వ్యవహారంలోని సాధారణ విభేదాలే తప్ప మరేం కాదు. అలాగే వంశపు పేరు విషయంలోనూ – **కాకర్త్య, కాకత్య,** తరవాతి వ్యవహారంలోని **కాక తీయ, కాకెత** – అన్నీ ఒకటే కానీ, వేరుకావు.

మాంగల్లు దానపత్రంలోని గుండియ, ఎఱియ పేర్లకు కలిపిన రాష్ట్రకూట పదానికి అర్థం 'అధికారి' అని సాధారణంగా భావిస్తారు. తామ్ర దానపత్రాలలో తరచూ కన్పించే పదబంధం **రాష్ట్రకూట కుటుంబినః**కు అర్థం అధికారులు లేక సంబంధిత **విషయాలు,** గ్రామాల కుటుంబీకులు అనే. అధికారులు వారిని ఉద్దేశించే దానపత్రాలను జారీ చేసే వారు. అయితే, తొలి శాసనాల్లో కాకతీయ నాయకులను 'సామంతులు'గా వ్యవహరించే వారు; మాంగల్లు దానపత్రంలో **సామంత వొద్ది సంజ్ఞామ్ కులమ్** అనీ, ఖాజీపేట దర్గా శాసనంలో **సామంత విష్టి వంశ** అనీ పేర్కొనటం జరిగింది. సాధారణంగా సామంతులకు కొన్ని హక్కులతో మాన్యాలను ఇచ్చేవారు; కానీ, ప్రస్తుతపు తహసీల్‌దార్లలాగా, రాష్ట్రకూట అధికారులు రాజ్య పరిపాలనా యంత్రాంగపు ఉద్యోగులనే తెలుస్తున్నది. యుద్ధాలు వచ్చినప్పుడు సామంతులు సైన్యాలు నడిపించాల్సి వుంటుంది. కానీ, రాష్ట్రకూట ఉద్యో గులు యుద్ధభూమికి వెళ్ళాల్సిన పనిలేదు. కనుక సామంతులయిన కాకతీయ నాయకుల పేర్లకు జత కలిపిన "రాష్ట్ర కూట" శబ్దం వారి కుటుంబాన్ని, తెల్పేదే కానీ, వారి ఉద్యోగాన్ని తెల్పేదికాదు. ఈ విషయంలో బయ్యారం శాసనం మనకో కీలక సూత్రాన్ని అందిస్తుంది. వంశ స్థాపకుడైన వెన్న నృపుడు పృథివిని కాకతిపట్నం నుండి పాలించాడని అది చెప్తుంది. కనుక వాళ్ళు మొదటి నుండీ కొంత మాన్యం పొందిన సామంతులే. వాళ్ళు రాష్ట్రకూట పరిపాలనాధికారులు కాదు. సామంత పాలకుల అధికారంతో వాళ్ళు గరుడ కేతనం కలిగి ఉండేవాళ్ళు.

బయ్యారం శాసనం ప్రకారం పిండి గుండన లేక నాలుగో గుండన కొడుకును, కుటుంబపు పేరుతో **గరుడాంక బేత నృపతి**[14] అని పిల్చేవారు.

పిండిగుండన కొడుకును బేతయ అని పిల్చేవారనీ, గరుడ నామంతో సంబంధం ఉన్న కుటుంబం కావటంవల్ల అతని పేరుకు ముందు గరుడ పదాన్ని ఉపయోగించే వారనీ దీని భావం. అతని పూర్వీకులూ, అతని తరువాత వారినందర్నీ వదలి అతనికే స్వీయనామంతో పాటు వంశనామాన్ని జతచేసే ప్రాముఖ్యం ఎందుకు లభించిందనే విష యాన్ని మనం తర్వాత చర్చిద్దాం. గురుడుడు విష్ణుదేవుని వాహనం. కృష్ణుని వృష్ణి వంశజులుగా తమను భావించుకునే రాష్ట్రకూటులు, దక్కనులోని వారి మిత్ర వంశాల వారూ ఆ గరుడుని తమ రాజచిహ్నంగా ఎంచుకున్నారు. మాంగల్లు దానపత్రంలో రాష్ట్ర కూటులని పిలువబడ్డ కాకతీయులు తమ రాజచిహ్నం మీదుగా **రాయ గరుడ కుల** అన్న కౌటుంబిక నామాన్ని ధరించారనటంలో అసంభావ్యతేమీ లేదు.[15]

ఆపైన **గరుడ** పదం కాకతీయ నాయకుల డేగ పతాకాన్ని సూచిస్తుంది. ఆ విష యాన్ని సాహిత్య, శాసనాధారాలు స్పష్టపరుస్తాయి. ప్రతాపరుద్రుడి ప్రఖ్యాత ఆస్థాన కవి విద్యానాథుడు తన **ప్రతాపరుద్రీయ** గ్రంథంలో తన పోషకుడయిన ప్రతారుద్రుడి గరుడ పతాకాన్ని ప్రస్తావిస్తాడు.[16] అలాగే గణపతిదేవుని ఏకామ్రనాథ దేవాలయ శాసనం రెండవ బేతయకు అదే కేతనం ఉండేదని చెప్తుంది.[17] గరుడ కేతనం గల అశ్వాన్ని అధిరోహించి అతను విష్ణువులాగా కంచిపట్నంలోకి ప్రవేశించాడని అందులో వర్ణించటం జరిగింది. పాలంపేట శాసనం ప్రకారం కాకతీయ సేనాని రేచర్ల రుద్రుని అమ్ములు గరుడ ముద్రాం కితమైన కాండాలకు అమర్చబడి ఉన్నాయి.[18] ప్రాచీన కాలంలో కూడా యుద్ధ సంబంధ వస్తువులపై ఆయా రాజుల రాచ చిహ్నాలను ముద్రించటం ఆచారం. పైచెప్పిన ఈ ఆధారాలవల్ల కాకతీయులు గరుడ చిహ్నాన్ని తమ పతాకాలపై ఉపయోగించే వారని మనకు నిర్ధారణ అవుతుంది. ఈ వాస్తవం వారు ఏదో రాష్ట్రకూట వంశాన్నుండి ప్రభవించి నట్లుగా సూచిస్తుంది. అందుకు విరుద్ధంగా, కాకతీయులు రాష్ట్రకూట రాజుల సామంతులు కనుక వారూ గరుడ చిహ్నాన్ని అనుసరించారనీ, వాళ్ళు నిజానికి రాష్ట్రకూటులు అవాల్సిన అవసరం లేదనీ కూడా సహేతుకంగా వాదించవచ్చును. అయితే, మాంగల్లు దానపత్రంలో గుండియ, ఎఱియల పేర్లకు జతచేసి ఉన్న 'రాష్ట్ర కూట' శబ్దం పుట్టుకతోనే కాకతీయుల

---

14. Appendix -2, ll 20-22;
"జాతో స్మాద్ గరుడాంక బేత నృపతిస్త న్నామవాహాన్వయాత్"
15. ద్వీపంపై విజయం సాధించాక గణపతిదేవుడు మల్యాల కాటకు **రాయ - గరుడ** బిరుదాన్ని ప్రసాదించాడు. (*IAP. Wg.*, p. 196)
16. **స్వస్తి కాకతీయ కులావతీర్ణాయ సౌపర్ణ-కేతనాయ మహామహిమ్నే** (**ప్రతాప రుద్రీయం,** నాటక ప్రకరణం, అంకం-5, 16వ శ్లోకం తర్వాతి వచనం)
17. *IA.* XXI, p. 200
18. *IAP. Wg.*, No. 50, **సౌపర్ణ పుంఖాశ్శరాః** (శాసన పాఠం, 112వ పంక్తి)

మూలాలు రాష్ట్ర కూటస్థమైనవనీ, వాళ్ళు రాష్ట్ర కూటరాజుల సామంతులు మాత్రమే కాదనీ సూచిస్తుంది.

ఈ సందర్భంగా మనం విష్టి అన్న మరో పదాన్ని పరిగణనలోకి తీసుకోవాల్సి ఉంటుంది. ఇది కాకతీయుల కౌటుంబిక నామంగా శాసనాల్లో కన్పిస్తుంది. ఉదాహరణకు, త్రిభువనమల్ల దుర్గరాజు కాజీపేట దర్గా శాసనం, బేత **సామంత విష్టి** కుటుంబంలో జన్మించినట్టుగా చెప్తుంది.[19] **విష్టి** శబ్దం **వృష్ణి** శబ్ద అపభ్రంశ రూపమని అన్పిస్తుంది; 'వృష్ణి' వంశానికి చెందినట్లు మరికొంత మంది రాష్ట్రకూటులు తమను భావించుకుంటారు.[20] కొంతమంది రాష్ట్రకూట నాయకులు **విట్టి నారాయణ** అన్న బిరుదాన్ని ధరించే వారు. అంటే, 'వృష్ణి' కుటుంబానికి చెందిన నారాయణుడు లేక కృష్ణుడంత గొప్పవారని అర్థం. ఉదాహరణకు సంకరగండ అన్న రాష్ట్రకూట సామంతుడిని అకునూరు శాసనంలో **రట్ట–సూర, విట్టి – నారాయణ** అన్న బిరుదులతో అభివర్ణించటం జరిగింది.[21]

మాంగల్లు దానపత్రంలో, కాకతీయ నాయకుల గురించి **సామంత వొద్ది – కుల** పదబంధంతో వర్ణించటాన్ని మనం గమనిస్తాం. మిగతా శాసనాల్లోని 'విష్టి'పదమే 'వొద్ది' అయుండాలనిపిస్తుంది. ఏమయినా, ఈ విషయంలో తదుపరి చర్చకు అవకాశం ఉంది.

అదే శాసనంలో రాష్ట్ర కూటులతో తొలి కాకతీయ నాయకుల సాంగత్యాన్ని తెల్పే సూచన కూడా మనకు లభ్యమవుతుంది. కాకతీయ గుండ్యన పూర్వీకులను అభివర్ణిస్తూ అతని ముత్తాత గుండియ రాష్ట్ర కూటుడు తూర్పు చాళుక్యరాజు ముఖ్యపట్నం 'వాట' లేక 'విజయవాట'ను పట్టుకునే సందర్భంలో తన యజమాని వల్లభేశునికి సాయం చేయటానికి **విపద్వార** (ప్రమాదం) ప్రవేశం చేశాడని ఆ శాసనం అభివర్ణిస్తుంది. అతడు రాష్ట్రకూటుల అనుచరుడు కాకపోతే, రాష్ట్రకూట రాజుకు విజయం సమకూర్చి పెట్టటానికి తన జీవితాన్ని పణంగా పెట్టే ధైర్యం చేయగలిగి ఉండేవాడు కాదు.

కాకతీయుల మూలస్థానాన్ని గురించిన తొలి రచయితల అభిప్రాయాలు సాక్ష్యాధారాలతో సమర్థించినవి కావు. ఉదాహరణకు, గణపతిదేవుని గరవపాడు తామ్ర శాసనా[22]న్ని పరిష్కరిస్తూ, సి.ఆర్.కె.చార్లు కరికాల చోడుడు కాకతీయ వంశ పూర్వజుడని దాంట్లో ఉన్నట్టు భావించాడు. పాత బస్తర్ రాష్ట్రంలోని 'కాకెర' లేక 'కాకతీయ' అంటే 'కాకతి' గ్రామమేననీ చెప్పాడు. కరికాల చోళ వంశస్థుడైన చంద్రాదిత్య మహారాజు ఆ ప్రాంతాన్ని పరిపాలిస్తున్నాడని చెప్తూ, 'కాకెర'కు చెందిన చోళ కుటుంబానికి చెందిన వారే కాక

19. *Ibid.* No. 15, l: 1
20. Cf. *SII.* IX-1, No. 68
21. *IAP. Wg.* No. 38
    చేతివృత్తుల వారి నుండి వసూలు చేసే పన్నును 'విష్టి' అనే వారు. దీన్ని వసూలు చేసే రాష్ట్రకూట పాలనా యంత్రాంగపు ఉన్నతాధికారులు తమ కుటుంబాలను 'విష్టి' పేరుతో పిల్చుకున్నారని కూడా భావించవచ్చు.
22. *EI.* XVIII, p. 349

తీయులు అని అభిప్రాయపడ్డాడు. అయితే, చోళ వంశస్థుల శాసనాల్లో తప్పనిసరిగా కన్పించే 'ప్రశస్తి'లోని **కాశ్యప - గోత్రా**నికి చెందిన వారిగా కాకతీయులను ఎక్కడా పేర్కొనటం జరగలేదు. గారవపాడు శాసనంలో తప్ప, మరే కాకతీయ శాసనమూ కరికాలుడు వారి పూర్వీకుడని పేర్కొనలేదు. అందువల్ల వారి చోళ మూలాల సిద్ధాంతం సమర్థనీయం కాదు.

కాకతీయ - వంశనామం:

'కాకతి' పదాన్నుండి ఈ నాయకుల వంశనామం ఏర్పడిందంటారు. ఈ పదం అర్థ విషయంలో రెండు భిన్నాభిప్రాయాలు వ్యక్తమవుతున్నాయి. విద్యానాథుని **ప్రతాపరుద్రీయ** వ్యాఖ్యాత, క్రీ. శ. పదిహేనవ శతాబ్దంలో జీవించిన వాడూ అయిన కుమారస్వామి - సోమపీథి ఈ వంశస్థులకు కాకతీయులన్న పేరు రావటానికి కారణం దుర్గ రూపాల్లో ఒకటి అయిన కాకతి దేవత ఆరాధకులు కావటం అని చెప్పాడు.[23] మరీ తరవాతి కాలానికి చెందని వల్లభరాయ కృత **క్రీడాభిరామము** అనే తెలుగు కావ్యంలో కాకతిదేవత విగ్రహ ప్రస్తావన ఉంది; ఓరుగల్లులో కాకతమ్మ, ఏకవీరలను పక్కపక్కనే ప్రతిష్ఠించారని ఆ గ్రంథం పేర్కొంది.[24] పదహారో శతాబ్దం తొలి భాగానికి చెందిన షితాబుఖాను శాసనం తురుష్కులు కాకతి విగ్రహాన్ని నాశనం చేశారనీ ఆ 'జగన్మాతృక'ను, కాకతి రాజ్య పద్మపీఠి అయిన ఆ దేవత విగ్రహాన్ని పునఃప్రతిష్ఠించినట్లుగా పేర్కొంటుంది.[25] కాకతి దేవత దుర్గామాత రూపాల్లో ఒకటి అని హిందూ పురాణాల్లో కన్పించకపోయినప్పటికీ, కొంతమేరకు అభ్యంతరమే అయినా దుర్గాదేవిగా భావించే అసంఖ్యాక గ్రామ దేవతల్లో ఆమె కూడా ఒకటిగా భావించవచ్చు. పైగా ఏకవీరతో ఆమెని కలిపి చెప్తారు. ఏకవీర నిశ్చయంగా గ్రామ దేవతే కనుక, ఈ అభిప్రాయానికి మద్దతు లభిస్తుంది.

అది ఓ స్థలాన్ని సూచిస్తుందన్న అర్థంలో 'కాకతి'కి మరో అర్థం తీసే అవకాశం ఉంది. ఈ అభిప్రాయాన్ని బలపరిచే సాక్ష్యాలూ అంత గట్టివే. బయ్యారం శాసనంలో ఈ వంశ స్థాపకుడయిన వెన్నుడు కాకతి తన నివాస స్థానంగా పృథివిని పాలించాడనీ, ఆ కారణంగా ఆ సంతతి వారిని కాకతీశులని పిలుస్తారనీ స్పష్టంగా పేర్కొనటం జరిగింది.[26] గణపతిదేవుని గారవపాడు దానపత్రం కూడా ఇదే అభిప్రాయాన్ని సమర్థిస్తుంది. ఈ వంశస్థాపకుడు దుర్జయుడు. అతని వంశస్థుడయిన కరికాల చోళుడు వేటకోసం వెళ్ళి,

---

23. Cf. **"కాకతి దేవతోపాసకోవిభుః కాకతి-విభు"** ప్రతాపరుద్రీయ, పే. 12 వ్యాఖ్యానం.) **"కాకతిర్నామ దుర్గా శక్తిరేకశిలా నగరేశ్వరాణామ్ కులదేవతా, సా భక్తిర్భజనీయాస్యేతి కాకతీయః** (వచనం ఉపోద్ఘాతం, శ్లోకం 10, వ్యాఖ్యానం)
24. **"కాకతమ్మకు సైదోడు ఏకవీర"** (క్రీడాభిరామము. పద్యం. 128)
25. *IAP, Wg,* p. 296, ll. 132-136.
26. **తదన్వయే వెన్ననృపోబభూవ ఖ్యాతస్సదా సన్నత వైరి భూపః,**
యః కాకతిస్థః పృథివీం శశాస తేనాస్య వంశ్యాఅపి కాకతీశాః
(Appendix-2, ll. 15-17)

కాకతి అనే పట్నానికి చేరాడనీ, అక్కడున్న విశాలమైన ప్రదేశంలో తన శిబిరాన్ని ఏర్పాటు చేసుకున్నాడనీ ఈ దానపత్రం చెప్తుంది.[27] 'కాంకేర్' అనే దేశానికి అదే పేరున్న ముఖ్యపట్నం మధ్యప్రదేశ్‌లోని బస్తరు రాజ్యానికి ఉత్తరాన ఉన్నదనీ, దాన్ని అంతకు ముందు 'కాకెర' లేక 'కాకర' లేక 'కాకరీయ' అని పిల్చేవారనీ, అదీ కాకతిపట్నం ఒకటేననీ పి.ఆర్.కృష్ణమాచార్యులు అభిప్రాయపడ్డాడు. అయితే, ఇదంతా ఊహాగానమే కానీ, తగిన సాక్ష్యాధారాలేవీ లేవు.

అంతకు ముందు భారత ప్రభుత్వ ఎపిగ్రఫిస్టుగా పనిచేసిన కె.లక్ష్మీనారాయణరావు అభిప్రాయంలో కూడా కాకతి ఓ ప్రదేశాన్ని సూచించేదే. బెల్గాంకు ఉత్తరంగా పన్నెండు మైళ్ళ దూరంలో ఉన్న కాకతి అన్న ఇప్పటి గ్రామమే ఆ కాకతి అని ఆయన చెప్పాడు.[28] రాష్ట్రకూటుల సామంతులుగా వారు తమ జీవితాన్ని ప్రారంభించారు కనుక, కాకతీయులు కర్ణాటకలోని ఏదో ఓ ప్రదేశం నుండి వచ్చారనుకోవటం అసంభావ్యం కాదు. అయితే, ఈ విషయంలో మరింత పరిశీలన జరగాల్సి ఉంది. 'కాకతి' పదం ఆ పేరున్న పట్నానికి ప్రాతినిధ్యం వహిస్తుందన్న వాదన కూడా ఆ పేరున్న దేవత నుండే వచ్చిందన్న వాదనంత బలమైనదే; దాన్ని గుర్తించకుండా వదిలెయ్యలేం.

ఈ వంశపూర్వజులు కందారపురం అనే పట్నం నుండి వలస వచ్చారన్న తరవాతి కాలపు సాహిత్యగ్రంథం సిద్ధేశ్వర చరిత్రలోని సంప్రదాయాన్ని మనమిప్పుడు పరిశీలిద్దాం. నాందేడ్ జిల్లాలోని కందహార్‌తో ఈ ప్రదేశాన్ని గుర్తించవచ్చు. రాష్ట్ర కూటుల కాలంలో కందహార్ ప్రముఖ కేంద్రమే; ఆపైన మనం కాకతీయులు రాష్ట్ర కూటుల సామంతులనీ భావిస్తాము. అయితే, ఈ సంప్రదాయాన్ని నిర్ధారించే మరో సాక్ష్యమున్నదా అన్న విషయం సందేహాస్పదమే. ఈ నాయకులు పూజించే కాకతి దేవత వాళ్ళుండే పట్నంలోని ఓ ప్రాంతమూ కావచ్చు, లేక ఆ దేవత నెలకొని ఉన్న ప్రదేశమూ కావచ్చు. ఈ రెండు ప్రమాణ పూర్వక అభిప్రాయాలు తప్ప ఈ విషయంలో మిగతా సంప్రదాయాలు ఊహా కల్పితాలే కనుక వాటిని పరిగణనలోకి తీసుకోవాల్సిన అవసరం లేదు.

జైన మత సాన్నిహిత్యం:

కొంతమంది తొలి రచయితలు కాకతి ఓ జైనుల దేవతనీ, అందువల్ల కాకతీయులు జైన మతాన్ని అనుసరించే వారనీ అభిప్రాయపడ్డారు. అయితే, కొంతమంది జైన, బౌద్ధ మత దేవతలను తర్వాతి కాలంలో హిందూమతంలోకి తెచ్చుకోవటమూ, హిందూ దేవీ దేవతలు జైన, బౌద్ధాలలో ప్రవేశించటమూ ఆ రోజుల్లో సాధారణ విషయమే. ఉదాహరణకు, హనుమకొండ దగ్గరున్న మిట్టపై నెలకొని ఉన్న హిందూ దేవత పద్మాక్షి

---

27. *Ibid*, pp. 350-51.
"పురం సా కాకతీతి ప్రఖ్యాతమ్ తత్రభూపతిః,
ప్రాప్యాత్మాన్ స్తద్ విస్తీర్ణమ్ స్కంధావార మకల్పయత్"

28. ఎస్.హెచ్.రిట్టి గారి అభిప్రాయాన్నిక్కడ స్వీకరించటం జరిగింది. S.H.Ritti: *Karnataka Hist* - Rev, XIII-1, p. 619.

రెండవ ప్రోలరాజు కాలం (క్రీ. శ. 1117)లో జైనదేవత; దానికి ముందున్న జైనుల శాసనం, ఆపైన గుడిలో చెక్కి ఉన్న జైన విగ్రహాలూ అందుకు సాక్ష్యంగా నిలుస్తాయి.[29] పార్శ్వనాథుడి శాసన దేవత అయిన పద్మావతి తర్వాతి కాలంలో పద్మాక్షిగా రూపాంతరం చెందిందనటం అహేతుకం కాదు. పై ప్రామాణిక వ్యక్తవ్యాలను మనం నమ్మేట్లయితే, కాకతి దేవతను కాకతీయులు తాము అనుమకొండలో స్థిరపడ్డాక ప్రతిష్ఠించుకున్నారనీ, తర్వాతి కాలంలో తాము శైవులయ్యాక దుర్గ అన్న భావన ఆ దేవతకు ఏర్పడిందనీ అనుకోవచ్చు. అయితే, తమ అదృష్టానికి కారణం ఈ దేవత కరుణే అన్న ప్రస్తావన వారి శాసనాలు వేటిల్లోనూ పేర్కొనటం జరగలేదు; వాళ్ళు స్వయంభూదేవుడినే కులదేవుడిగా ఆరాధించారు. తరచూ పూజలు సమర్పించారు. అందువల్ల, వారు గ్రామ దేవతగా ప్రతిష్ఠించుకున్న దుర్గామాతనే కాకతిగా భావించి వుండవచ్చు.

సిద్ధేశ్వర చరిత్రలో నిక్షిప్తమై ఉన్న కథ ప్రకారం వారి పూర్వీకుడు మాధవవర్మ హనుమద్గిరి కొండపై నెలకొన్న పద్మాక్షి అమ్మవారి దయవల్ల ఎన్నో ఏనుగులు, గుర్రాలు, పదాతిదళం కలిగిన గొప్ప సైన్యబలం పొందాడు. క్రీ. శ. 1123లో పొలవాస నాయకులు మేడరాజు, అతని తమ్ముడు గుండరాజు వేయించిన గోవిందపురం జైన శాసనంలోని వర్ణనతో ఈ కథ ఖచ్చితంగా సరిపోతుంది. భేదం ఒక్కటే. అది - వారి పూర్వీకుడైన మాధవవర్మ జైనదేవత యక్షేశ్వరి అనుగ్రహంతో అలాంటి బలసంపత్తులనే పొందాడు.[30] దాక్షారామంలోని ఓ దేవాలయ శాసనంలో రెండవ ప్రోలుడి కొడుకు దుర్గరాజును మాధవవంశ సంజనితునిగా పేర్కొనటం జరిగింది. కనుక, ఈ రెండు పురాణ గాథలను జోడించి కాకతీయుల పద్మాక్షి గోవిందాపురం శాసనంలోని యక్షేశ్వరి లాంటి దేవతేనని మనం భావించవచ్చు.

తెలుగుదేశంలో కాకతి అన్న పేరుతో పిల్చిన ప్రదేశాలు కానీ, దేవతలు కానీ ఆ నాయకులు అనుమకొండకు వచ్చిన తర్వాత వెలసినవే. కనుక, వారి జన్మ ప్రాంతాన్ని నిర్ణయించటంలో అవి మనకు సహాయకారి కావు. ఇలా భిన్నాభిప్రాయాలున్న తరుణంలో, వారు కాకతి అన్న ప్రదేశం నుండి వచ్చారనీ - దాని గుర్తింపు ఇంకా నిర్ణయించాల్సి ఉందనీ - వారిని కాకతీయులని పిల్చారనీ భావించటం అసంబద్ధం కాదు. వారు గ్రామ దేవతగా ప్రతిష్ఠించింది కాకతినే కావచ్చు. ఆమె వారు జైనులుగా ఉన్నప్పుడు పద్మావతి అనీ, ఆ తర్వాత దుర్గ అనీ పిలవబడి ఉండవచ్చు. నిజానికి సంప్రదాయం ప్రకారం శైవాన్ని తమ వంశం వారు అనుసరించాల్సిన మతంగా పాదుకొల్పిన మొదటి ప్రభువు రెండవ ప్రోలరాజు; అతను కాలాముఖ శాఖకు చెందిన గురువు రామేశ్వర పండితుడి వద్ద దీక్షను పొందాడు. అప్పటి నుండి వాళ్ళు స్వయంభూదేవుడిని తమ కులదేవుడుగా పాదుకొల్పుకున్నారు. వారి వైయక్తిక నామాలు - దుర్గ, రుద్ర, మహాదేవ, హరిహర, గణపతి మొదలైనవి - కూడా వాళ్ళ తమ తొలి కాలంలో జైనమతాన్ని అనుసరించారని సూచిస్తాయి; రెండవ ప్రోలుడి తర్వాత శైవం పట్ల వారి మొగ్గు అధికమైంది.

---

29. *EI*, IX, pp. 256 ff.
30. *JAHRS.* XXXVI, App. 2.

మతపరంగా కాకతీయ వంశపు తొలి సభ్యులు జైనమతావలంబులన్న సత్యం తూర్పు చాళుక్యుల కంటే రాష్ట్ర కూటులకు వారు అత్యంత సన్నిహితులని తెలియపరుస్తుంది.

రాజచిహ్నం:

రాష్ట్ర కూట రాజులతో వివాదాస్పదం కాని వారి సాంగత్యం, గరుడాంక బేత అన్న మొదటి బేతని నామం, తమ కేతనాలపై గరుడ చిహ్నధారులు వారని ప్రతాపరుద్రీయం, ఏకామ్రనాథ శాసనాలు స్పష్టంగా చెప్పటం – అన్నీ కాకతీయులు మొదటి నుండి గరుడుని తమ రాజచిహ్నంగా భావించారన్న ఆలోచనకు దారితీస్తాయి. ఆ తర్వాత, వాళ్ళు కళ్యాణ చాళుక్యుల సామంతులయ్యాక తమ పతాకంపై వరాహాన్ని రాజచిహ్నంగా స్వీకరించారు. ఈ విషయాన్నే బయ్యారం శాసనం ఆలంకారికంగా అభివర్ణిస్తుంది. అరి గజకేసరి అన్న తన పేరుకు సరిపోయేట్టు కేసరి సముద్రమన్న పెద్ద తటాకాన్ని తవ్వించిన మొదటి ప్రోలుడు పృథివిని పైకెత్తాడని అది చెప్తుంది. అంటే అతను తన రాజ్యాన్ని సుస్థిరపరిచాడని అర్థం. అతని సంతతివారు నాణాలపైన, పశువులపైనా కృతజ్ఞతతో వరాహ ముద్రను వేయించారు. అనుమకొండ విషయాన్ని మాన్యంగా మొదటి త్రైలోక్యమల్ల సోమేశ్వరుడి నుండి పొందిన వాడు మొదటి ప్రోలుడు. అయితే, ఇంతకు ముందే మనం గమనించినట్లు, ప్రతాపరుద్రుడి కాలంలోకూడ తమ రాజకేతనంపై గరుడ చిహ్నాన్ని కాకతీయరాజులు కొనసాగించినట్లు కన్పిస్తుంది.

దేగ లేక గరుడ కేతనాన్ని వాళ్ళు స్వీకరించడంలోని నిజమైన కారణాన్ని గూర్చి ఆలోచించటం అనౌచిత్యం కాదు. పొలవాస నాయకులు కూడా ఈ చిహ్నాన్ని తమ పతాకాలపై ముద్రింపించుకునే వారు; వాళ్ళు నిస్సందేహంగా జైన మతావలంబులు. గరుడ చిహ్నాన్ని స్వీకరించిన కాకతీయులు అరుదుగా తప్ప ఎప్పుడూ విష్ణుభక్తులు కారు. పదహారవ తీర్థంకరుడు శాంతినాథుని యక్షుడిని గరుడ చిహ్నంగా చూపటం జరిగేది. ఈ ప్రభువులు గరుడ చిహ్నాన్ని తమ వంశ చిహ్నంగా వాడుకోవటానికి కారణం వారి జైన మత సంసర్గమే తప్ప వారి విష్ణుభక్తిని వెలార్చటం కాదని మనం అనుకోవటంలో తప్పులేదు.

సంగ్రహంగా:

1. రాష్ట్రకూట రాజు మూడవ కృష్ణుడి సాయంతో తూర్పు చాళుక్య రాజు దానార్ణవుడు రాష్ట్రకూట సేనాని కాకతీయ గుండ్యనను సంతోషపెట్టటంకోసం మాంగల్లు దాన పత్రాన్ని జారీచేశాడు.
2. గుండ్యన పూర్వీకులు తమ పేర్లకు చివర రాష్ట్రకూట నామాన్ని – గుండియ రాష్ట్ర కూట, ఎఱియ రాష్ట్రకూట అని – కలిగి ఉండేవారు.
3. రాష్ట్రకూట రాజు కృష్ణుడు తూర్పు చాళుక్యుల రాజధాని విజయవాడను పట్టు కోటంలో కాకతీయ కుటుంబపు తొలి కాలపు సభ్యుడయిన గుండ్యన తన ప్రాణాన్నే ఒడ్డగల ధైర్యంతో తన యజమానికి విజయాన్ని సమకూర్చిపెట్టాడు.

4. బయ్యారం శాసనంలో గుండన కొడుకు బేతయ పేరుకు ముందు కన్పించే గరుడ శబ్దం వారికి గరుడ చిహ్నంతో ఉన్న సాంగత్యాన్ని తెల్పుతుంది. అది రాష్ట్రకూటుల రాజచిహ్నం. కాకతీయులు కూడా దాన్ని తమ పతాకాలపై ఉంచుకున్నారు.
5. సామంత-విష్టి అన్న వారి కౌటుంబిక నామం వారి వృష్ణి వంశాన్ని తెలియపర్చేది. రాష్ట్రకూటులు కూడా తాము ఆ వంశస్థులమనే భావించేవాళ్ళు.
6. ఈ కుటుంబపు తొలి సభ్యులు జైన మతావలంబులు. జైనం రాష్ట్రకూటుల ఆస్థాన మతం.

ఇవన్నీ చూశాక, కాకతీయులు ఒక రాష్ట్రకూట కుటుంబానికి చెందిన వారన్న నిర్ధారణకు మనం రాకుండా ఉండలేం.

వాళ్ళు రాష్ట్రకూట రాజుల సేనానులుగా తెలుగుదేశానికి వచ్చారు. ఈ విషయాన్ని గూర్చి మనం మూడవ అధ్యాయంలో చర్చిద్దాం.

వాళ్ళు తమ ఇంటిపేరును కాకతి అన్న తమ స్వస్థలం పేరున పొందారు. దాన్ని ఇంకా గుర్తించవలసి ఉంది.

ఇంటి పేరు మీదనే వారి కుల దేవతను కూడా కాకతి అని పిల్చేవారు. ఆ పేరున్న దేవతకు హిందూమత శాఖలయిన శైవం లేక శాక్తేయాలలోగాని, జైనంలోగాని అంతగా జనాదరణ, ఆరాధన లేదు.

కులం:

మధ్యయుగ సమాజంలోని నాలుగు కులాల్లో ఏ కులానికి ఈ నాయకులు చెంది ఉన్నారో తెల్సుకోవటం మరో చిక్కు ప్రశ్న. గణపతిదేవుని కాలపు శాసనాలు కొన్ని ఈ కుటుంబం వారి మూలాలను గూర్చి పౌరాణిక మనువు, కరికాలుడు మొదలైన వారిని పేర్కొంటాయి. గణపతిదేవుడు, రుద్రమదేవిల ఆధ్యాత్మిక గురువు విశ్వేశ్వర శివాచార్యుడు వేయించిన మల్కాపురం శాసనం వీరు సూర్యవంశ క్షత్రియులని తెల్పుతుంది.[31] అలాగే గణపతిదేవుడే వేయించిన మోటుపల్లి శాసనం వారి వంశావళిని పౌరాణిక వ్యక్తులయిన మనువు, ఇక్ష్వాకుడు, మాంధాతృడు, రఘువు, దశరథుడు, రాములను పేర్కొంటూ, ఆ పరంపరలోని ఓ రాజుకు దుర్జయుడు జన్మించాడనీ, ఆ తర్వాత కొన్ని తరాలకు ప్రోలుడు పుట్టాడనీ చెప్తుంది.[32] ఈ రెండు ప్రామాణిక ఆధారాలూ కాకతీయులు సూర్యవంశ క్షత్రియులని విశ్వసించటానికి సరిపోతాయి.

అయితే, ఇతర సంబంధిత ఆధారాలు, శాసనాలు, సాహిత్యాంశాలను నిశితంగా పరిశీలించాక ఈ వక్తవ్యాలు సత్యదూరాలని వెల్లడవుతుంది. ఏ కొన్నో తప్ప, చాల భాగం శాసనాలు కులం విషయంలో మౌనాన్ని ప్రదర్శించాయి. అవి కాకతీయ సార్వభౌముడి

31. *SII,* X 395, ll. 11-12.
"తేషామ్ తిగ్మ మరీచి సంతతి భువో యే దుర్జయాః క్షత్రియా
స్తేషామ్ అస్తి కులమ్ కలంక రహితమ్ శ్రీ కాకతి భూభుజాం"

32 *EI,* XII, p. 188.

గురించి చెప్పినా, కుటుంబ 'ప్రశస్తి'లో అవి ఏ సమాచారాన్నీ అందించవు. ఆ రోజుల్లో క్షత్రియులైన పరిపాలకులందరూ తమ గోత్రాన్ని చెప్పుకోటం ఆచారమైనా వీరి గోత్రం మాత్రం ఎక్కడా పేర్కొనటం జరగలేదు. ఉదాహరణకు, చాళుక్యులు తాము మానవ్య గోత్రులమనీ, చోళులు తాము కాశ్యప గోత్రులమనీ చెప్పుకుంటారు. సాధారణంగా రాష్ట్ర కూటులు తమ శాసనాల్లో తమ గోత్రాన్ని గురించి చెప్పుకున్నట్టు కన్పించదు. **ప్రతాప రుద్రీయ** కర్త విద్యానాధుడి సాక్ష్యం ప్రకారం వాళ్ళు క్షత్రియులు కారు. వారి కులం ప్రముఖ సూర్య, చంద్ర వంశాలకు మించినదని ఆయన చెప్పాడు. అంటే ఈ రెండు వర్గాలకు చెందిన క్షత్రియుల కంటే పాలకులుగా కాకతీయులు చాల గొప్పవారని ఆయన సూచించాడు.[33] సూర్య, చంద్ర అన్వయాలకు చెందని ఇతర క్షత్రియ కులాన్ని గూర్చిన ఆధారాలేం లేవు. నిజానికి చాల పాత హిందూ వంశాల కుల నిర్ధారణ ఓ సజీవ వివాదం. రాజకీయ పరిస్థితుల స్వభావం ఎన్నో మార్పులను పరిణమింపచేసింది. ఉదాహరణకు, వివాహ సంబంధాలు అలాంటి కుల మార్పులను తీసుకు వచ్చాయి. నాలుగో వర్గానికి చెందిన కోట నాయకులతో కాకతీయులకు సంబంధాలు ఉన్నాయి. గణపతిదేవుడు తన కుమార్తెలలో ఒకామె గణపాంబను కోట బేతయకిచ్చి వివాహం చేశాడు; మరో కుమార్తె అయిన రుద్రమను చంద్ర వంశీయుడైన చాళుక్య రాజు వీరభద్రుడికిచ్చి పెళ్ళి చేశాడు. కనుక, ఆ రోజుల్లో పెళ్ళిళ్ళు కుల నిర్ణయం చేసేందుకు ఆధారాలు కావు, రాజకీయ ప్రయోజనాన్ని ఆశించి జరిపిన వివాహాలే అవి. అయితే, కొన్ని సందర్భాల్లో విద్యానాధుడు వాళ్ళు క్షత్రియులని మనను విశ్వసింప చూస్తాడన్నది నిజమే.[34] ఉదాహరణకు, అదే శ్లోకంలో సృష్టికర్త బ్రహ్మ ప్రతాపరుద్రుడు జన్మించాక, తన భుజాల నుండి సల్పిన సృష్టి కార్యం సంపూర్ణ న్యాయాన్ని పొందిందని భావించాడని ఆయన రాశాడు. అంటే అర్థం – కవి పోషకుడైన ప్రతాప రుద్రుడి జననం వల్ల క్షత్రియ కుల సృష్టికి సంపూర్ణ న్యాయం జరిగిందని. అయితే, విద్యానాధుడి ఈ వక్తవ్యం కాకతీయులు క్షత్రియులని సూచించేదని చెప్పలేం. వారు వృత్తిరీత్యా, పరిపాలన రీత్యా, వారి శౌర్యప్రతాపాల రీత్యా క్షత్రియులని ఆ వక్తవ్యానికి తేలిగ్గా వివరణ ఇవ్వవచ్చు. సాహిత్యంలో ఇలాంటి అభివ్యక్తినే 'గౌణవృత్తి' అంటారు. అంటే గుణాల మీద ఆధారపడ్డ నిఘంటు అర్థానికి భిన్నమైనదని అర్థం.[35] విద్యానాధుడు 'క్షాత్ర'మని అన్నప్పుడు అది గౌణ అభివ్యక్తేగానీ, క్షత్రియ కులమన్న

---

33. **ప్రతాపరుద్రీయం:** నాటకం-1, శ్లో. 23.
"సోమార్కాభిజనమ్ తం అద్యజయతి శ్రీ కాకతీయాన్వయః"

34. పై
"నిజదోః ప్రసూతిం అధునా ధన్యామ్..." ఇత్యాది.

35. అంతకు ముందు అధ్యాయంలో విద్యానాధుడు శబ్దాలు మూడు వృత్తుల్లో – వాచ్య, లక్ష్య, వ్యంగ్య వృత్తుల్లో అర్థాన్నిస్తాయని చెప్పాడు. "సింహో మాణవకః" (మాణవక సింహుడు) అన్న అభివ్యక్తిలో సింహ శబ్దం సింహంలాంటి వీరుడనే అర్థమిస్తుంది. దీన్నే లక్షణా వృత్తి లేక గౌణవృత్తి అంటారు. ఇది లక్షణం, గుణం మీదే ఆధారపడి ఉంటుంది.

నిఘంటు అర్థం కాదు. నిజానికి వాళ్ళే కనుక క్షత్రియులయితే, ఆ కాలంలో మహాశక్తి సంపన్న ప్రభువైన గణపతిదేవుడు, తాము చతుర్థ కులజులమని స్పష్టంగా చెప్పుకునే కోట నాయకునికి తన కూతుర్నిచ్చి వివాహం చేసే అవసరం లేదు. ఆ పెళ్ళి సమయంలో కోట నాయకులు గణపతిదేవుని కంటే నిశ్చయంగా గొప్పవారు కాదు.

కనుక, ఆధారాలు మనకు కాకతీయుల కులాన్ని గురించి రెండు వివాదాస్పద అభిప్రాయాలను అందిస్తున్నాయి. గణపతిదేవుని శాసనాలు, లేక అతని పోషకత్వంలో ఉన్న గురువు విశ్వేశ్వర శివాచార్యుడు లాంటి వాళ్ళు వారు సూర్యవంశీయులని చెప్తే, విద్యానాథుడు వాళ్ళు సూర్యచంద్ర వంశాలు రెండింటినీ అధిగమించిన వాళ్ళనీ, అంటే వాళ్ళు సూర్యవంశం లేక చంద్ర వంశానికీ - రెండింటిలో దేనికీ చెందని వాళ్ళని చెప్పాడు. ఈ వివాదాన్ని దృష్టిలో పెట్టుకుని మనం ఇంతకు ముందే చెప్పుకున్న "గౌణ వృత్తి"ని మాత్రమే 'క్షత్రియ' శబ్దానికీ, నిజదోః ప్రసూతి (బ్రహ్మ భుజాల నుండి పుట్టినటువంటి) అభివ్యక్తికీ వ్యాఖ్య చెప్పుకోవాల్సి ఉంటుంది. అలా, ఈ అభివ్యక్తులు వారి శౌర్య ప్రతాపాలనే వ్యక్తపరుస్తాయి తప్ప వారి కులాన్ని కాదు. ఆపైన మనకు కాకతీయులు క్షత్రియేతరులు అని చెప్పే శాసనాధారం కూడా లభ్యమవుతుంది. బయ్యారం చెరువు శాసనం, మహాదేవరాజు మంత్రుల మాటల్లో అతని కూతురు మైలాంబ నతవాడి రుద్రుడిని ఉద్వాహమాడడానికి, అతడూ ఆమె కులంవాడే కనుక (కన్యా - సవర్ణః) తగినది[36] అని చెప్పింది. కాకతీయులు, నతవాడి నాయకుల మధ్య వివాహ సంబంధాలు రెండు, మూడు తరాల నుండి ఉన్నాయి. అమరావతిలోని ఓ శాసనం నతవాడి నాయకులు చతుర్థ కులజులని చెప్తుంది.[37] గణపతిదేవుని కొలువులో వున్న ప్రఖ్యాత మల్యాల గుండ సేనాని వేయించిన బోత్పూర్, వడ్డమాను శాసనాలు మరింత విశ్వసనీయ సమాచారాన్ని అందిస్తాయి. ఆ రెండు శాసనాలూ కాకతీయులు చతుర్థ కులజులని నిర్ద్వంద్వంగా చెప్తాయి.[38] కనుక స్తోత్ర పాఠాల లక్షణం ఉన్న ఇతర శాసనాల కంటే గుండయ శాసనాన్ని విశ్వసించటం సహేతుకమవుతుంది.

వంశానుక్రమణిక:

కాకతీయ చరిత్రలోని భిన్న అంశాలు వెలుగులోకి రావటానికి 1965లో బయ్యారం చెరువు శాసనాన్ని కనుగొనటం ఎంతో దోహదపడింది. అది అందించిన వంశానుక్రమణిక వారి తొలి చరిత్రకు ఎంతో అమూల్యమైంది. పెద్ద నల్ల శాణపు స్తంభం నాలుగు వైపులా చెక్కిన ఈ శాసనాన్ని గణపతిదేవుడు (క్రీ. శ. 1199 - 1262) పరిపాలించే కాలంలో అతని చెల్లెలు మైలమ లేక మైలాంబ తన బిరుదు మీదుగా నిర్మించిన 'ధర్మకీర్తి - సముద్ర' మనే పెద్ద చెరువు స్థాపన సందర్భంగా వేయించింది.[39] గణపతిదేవునికి ముందున్న

---

36. *EA.* I, p. 85.
37. *EI.* VI, p. 157.
38. *Corpus* II, p. 154, ll. 61-65; *Corpus* III, p 100, ll. 12-17.
39. Edited by this writer in *Epigraphia Andhrica* (*EA*) I, pp. 71-94.

పదకొండు తరాల కాకతీయ పూర్వీకుల వంశావళి నందించే శాసనం ఇదొక్కటే. అందులో ఉన్నట్టు, దుర్జయ వంశంలో, వెన్న నృపుడు జన్మించాడు. అతని కొడుకు, మనుమడు, మునిమనుమల పేర్లు ఒకటే - గుండన. వాళ్ళు ముగ్గురు రాములు - పరశురాముడు, దశరథరాముడు, బలరాముడిలా వీరులు.

"తత్ పుత్ర పౌత్ర నప్తారః క్రమశో గుండ సంజ్ఞకాః

జాతాః ఖ్యాతా నృపాః పృథ్వ్యామ్ రామత్రితయ విక్రమాః

మూడో గుండుని తర్వాత వచ్చిన వాడు ఎఱ్ఱ - నృపతి. అతడు కుఱ్ఱవాడి ప్రాంత ప్రభువు.

ఆ తర్వాత వచ్చింది పిండిగుండ నృపతి. అతడు శత్రురాజుల తలలను ఉత్తరించాడు. అతని కొడుకు గరుడాంక బేత నృపతి. గరుడ బేతకు ప్రోలక్షితీశుడు జన్మించాడు. ఏనుగుల్లాంటి శత్రురాజులకు సింహమైన అతను **అరి గజ కేసరి**గా పేరొందాడు. అతని కొడుకు త్రిభువన మల్లుడు. అతని కళంక రహితమైన కీర్తి వెన్నెలలా దశ దిశలా వ్యాపించింది. త్రిభువనమల్లుని కొడుకు ప్రోల భూపాలుడు. ఈ ప్రోలుడి కుమారుల్లో ప్రఖ్యాతులు రుద్రుడు, మహాదేవుడు. మహాదేవునికి భార్య బయ్యమాంబవల్ల గణపత్య ధీశుడనే కొడుకూ, మల్లికార్జునుడు లేక మల్లన దేవుడి పేరు పెట్టిన మైలమ అనే కూతురూ జన్మించారు. ఇప్పుడు పైన పేర్కొన్న ప్రభువులనందర్నీ ఓ పట్టికలో చూపుదాం:

దుర్జయ వంశం

వెన్న
↓
మొదటిగుండన
↓
రెండవ గుండన
↓
మూడవ గుండన
↓
ఎఱ్ఱయ
↓
పిండి గుండన (నాలుగవ గుండన)
↓
గరుడాంక బేతయ
↓
మొదటి ప్రోలుడు
↓

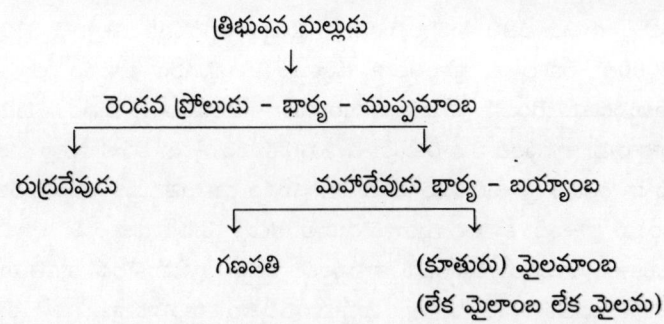

త్రిభువన మల్లుడు

↓

రెండవ ప్రోలుడు - భార్య - ముప్పమాంబ

↓ ↓

రుద్రదేవుడు　　　　మహాదేవుడు భార్య - బయ్యాంబ

↓ ↓

గణపతి　　　　(కూతురు) మైలమాంబ

(లేక మైలాంబ లేక మైలమ)

ఈ బయ్యారం శాసనంలో ఇచ్చిన పట్టికను ఆధారంగా చేసుకుని ఈ శాసనంలో పేర్కొనకుండా వదిలేసిన వారూ, మరికొన్ని శాసనాల్లో కన్పించే మరికొంత మంది సభ్యులను కూడా కలుపుకుని మనం ఓ సంపూర్ణ వంశ వృక్షాన్ని నిర్మించుకోవాల్సి ఉంది. మాంగల్లు దానపత్రం మరో కాకతీయ కుటుంబ సభ్యుడు బేతియను పేర్కొంటుంది. అతని భార్య వంద్యనాంబ. వాళ్ళ కుమారుడు గుండ్యన. ఇతన్ని బయ్యారం శాసనంలోని పిండి - గుండన లేక నాలుగవ గుండనగా గుర్తించవచ్చు. దానిలో అకాల మరణం లాంటి అజ్ఞాత కారణాలవల్ల అతని పేరును పేర్కొనకపోయి ఉండవచ్చు. అయితే, మాంగల్లు శాసనం వేయడానికి నాలుగవ గుండనే కారణం కనుక, అతడు తన తండ్రినీ, తల్లినీ - బేతియ, వంద్యనాంబలను - తన పూర్వీకులను గురించి చెప్పేటప్పుడు పేర్కొనక తప్పదు. ఈ బేతియ ఆ కుటుంబంలో ఆ పేరున్న మొదటి సభ్యుడవటం వల్ల అతన్ని మొదటి బేతయగా పేర్కొనాల్సి ఉంటుంది. నాలుగో గుండన కొడుకు గరుడ బేతయ మరో బేతయ. అతని కొడుకు మొదటి ప్రోలుడు. అతని కొడుకు త్రిభువన మల్లుడు. ఇప్పటిదాకా అతన్ని రెండవ బేతయగా పిల్చేవారు. అయోమయానికి తావు లేకుండా మొదటి సభ్యుడిని పరిగణనలోకి తీసుకోకుండా మనం అదే క్రమాన్ని పాటిద్దాం. కాజీపేట దర్గా శాసనం[40] నుండి త్రిభువన మల్లుడు అంటే రెండవ బేతయకు దుర్గరాజనే కొడుకున్నాడనీ, అతనికి త్రిభువన మల్లుడనే బిరుదు ఉండేదనీ తెలుస్తున్నది. రెండవ బేతయ మరో కొడుకు రెండవ ప్రోలుడు. రెండవ ప్రోలుడి కొడుకులను గురించి చెప్పేటప్పుడు, అందరి కొడుకుల్లోకీ ప్రముఖులు రుద్రుడు, మహాదేవుడని బయ్యారం శాసనం చెప్తుంది. అంటే వారు కాక మరికొంత మంది పుత్రులున్నారనే అర్థం. మైలమాంబే వేయించిన త్రిపురాంతకం శాసనం రుద్ర, మహాదేవులకు హరిహర, గణపతి మరికొంత మంది (ఆదిభిః)[41] సోదరులున్నారని చెప్తుంది. పైన చెప్పిన వారే కాక మరికొంతమంది సోదరులూ ఉన్నారన్నమాట. దాక్షారామంలో మరో శాసనం అనుమకొండ ప్రోలుడి కొడుకు

---

40. *IAP. Wg.* No. 15.
41. *SII* I, 254, lines 27-31.
"తాసి ఆథా ద్వావభూతం హరిహర గణపతి ఆదిభిర్భ్రాతృ మంతౌ।
పుత్రౌ రుద్రాభిధాన క్షితిపతి తిలక శ్రీ మహాదేవ భూపౌ॥

రేపొల్ల దుర్గభూపతిని పేర్కొంటుంది.[42] ప్రస్తుత కరీంనగర్ జిల్లాలోని సబ్బినాడు - 1000లో రేపొల్ల ఓ ప్రాంతంగా కన్పిస్తున్నది. శనిగరం శాసనం[43]లో ఓ రేపొల్ల కుఋవరసను రెండవ ప్రోలుడి సామంతుడుగా పేర్కొనటాన్ని మనం గమనించగలం. దాక్షారామ శాసనంలోని తారీకు క్రీ. శ. 1163కు సరిపోలేది. కనుక రేపొల్ల దుర్గభూపతిని కూడా రెండవ ప్రోలుడి మరో కొడుకుగా మనం భావించవచ్చు. ఇప్పటివరకు మనకు రెండవ ప్రోలుడి ఈ ఐదుగురు కొడుకులే తెల్సు. మెదక్ జిల్లాలోని గజ్వేల్ తాలూక ఇటికాల గ్రామంలో కన్పించిన శాసనంలో ఇద్దరు అనుమకొండ కాకతీయ రాజులు మహామండలేశ్వర గుండరాజు, మహామండలేశ్వర హరిహరరాజు శా. శ. 1060, విభవ[44]లో స్థానిక దేవాలయానికి ఇచ్చిన దానాన్ని పేర్కొనటం జరిగింది. ఆ తారీకును ధ్రువపర్చలేం. పైన చెప్పిన త్రిపురాంతకం శాసనంలో పేర్కొన్న రెండవ ప్రోలుడి కొడుకు హరిహరుడే ఈ హరిహరుడూ అనుకోవచ్చు. అయితే, ఈ శాసనం చాల తరవాతి తారీకుకు చెందినదని భావించటానికి కారణముంది. కనుక, వీరిని రెండవ ప్రోలుడి కొడుకులుగా మనం గ్రహించలేం.

ఇంక వంశావళిలోని తరువాతి భాగానికి వస్తే రెండవ ప్రోలుడి పెద్ద కొడుకు రుద్రుడికి పిల్లలు లేరు. అతని తమ్ముడు మహాదేవుడికి ఒక కొడుకు గణపతి, ఇద్దరు కూతుళ్ళు మైలాంబ, కుందాంబ ఉన్నారు. తండ్రి తర్వాత గణపతిదేవుడు సింహాసనాన్ని అధిష్ఠించాడు. అతనికి కొడుకులు లేరు. ఉన్నది ఇద్దరే కూతుళ్ళు - గణపాంబ, రుద్రమ దేవి. రుద్రమదేవి చాళుక్య వీరభద్రుడిని వివాహమాడి తండ్రి తర్వాత సింహాసనాన్ని అధిష్ఠించింది. మరో కూతురు గణపాంబ కోట నాయకుడు బేతను వివాహమాడింది. రుద్రమదేవికి కూడా పుత్రులు కలుగలేదు. ఆమెకు ముగ్గురు కూతుళ్ళు. పెద్ద కూతురు ముమ్మడాంబను కాకతీయ రాజకుమారుడు మహాదేవుడు వివాహమాడాడు.[45] రెండవ కూతురి పేరూ రుద్రమేనని తెలుస్తోంది. ఆమె యాదవరాజు ఎల్లణ దేవుని పెళ్ళాడింది.[46] మూడవ కూతురు రుయ్యమ ఇందులూరి కుటుంబానికి చెందిన అన్నల దేవుడిని ఉద్వాహమాడింది. ముమ్మడమ్మ, కాకతి మహాదేవులకు పుట్టిన కొడుకే ప్రతాపరుద్రుడు. అతడు ఆ వంశంలోని చివరి రాజు.

కాలక్రమణిక:

నాలుగవ గుండన పూర్వీకులను గురించి ప్రస్తావిస్తూ, మాంగల్లు దానపత్రం అతని ముత్తాత గుండియ రాష్ట్ర కూటుడు లేక మూడవ గుండన తన యజమాని వల్లభుడు తూర్పు చాళుక్య రాజధాని 'వాడ' (విజయవాడ అయి ఉండవచ్చు)ను పట్టుకోవటంలో

42. *Ibid* IV, 1071.
43. *IAP. Kn.,* No. 22 and 24.
44. *Studies in Indian Epigraphy* IV, pp. 56 ff.
45. *EC,* XII, Tumkur No. 14.
46. *C.P.Ins. of Hyd.* Mus. I, pp. 109 ff

ప్రాణాలర్పించాడని చెప్తుంది.[47] శాసనం తారీకు క్రీ. శ. 956 అవుతుంది. అందులో ప్రస్తావించిన సంఘటన మూడు తరాల క్రితంది. వల్లభేశుడిని రాష్ట్ర కూటరాజు రెండవ కృష్ణుడు (క్రీ. శ. 880-912)గా మనం గుర్తించవచ్చు. అతడు వేంగి దేశంపై చాల దండయాత్రలు చేసిన విషయం తెలిసినదే.[48] మరోపక్కన, క్రీ. శ. 892-922 కాలంలో వేంగిని ఏలిన మొదటి చాళుక్య భీముడు అతని ప్రత్యర్థి. మొదటి భీముడి మచిలీపట్నం దానపత్రాల్లో, అతని కొడుకు ఇటిమర్తి గండడు ఓ రాష్ట్రకూట సేనాని దండెన గుండను యుద్ధ భూమిలో వధించినట్లు పేర్కొనటం ఆసక్తి కలిగించే విషయం.[49] ఈ సేనానిని మాంగల్లు దానపత్రంలోని మొదటి గుండనగా గుర్తించటం సాధ్యపడుతుంది; అది అంగీకరించినట్లయితే, అతను కాకతీయ కుటుంబంలోని తొలి సభ్యుడవుతాడు; చరిత్రకు తెల్సిన క్రీ. శ. 895 ప్రాంతానికి చెందిన వాడవుతాడు; అప్పుడే చాళుక్య భీముడిపై రెండవ కృష్ణుడు దాడి చేసింది. ఈ నాయకులకు సంబంధించి తారీకును తెల్పే మరో శాసనం మాంగల్లు దానపత్రం. అది క్రీ. శ. 956 నాటిది. కాకర్త్య గుండ్యన అంటే పిండిగుండన (నాల్గవ గుండన) దొమ్మన అనే బ్రాహ్మణుడికి దానమిప్పించటంలో కారణ మయ్యాడని ఈ దానపత్రం చెప్తుంది. ప్రస్తుతం మనం అతని రాజకీయ జీవిత ప్రారంభ తారీకును గానీ అంతమయిన తారీకునుగానీ సరిగ్గా చెప్పలేం. అయితే, కరీంనగర్ జిల్లా శనిగరం గ్రామంలో ఈ మధ్యే వెలుగులోకి వచ్చిన శాసనాలు ఈ విషయంపై కొంత వెలుగును ప్రసరింపచేస్తాయి. ఈ శాసనాల్లో ఒకటి మొదటి బేతియ (పాత పద్ధతి ప్రకారం)కు చెందింది; దాని తారీకు శా. శ. 973. రెండవది శా. శ. 975కు చెందింది. అది అతని కొడుకు, వారసుడు అయిన మొదటి ప్రోలుడికి చెందింది.[50] ఈ రెండు తారీకులు అంటే క్రీ. శ. 1051, 1053 - సుమారు రెండు సంవత్సరాల అంతర కాలంతో మొదటి బేతయ, మొదటి ప్రోలుడి తుది, మొదలు సంవత్సరాలను వరుసగా 1051, 1053 అని ఇవ్వటమేకాక నాలుగవ గుండన, అతని కొడుకు మొదటి బేతయ కాలాన్ని సర్దుబాటు చేయటానికి కూడా ఉపయోగపడ్తాయి. ఆ ప్రకారం, మాంగల్లు దానపత్రం తారీకు క్రీ. శ. 956 నుండి మొదటి బేతయ చివరి సంవత్సరం క్రీ. శ. 1051 వరకు ఉన్న మధ్యకాలం తొంబై ఐదు సంవత్సరాలను ఈ ఇద్దరు సభ్యుల మధ్యే సర్దుబాటు చేయాల్సి ఉంటుంది. తులనాత్మకంగా దీర్ఘకాలం ఉన్న దృష్ట్యా, మాంగల్లు దానపత్రంలో కన్పించే నాలుగవ గుండన తన రాజకీయ జీవితం తొలి దశలో ఉన్న వాడని మనం ఊహించాలి. బయ్యారం శాసనంలో అతని తండ్రి బేతియను పేర్కొనకుండా వదలిపెట్టటం నాలుగవ గుండన తన తండ్రి తర్వాత కాక, తాత ఎఱ్ఱయ తర్వాత రాజ్యానికి వచ్చాడన్న

47. Appendix-1, ll 37-39
48. Dr. N.Venkata Ramanayya: *The Eastern Chalukyas of Vengi,* p. 136.
49. *Ibid,* p. 142.
50. *IAP. Kn.* Nos: 14, 15.

అభిప్రాయానికి సమర్థన లభిస్తుంది. బేతియ, ఆ సందర్భంలో, ఇరవై ఐదేళ్ళ యువకుడై ఉండాలి; అప్పుడతడిని క్రీ. శ. 956లో దానర్ణవుడికి సాయం చెయ్యమని పంపి ఉండాలి. ఆ వయసున్న మనిషి మరో యాభై ఏళ్ళు బతికి ఉండవచ్చు, క్రీ. శ. 1000 ప్రాంతాన మరణించి ఉండవచ్చు. అతని కొడుకు మొదటి బేతయ కూడా యాభై సంవత్సరాల రాజకీయ జీవితం క్రీ. శ. 1000 ప్రాంతం నుండి క్రీ. శ. 1051 వరకు సాగించి ఉండాలి. గూడూరు శాసనం[51]లో తెలుగు భాగంలోని వక్తవ్యం ప్రకారం విరియాల కుటుంబానికి చెందిన కామవసాని అనే మహిళ తన స్థానాన్ని పొందటంలో కాకతి నాయకుడు గరుడ బేతయ అంటే మొదటి బేతయకు సాయం చేసింది. అందువల్ల అతనూ తన తండ్రిలాగే చిన్న వయసులోనే బాధ్యతను భుజాలపై వేసుకోవాల్సి వచ్చిందని మన మూహించటానికి ఆస్కారం కలుగుతుంది. అయితే అతని తండ్రికి అంత దీర్ఘకాల పాలనను ఇవ్వటంవల్ల మన ఊహ దుష్కరమవుతుంది. ఏమయినా, ఈ పరిస్థితిలో మనం తాత్కాలికంగా నాలుగవ గుండన కాలం క్రీ. శ. 955 నుండి 995, అప్పటి నుండి క్రీ. శ. 1051-2 వరకు మొదటి బేతయ కాలమనీ భావించవచ్చు. ఇంతకు ముందే చెప్పిన శనిగరం శాసనం ప్రకారం, మొదటి ప్రోలుడు తన రాజకీయ జీవితాన్ని క్రీ. శ. 1053లో ప్రారంభించాడు. అతని కొడుకు రెండవ బేతయ మొదటి శాసనం తారీకు శా. శ. 1001[52] అంటే క్రీ. శ. 1079. దానిపై ఆధారపడి మొదటి ప్రోలుడి కాలాన్ని ప్రస్తుతానికి క్రీ. శ. 1076 గా స్థిరపర్చవచ్చు. శనిగరంలో లభించిన మరో శాసనం[53] రెండవ బేతియ వేయించినది; అది క్రీ. శ. 1107కు సంబంధించినది. దాని ఆధారంతో అతని కాలాన్ని క్రీ. శ. 1076-1108గా మనం భావించవచ్చు. అతని కొడుకు త్రిభువనమల్ల దుర్గరాజు తన తమ్ముడు రెండవ ప్రోలుడి పద్మాక్షీ దేవాలయ శాసనం[54] ద్వారా తెలియవచ్చే తారీకు క్రీ. శ. 1117కు రాజ్యానికి వచ్చే ముందు ఎంతకాలం పాలించాడని చెప్పటానికి మనకే ఆధారమూ లేదు. అయితే, కాజీపేట దర్గా శాసనం ఆధారంగా అతడు చాల కొద్దికాలం క్రీ. శ. 1108-1116 మాత్రమే రాజ్యపాలన చేశాడని భావించవచ్చు. రెండవ ప్రోలుడి చివరి తారీకు అతని క్రీ. శ. 1149 నాటి శనిగరం శాసనం వల్ల తెలియవస్తుంది.[55] శక వర్షాలు 1080కి సరి అయిన క్రీ. శ. 1158 నాటి దాక్షారామ భీమేశ్వరాలయ శాసనం[56] ప్రకారం అతని కొడుకు రుద్రుడి తొలి తేదీ మనకు లభ్యమవుతుంది. కనుక, రెండవ ప్రోలుని చివరి తేదీని క్రీ. శ. 1149-1158ల మధ్య మనం గుర్తించాల్సి ఉంటుంది. ఈ ఆధారంగా రుద్రుడి కాలం క్రీ. శ. 1158 కంటే ముందే ప్రారంభమై ఉండాలి. తరువాత

---

51. *IAP. Wg.*, p. 8, ll 20-26.
52. *Ibid*, No. 13.
53. *Ibid, Kn.*, No. 19.
54. *EI.* IX p. 256.
55. *IAP. Kn.*, No. 24.
56. *SII.* IV, 1107.

మనం (నాలుగో అధ్యాయంలో) చర్చించబోయే అనుమకొండ శాసనం ప్రకారం అతను క్రీ. శ. 1163లో స్వతంత్రుడై పాలన సాగించాడు. తరువాతి పాలకుల తేదీలను నిశ్చయంగా మనం చెప్పవచ్చు. రుద్రుడి తర్వాత అతని తమ్ముడు మహాదేవుడు రాజ్యానికి వచ్చాడు. చాల కొద్దికాలం క్రీ. శ. 1196 నుండి 1198 వరకు పరిపా లించాడు. అతని కొడుకు, వారసుడూ అయిన గణపతిదేవుడు క్రీ. శ. 1199 నుండి 1262 వరకు రాజ్య పాలన చేశాడు. అతనికి వారసురాలుగా కూతురు రుద్రమదేవి క్రీ. శ. 1262లో రాజ్య పాలనను చేపట్టింది. ఈ రాణి పాలన చివరితేదీ ఈ మధ్యే బయటపడ్డ చందుపట్ల శాసనం[57] వల్ల మనకు తెలియవస్తుంది. దాని ప్రకారం శా. శ. 1211లో ఆమె మరణిం చింది. కుటుంబంలో చివరి పాలకుడు ఆమె మనుమడు ప్రతాప రుద్రుడు. అతడు ఆమె తర్వాత క్రీ. శ. 1289లో సింహాసనం అధిష్ఠించి, క్రీ. శ. 1323లో కాకతీయ రాజ్యం ఢిల్లీ సుల్తానుల సామ్రాజ్యంలో భాగమయ్యేదాకా రాజ్యపాలన చేశాడు.

పైన చర్చించుకున్న అంశాల ఆధారంగా కాకతీయ వంశానుక్రమణికను, కాలాను క్రమణికతో పాటు ఇలా నిర్మించుకోవచ్చు.

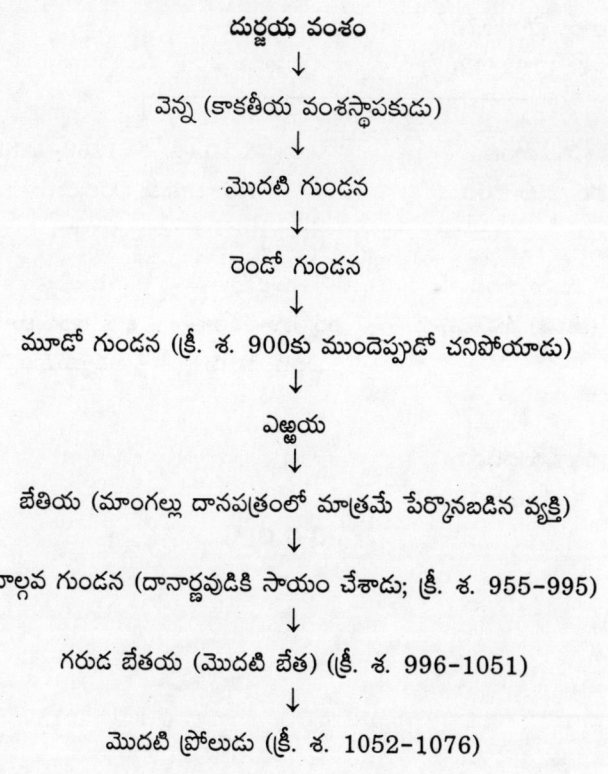

దుర్జయ వంశం
↓
వెన్న (కాకతీయ వంశస్థాపకుడు)
↓
మొదటి గుండన
↓
రెండో గుండన
↓
మూడో గుండన (క్రీ. శ. 900కు ముందెప్పుడో చనిపోయాడు)
↓
ఎఱ్ఱయ
↓
బేతియ (మాంగల్లు దానపత్రంలో మాత్రమే పేర్కొనబడిన వ్యక్తి)
↓
నాల్గవ గుండన (దానార్ణవుడికి సాయం చేశాడు; క్రీ. శ. 955–995)
↓
గరుడ బేతయ (మొదటి బేత) (క్రీ. శ. 996–1051)
↓
మొదటి ప్రోలుడు (క్రీ. శ. 1052–1076)

---

57. *Studies in Indian Epigraphy* I. No. 9.

↓

త్రిభువన మల్లుడు (రెండవ బేతయ) (క్రీ. శ. 1076-1108)

```
        ↓                                        ↓
త్రిభువన మల్ల దుర్గరాజు              రెండవ ప్రోలుడు (క్రీ.శ. 1116-1157)
క్రీ. శ. 1108-1116)                      భార్య. ముప్పమ
```

```
    ↓              ↓            ↓          ↓          ↓
రుద్రుడు (క్రీ.శ.   మహాదేవుడు   హరిహరుడు   గణపతి    రేపొల్ల
1158-1195)      భార్య. బయ్యమ                    దుర్గభూపతి
సార్వభౌమాధికారాన్ని   (క్రీ. శ. 1296
క్రీ. శ. 1163లో      -99)
స్థాపించాడు.
```

```
        ↓                       ↓                    ↓
   గణపతిదేవుడు              మైలాంబ               కుందాంబ
   భార్య. సోమలదేవి
   (క్రీ. శ. 1199-1262)
```

```
        ↓                              ↓
   గణపాంబ                      రుద్రమదేవి (క్రీ. శ. 1262-1289)
   భర్త. కోట బేతయ                భర్త. చాళుక్య వీరభద్రుడు
```

```
        ↓                         ↓                    ↓
   ముమ్మడాంబ                   రుద్రమ                రుయ్యమ
   భర్త (కాకతి) మహాదేవుడు     భర్త. యాదవరాజు         భర్త. ఇందులూరి
                              ఎల్లణ దేవుడు         అన్నయమంత్రి
```

```
        ↓
   ప్రతాపరుద్రదేవుడు
   (క్రీ. శ. 1289-1323)
```

✪ ✪ ✪

అధ్యాయం-3

తొలి తరం నాయకులు

I. వెన్నని నుండి రెండవ గుండన వరకు:

ఇంతకు ముందే మనం చెప్పుకున్నట్టు ఈ కుటుంబపు మొదటి సభ్యుడు వెన్న నృపాలుడు. అతడు దుర్జయ వంశజుడు. వెలనాడు, కొండ పడమటి, చాగినాయకుల్లాంటి ఆంధ్రదేశ పాలక కుటుంబాల వారు కూడా తాము దుర్జయ వంశజులమేనని చెప్తారు. అయితే ఈ దుర్జయుల చారిత్రకతను మనం నిశ్చయంగా చెప్పలేం. వెన్నని గురించిన ఒకే ఒక్క సమాచారం - అతడు కాకతీయ వంశ స్థాపకుడనీ, అతడు కాకతి అనే పట్నాన్నుండి పరిపాలించాడనీ మాత్రమే. ఆ కారణంవల్లే అతని వంశ సభ్యులను కాకతీశులని పిలవటం జరిగింది. క్రితం అధ్యాయంలో కాలక్రమణికపై జరిగిన చర్చ ఆధారంగా అతని కాలాన్ని ప్రస్తుతానికి క్రీ. శ. 800 నుండి 815 వరకు అని నిర్ధారించవచ్చు. తరువాతి పరిపాలకులయిన మొదటి గుండన, రెండవ గుండనలను గూర్చి మనకు ఎలాంటి సమాచారమూ లభ్యం కాలేదు. వాళ్ళిద్దరి కాలాన్ని క్రీ. శ. 815 - 865గా భావించవచ్చు. తరువాతి నాయకుడు మూడో గుండన విషయంలో మనకు ఆసక్తికరమైన సమాచారం లభ్యమవుతోంది.

II. మూడవ గుండన, ఎఱ్ఱియ, బేతియ

కాకతీయ గుండ్యన (నాలుగో గుండన) కోరిక మేరకు, తూర్పు చాళుక్యరాజు దానార్ణవుడు క్రీ. శ. 956లో జారీచేసిన మాంగల్లు దానపత్రం సందర్భ వశాత్తూ అతని ముత్తాత, మూడవ గుండన వీరోచిత మరణాన్ని గురించి ప్రస్తావిస్తుంది. ఈ సంఘటనను వర్ణించే శ్లోకంలో కొంతమేరకు తప్పులున్నా, ఇది వ్యాఖ్యానానికి అనువుగా ఉంది; నిర్ధారణగా వాఖ్యానం చెయ్యవచ్చు కొద్దిగా మారిస్తే, ఆ శ్లోకం ఇలా ఉంటుంది.

చాళుక్య వంశోదిత భూమిపాల శ్రీద్వారం ఆజ్ఞానుగతమ్ ప్రవిశ్య
నూనమ్ విపద్వారం అముమ్ విశామీ త్యక్షంప్ట వాటమ్గత వల్లభేశం[1]

అనువాదం: (యజమాని) ఆదేశానుసారం, చాళుక్యరాజు శ్రీద్వారం లేక ముఖ్యద్వారం ప్రవేశించి నేను (గుండన) విపద్వారాన్నే లేక మృత్యుద్వారాన్నే ప్రవేశించాను - అంటూ (గుండన) వాటలోనికి వల్లభుడికి ప్రవేశం కల్పించాడు.

మన సవరింపులలా ఉంచి, **అముమ్ విపద్ - ద్వారం విశామి** (చాళుక్య రాజు రాచద్వారాన్ని ప్రవేశించటం తోటే నేను మృత్యుద్వారాన్ని ప్రవేశించాను) అన్న మాటలకు అర్థం - చాళుక్యపట్నం వాటపై వల్లభేశుడు దాడి చేసే క్రమంలో, ముఖ్యద్వారం చీల్చుకునే ప్రయత్నంలో గుండన శత్రువుల చేతిలో మరణించాడు- అని. దానపత్రం తారీకు క్రీ. శ. 956కు సుమారు మూడు తరాల ముందు జరిగిన సంఘటనను ఇది చెప్తుంది కనక, ఈ

1. *EA*-I, p. 69, ll. 38-39 and Appendix-1

సంఘటనను మనం తొమ్మిదో శతాబ్దపు తుది దశాబ్దిలో జరిగిందనుకోవచ్చు. చాళుక్య రాజు మొదటి భీముని (క్రీ. శ. 892-922) పరిపాలనా కాలంలో, రాష్ట్రకూటరాజు రెండవ కృష్ణుడు (క్రీ. శ. 880-912) ఎన్నోసార్లు వేంగి దేశంపై దాడులు చేశాడు. రెండవ కృష్ణుడు విజయవాడపై చేసిన ఒక దండయాత్రలో ఈ గుండన పాల్గొని, ప్రాణాలు కోల్పోయాడనటంలో ఏమాత్రం సందేహం లేదు. మొదటి భీముని మచిలీపట్నం దాన పత్రాల[2]లో, అతని పెద్ద కొడుకు ఇఱిమర్తి గండని చేతిలో పెదవంగూరులో జరిగిన యుద్ధంలో దండెన గుండన అనే రాష్ట్రకూట సేనాని నిహతుడయ్యాడని మనం తెలుసు కుంటాం. మచిలీపట్నం దానపత్రాలపై తారీకు లేదు. అయితే, మొదటి భీముడు రెండవ కృష్ణుని సమకాలికుడని అందరికీ తెల్సిన సత్యమే. ఈ సూచన ఆధారంగా మొదటి శాసనం లోని మూడవ గుండనను, చాళుక్య భీముడి కొడుకైన ఇఱిమర్తి గండని చేతిలో నిహతుడైన దండెన గుండనగా మనం గుర్తించవచ్చు. వేంగి దేశంలో నిడదవోలుకు దగ్గరగా ఉన్న గ్రామంగా, ఆ సంఘటన జరిగిన ప్రదేశమైన పెదవంగూరును మల్లంపల్లి సోమశేఖర శర్మ గుర్తించాడు.[3] ఆ సందర్భంలో మాంగల్లు దానపత్రంలోని శ్లోకానికి మనమిలా అర్థం చెప్పుకోవాల్సి వుంటుంది. తూర్పు చాళుక్యుల రాజధానియైన విజయవాడపై రాష్ట్రకూట రాజు రెండవ కృష్ణుడు తన సైన్యంలోని కొంత బలగాన్ని నడిపినప్పుడు, చాళుక్య బలగా లను మరల్చేందుకు దండెన గుండన పెదవంగూరు దగ్గరకు మరో వాహినిని నడిపి, తన ప్రాణాలు పణంగా పెట్టి, తన యజమాని పనిని సులభం చేశాడు. ఈ సంఘటనను మాంగల్లు దానపత్రం గొప్పగా పేర్కొంది. ఈ గుర్తింపే కనక అంగీకరించినట్లయితే, తెలుగుదేశానికి వచ్చిన కాకతీయుల్లో, మూడవ గుండన మనకు తెలిసిన తొలి వాడవు తాడు. కాకతీయ చరిత్ర ఈ సంఘటనతో అంటే సుమారు క్రీ. శ. 895తో ప్రారంభమవు తుంది.

మూడవ గుండన తర్వాత వచ్చినవాడు ఎఱ్ఱయ. బయ్యారం శాసనం ప్రకారం అతను కుఱ్ఱవాడి, ఆ పరిసర ప్రాంతాల పాలకుడు. ఈ ప్రాంతపు ఖచ్చితమైన ప్రదేశం తెలియదు. అయితే వరంగల్లుకు యాభై మైళ్ళదూరంలో ప్రస్తుత వరంగల్లు జిల్లా, మహ బూబాబాదు తాలూకాలోని స్థానికంగా కుఱ్ఱడివి అని పిల్చే కొరవి అని భావించవచ్చు. కొరవి శాసనంలో చెప్పినట్టు చాళుక్య భీముడి కాలంలో కొరవిని కన్నర బల్లహుడు అంటే రాష్ట్రకూట రాజు రెండవ కృష్ణుడు జయించాడనుకొనవచ్చు.[4] ఆ తర్వాత చాళుక్య భీముని సాయంతో ముదుగొండ చాళుక్య నాయకుడు గొణగ దీన్ని మళ్ళీ స్వాధీనం చేసుకున్నాడు. ఆ విషయం తరువాతి అధ్యాయంలో చూద్దాం. ఈ యుద్ధంలో రెండవ కృష్ణుడు కొరవి ప్రాంతంలో కొంత భాగాన్ని జయించి, దానికి పాలకుడుగా ఎఱ్ఱయని నియమించి వుండ వచ్చు. క్రీ. శ. 900 ప్రాంతంలో రాష్ట్రకూట రాజ్య సరిహద్దు కాపలాదారులుగా, రెండవ

---

2. *ERE,* 1913-14 CP. 1 and Paras 5 and 6.
3. N.Venkata Ramanayya: *The Eastern Chalukyas of Vengi,* p. 141.
4. *EA.* I, p. 142, ll: 1-14.

కృష్ణుడి కాలంలో కాకతీయులు తెలింగాణలో స్థిరపడటమూ సంభవించి ఉండవచ్చు. ముదుగొండ చాళుక్యులు తిరిగి కొరవి ప్రాంతాన్ని ఆక్రమించాక, కాకతీయ నాయకుడు లోపలి ప్రాంతాలకు వెళ్ళి ఉంటాడు.

మాంగల్లు దానపత్రం ప్రకారం ఎఱ్ఱయ కొడుకు బేతియ. మనం ఇంతకు ముందే చెప్పుకున్నట్టు అతనికి కుటుంబ చరిత్రలో ప్రముఖ పాత్రేం లేదు. అందువల్లే బయ్యారం శాసనంలో అతని పేరు కన్పించదు.

III. నాలుగవ గుండన: సుమారు క్రీ. శ. 955-995

బేతియ కొడుకు నాలుగవ గుండన క్రీ. శ. 956 ప్రాంతాన చాళుక్యరాజు దానార్ణవుడి చేత మాంగల్లు దానపత్రాన్ని జారీ చేయించాడు. రెండవ అమ్మరాజు, అతని సవతి సోదరుడు దానార్ణవుడి మధ్య చెలరేగిన కుటుంబ కలహంలో వేంగి వ్యవహారాల్లో జోక్యం కలుగజేసుకునే అవకాశం రాష్ట్రకూటరాజు మూడవ కృష్ణుడికి కలిగింది. రెండవ భీముడి కొడుకయిన రెండవ అమ్మరాజు క్రీ. శ. 944లో రాజ్యానికి వచ్చాడు; అయితే, అతను రాజ్యాన్ని చేపట్టటాన్ని అతని సవతి అన్న దానార్ణవుడు వ్యతిరేకించాడు. చిన్నవాడిని రాజ్యానికి హక్కుదారుడుగా భావించిన కారణమేమో మనకు తెలియదు. అంతేకాకుండా, అంత ప్రాముఖ్యం కాని శాఖకు చెందిన రెండవ యుద్ధమల్లుడి కొడుకులు బాదప, తాళులు కూడా ఇందుకు ప్రత్యర్థులుగా నిలిచారు. బహుశా దానార్ణవుడు వారితో కలిసి కుట్రచేసి, మూడవ కృష్ణుడి సాయాన్ని కోరి ఉండాలి. మూడవ కృష్ణుడు అందుకు వెంటనే అంగీకరించి కొరవి ప్రాంతంలో ఉన్న తన సేనాని నాలుగవ గుండనను ఆ పనికి నియోగించాడు. అతని సాయంతో, సింహాసనం అధిష్ఠించి ఉన్న రెండవ అమ్మరాజును వెళ్ళగొట్టి, దానార్ణవుడు తాత్కాలికంగా రాజ్యాన్ని చేపట్టాడు. కళింగ దేశానికి పారిపోయిన అమ్మరాజు, అక్కడ తిరిగి బలాలను సమకూర్చుకుని కొద్ది కాలంలోనే తిరిగి తన సింహాసనాన్ని సంపాదించాడు. దానార్ణవుడి ఈ కొద్దికాలపు పరిపాలనను గూర్చి చాళుక్య శాసనాలలో ఎక్కడా కన్పించదు. అందుకు కారణం అతను అక్కడ అధికారంపై పట్టు సంపాదించలేక పోవటమే; మంత్రులు, సేనానుల అంగీకారాన్ని పొంది పట్టాభిషేకం జరిపించుకోకపోవటమే. అందువల్లనే అతను పట్టాభిషిక్తుడైన రెండవ అమ్మరాజు బిరుదు విజయాదిత్య నామాంకితంగానే మాంగల్లు దానపత్రాన్ని జారీ చేశాడు. అయితే, ఈ ఆధారం కారణంగానే కొంతమంది పండితులు మాంగల్లు దానపత్రాన్ని జారీచేసింది రెండవ అమ్మరాజనే భావించారు.[5] ఆ రాచకుటుంబంలో పట్టాభిషిక్తులయిన రాజులు మాత్రమే - విష్ణువర్ధనుడు, విజయాదిత్యుడు అన్న బిరుదాలను పర్యాయంగా ధరించే ఆచారం ఉండేది. తరువాత వచ్చే రాజు పట్టాభిషిక్తుడయ్యేదాకా, క్రితం రాజు బిరుదాన్నే ఉపయోగించటం జరిగేది. ప్రస్తుత సందర్భంలో దానార్ణవుడు పట్టాభిషిక్తుడు కాకపోవటంవల్ల, తానుగా కొత్త బిరుదాన్ని గ్రహించలేకపోయాడు. అందువల్ల, అతను విజయాదిత్యుడన్న బిరుదంతో మాంగల్లు దానపత్రాన్ని జారీచేశాడు; దానపత్రం స్వీకర్త అయిన దొమ్మన అనే బ్రాహ్మణుడు, గుండన

5. *EI*. XXXI, p. 35.

దండయాత్రలో విజయాన్ని ఆకాంక్షిస్తూ, అతనికి శుభం చేకూరే విధంగా కర్పటీ వ్రతాన్ని ఆచరించాడు. అదే దానపత్రం ప్రకారం, ఈ సంఘటన అమ్మరాజు పట్టాభిషేకం అయిన పదకొండు సంవత్సరాలకు జరిగింది; అతని ఇతర శాసనాల ప్రకారం ఇది క్రీ. శ. 944లో సంభవించింది.[6] అందువల్ల, ఈ దానపత్రం జారీచేసే కాలానికి నాలుగవ గుండన ఇరవై ఐదేళ్ళ యువకుడైన సేనానిగా మనం భావించవచ్చు. ఈ విజయంతో తన జీవితాన్ని ప్రారంభించిన గుండన, రాష్ట్రకూట సేనానుల్లో పేరు సంపాదించాడు. అలాగే తూర్పు సరిహద్దులయిన తెలింగాణలో గట్టి పట్టునూ పొందాడు.

క్రీ. శ. 973లో రాష్ట్ర కూటుల అకస్మాత్ పతనం వరకు నాలుగవ గుండన వారి విశ్వాస పాత్రుడయిన సామంతుడుగానే పనిచేశాడు. అదే సంవత్సరంలో వేంగి పాలకుడయిన దానార్ణవుడు వధించబడ్డాడు. రాష్ట్రకూటులతో సాన్నిహిత్యమున్న గుండన ఇప్పుడు తను చాళుక్య రాజు రెండవ తైలపునకు లొంగిపోవాలో లేక దానార్ణవుడిని చంపి వేంగి రాజ్యాన్ని ఆక్రమించిన జటా చోద భీమునికి విశ్వాస పాత్రంగా ఉండాలో తెలియని సందిగ్ధంలో పడిపోయాడు.[7] అయితే ఇద్దరిలో ఎవరి దరీ చేరకుండా, కొరవి ప్రాంతంలోని తన చిన్న రాజ్యానికి స్వతంత్ర పాలకుడిగా ఉండాలనే నిర్ణయించుకున్నాడు. ఆ కోరికతోనే ముదుగొండ చాళుక్య నాయకుడిని అతని ముఖ్య పట్టణమైన కొరవి నుండి తరిమికొట్టాడు. ఈ నాయకులు, మనం తరువాత అధ్యాయంలో చెప్పినట్లుగా ఎన్నో తరాల నుండి తూర్పు చాళుక్యులకు విశ్వాస పాత్రులైన సామంతులుగా ఉండేవాళ్ళు. జటాచోద భీముని చేతిలో దానార్ణవుడు నిహతుడయ్యాక, వేంగి దేశంలో అరాచక పరిస్థితి నెలకొంది; బలహీన పాలకుల చేతిలో ఉన్న కొరవి రాజ్యం - రెండు రాజ్యాలకు మధ్య సంఘర్షణల ఆటుపోటులకు తట్టుకోవాల్సిన కొరవి రాజ్యం - ప్రాముఖ్యత లేనిదై పోయింది. నాలుగవ గుండన ఈ అవకాశాన్ని బాగా ఉపయోగించుకున్నాడు; ముదుగొండ చాళుక్య నాయకులను అణిచివేసి తన స్వంత రాజ్యాన్ని ఏర్పరుచుకున్నాడు. వీరు తమ రాజధానిని బొట్టు అని పిల్చే దక్షిణ ప్రాంతానికి మార్చినట్టు కనిపిస్తుంది. ఆ బొట్టు ఎక్కడ వుందో తెలియలేదు. అప్పటి నుండి ఈ నాయకులు తమ ఇంటి పేరును ముదుగొండ లేక ముదుగొండూరును మార్చివేసుకుని బొట్టునే ఇంటి పేరుగా గ్రహించారు; కొరవిని వాళ్ళు ముఖ్యపట్టణంగా చేసుకోకముందే ఈ ముదుగొండ లేక ముదుగొండూరు వాళ్ళ మూల నివాస స్థానంగా ఉండేది.

ఈ దశలో గూడూరు శాసనంలోని వక్తవ్యాన్ని మనం గుర్తు చేసుకోవాలి; ఆ శాసనం ప్రకారం విరియాల ఎఱ్ఱయ బొట్టు బేతియ శత్రువును యుద్ధంలో నిర్జించి, కొరవిలో బేతయను పాదుకొల్పాడు.[8] ఈ శాసనంపై ఉన్న తారీకు క్రీ. శ. 1124 నాటిది; అంటే

---

6. *IA.* XIX, p. 102.
   N.Venkata Ramanayya, *op. cit.* p. 185.
7. *Ibid.*, p. 202.
8. *IAP. Wg.*, p. 81, ll. 13-16.
   "అతండని బొట్టుబేత వసుధాధిపుజేకొని వాని వైరినుద్ధతమున జంపి"

కాకతీయ రాజు రెండవ ప్రోలుడి కాలానికి చెందినది. అయితే, ఈ శాసనాన్ని వేయించిన విరియాల మల్లుని ముత్తాత విరియాల ఎఱ్ఱియ కాలపు సంఘటనను ఇది వివరిస్తుంది. అందువల్ల, రెండవ ప్రోలుడి ముత్తాత మొదటి బేతయ, క్రీ. శ. 995 వరకు బతికి ఉన్నాడని మనం భావించే అతని తండ్రి నాలుగవ గుండన కాలానికి చెందిన సంఘటన ఇది అని భావించటం అహేతుకం కాదు. అలా, కాకతీయ నాయకుడు బొట్టు బేతయ తండ్రిని కొరవి నుండి తరిమికొట్టాడు. అయితే, పన్నెండవ శతాబ్దపు చివరి సంవత్సరాలకు చెందిన కుసుమాదిత్యుని కుకనూరు దానపత్రాల్లో పేర్కొన్న బొట్టు నాయకుల వంశావళి అసమగ్రంగా ఉండటంవల్ల, కనీసం అందులో రెండు మూడు తరాల వారిని పేర్కొనకుండా వదిలెయ్యటం జరిగిందనీ, కొంతమందినే ఇచ్చారనీ మనం భావించాల్సి వస్తుంది. ఆ విషయాన్ని మనం తరువాతి అధ్యాయంలో తెల్సుకుంటాం. ఈ కుటుంబ నాయకుల్లో చాలమందికి బేతయ అన్న పేరు ఉండటం మనం గమనిస్తాం; ఆపైన కొంతమందిని పేర్కొనకుండా వదలిపెట్టటం వల్ల విరియాల ఎఱ్ఱియ వల్ల పునః పాదు కొల్పబడిన బొట్టు బేతయ నాలుగవ గుండనకు సమకాలికుడని మనం నిశ్చయంగా చెప్పవచ్చనిపిస్తుంది. రాష్ట్రకూటుల పతనం తర్వాత, కొరవి ప్రాంతంలో జరిగిన సంఘటనల క్రమాన్ని మనం ఈ విధంగా ఊహించుకోవచ్చు.

మనం ఇంతకు ముందే చెప్పుకున్నట్టు, నాలుగవ గుండన చాళుక్యరాజు రెండవ తైలపుడికి లొంగిపోకుండా, ముదుగొండ నాయకుల ప్రాంతాన్ని చేజిక్కించుకుని స్వతంత్రతను పాటించాడు. నాలుగవ గుండనను కొత్తరాజు సాయంతో పారద్రోలి, కొరవిని తిరిగి పొందాలనే ఆశతో ముదుగొండ నాయకులు అతనికి మద్దతు ఇచ్చారనటానికి ఎక్కువ అవకాశాలున్నాయి. రెండవ తైలపుడి మద్దతుతో విరియాల ఎఱ్ఱియ యుద్ధంలో గుండనను నిర్జించి, కొరవిలో బొట్టు బేతయను పునఃప్రతిష్ఠాపించాడు. అలా, తైలపుడు తెలింగాణలో మిగిలి ఉన్న రాష్ట్రకూట ప్రభావ ఛాయలను నిర్మూలించి, తన బంధువైన ముదుగొండ చాళుక్య నాయకుడిని సామంతుడుగా నెలకొల్పి, ఆ ప్రాంతంలో తన అధికారాన్ని స్థాపించాడు. ప్రస్తుతం లభ్యమయ్యే సమాచారంతో, ఆ సంఘటన జరిగిన తారీకును మనం ఖచ్చితంగా చెప్పలేం. కానీ, ఆ సంఘటన పదవ శతాబ్దపు చివరి దశాబ్దంలో ఎప్పుడో జరిగి ఉండవచ్చని మాత్రం చెప్పగలం. ఈ ప్రాంతంలో లభ్యమయ్యే చాళుక్యరాజు రెండవ తైలపుడి తొలి శాసనం అనుమకొండకు దగ్గరగా ఉన్న జమ్మికుంట శాసనం.[9] అలా తొలికాకతీయుల రాష్ట్రకూట సామంతత్వం ఇక్కడ అంతమవుతుంది.

IV. మొదటి బేతయ: సుమారు క్రీ. శ. 1000–1052

బయ్యారం శాసనంలో ఈ నాయకుడిని గరుడాంక బేతయగా అభివర్ణించటం జరిగింది. బహుశః, ముదుగొండ చాళుక్య నాయకుడు బొట్టు బేతయ నుండి భిన్నంగా చూపటానికీ గూడూరు శాసనం కూడా అతన్ని అలాగే అభివర్ణిస్తుంది. అదే శాసనం

---

9. *EA.* II, pp. 36 ff.

ప్రకారం, అతని తండ్రిని ముదుగొండ చాళుక్య నాయకుడు వధించినప్పుడు, గరుడ బేతయ శత్రువులతో పోరాడగలిగేంత వయస్సున్న వాడు కాదు. ఫలితంగా కొరవిలో బొట్టు బేతయ పునః ప్రతిష్ఠాపనతో, తన తండ్రి సంపాదించిన ప్రాంతాలనన్నీ సుమారుగా వదులుకున్న స్థితిలో ఉన్నాడు గరుడ బేతయ. రాజకీయమైన గుర్తింపు లేకుండా కాకతీయ వంశం నాశనమయ్యే పరిస్థితి ఏర్పడింది. అయితే, విరియాల ఎఱ్ఱయ భార్య, కామవసాని మంచితనంతో ఆ విషమ పరిస్థితి నుండి ఆ కుటుంబం బయటపడగలిగింది. ఈ నాయకుని చరిత్రకు మనకున్న ముఖ్య ఆధారం గూడూరు శాసనం. అందులో ఉల్లేఖించిన ప్రకారం, చిన్నవాడైన గరుడ బేతయ పక్షాన కామవసాని సార్వభౌముని దర్శించి, కాకతి వంశాన్ని నిలబెట్టింది.[10] కాకతీయ కుటుంబంతో బహుశః ఈ కామవసానికి బంధుత్వం ఉన్న కారణంగా, తన భర్త చేసిన దానికి నష్టపరిహారంగా కాకతీయ కుటుంబాన్ని నిలబెట్టేందుకు ఎంతో కృషి చేసిందని శాసనంలోని వక్తవ్యం స్పష్టంగా వెలారుస్తుంది. నిజానికి, తరువాతి కాలానికి చెందిన ఈ వంశ చరిత్ర - **సిద్ధేశ్వర చరిత్ర**, చాల విషయాల్లో నమ్మదగింది కాకపోయినా, ఈ కుటుంబపు అంతరించిన ప్రాభవాన్ని, తిరిగి సమకూర్చిపెట్టిన ఘనత కుంతలదేవి అన్న మహిళకు కట్టబెడుతుంది. గుండన కొడుకైన ఎఱుక దేవరాజు మేనత్త ఈ కుంతలదేవి.[11] ఆమె మేనల్లుడు పిల్లవాడు కాబట్టి ఆమె అతనికి బదులుగా అధికారాన్ని చేపట్టింది. ఇక్కడ, గూడూరు శాసనంలోని పేర్లు - కామవసాని, గరుడ బేతయలు, పైచెప్పిన వంశ చరిత్రలోని కుంతలదేవి, ఎఱుక దేవరాజులు ఒకటేనని భావిస్తే, రెండింట్లోని కథనాలు, ఒక దానికొకటి సరిపోతాయి.

విరియాల ఎఱ్ఱయ భార్య, కామవసాని, బంధుత్వ కారణంగా గరుడ బేతయ పక్షాన నిలబడి, అప్పటికే కొరవిలో బొట్టు బేతయను పునఃప్రతిష్ఠాపించి రాజు ప్రసన్నత పొందిన తన భర్త ద్వారా గరుడ బేతయకు సాయం చేసిందని విశ్వసించటం హేతురహితం కాదు. ఇందులో మరో సంభావ్యత కూడా ఉంది. అదే గూడూరు శాసనంలోని చివరి పద్యంలో, విరియాల దంపతులకు బంధువైన శూరుడు అనే వ్యక్తి - అదెలాంటి బంధుత్వమో శాసనం స్పష్టంగా చెప్పదు - గొప్ప కార్యాలను సాధించాడని పేర్కొనటం జరిగింది. అది 1) వేల్పుగొండ కాదయ నాయకుడిని వధించి, వేల్పుగొండలో అవ్వ నృపుని ప్రతిష్ఠించటం. 2) అతడి నుండి మొగడుపల్లి, బోటిపాడు, టేకు మావిడ్లు పొందటం, ఆపైన గరుడరాజు స్నేహాన్నీ సంపాదించటం. దీని ప్రకారం గరుడ బేతయ కష్టాల్లో ఉన్నప్పుడు శూరుడు అతనికి సాయం చేశాడనీ, పైగ్రామాలను అందుకు ప్రతిఫలంగా పొందాడనీ చెప్పుకోవచ్చు. బేతయకు అతను చేసిన సాయం స్వభావం ఏమిటో స్పష్టంగా తెలియదు. అయితే, శూరుడు ఓ అవ్వ నృపుని వేల్పుగొండలో పాదుకొల్పాడని శాసనం చెప్తుంది. రాష్ట్రకూటుల కాలంలోనూ, ఆ తరువాతి కాలంలోనూ పర్వత దుర్గంగా ఉన్న ఆధునిక జాఫర్‌ఘడ్‌ను వేల్పుగొండగా గుర్తించవచ్చు; అది వరంగల్లుకు ఆగ్నేయంగా ఇరవై మైళ్ళ దూరంలో

---

10. *IAP. Wg.*, p. 81, ll. 20-26 "**అరుదగునట్టి ఎఱ్ఱనృపు ...**"
11. **సిద్ధేశ్వర చరిత్రము**, పే. 78.

ఉంది. కె.హర్షవర్ధన శర్మ అవ్వ నృపుని చిన్న వాడైన కాకతీయ నాయకుడు మొదటి బేతయగా, అంటే గరుడ బేతయగా గుర్తించి, వేల్పుగొండ కాదయ నాయకుడిని చంపి, కాకతీయ నాయకుడు బేతయను అక్కడ శూరుడు పాదుకొల్పాడని ఆ పద్యానికి వివరణ ఇచ్చాడు.[12] ఆ సందర్భంలో, కొరవిని కోల్పోయిన తరువాత, కాకతీయ మొదటి బేతయ శూరుని సాయంతో వేల్పుగొండను తన రాజధానిగా చేసుకున్నాడని మనం భావించాల్సి ఉంటుంది. ఆ తరువాత, అతను రాజు ఆదరణ పొంది, అనుమకొండ - **విషయాన్ని** మాన్యంగా పొందాడు. బయ్యారం శాసనం గరుడ బేతయ అనుమకొండను తన పురం లేక రాజధానిగా చేసుకున్నాడని చెబుతుంది. గూడూరు శాసనంలో వివరించిన సంఘటనల క్రమం కూడా ఈ విషయాన్ని నిర్ధారిస్తుంది. బేతయ మొదటగా అనుమకొండకు వచ్చి, పశ్చిమ చాళుక్యరాజు సామంతుడుగా స్థిరపడ్డాడు.[13] అతనికి సంబంధించిన ఇతర రాజకీయ కార్యకలాపాలని గురించి మనకంతగా తెలియదు. దుర్గరాజు కాజీపేట దర్గాలో వేయించిన శాసనం[14]లోని వక్తవ్యం ప్రకారం, అతనికి **చోళ చమూ వార్థి ప్రమథన** అని బిరుదం ఉంది. అంటే చోళ సైన్యాలను చిలికిన వాడని అర్థం. ఓ చిన్న నాయకుడయిన అతను తనంతట తాను చోళులపై దండయాత్ర చేశాడని అనుకోలేం; అయితే, అతను చాళుక్య దండయాత్రలలో పాల్గొన్నాడనీ, చోళ సైన్యాలపై దాడి చేసే అవకాశం పొంది వున్నాడనీ భావించవచ్చు. ఈ నాయకుడికి సంబంధించి ఇప్పటి వరకు వెలుగులోకి వచ్చిన శాసనం ఒక్కటే; అది శా. శ. 973కి సరి అయిన క్రీ. శ. 1051[15]కి చెందిన శనిగరం శాసనం. బాల్యంలోనే రాజకీయ జీవితాన్ని క్రీ. శ. 1000 ప్రాంతంలో ప్రారంభించిన అతను క్రీ. శ. 1052 దాకా క్రియాత్మక జీవితాన్ని గడిపాడని భావించటంలో అసంభావ్యతేమీ లేదు.

V. మొదటి ప్రోలుడు: క్రీ. శ. 1052 - సుమారుగా 1076

కరీంనగర్‌కు సమీపాన ఉన్న శనిగరంలో ఈ మధ్యే ఐదు శాసనాలను కనుగొనటం జరిగింది. ఇవి కాకతీయ వంశంలో నలుగురు తొలి సభ్యులు - మొదటి బేతియ, మొదటి ప్రోలుడు, రెండవ బేతియ, రెండవ ప్రోలులకు చెందినవి. అందువల్ల పూర్వం కంటే ఈ నాయకుల పాలనా కాలాన్ని మరింత ఖచ్చితంగా నిర్ణయించే అవకాశం మనకు

---

12. **ఆంధ్ర సాహిత్య పరిషత్పత్రిక** XXX, పే. 31.
13. బయ్యారం శాసనంలోని గాథ ప్రకారం, గరుడ బేతయ అనుమ, కొండలను వధించాక వారి పట్నాన్ని - అనుమకొండను తన రాజధానిగా చేసుకున్నాడు. దాన్ని అనుసరించి ఆ ఇద్దరు నాయకుల పేర్ల మీదే ఆ పట్నానికి ఆ పేరు వచ్చిందని భావించాలి. అయితే, అంతకు ముందు క్రీ. శ. 872 (*IAP, Wg.*, 1)కు చెందిన శాసనంలో ఆ పేరు అర్మకొండగా పేర్కొనబడటం వల్ల, పైగాథకు ఎలాంటి ప్రాముఖ్యత ఇవ్వాల్సిన పనిలేదు.
14. *IAP, Wg.*, No. 15.
15. *Ibid. Kn.*, No. 14.

లభించింది. మొదటి బేతియ వేయించిన శాసనం ప్రకారం అతని చివరి తేదీ క్రీ. శ. 1051 అని మనకు తెలుస్తుంది. దాని తర్వాత అతని కొడుకు ప్రోలుడు క్రీ. శ. 1053లో వేయించిన శాసనం ఉంది.[16] ఈ రెండు శాసనాలు లేకపోయినట్లయితే, వారి తారీకులను నిశ్చయించటానికి తగిన ప్రత్యక్ష సాక్ష్యం మనకు మృగ్యమయేది. బయ్యారం శాసనం మొదటి ప్రోలుడిని **అరిగజకేసరి** – అంటే ఏనుగుల వంటి శత్రు సైన్యానికి సింహంలాంటి వాడనే అర్థంతో – అభివర్ణించటం జరిగింది. అతను **కేసరి తటాక**మనే చెరువును తవ్వించాడు. కేసముద్రమనే గ్రామంలో అది ఉంది. లేదా రెండవ ప్రోలుడి అనుమకొండ శాసనంలో చెప్పిన **కేసరి సముద్ర**మూ కావచ్చు.[17] అదే శాసనంలో, అతని వారసులు తమ నాణాలపైనా, పశువులపైనా, తమ అదృష్టాన్ని సముద్ధరించిన ప్రోలుడికి కృతజ్ఞతగా వరాహ చిహ్నాన్ని ఉపయోగించారని చెప్పటం జరిగింది. మొదటి ప్రోలుడి కాలంలో కాకతీయులు చాళుక్య ప్రభువుల పట్ల తమకున్న విధేయతకు తగినట్లుగా వారి వరాహ చిహ్నాన్ని స్వీకరించారని ఇది పరోక్షంగా తెల్పుతుంది. ఈ సందర్భంగా మనమింకో విషయాన్ని కూడా గుర్తుంచుకోవాలి. కాజీపేట దర్గా శాసనం ప్రకారం, రాజు త్రైలోక్య మల్లుడి నుండి అనుమకొండ – **విషయా**న్ని శాశ్వత మాన్యంగా పొందిన వాడు మొదటి ప్రోలుడే. మొదటి ప్రోలుడు కాకతీయుల అదృష్టాన్ని సముద్ధరించాడంటే అర్థం అదే. అయితే, మనం ఒక విషయాన్ని గుర్తుంచుకోవాలి. వారి మూల గరుడ చిహ్నం చివరిదాకా వారి పతాకాన్ని అలంకరిస్తూనే ఉంది. ఈ మాట క్రితం అధ్యాయంలో చెప్పుకున్నాం.

మొదటి ప్రోలుడి రాజకీయ జీవితాన్ని గురించిన సమాచారం లభ్యమయ్యే ముఖ్య ఆధారం అతని మనుమడు దుర్గరాజు క్రీ. శ. 1097–98లలో వేయించిన కాజీపేట దర్గాశాసనం.[18] చిత్రకూట **విషయం**లో వ్యవహారాలను అతను సరిదిద్దాడనీ, భద్రంగుని చేత కాలికి బుద్ధి చెప్పించాడనీ, కొంకణుని ఓడించాడనీ, పృథివీతలమంతా తన కీర్తిని వ్యాపింపచేశాడనీ ఆ శాసనం చెప్తుంది. పొరుగువాడూ, కాద్పర్తి దుర్గుని పుత్రుడు, గొప్ప వన్య నాయకుడూ అయిన అన్నయను ఓడించి, గుణ సాగరకు చెందిన పురుకూట నాయకుడు గొన్నను యుద్ధంలో వధించి అతడి రాజు త్రైలోక్యమల్లుడి నుండి అనుమకొండ **విషయా**న్ని, పరిసర ప్రాంతాలతో సహా శాశ్వత మాన్యంగా పొందాడు. ఇక్కడ మొదటి ప్రోలుడి విజయాలను రెండు రకాలుగా వివరించటం జరిగింది. మొదటిది అతని బాహ్యా విజయాలకు సంబంధించినదైతే, రెండోది అతని స్థానిక విజయాలకు సంబంధించినది. ఆ క్రమంలోనే మనం పరిగ్రహిస్తే, ప్రోలుడు చిత్రకూటంలోని అరాచకాన్ని అణచివేశాడు. అంటే చిత్రకూట రాజుపై దాడిచేసి, అతన్ని అణచివేశాడు. బహుశః ఆ ప్రాంతంపై రాజు దండయాత్రను, అందులో ప్రోలుడు పాల్గొనటాన్ని అది సూచించవచ్చు. భద్రంగుని గుర్తించటం సాధ్యంకాదు. అయితే, అతను వేములవాడ చాళుక్యుల వంశజుడై ఉండవచ్చును. రాష్ట్ర కూటుల పతనానంతరం ఈ నాయకులను గురించి మనకేం తెలియకపోయినా,

16. *Ibid,* No. 115.
17. *Ibid, Wg.,* No. 29.
18. *Ibid,* No. 15.

తమ పూర్వీకుల ప్రాంతమయిన సబ్బినాడులో ఈ కుటుంబం చివరి సభ్యులు కొంత అధికారాన్ని కలిగి ఉండటం అసంభావ్యం కాదు. బద్దెగకు సంస్కృత రూపమే భద్రంగ. అది ఆ నాయకుల పేర్లలో కన్పిస్తుంది. చివరి సభ్యుడి పేరు కూడా అదే. ఆ వంశజుడు ఎవరో ప్రోలుడిని ఎదిరించి ఉండవచ్చు. మొదటి బేతియ క్రీ. శ. 1051 శాసనం, మొదటి ప్రోలుడి క్రీ. శ. 1053 శాసనం శనిగరంలో లభ్యమయ్యాయి. ఆ గ్రామం వేములవాడ నుండి 50 కిలోమీటర్ల దూరంలో ఉంది. వేములవాడ ఈ నాయకుల రాజధాని. ఈ శాసనాల ఉద్గమస్థానం వారి ప్రాంతంలోదే కనుక, ఆ వంశజులలో ఎవరో ప్రోలుడిని ఎదిరించి ఉండవచ్చన్న వాదనకు మద్దతు లభిస్తుంది. .బహుశః ప్రోలుడు తన జీవిత తొలి దశలో ఆ ప్రాంతపు పూర్వ పాలకులతో యుద్ధం చేసి ఉండవచ్చు. వారి వంశజుడైన బద్దెగ లేక భద్రంగుని పారద్రోలి ఉండవచ్చు. అప్పటిదాకా వేములవాడ చాళుక్యుల అధీనంలో ఉన్న సబ్బినాడులో కాకతీయ అధికారం వ్యాపించిందనటానికి పైచెప్పిన సంఘటనలు కారణమయ్యాయి. పైన చెప్పిన మొదటి బేతియ శాసనం శని గరంలోని యుద్ధమల్ల జినాలయానికి చేసిన దానాన్ని పేర్కొంటుంది. అది ఆ వంశానికి చెందిన యుద్ధమల్లుడు నిర్మించిన ఆలయమే అన్నది నిశ్చితమైన విషయమే. ఇది ఇప్పుడు కాకతీయ ఆధిపత్యంలోని భాగమైంది. బహుశః, బద్దెగపై విజయాన్ని సాధించాక, శనిగరం శాసనం[19]లో చెప్పినట్టుగా, రాజు సబ్బినాడు ప్రాంతాన్ని ప్రోలునికి మొదటిసారిగా బహూక రించి వుంటాడు. మూడో సంఘటన అతని కొంకణ విజయానికి సంబంధించింది. అప్పుడు మొదటి ప్రోలుడు, వైశాల్యంలో ఆధునిక తాలూకాక్కూడా సరిపోని మాన్యాన్ని కలిగి ఉన్నవాడు. అలాంటి వ్యక్తి ఈ సైనిక దాడులను తానంతట తానుగా నిర్వహించాడని అనుకోలేం. అది తన ప్రభువు త్రైలోక్యమల్ల సోమేశ్వరుడి పక్షానే అతను నిర్వహించినవై ఉంటాయి. తన పాతికేళ్ళ పై పరిపాలనా కాలంలో ఈ చాళుక్యరాజు ఎన్నోసార్లు చిత్ర కూటంపైనా, కొంకణపైన దండయాత్ర చేశాడు. అయితే, యువరాజు విక్రమాదిత్యుడు కొంకణ, చిత్రకూటలపై నడిపిన దండయాత్రలో మొదటి ప్రోలుడు పాల్గొన్నట్టు కన్పిస్తుంది.

తను యుద్ధంలో జయించి, వధించిన స్థానిక నాయకులు - అటవీ ప్రాంత నాయ కుడూ, కాద్పర్తి దుర్గరాజు కొడుకూ అయిన అన్నయ, గుణసాగరకు చెందిన పురుకూట నాయకుడు గొన్నలు. ఈ నాయకులను గుర్తించటం తేలిగ్గాదు. వాళ్ళు అంతగా రాజ కీయాల్లో పేరు పొందని చిన్న స్థానిక పాలకులయి వుంటారు. పై దండయాత్రల్లో అకుంఠిత విశ్వాసంతో తన్ను కొల్చిన ప్రోలుడి శౌర్య ప్రతాపాలకు గుర్తింపుగా రాజు అతనికి అనుమకొండ విషయాన్ని శాశ్వత మాన్యంగా ఇచ్చాడు.

VI. రెండవ బేతయ: సుమారు క్రీ. శ. 1076-1108

ఈ బేతయ తొలి శాసనం అనుమకొండలో దొరికింది. దీని తారీకు క్రీ.శ. 1079.[20]

---

19. *Ibid, Kn.*, No. 15.
   "శ్రీమత్ త్రైలోక్యమల్ల వల్లభ ప్రసాదాసాదిత మహా మహిమాస్పద"
20. *Ibid, Wg.*, No. 13.

అతన్ని శాసనం ఇలా అభివర్ణిస్తుంది: శ్రీమాన్ విక్రమ చక్రీ శ్రీ బేత మాండలికోత్తమః అతను తన రాజకీయ జీవితాన్ని ఈ తారీకు కంటే ముందే మొదలెట్టాడనీ, క్రీ. శ. 1076లో తన ప్రభువు ఆరవ విక్రమాదిత్యుడి పట్టాభిషేకంతో పాటే ప్రారంభమైందనీ ఇది సూచిస్తుంది. ఈ సందర్భంగా మనమోమాట చెప్పుకోవాలి. క్రీ. శ. 1068లో త్రైలోక్య మల్లుడు చనిపోయాక, రెండవ సోమేశ్వరుడి ఉత్తరాధికారాన్ని విక్రమాదిత్యుడు నిరంతరం వ్యతిరేకించాడు. సోమేశ్వరుడిని తొలగించాలనే అంతిమ ధ్యేయంతో తన పక్షానికి వీలైనంత మంది మాండలికులను చేర్చుకుని అతను బలాన్ని సేకరించుకున్నాడు. తెలింగాణాలో, తెలుగుచోడ నాయకుడైన పానగల్లు భీముడు అతనికి చేయూతనందించి, అందుకు గుర్తింపుగా కందూరు నాడును అదనపు మాన్యంగా పొందాడు. అదే విధంగా కాకతీయ నాయకులు మొదటి ప్రోలుడు, అతని కొడుకు రెండవ బేతయ తమ పూర్తి మద్దతును కొత్త రాజుకు అందించారు. అందుకు గుర్తింపుగా అతను బేతయకు విక్రమ చక్రిన్ బిరుదాన్ని ప్రసాదించాడు. మనం పైన చెప్పుకున్న అతని కొడుకు దుర్గరాజు శాసనం కూడా అతన్ని ఈ బిరుదంతో అభివర్ణిస్తుంది.

ఈ బేతయకు సంబంధించిన నాలుగు శిలాశాసనాలు ఇప్పటివరకు వెలుగులోకి వచ్చాయి. వాటిల్లో పైన పేర్కొన్న అనుమకొండ శాసనం మొదటిది; క్రీ. శ. 1107కు చెందిన శనిగరం శాసనం అతను వేయించిన చివరి శాసనం. అతన్ని గురించి చెప్పే ఇతర శిలాశాసనాలు - క్రీ. శ. 1082 నాటి బానాజీపేట శాసనం[21], అతని కొడుకు దుర్గరాజు క్రీ. శ. 1098లో వేయించిన కాజీపేట శాసనం. చివర చెప్పుకున్న శిలా శాసనంలో రెండు భాగాలున్నాయి. అనుమకొండలో 'శివపురమ'నే బస్తీ ఏర్పాటును, తన పేరు మీదగా బేతేశ్వర ఆలయ నిర్మాణాన్ని అందులోని మొదటిభాగం తెలియపరుస్తుంది. ఆ శివపురాన్ని కాలాముఖ శైవముని రామేశ్వర పండితుడికి ఆయన దానమిచ్చాడు. శ్రీ పర్వతానికి చెందిన మల్లికార్జున శిలామఠాచార్యుడు ఆయన. ప్రమోదనామ సంవత్సర కార్తీక మాసంలో సూర్యగ్రహణం సందర్భంగా అంటే 24 నవంబరు 1090 నాడు బేతయ ఆ బస్తీని దానమిచ్చాడు. రెండవ భాగం బేతయ కొడుకు దుర్గరాజు మంత్రి, బహుధాన్య నామ సంవత్సరంలో అంటే క్రీ. శ. 1098లో శాసన యుతమైన కీర్తి స్తంభాన్ని వేయించటాన్ని నమోదు చేస్తుంది. మొదటి భాగం రెండవ బేతయకు చెందిందనీ, రెండవది అతని కొడుకు దుర్గరాజు కాలందని స్పష్టమే. ఈ శాసనాన్ని బట్టి రెండవ బేతయ చివరి తారీకును ఇంతకు ముందు నిర్ణయించారు. అయితే, పైన చెప్పినట్టు అతని శనిగరం శాసనం అతని చివరి తారీకును క్రీ. శ. 1108 దాకా పొడిగిస్తుంది.

బానాజీపేట శాసనం త్రిభువనమల్లుని చక్కటి పరిపాలనను అభివర్ణిస్తుంది. అతని సామంతుడూ, మాధవవర్మ వంశజుడు, వెంగొంట కుల పాలకుడు అయిన మహామండలేశ్వర ఉగ్రవాడియ మేడరసుని పేర్కొంటుంది. శా. శ. 1004, దుందుభి నామ సంవత్సర ఉత్తరాయణ సంక్రాంతి సందర్భంగా అంటే క్రీ. శ. 1082లో మేడరసుడు స్థాపించిన

21. *EA*. I, pp. III ff.

జైన దేవాలయానికి గృహ స్థలాన్ని, కొంత భూదానాన్ని అనుమకొండపుర మహామండలేశ్వరుడు కాకతీయ బేతరసుడు ఇచ్చినట్లుగా అది పేర్కొంటుంది.

ఈ సందర్భంగా మరో విషయం గుర్తుంచుకోవాల్సి ఉంటుంది. శనిగరం శాసనం వల్ల కాకతీయుల అధికారం సబ్బినాడుపై సూచితమైనా, క్రీ. శ. 1083, 1106లకు చెందిన విక్రమాదిత్యుని వేములవాడ శాసనాలు ఆ రోజుల్లో సబ్బినాడును సేనాని రాజాదిత్యుడు, కుమార సోమేశ్వరుడు వరసగా పాలించినట్లు చెప్తాయి.[22] వేములవాడలోని 1108 నాటి శాసనం ఒకటి పరమార జగద్దేవుడికి ఈ ప్రాంతంతో సంబంధం కల్పుతుంది.[23] సబ్బినాడులో ముఖ్యపట్టణం వేములవాడ. అక్కడ కాకతీయ శాసనాలు లేకపోవటం వల్లా, శనిగరంలో ఉండటం వల్లా, త్రైలోక్యమల్లుడు మొదటి ప్రోలుడికి సబ్బినాడులోని ఒక భాగాన్ని మాత్రమే ఇచ్చాడని మనం భావించాల్సి ఉంటుంది. అందువల్లే అనుమకొండ **విషయా**న్నొక్కదాన్నే ఆ ఆదేశంలో పేర్కొనటం జరిగింది, మిగతా ప్రదేశాల విషయంలో **తత్ తద్ భూయుత** అంటే అతను జయించిన ప్రాంతాలతో సహా అని చెప్పటం జరిగింది. అయితే, సబ్బినాడులోని ఆ భాగాన్ని కూడా పన్నెండవ శతాబ్దపు తొలి దశాబ్దంలో కొల్లిపాక పాలకుడు పరమార జగద్దేవుడు తన అధీనంలోకి తెచ్చు కున్నట్లనిపిస్తుంది. అందువల్ల మంత్రి సాయంతో బేతయకు రాజును దర్శించాల్సి వచ్చింది. అతని నుండి మొత్తం సబ్బి– 1000ని పొందినట్లుగా పద్మాక్షి ఆలయ శాసనం మనకు చెప్తుంది.[24] బేతయకు జగద్దేవునితో ఎందుకు సంఘర్షించాల్సి వచ్చిందో తర్వాతి అధ్యాయంలో చర్చిద్దాం.

VII. దుర్గరాజు:

ఇంతకు ముందు వంశానుక్రమణికను చర్చించుకున్నప్పుడు తండ్రి రెండవ బేతయ తర్వాత దుర్గరాజు సింహాసనానికి వారసుడుగా క్రీ. శ. 1108 ప్రాంతాల వచ్చాడని తెలుసుకున్నాం. అతనికి సంబంధించిన శిలాశాసనం కాజీపేట దర్గా శాసనం[25] ఒక్కటే. దాని తారీకుకు సమానమైన తారీకు క్రీ. శ. 1098. ఇది అతని తండ్రి చివరి తేదీ కంటే పదేళ్ళు ముందుంది. ఈ శాసనంలో రెండు భాగాలున్నాయి. మొదటి భాగం ఒంటికొండకు చెందిన దేవనభట్టు సంస్కృతంలో రాసింది. రెండో భాగం కన్నడంలో ఉంది. ఇప్పుడున్న శాసనంలోని రెండు భాగాలవల్ల రెండవ బేతయ 'శివపురమ'నే గ్రామాన్నీ, బేతేశ్వర ఆలయాన్ని శా. శ. 1012లో ప్రమోదనామ సంవత్సరంలో అంటే క్రీ. శ. 1090లో నిర్మించాడనీ, ఆ తర్వాత రామేశ్వర పండితుడి ధర్మకర్తృత్వం క్రింద భూములను బహుధాన్య సంవత్సరంలో అంటే క్రీ. శ. 1098లో **త్రిభువనమల్ల** బిరుదాంకితుడైన, బేతయ తనూజుడు దుర్గ **భూపాలుడు** ఇచ్చాడనీ మన కర్థమవుతుంది. శనిగరం శాసనంవల్ల

22. *IAP. Kn.*, Nos. 18 and 20.
23. *Ibid.*, No. 21.
24. *EI.* XI, pp. 257-8.
25. *Ibid, Wg.*, No. 15.

రెండవ బేతయ క్రీ. శ. 1107 వరకు జీవించి ఉన్నాడని మనకు తెలుసు. అందువల్ల బేతయ కాలంలోనే అతని కొడుకు దుర్గరాజు శాసన స్తంభాన్ని పాతించాడనీ, బహుశః క్రీ. శ. 1090కు చెందిన శాసనానికి నకలు చేస్తూ తన తండ్రి ధార్మిక కార్యాలను నమోదు చేశాడనీ, క్రీ. శ. 1098లో తను అదనంగా ఇచ్చిన దానాలను కూడా నమోదు చేశాడని మనం భావించుకోవాల్సి ఉంటుంది. అంటే అర్థం – దుర్గరాజు తన తండ్రి కాలంలో కూడా పాలనలో క్రియాశీలక పాత్ర పోషించాడనుకోవాలి.

పైఆలోచన తర్వాత, బేతయ కొడుకు దుర్గరాజు తన యువరాజ్య పట్టాభిషేకాన్ని **త్రిభువన మల్లుడు** అన్న బిరుదం, బహుశః **చలమర్తి గండ** అన్న బిరుదం కూడా స్వీకరించి, క్రీ. శ. 1098లో అతని తండ్రి, ధర్మాచార్యులయిన రామేశ్వర పండితుడి సమక్షంలో జరిపించుకున్నాడని మనం భావించాల్సి వస్తుంది. కాని విచిత్రంగా ఈ రాజును గురించి మరెక్కడా కాకతీయ చారిత్రక శాసనాలలోగాని లేక సాహిత్యంలో గాని ప్రస్తావన కన్పించదు. ఆపైన, రెండవ బేతయ తర్వాత పది సంవత్సరాలలోనే అతని రెండవ కొడుకు, రెండవ ప్రోలుడు రాజ్యానికి వచ్చాడు. అతని క్రీ. శ. 1117 నాటి పద్మాక్షి ఆలయ శాసనం అందుకు సాక్ష్యమిస్తుంది. ఒక వేళ దుర్గరాజే కనుక పాలించి ఉన్నట్లయితే, అది ఈ రెండు తారీకుల మధ్యనే అంటే క్రీ. శ. 1108 – 1117ల మధ్యే జరిగి ఉండాలి. గణపతి దేవుని కాలానికి చెందిన, నల్గొండ జిల్లాలోని ప్రచురితం కాని కొత్తపల్లి శాసనం వల్ల ఈ కాలంలో ఏమయిందన్న విషయంలో మనకో ఆధారం దొరకుతుంది. రెండవ ప్రోలుడు ఎంత దయా హృదయుడంటే అతడు తన **భ్రాతృవ్యు**డిని కూడా కాపాడాడని అది చెప్తుంది; అంటే అతని సోదరుని కుమారుడు అతని శరణు జొచ్చితే కాపాడాడన్న మాట. దుర్గరాజు చాల కొద్ది కాలమే పరిపాలించాడు, అతని కొడుకు ప్రోలుని శరణు జొచ్చాడు అన్న మాటలే పరిగణిస్తే, దుర్గరాజు పాలన అకస్మాత్తుగా అంతమయింది, ఫలితంగా అతని కొడుకు ప్రోలుడి శరణు జొచ్చాల్సి వచ్చిందని భావించవచ్చు. దుర్గరాజును పరిమార్చి ప్రోలుడే రాజ్యాన్ని హస్తగతం కూడా చేసుకుని ఉండవచ్చు. తత్ఫలితంగానే అతన్ని అదే కొత్తపల్లి శాసనంలో **కులవర్ధనుడు**గా శ్లాఘించటం జరిగి వుండవచ్చు.[26] తరవాతి కాలంలో తన పక్షాన తిరుగుబాట్లను అణచివేసిన ప్రోలుడి చర్యను – రాజ్యాన్ని హస్తగతం చేసుకోవటాన్ని – చాళుక్యరాజు ఆమోదించే వుండాలి. దర్గా శాసనంలో దుర్గరాజుకు కుల గురువుగా కన్పించే రామేశ్వర పండితుడు అనుమకొండలో దొరికిన ఓ శాసన శకలం[27]లోనూ రెండవ ప్రోలుడి పోషణలో ఉన్నట్టు మనం గమనిస్తాం. అందువల్ల దుర్గ రాజును అతని హక్కు నుండి వంచించిన ప్రోలుడి

26. ప్రచురితం కాని కొత్తపల్లి శాసనం నుండి:

"కాకేత్తే వంశ తిలకః కులవర్ధనోఽభూత్
ప్రోలాఖ్య భూపతిరనంత గుణ ప్రవీణః।
భ్రాతృవ్యం అప్యవతి యశ్శరణమ్ గతమ్ స్వమ్॥

27. *IAP.* Wg., No. 35.

చర్యను రాజేకాక, ధార్మిక గురువూ మన్నించినట్టుగానే కన్పిస్తుంది. మరో ఆశ్చర్యకర విషయం - రెండవ కాకతి బేతయ, అతని కొడుకు దుర్గరాజు, మొదటి మేడ, అతని కొడుకు జగ్గదేవుడు - అందరు నాయకులూ క్రీ. శ. 1107 - క్రీ. శ. 1117 మధ్యలోనే చనిపోయారు. ఇదే కాలంలో పరమార జగద్దేవుడు కూడా తెలింగాణని విడచివెళ్లి పోయాడు. ఇదంతా చూస్తే, ఆ పది సంవత్సరాల కాలంలో, అనుమకొండ, సబ్బినాడు ప్రాంత నాయకుల మధ్య పెద్ద రాజకీయ ఉపప్లవం, అలజడి లాంటిదేదో సంభవించి ఉండాలి అన్న అనుమానం కలుగుతుంది. ఈ విషయాన్ని తరువాతి అధ్యాయంలోని నాలుగో విభాగంలో మరింత విపులంగా చర్చిద్దాం.

✪✪✪

అధ్యాయం-4

కాకతీయులకు పూర్వం తెలంగాణ

i) ముదిగొండ చాళుక్యులు
ii) పొలవాస నాయకులు
iii) కందూరు చోడ నాయకులు
iv) మహామండలేశ్వర పరమార జగద్దేవుడు.

కాకతీయుల చరిత్ర పదో శతాబ్దం చివరి భాగంలో మొదలవుతుందని ఇంతకు ముందే చెప్పుకున్నాం. క్రీ. శ. 1163కి ముందే వాళ్ళు సార్వభౌమ శక్తిగా ఎదిగారు. అప్పటిదాకా వాళ్ళు మొదటగా రాష్ట్ర కూటులకు, ఆ తర్వాత కళ్యాణ చాళుక్యులకు సామంతులుగా ఉండేవాళ్ళు. ఈ కాలంలో వారి కార్యరంగం ప్రస్తుత ఆంధ్రప్రదేశ్ రాష్ట్రం లోని తెలింగాణ ప్రాంతం. కనుక ఆ ప్రాంతంలో ఉండే మిగతా సామంత కుటుంబాలతో ప్రత్యక్షంగా వారు వ్యవహరించాల్సి వచ్చింది. వాళ్ళల్లో కాకతీయుల మండలం పరిసరాల్లో ఉండే సామంత కుటుంబాలు మూడు. వారికి తూర్పున ప్రస్తుత ఖమ్మం జిల్లాలో ముది గొండ చాళుక్యులు, వాయవ్యంగా కరీంనగర్ జిల్లాలో పొలవాస నాయకులు, దక్షిణాన కందూరు తెలుగు చోడులను గురించి తెలుసుకోవాల్సిన అవసరం ఉంది. అనుమకొండ **విషయా**నికి పశ్చిమాన ఉన్న ప్రాంతం రాజు ప్రత్యక్ష అధీనంలో ఉండేది. అనుమకొండకు నైరుతి దిక్కులో కొలనుపాక లేక కొల్లిపాక కేంద్రంగా రాజు అధికారులు ఆ ప్రాంతాన్ని పాలించే వారు. పైచెప్పుకున్న నాయకులకు కాకతీయులకు ఉన్న సంబంధాలు ఇంచు మించుగా వైరి సంబంధాలే. ఆ కుటుంబాల గురించి, ముఖ్యంగా తొలి కాకతీయులతో వారికున్న సంబంధాలను గురించి క్లుప్తంగా ఇక్కడ తెలుసుకునే ప్రయత్నం చేద్దాం.

I. ముదిగొండ చాళుక్యులు:

ఈ నాయకుల చరిత్రని పదవ శతాబ్దం తొలి భాగం నుండి తెలుసుకునే అవకాశం ఉంది. రెండు తామ్రదాన పత్రాలు, రెండు శిలాశాసనాలు ఈ కుటుంబ చరిత్రకు ఆధారంగా నిలుస్తాయి. రెండు తామ్ర దానపత్రాలలో ఒకటి నాలుగవ కుసుమాయుధుని మొగలి చెరువుల దానపత్రం[1], రెండు కుసుమాదిత్యుని కుకనూరు పత్రాలు (**క్రివ్వక దానం**)[2] రెండు శిలాశాసనాల్లో ఒకటి - రెండవ చాళుక్య భీముని కాలానికి చెందిన నిరవద్యుని కొరవి శాసనం[3], రెండు - వేములవాడ రాజు రెండవ అరికేసరి కాలానికి చెందిన చెన్నూరు శాసనం.[4] తామ్రపత్రాలు రెండూ భిన్న వంశానుక్రమణలను అంది స్తాయి. ఆ రెండింటి మధ్య వున్న సంబంధాన్ని నిర్ణయించటం తేలికైన విషయం కాదు.

1. *IA*. XXXII, pp. 231 ff.
2. *EA*. II, pp. 39 ff
3. *Ibid*-I, pp. 118 ff
4. Unpublished; noticed in *APAE*. 1967 No. 1

చాళుక్య రణమర్దుని కుటుంబానికి చెందిన నాలుగవ రాజు కుసుమాయుధుడు, మంచి కొండ విషయంలో, కొరవి సమీపాన, మొగలి చెరువుల గ్రామాన్ని దోనెయ అనే బ్రాహ్మణుడికి దానమిచ్చాడని మొగలి చెరువుల తామ్ర దానపత్రం చెబుతుంది. ఈ దత్తపత్రం పై తారీకు లేదు. అయితే, ప్రాచీన లిపి శాస్త్ర ఆధారంగా, దాని సంపాదకుడు అది పదకొండవ శతాబ్దానికి చెందినదని చెబుతాడు కానీ, అది సందేహాస్పదం. మంచికొండ విషయం, కొండపల్లి ప్రాంతాలను సంపాదించిన రణమర్దుని నుండి ప్రారంభించి, ఎనిమిది తరాల వంశావళిని అది అందిస్తుంది. వాళ్ళకు ముదుగొండూరు రాజధానిగా ఉండేదనీ, ఆ పేరు మీదుగానే వారిని ముదుగొండ చాళుక్యులని పిల్చేవాళ్ళనీ కూడా ఆ పత్రం చెబుతుంది. ఆంధ్రప్రదేశ్ ఖమ్మం జిల్లా ముఖ్య పట్టణం ఖమ్మమ్మెట్ (ఖమ్మం)కు దగ్గరగా ఉన్న ముదిగొండ గ్రామాన్ని ఈ పట్టణంగా గుర్తించవచ్చు.

రెండవ తామ్ర దత్తపత్రాన్ని ఈ మధ్యే ఖమ్మం జిల్లాలోని భద్రాచలానికి దగ్గరగా ఉన్న కుకనూరు గ్రామంలో కనుగొనటం జరిగింది. ఉత్తరాయణ సంక్రాంతి రోజున మహామండలేశ్వర ముద్రతో చాళుక్యరాజు కుసుమాదిత్యుడు మంత్రులయిన ఇందప, అతని సోదరుడు రేమనలకు అగ్రహారంగా విసురునాడులోని క్రివ్వక గ్రామాన్ని దానమిచ్చినట్టు ఈ పత్రం నమోదు చేస్తుంది.

ఈ తామ్ర దానపత్రాలలోని వంశానుక్రమణలను క్రింద చూద్దాం.

I. మొగలి చెరువుల దానపత్రం

చాళుక్య కుటుంబం
↓ కొక్కిరాజు ↓ రణమర్దుడు
రణమర్దుడు ↓ మొదటి కుసుమాయుధుడు
↓ బిజయిత
↓ రెండవ కుసుమాయుధుడు
↓ విజయాదిత్యుడు
↓ మల్లప ↓ నిజ్జయ ↓ లోభచళక
నిజ్జయ ↓ నాలుగవ కుసుమాయుధుడు
(దాత)

II. కుకనూరు దానపత్రం.

చాళుక్య కుటుంబం
↓ కరియ-గొణగ ↓ నిజ్జయరాజు
నిజ్జయరాజు ↓ కుసుమాయుధుడు
↓ బేతరాజు
↓ కుసుమాయుధుడు
↓ బొట్టు బేతయ. భార్య అభినవ గౌరి
↓ కుసుమాదిత్యుడు (దాత) ↓ నాగతిరాజు క్రీ. శ. 1218

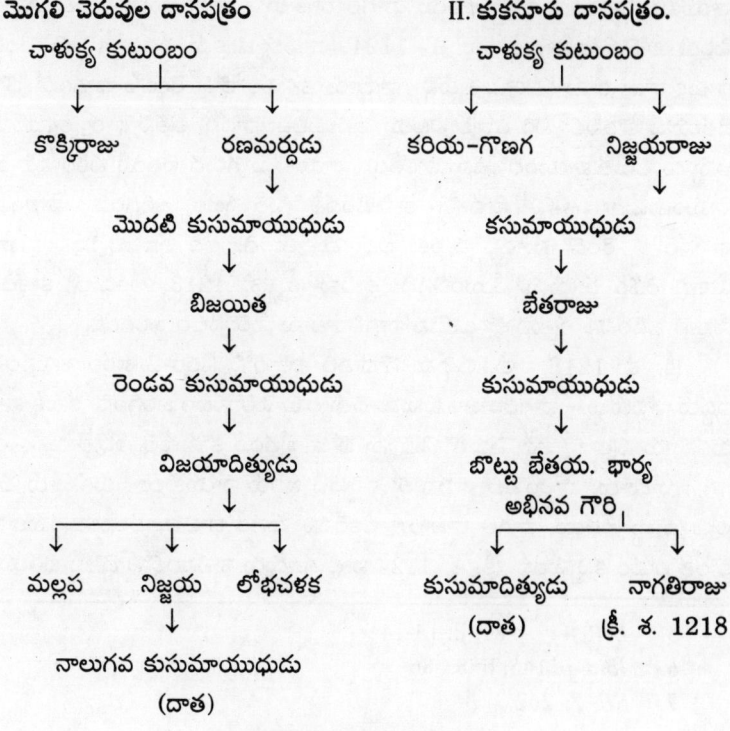

దురదృష్ట వశాత్తు రెండు దానపత్రాల పైనా తారీకులు లేవు. మొదటి దానపత్రంలోని చివరి ఇద్దరు సభ్యులు నిజ్జయిత, అతని కొడుకు కుసుమాయుధుల పేర్లు రెండవ దాన పత్రంలోని తొలి ఇద్దరు సభ్యుల పేర్లు పోలి ఉండటం వల్ల రెండు అనుక్రమణికలు ఒకదాన్నొకటి భర్తీ చేస్తాయని భావించటం జరిగింది. వారి చాళుక్య మూలాలు, కొరవి పట్నంతో వారికున్న సంబంధం సహాయక సాక్ష్యాలు. రెండు వంశానుక్రమణికల రాజులు ఒకే మూలాలకు చెందిన వారని భావిస్తే, ఈ కుటుంబ సంబంధ చరిత్ర రాయటంలో మనం కొన్ని కష్టాలను ఎదుర్కోవాల్సి వస్తుంది. ప్రస్తుత పరిశోధన క్రిందకు ఈ అంశం రాదు కనక మనమా విషయాన్ని ఇక్కడ చర్చించబోవటం లేదు. కాకతీయులతో వారికున్న రాజకీయ సంబంధాలే మనం చర్చించాల్సిన అంశం. కొరవి శాసనం వల్లా, తూర్పు చాళుక్యరాజుల మరికొన్ని తామ్ర దానపత్రాల వల్లా ఈ నాయకులు చాలకాలం అంత రాయం లేకుండా వేంగి చాళుక్య రాజుల సామంతులుగా ఉండేవారని మనకు తెలుస్తుంది. అవి ఇచ్చే సంబంధిత వంశానుక్రమణికలు తప్ప ఈ రెండు తామ్ర పత్రాలు, ఈ నాయకుల వంశానుక్రమణికను నిర్ధారించగలిగే గణనీయమైన ఏ రాజకీయ సంఘటనలను అందిం చవు.

ప్రస్తుత సందర్భానికి కుకనూరు తామ్ర పత్రాలలో కుటుంబపు చివరి రాజులను పరిగణనలోకి తీసుకుంటే మనకు సరిపోతుంది. ఆ వంశానుక్రమణికలోని ఇద్దరు నాయకుల పేర్లకు - బొట్టు బేతయ, నాగతి రాజులు - కాకతీయ శాసనాల్లో కన్పించే పేర్లకు పోలిక లున్నాయి. క్రీ. శ. 1124 (చాళుక్య విక్రమ వర్షం 49)కు చెందిన చాళుక్యరాజు కుమార సోమేశ్వరుని గూడూరు శాసనం[5]లోని తెలుగు భాగంలో బొట్టు బేతయను కొరవిలో విరి యాల ఎఱ్ఱయ పునఃప్రతిష్ఠించాడనీ, అతని భార్య కామవసాని అప్పుడు చిరుతప్రాయంలో ఉన్న కాకతీయ నాయకుడు గరుడ బేతయ పక్షం వహించి, సామంతుడుగా అతని స్థానాన్ని కాపాడిందనీ పేర్కొనటం జరిగింది. పాలంపేట శాసనం[6]లో రెండో సూచన మనకు లభ్య మవుతుంది. అది గణపతిదేవుని ప్రఖ్యాత సేనాని రేచర్ల రుద్రుడు వేయించినది; తారీకు క్రీ. శ. 1213. అందులో కాకతీయ సేనాని ఓడించిన శత్రువుల్లో ఒకడైన నాగతిరాజును పేర్కొనటం జరిగింది.

క్రీ. శ. 1218 నాటి, పశ్చిమ గోదావరి జిల్లాలోని నత్తరామేశ్వరం శాసనం[7]లో ఇద్దరు సోదరులు - నాగతిరాజు, కుసుమాదిత్యులను పేర్కొనటం జరిగింది. కనుక వాళ్ళు కుకనూరు పత్రాల్లో అదే పేరుతో పేర్కొన్న బొట్టు బేతయ కొడుకులే అవుతారు.

గూడూరు, పాలంపేట శాసనాల్లో కన్పించే ఇద్దరు నాయకులూ, కుకనూరు పత్రా ల్లోని బొట్టు బేతయ, నాగతి రాజులూ ఒకరేనని మనం భావిస్తే, వంశానుక్రమణికలో కొంత లోపం కన్పిస్తుంది. క్రీ. శ. 1124 నాటి గూడురు శాసనంలోని బొట్టు బేతయకు,

5. *IAP. Wg.*, p 81, ll: 13-14
6. *Ibid*, p. 145, ll: 83-86
7. *SII*, X, 262.

క్రీ. శ. 1213 నాటి పాలంపేట శాసనంలోని నాగతిరాజుకు మధ్య ఉన్న కాలం తొంభై ఏళ్ళు. కానీ, కుకనూరు పత్రాల్లో వారిని తండ్రీ కొడుకులుగా చెప్పటం జరిగింది. ఆపైన గూడూరు శాసనం తారీకు క్రీ. శ. 1124. ఆ తారీకు బొట్టు బేతయకు సంబంధించినది కావటానికి వీల్లేదు. ఆ శాసనం వేయించిన దాత మల్లుడి ముత్తాత విరియాల ఎఱ్ఱయ అతన్ని పునఃప్రతిష్ఠించాడని చెప్పటం జరిగింది. పదకొండో శతాబ్దపు తొలి భాగానికి చెందిన, నాలుగు తరాల క్రితం జరిగిన భూతకాల సంఘటనలను గూర్చి చెప్పేదది.

ఆ మూడు కుటుంబాలను కింది పట్టికలో చూద్దాం.

విరియాల నాయకులు	**కాకతీయులు**	**ముదిగొండ చాళుక్యులు**	
1. ఎఱ్ఱయ	1. గరుడ బేతయ	1. బొట్టు బేతయ	
↓	↓		
2. సూరుడు	2. మొదటి ప్రోలుడు		
↓	↓		
3. బేతయ	3. రెండవ బేతయ		
↓	↓		
4. మల్లుడు (క్రీ. శ. 1124 నాటి (గూడూరు శాసనదాత)	4. రెండవ ప్రోలుడు (క్రీ. శ. 1124)		
	↓		
	5. మహాదేవుడు	↓	↓
	↓		
	6. గణపతి దేవుడు (క్రీ. శ. 1213 నాటి పాలంపేట శాసనం	2. కుసుమాదిత్యుడు	నాగతి (క్రీ.శ. 1218) (పాలంపేట, నత్త రామేశ్వరం శాసనాలు)

ఆపైన, ఇంతకు ముందే చెప్పినట్టు, గూడూరు శాసనంలో ముదిగొండ చాళుక్యుల బొట్టు బేతయను, కాకతీయుల గరుడ బేతయకు సమకాలికుడుగా చూపటం జరిగింది కనుక, గూడూరు శాసనంలోని బొట్టు బేతయ, కుకనూరు పత్రాల్లోని బొట్టు బేతయ కాదు, కానీ బేతయ అన్న పేరున్న – బొట్టు ఇంటి పేరు కనుక – అతని పూర్వీకు డెవరో అయియుండాలి. గరుడ బేతయ – మొదటి కాకతీయ బేతయ – క్రీ. శ. 1052 వరకు జీవించాడు; అతని సమకాలికుడని చూపించిన బొట్టు బేతయను ఈ దానపత్రం వంశానుక్రమణికలో పేర్కొనటం జరగలేదని స్పష్టమవుతుంది.

ప్రస్తుతం మనం ఖమ్మం జిల్లా అనిపిల్చే ప్రాంతంలో, వరంగల్లు జిల్లాలోని కొరవి ప్రాంతంతోపాటు, ఈ చాళుక్య నాయకులు కొంత స్వాతంత్ర్యం అనుభవించారని సుమారు క్రీ. శ. 935 నాటి కొరవి శాసనం వల్ల మనకు తెలుస్తున్నది. ఆ కాలంలో తెలింగాణలో రాష్ట్ర కూటరాజుల ప్రాబల్యం ఉండేది; వారిపట్ల కంటే వేంగీ తూర్పు చాళుక్యులకు అధిక

విధేయంగా ఈ నాయకులుండేవారు. ప్రఖ్యాత కన్నడ కవి పంప విరచిత విక్రమార్జున విజయ కథనం ప్రకారం, రాష్ట్ర కూటరాజు నాలుగవ గోవిందు (క్రీ. శ. 930 - 936)ని కాలంలో, గొణగ అనే పేరున్న ఈ కుటుంబపు నాయకుడు వేములవాడ చాళుక్యరాజు, రెండవ అరికేసరి (క్రీ. శ. 930 - 955) కొలువులో శరణుజొచ్చాడు.[8] చాళుక్యరాజు రెండవ భీముని (క్రీ. శ. 934 - 944) సాయంతో అతని తమ్ముడు నిరవద్యుడు కొరవి రాజయ్యాడు. కొరవి శాసనంలోని ఈ నిరవద్యుడు, రెండవ దానపత్రంలోని నిజ్జయితుడు ఒకడే అయి ఉండవచ్చు. ఈ సంఘటన, పైన చెప్పిన చెన్నూరు శాసనం ఆధారంగా, క్రీ.శ. 934లో జరిగిందని మనం భావించవచ్చు. నిజ్జయితుడి తర్వాత వరసగా కుసుమాయుధుడు, బేతరాజు, కుసుమాయుధుడు అధికారానికి వచ్చారు. వారి రాజకీయ కార్యకలాపాల్ని గురించిన వివరాలు మనకు తెలియవు. అయితే, తరువాతి పాలకుడైన బేతయకు కాకతీయులతో సంఘర్షించే పరిస్థితి ఏర్పడిందని అనిపిస్తుంది. దీన్ని సమర్థించే స్పష్టమైన సాక్ష్యం మన దగ్గర లేదుగానీ, విరియాల మల్లుడు వేయించిన గూడూరు శాసన ఆధారంతో ఈ నిర్ణయం చేయటం సహేతుకమే. ఓ శత్రువుని చంపాక బొట్టు బేతయను విరియాల ఎఱ్ఱయ పునఃప్రతిష్ఠించాడని ఈ శాసనం చెప్తుందనీ[9], అతని భార్య చిన్నవాడైన కాకతి గరుడ బేతయ పక్షాన (చాళుక్య) చక్రవర్తిని ప్రార్థించి కాకతి వంశాన్ని పునఃస్థాపించిందని మన మీ వరకే తెలుసుకున్నాం. ఈ సంఘటన క్రీ. శ. 1000 కాలంలోనో, అంతకు ముందో జరిగినట్లు అన్పిస్తుంది. ఇంతకు ముందే వివరించినట్లు, ఈ బొట్టు బేతయ అనే ఒక బేతరాజు పేరును కుకనూరు పత్రాలలో పేర్కొనటం జరగలేదన్న విషయంలో ఎలాంటి సందేహమూ లేదు.

బేతయ లేక బొట్టు బేతయ తర్వాతి తక్షణ కుటుంబ చరిత్రా మనకు తెలియదు. కుకనూరు పత్రాలలోని వంశావళి పట్టికలో చెప్పని మరి కొంతమంది నాయకులు రాజ్యానికి వచ్చి ఉండవచ్చు.

సుమారు క్రీ. శ. 1000 నుండి ఈ బొట్టు నాయకులు కళ్యాణ చాళుక్యుల సామంతులుగా కొరవి రాజ్యాన్ని పాలించారు. కాకతీయ నాయకులు కూడా వాళ్ళని సుమారు క్రీ. శ. 1170 వరకూ ఏమంతగా ఇబ్బంది పెట్టలేదు. అయితే, క్రీ. శ. 1163లో కాకతీయ రుద్రుడు స్వతంత్రుడయ్యాక, పొరుగు నాయకులను తన అధీనంలోకి తెచ్చుకోటంగానీ, వారి మాన్యాలను కలుపుకోటంగానీ చెయ్యాల్సిన అవసరం పడింది. అందువల్ల ఆ కోరికతో రుద్రుడు, తన చివరి రోజుల్లో కొరవి బొట్టు నాయకులను అణచివేయటానికి తన సేనాని రేచర్ల రుద్రుని పంపాడు.

---

8. N. Venkataramanayya: *The Chalukyas of Vemulawada,* pp. 35-36; *The Eastern Chalukyas of Vengi,* p. 147.
9. Appendix III, ll. 13-18.
"**అతండని బొట్టుబేత వసుధాధిపుజేకొని**
వాని వైరినుద్ధృతమున జంపి యక్కొరవి దేశమునందు ప్రతిష్ఠసేసి..."

అతని ఆదేశానుసారం ఆ పేరొందిన సేనాని వారి భూభాగంపై తన సేనలను నడిపి, తన పాలంపేట శాసనంలో పేర్కొన్నట్టు వారిని పారద్రోలాడు.[10] ఆ విషయాన్ని కుకనూరు తామ్ర దానపత్రాలు కూడా నిర్ధారించాయి; బొట్టు బేతయ కొడుకు కుసుమాదిత్యుడు రాజ్యానికి వచ్చినప్పుడు మహావిపత్తు (**భూ-ప్రఘట్టన**) సంభవించింది; ఆ కారణంగా వారు తమ పెట్టె బేడాతో పొరుగు ప్రాంతానికి (**పరమండల**) పారిపోవాల్సి వచ్చింది. అక్కడ పండ్లు, ఫలాలు, కందమూలాలూ తిన్నారు; వారి పెగ్గడలు లేక మంత్రులు ఇందపయ్య, అతని తమ్ముడు రేమయ్యలు కూడా వారిని అనుసరించారు - అని ఆ పత్రాలు పేర్కొంటాయి. అలా బహుశః వేంగి సరిహద్దులో పన్నెండేళ్ళు గడిపాక, ఆ మంత్రుల సాయంతోనే వారు తమ మూలప్రాంతమైన విసురునాడుకు చేరుకున్నారు. ఆ సంతోష సందర్భంగా, కుసుమాదిత్యుడు క్రివ్వక గ్రామాన్ని, వారి గొప్ప సేవలను గుర్తిస్తూ, ఆ మంత్రులకు అగ్రహారంగా ఇచ్చాడు. అయితే, తరువాత కొంత కాలానికి కాకతీయ గణపతి దేవుడు మళ్ళీ ఈ నాయకులను విసురునాడు నుండి పారద్రోలినట్టున్నాడు.[11] మనం ఇంతకు ముందే చెప్పుకున్న క్రీ. శ. 1218 నాటి నత్త రామేశ్వరం శాసనం ఈ నాయకులు - కుసుమాదిత్యుడు, అతని సోదరుడు నాగతిరాజు - కొలని రాజు ఆదేశానుసారం వేంగి ప్రాంతంలో కొన్ని దానాలు చేసినట్టు చెప్తుంది. కృష్ణా జిల్లాలోని శ్రీకాకొలనులోని తరువాతి కాలపు శాసనంలో ఓ బొట్టు శ్రీరామభద్రుడిని **మానవ్య సగోత్రుడనీ**, **కొరవి - పురవరాధీశ్వరు**[12]డనీ, చివరిసారిగా ఈ నాయకులను గురించిన ప్రస్తావన కన్పిస్తుంది. ఆ తర్వాత, ఈ నాయకులను గురించి మనకేం తెలియదు.

సుమారుగా ఎనిమదవ శతాబ్దంలో ఖమ్మం సమీపంలోని ముదుగొండ ప్రాంతంలో స్వతంత్ర రాజకీయ జీవితాన్ని ప్రారంభించిన వీరు ఆ ప్రాంతాన్ని, కొరవిని కూడా చాల కాలం పన్నెండో శతాబ్దం చివరి వరకు పరిపాలించారు. శక్తిమంతులయిన తూర్పు చాళుక్యులు, రాష్ట్ర కూటులు, ఆ తర్వాత కళ్యాణ చాళుక్యుల రాజ్యాలమధ్య సామంతులుగా వారు తమ వ్యక్తిత్వాలను కాపాడుకోగలిగారు. అయితే, కాకతీయులు తెలింగాణలో స్వతంత్ర శక్తిగా ప్రభవించాక, వారు తమ పూర్వీకుల మండలాన్ని కాదని, తీర ప్రాంతంలో ఆశ్రయం వెతుక్కుంటూ వెళ్ళాల్సి వచ్చింది. కాకతీయ నాయకులతో వారి సంబంధం చాల పరిమితమైంది. మొదట్లోనూ, ఆ తర్వాత స్వతంత్రులయ్యాకా మాత్రమే కాకతీయులు వారితో యుద్ధం చెయ్యాల్సి వచ్చింది. ఆ మధ్య కాలంలో ఒకరి వ్యవహారాల్లో మరొకరు తలదూర్చినట్టు కన్పించదు.

---

10. *IAP*, Wg., p. 145
"యద్ధ్వజ దండాగ్ర పతాకాభిః ప్రతర్జితో
ద్రుతం నాగతి భూపాలః పలాయన పరో భవత్"
11. **భారతి** (తెలుగు), XV, I, pp. 147 ff. ఏఱువ భీముని వీరకృత్యం భిన్నంగా కన్పిస్తుంది.
12. *SII*, IV, 961.

II. పొలవాస నాయకులు

ముదిగొండ నాయకుల లాగానే, తొలి కాకతీయుల కాలంలో పొలవాస నాయకులు కూడా ప్రముఖ పాత్రనే వహించారు. వారి ముఖ్య పట్టణం పొలవాస, వరంగల్లుకు ఉత్తరంగా కరీంనగర్ జిల్లా జగిత్యాల తాలూకాలోని నేటి పొలాస. కాకతి రుద్రుని వెయ్యి స్తంభాల గుడి శాసనం[13], అతని మంత్రి గంగాధరుడి శాసన శకలాలు[14] ఈ కుటుంబపు మేడరాజును కాకతి రుద్రుడికి శత్రువుగా పేర్కొంటాయి. ఈ మేడరాజు కుటుంబ మండలం తూర్పున అనుమకొండ విషయాన్ని తాకుతూ, పొలవాస నుండి నరసంపేట వరకూ వ్యాపించి ఉంది; కనుక ఇది తొలి కాకతీయులు, ముఖ్యంగా రెండవ ప్రోలుడు, అతని కొడుకు రుద్రుడి మండలానికి సమీపంగా ఉంది. ఈ నాయకులకు సంబంధించిన ఓ ఆరు శాసనాలు వెలుగుచూశాయి.

సంఖ్య	మూలస్థానం	తారీకు	వివరాలు
1.	బానాజీపేట నరసంపేట తాలూక, వరంగల్ జిల్లా	శా. శ. 1004 (క్రీ.శ.1082)	మాధవవర్మ వంశానికి చెందిన, వెంగొణ్ట కుల, ఉగ్రవాడి (ప్రాంతం) మహా మండలేశ్వర మేడరసుడు నిర్మించిన వీరకమల జినాలయానికి మహా మండలేశ్వర కాకతి బేత రాజు (రెండవ బేతరాజు) ఇచ్చిన దానం, భూమి, గృహ స్థలం, 12 గద్యాణాలను పేర్కొంటుంది. ఇది చాళుక్యరాజు త్రిభువన మల్లుని ప్రభువుగా పేర్కొంటుంది.[15]
2.	పొలవాస జగిత్యాల తాలూకా, కరీంనగర్ జిల్లా	సర్వధారి సం॥ (క్రీ. శ. 1108)	పొలవాసలోని పులస్త్యేశ్వరునికి వీరబలంజ వ్యాపారస్థులు ఇచ్చిన కొన్ని దానాలను ఇది నమోదు చేస్తుంది. పొలవాస మేడరాజు ముఖ్యపట్నం. మిగతా బిరుదులతోపాటు- **లత్తలూర్ - పురవరాధీశ్వర, సువర్ణ గరుడధ్వజ చక్రకొట్ట రాయదిశాపట్ట** అనే మేడరాజు బిరుదాలను ఇది పేర్కొంటుంది. ఈ శాసనంలో చాళుక్యరాజు పేరు లేదు.[16]

13. *IAP, Wg.*, No. 36.
14. *Ibid*, Nos: 43 and 46.
15. *EA*. I, pp. III ff
16. *IAP. Kn.*, No. 75

3.	మేడపల్లి నరసంపేట తాలూకా, వరంగల్ జిల్లా	శా.శ. 1034 (క్రీ.శ. 1112)	మణి నాగపుర ప్రభువు, మాధవవర్మ వంశజుడు, మేడరాజు పుత్రుడు, మహామండలేశ్వరుడు అయిన జగ్గదేవుడి మంత్రి ఆచిరాజు త్రికూట దేవాలయాన్ని నిర్మించటాన్ని, దానికి భూమిని దానంగా ఇవ్వటాన్ని పేర్కొంటుంది. ఇందులో చాళుక్యరాజు ప్రస్తావన లేదు.[17]
4.	పద్మాక్షి దేవాలయం అనుమకొండ, వరంగల్ జిల్లా	చాళుక్య విక్రమ వర్షం 42 (క్రీ.శ. 1117)	కాకతీయ రెండవ ప్రోలుడి మంత్రి అయిన పెర్గడ బేతయ భార్య మైలమ కదళలాయ బసది నిర్మించటాన్ని పేర్కొంటుంది. మాధవవర్మ వంశజుడు, ఉగ్రవాడి ప్రాంతానికి చెందిన వెంగొణ్ట కుల మేడరాజు పైబసదికి ఇచ్చిన భూదానాన్ని కూడా పేర్కొంటుంది. ఇది చాళుక్య త్రిభువన మల్లదేవుని పాలనను తెల్పుతుంది.[18]
5.	గోవిందపురం చెరువు నరసంపేట తాలూకా, వరంగల్ జిల్లా	శా. శ. 1043 (క్రీ.శ. 1122)	అసంఖ్యాక పదాతిదళ, దశ కోటి అశ్వదళ, అష్ట సహస్ర గజదళ సమన్వితుడు, మాధవ చక్రవర్తి వంశజుడు అయిన మేడరాజు మంత్రి - నాగరాజు పార్శ్వ జినేశ్వర విగ్రహ ప్రతిష్ఠాపనను పేర్కొంటుంది. ఇది కూడా చాళుక్యరాజును పేర్కొనదు. మేడరాజు, గుండరాజు కూడా ఈ దేవుడికి కొన్ని దానాలివ్వటాన్ని చెప్తుంది.[19]
6.	గంగపురం మంథెన తాలూకా, కరీంనగర్ జిల్లా	తారీకు లేదు	చాళుక్యరాజు భూలోక మల్లుని పేర్కొం టుంది. గుండరాజు చేసిన కొన్ని దానాలను పేర్కొంటుంది.[20]

17. *Ibid., Wg.,* No. 21
18. *EI.* IX, pp. 256 ff.
19. *IAP. Wg.,* No. 26
20. *Ibid, Kn.,* No. 23.

ఒక్క పొలవాస శాసనం తప్ప వారి అన్ని శాసనాలు మాధవవర్మను వారి వంశస్థాపకుడుగా పేర్కొంటాయి; అయితే ఆయన చారిత్రకత అనుమానాస్పదం. దాక్షారామం శాసనం ఒకటి[21] రెండవ ప్రోలుడి కొడుకు, కాకతీయ నాయకుడు దుర్గరాజును మాధవ వర్మ వంశజుడుగా పేర్కొంటుంది.

గోవిందపురం శాసనం (పైపట్టికలోని వరస సంఖ్య - 5) పొలవాస నాయకుల వంశానుక్రమణికను కూడా పేర్కొంటుంది; అది కనుక్కోక ముందు ఆ వంశావళి మనకు తెలియదు.

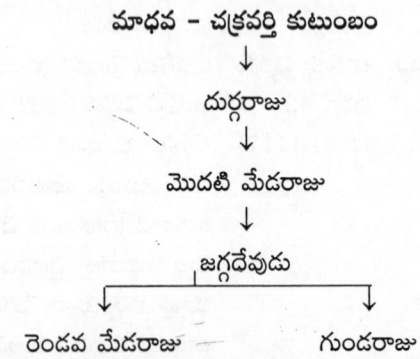

మాధవ - చక్రవర్తి కుటుంబం

↓

దుర్గరాజు

↓

మొదటి మేడరాజు

↓

జగ్గదేవుడు

↓ ↓

రెండవ మేడరాజు　　గుండరాజు

వారి పూర్వీకుడు పురాణ పురుషుడు మాధవవర్మ గురించే కాక, దుర్గరాజు గురించీ మరే విధంగానూ మనకు తెలియదు. మిగతా నలుగురు కుటుంబ సభ్యులు - మొదటి మేడరాజు, జగ్గదేవుడు, రెండవ మేడరాజు, గుండరాజు క్రీ. శ. 1075 - 1160ల మధ్య జీవించి ఉన్నారని వారి శాసనాల వల్ల మనకు తెలుస్తుంది.

శా. శ. 1004కు చెందిన బానాజీపేట శాసనం, శా. శ. 1030కు సరిపోయే సర్వధారినామ సంవత్సరపు పొలవాస శాసనం మొదటి మేడరాజుకు చెందినవి. ఈ రెండిట్లో మొదటిది చాళుక్యరాజు త్రిభువనమల్లుని గొప్ప పరిపాలనను సూచిస్తూ ప్రారంభమవుతుంది. కానీ రెండవది ఏ సామ్రాట్టునూ పేర్కొనదు. బానాజీపేట శాసనంలో కాకతీయ ప్రభువు రెండవ బేతయ మేడరాజు నిర్మించిన వీరకమల జినాలయానికి కొన్ని దానాలిచ్చిన దాతగా కన్పించటం - గుర్తించాల్సిన మరో విషయం. చాళుక్య సామ్రాట్టు త్రిభువనమల్ల దేవుని పేర్కొన్నాక, మాధవవర్మ వంశజుడు, వెంగొణ్ణ **కులు**డు అయిన మహా మండలేశ్వర మేడరాజు వీరకమల జినాలయాన్ని నిర్మించినట్లుగా ఈ శాసనం చెప్తుంది. మహా మండ లేశ్వర కాకతీయ (రెండవ) బేతరాజు జినాలయానికి కొన్ని భూములను దానం చేశాడని తరవాతి వక్తవ్యం పేర్కొంటుంది. శాసనాల్లో సామంతులను పేర్కొనే క్రమం, సాధారణంగా హోదాను అనుసరించి ఉంటుంది. అలా రెండవ బేతయ కంటే ఉన్నత స్థానంలో మేడరాజు ఉన్నట్టు మనకు కన్పిస్తుంది. అదే శాసనంలో **సమధిగత పంచ మహాశబ్ద, మహా మండలేశ్వర** బిరుదాలను ఆ కాలంలో మహామండలేశ్వర మేడరాజు

---

21. *SII.* IV, 1071.

సామంతుడైన కాకతీయ నాయకుడు రెండవ బేతయ వహించి ఉన్నాడా అన్న ప్రశ్న ఇప్పుడు ఉదయిస్తుంది. చాళుక్యరాజులు రెండవ భువనైకమల్ల సోమేశ్వరుడు, అతని సోదరుడు ఆరవ విక్రమాదిత్యుల మధ్య జరిగిన వారసత్వ పోరాటంలో కాకతీయ నాయకుడు బేతయ సోమేశ్వరుని పక్షం వహించి ఉండవచ్చనీ, చాళుక్య సింహాసనాన్ని విజయవంతంగా హస్తగతం చేసుకున్న విక్రమాదిత్యుడు పగతో రెండవ బేతయ హోదాను మేడరాజు హోదా కంటే తక్కువ చేశాడనీ కొంతమంది పండితులు భావించారు. అయితే, అలాంటి అభిప్రాయం వాస్తవంకాక ఊహాత్మకమైందని అనిపిస్తుంది. రెండవ బేతయ ఆరవ విక్రమాదిత్యుని ఆగ్రహానికి గురయినాడనటానికి మన దగ్గరేం సాక్ష్యాలు లేవు. బేతయ ఆలయ సందర్శనం స్నేహ సంబంధమైందే అనుకోవాలి. మేడరాజు తన ప్రాంతంలో దేవాలయాన్ని నిర్మించాడు కనుకా, అతను మహామండలేశ్వర స్థాయిని కలిగి వున్న వ్యక్తి కనుకా శాసనంలో పేర్ల క్రమానికి ఎలాంటి ప్రాముఖ్యతనూ ఇవ్వాల్సిన అవసరం లేదు. వాళ్ళిద్దరూ తమ తమ వైయక్తిక సామర్థ్యంతోనే తమ సామంత మండలాలను పాలిస్తున్నారు కానీ, ఇందులో ఎవరూ మరొకరికి సామంతులు కారు, ఎక్కువ తక్కువలు లేవు. ఆరవ విక్రమాదిత్యునికి వ్యతిరేకంగా భువనైక మల్లునికి బేతయ మద్దతు ఇచ్చిన సాక్ష్యమేదీ లేదు.

రెండో శాసనం వీరబలంజ వర్తక సంఘం పొలవాసలో సర్వధారినామ సంవత్సరంలో అంటే క్రీ. శ. 1108లో వేయించిన శాసనం. అది మేడరాజును **లత్తలూర్ పురవరాధీశ్వర** అనీ, **సువర్ణ గరుడధ్వజు**డనీ విశేషణాలతో అభివర్ణిస్తుంది. అవి రాష్ట్రకూట సాన్నిహిత్యాన్ని తెల్పుతాయి. ఇంతకు ముందు ఓ సందర్భంలో, కాకతీయులూ రాష్ట్రకూట సాన్నిహిత్యాన్ని కలిగిన వారేననీ, వారి గరుడ పతాకం ఆ విషయాన్ని సూచిస్తుందనీ మనం చెప్పుకున్నాం. **చక్రకోట రాయ - దిశాపట్ట** బిరుదం మేడరాజు సంపాదించినదై ఉండాలి. బిల్హణుడు చెప్పినట్టు[22] త్రైలోక్య మల్లుడు బతికి ఉండగానే, బహుశః క్రీ. శ. 1066-67లలో ఆరవ విక్రమాదిత్యుడు తను సింహాసనం అధిష్ఠించక ముందే చిత్రకూటంపై దాడి చేసిన సందర్భంగా మేడరాజు అది సంపాదించి ఉండాలి. ఆ తర్వాత ఆరవ విక్రమాదిత్యుడు చిత్రకూటంపై దాడి చేసినట్టు లేదు. ఇదే శాసనం నుండి పొలవాస, మేడరాజు రాజధాని అని మనకు తెలుస్తుంది. కాకతీయ నాయకుల రెండవ ప్రోలుడు, రుద్రుల మంత్రి గంగాధరుడు హనుమకొండలో వేయించిన శాసనం[23] కూడా ఈ సత్యాన్ని బలపరుస్తుంది. అది రుద్రుడు ఆ పట్నాన్ని పట్టుకోటం గురించి చెప్తుంది.

ఈ కుటుంబపు తరవాతి శాసనం శకవర్షాలు 1034 అంటే క్రీ. శ. 1112కు చెందిన మేడపల్లి శాసనం. దాన్ని మేడరాజు కొడుకు జగ్గదేవుని మంత్రి అయిన ఆచిరాజు లేక ఆదిత్యరాజు వేయించాడు. ఈ సంవత్సరానికి ముందే ఎప్పుడో మొదటి మేడరాజు

---

22. **విక్రమాంకదేవ చరిత్ర** - IV -30
"ఆక్రాంత రిపు చక్రేణ చక్రకోట పతేః పరం"
23. *IAP, Wg.*, No. 43 and 44.

చనిపోయాడనీ, అతని కొడుకు జగ్గదేవుడు సింహాసనానికి వచ్చాడని మనం భావించవచ్చు. అతని క్రియాశీల జీవితం చాలా కొద్ది కాలానికే అంటే క్రీ. శ. 1110-1117లకే పరిమితమై ఉందని అన్పిస్తుంది. క్రీ. శ. 1117లో కాకతి రెండవ ప్రోలుడి కాలంలో వేయించిన పద్మాక్షి దేవాలయ శాసనం, అతని (జగ్గదేవుని) కొడుకు రెండవ మేడరాజు కొన్ని దానాలను ఇచ్చాడని చెప్తుంది. ఈ శాసనాన్ని కాకతి ప్రోలుని మంత్రి, బేతయ భార్య మైలమ వేయించింది. అది చాళుక్య సామ్రాట్టు ఆరవ త్రిభువనమల్ల విక్రమాదిత్యుని పేర్కొంటుంది. వరుసక్రమంలో తరవాతది అయిన గోవిందపురం శాసనం శా. శ. 1043 అంటే క్రీ. శ. 1122 నాటిది. అది జగ్గదేవుని ఇద్దరి కొడుకులను, రెండవ మేడరాజు, గుండ రాజులను పేర్కొంటుంది. మేడరాజు మంత్రి నాగరాజు పార్శ్వనాథ విగ్రహాన్ని ప్రతిష్ఠించాడనీ, ఈ సోదరులిద్దరూ ఆలయానికి కొన్ని దానాలను చేశారనీ ఇది చెప్తుంది. ఈ కుటుంబానికి చెందిన మరో శాసనం మంథెన సమీపంలోని గంగపురం గ్రామానికి చెందిన శాసన శకలం. అది చాళుక్య భూలోక మల్లుడు, అతని సామంతుడైన మహామండలేశ్వర గుండరాజుల గొప్ప పరిపాలనను అభివర్ణిస్తుంది. అది గుండరాజు 'ప్రశస్తి'ని చెప్పక పోయినప్పటికీ, దాని మూల (ఉద్గమ) స్థానం, భూలోకమల్ల ప్రసక్తి, ఆ ప్రాంతంలో ఆ కాలంలో ఆ పేరున్న మరో నాయకుడెవరూ లేకపోవటం – అన్నీ గోవిందపురం శాసనంలో పేర్కొన్న మేడరాజు తమ్ముడే ఇతడని మనం గుర్తించేట్టు చేస్తాయి. ఈ శాసనాల ఆధారంగా, ఈ కుటుంబపు నాయకుల కాలక్రమణికను ఈ క్రింది విధంగా చూపించవచ్చు. చివరి ఇద్దరి సభ్యుల తారీకులు వారి కాకతీయ సంబంధాలపై ఆధారపడ్డాయి. ఆ విషయాన్ని మనం తర్వాత చూస్తాం.

దుర్గరాజు	–	సుమారు క్రీ. శ. 1080
మొదటి మేడరాజు	–	క్రీ. శ. 1080 నుండి క్రీ. శ. 1110 వరకు
జగ్గరాజు	–	క్రీ. శ. 1110 నుండి సుమారు క్రీ. శ. 1116 వరకు
రెండవ మేడరాజు	–	క్రీ. శ. 1116 నుండి క్రీ. శ. 1158 వరకు (రుద్రుడి శత్రువు)
గుండరాజు	–	క్రీ. శ. 1116 నుండి క్రీ. శ. 1136 వరకు (రెండవ ప్రోలుడి చేతిలో మరణించాడు)

ముప్పాతిక శతాబ్ది కాలంలో రెండు శాసనాలు మాత్రమే – ఆరవ త్రిభువనైకమల్ల విక్రమాదిత్యుని తొలిభాగపు పరిపాలనకు చెందిన బానాజీపేట శాసనం, మూడవ భూలోకమల్ల సోమేశ్వరుడి కాలానికి చెందిన గంగపురం శాసన శకలం – ఈ నాయకులను చాళుక్యరాజుల విశ్వాస పాత్రులైన సామంతులుగా అభివర్ణించటాన్ని మనం గమనిస్తాం. మిగతా శాసనాల్లో అంటే పొలవాస, మేడపల్లి, గోవిందపురం శాసనాలు చాళుక్య ప్రభువును పేర్కొనవు. అందుకు భిన్నంగా, కాకతీయులు తమ శాసనాల్లో చాళుక్య ప్రభువును పేర్కొనకుండా ఉండటం మనం చూడం. అందువల్ల, రెండవ మేడరాజు, అతని తమ్ముడు చాళుక్య ప్రభువు అధికారాన్ని ధిక్కరించినట్లు స్పష్టమవుతుంది. అందుకు ఫలితంగా,

చాళుక్యరాజు వారిని అణచివేయటానికి చర్యలు తీసుకుని ఉంటాడు. ఈ మధ్యే కనుగొన్న హనుమకొండ శాసనం ఈ విషయాన్ని సూచిస్తుంది. కాకతి ప్రోలుడు, రాజు సమక్షంలో ఈ ఇద్దరు నాయకులపై దాడిచేసి, వారిని పారద్రోలాడని ఇది చెప్తుంది.[24] అదే సంఘటన రుద్రుడి వెయ్యి స్తంభాల గుడి శాసనం కూడా వివరంగా అభివర్ణిస్తుంది; రెండవ ప్రోలుడి విజయాలను కూడా అది పేర్కొంటుంది. తాను స్వాతంత్ర్యం వహించక ముందు, రుద్రుడు పొలవాస దేశాన్ని అనుమకొండ విషయంలో కలుపుకొనటం అతని ఘన విజయాల్లో ఒకటి. ఇంతకు ముందే చెప్పుకున్న రుద్రుని మంత్రి గంగాధరుడు వేయించిన శాసనంలో మిగిలిన శకలం మేదరాజుని ఎలా ఓడించటం జరిగిందో, అతని పట్నాన్ని ఎలా తగుల బెట్టటం జరిగిందో విపులంగా వర్ణించింది. అది మేదరాజు కుటుంబపు అంతం. ఈ సంఘటన పన్నెండవ శతాబ్దపు యాభైలలో జరిగి వుంటుంది. ఈ విషయాన్ని 5, 6 అధ్యాయాలలో, రెండవ ప్రోలుడు, రుద్రుల విజయాల సందర్భంగా విపులంగా చర్చిద్దాం.

కాకతీయ, మేదరాజు కుటుంబాలు రెండూ ఒకే స్థాయి హోదా ఉన్న రాష్ట్రకూట సేనానుల తరగతికి చెందినవే; రెండు కుటుంబాలూ వారి సామంతులుగా తెలింగాణాలో స్థిరపడినవే. రాష్ట్ర కూటుల పతనం తర్వాత, పక్కపక్కనే ఉన్న తమ తమ ప్రాంతాలను మహా మండలేశ్వరులుగా వారు కొనసాగటాన్ని చాళుక్యులు అనుమతించారు. మొదట్లో వీరి సంబంధాలు స్నేహ పూర్వకంగా ఉన్నా, కొంత కాలం తర్వాత అవి స్నేహ విదూర మయ్యాయి. చివరగా మేదరాజు చాళుక్య ప్రభువు భూలోకమల్లుని వైరులతో చేయి కలిపి, స్వాతంత్ర్యం వహించటానికై తిరుగుబాటు చేశాడు. రాజు, రెండవ జగదేక మల్లుడు, సింహాసనాన్ని అధిష్ఠించగానే, తెలింగాణలో తిరుగుబాట్లు అణచటానికి దండయాత్రలు చేశాడు. రెండవ ప్రోలుడు, రుద్రుడు – మేదరాజు, అతని తమ్ముడు గుండరాజుల అవి ధేయ ప్రవర్తనను నిరసిస్తూ చక్రవర్తి అయిన రెండవ జగదేక మల్లుని పక్షాన నిల్చి, తిరుగుబాటును అణిచారు; గుండరాజును హతమార్చి, రెండవ మేదరాజు తన మండలాన్ని వదలి పారిపోయేట్టు చేశారు. వారి మతోన్ముఖత విషయంలో – బానాజీపేట, గోవింద పురం, హనుమకొండ శాసనాలు వారు ఉత్సుక జైన మతావలంబులని స్పష్టంగా సూచిస్తాయి.

III. కందూరు చోడులు:

క్రీ. శ. 1060 నుండి 1160 వరకు నేటి మహబూబ్‌నగర్ జిల్లాలోని జడ్చర్ల, అచ్చంపేట తాలూకాలు, నల్గొండ జిల్లాలోని నల్గొండ, మిర్యాలగూడ తాలూకాలతో కూడిన కందూరునాడును ఈ చోడ నాయకులు కోడూరు, పానగల్లులు రాజధానిగా పరి పాలించారు. ఈ పాలకుల గురించి ఉన్న శాసనాలన్నంటిలోకీ ఒల్లాల శాసనం[25] చాల ముఖ్యమైంది; ఇది కుటుంబంలోని తొలికాలపు సభ్యుల పేర్లను మనకు అందిస్తుంది. అందులోని కథనం ప్రకారం, ఒఱయూరుకు చెందిన ప్రధాన చోడవంశ రాజుల శాఖ

24. *JAHRS* XXXVI-1, Appendix -4
25. *EA.* IV, pp. 55 ff

ఒకటి ఏఱువ ప్రాంతాన్ని పాలిస్తోంది. ఆ రోజుల్లో (మొదటి) భీముడు, నల్గొండపట్నం తూర్పు శివారు అయిన పానగల్లుకు పాలకుడయ్యాడు; అక్కడ చాళుక్యుల కాలపు ఓ పురాతన దేవాలయం, ఈ నాయకులకు చెందిన కొన్ని శాసనాలు మనకు కన్పిస్తాయి. ఏఱువ ప్రాంతం కృష్ణానది రెండు వైపులా వ్యాపించి ఉండేదో లేదో మనకు తెలియదు; బహుశః తెలుగు శబ్దం 'ఏఱు' నుండి ఆ ప్రాంతానికి ఆ పేరు వచ్చి వుండవచ్చును. ఈ ఏఱువ భీముని కొడుకు (మొదటి) తొండయ; తొండయ కొడుకు (రెండవ) చోడ భీముడు; ఈ భీముడికి నలుగురు కొడుకులు. వాళ్ళ పేర్లు (రెండవ) తొండయ, ఇఱుగయ, మల్ల లేక మల్లికార్జునుడు; మరో కొడుకు, క్రమంలో మూడవ వాడు అయిన వ్యక్తి పేరు శిల విరిగిపోవటం వల్ల తెలియటం లేదు. మల్లికార్జున చోడుడు ఒల్లాల గ్రామాన్ని తన మంత్రి అప్పన పెగ్గడకు శా. శ. 1020లో అంటే క్రీ. శ. 1098లో ఇచ్చినట్లు ఈ శాసనం తెల్పు తుంది. చాళుక్య విక్రమ శకం పదిహేనవ వత్సరానికి సరిపడే క్రీ. శ. 1091లో బహుశః మల్లికార్జునుడి అన్న అయిన తొండయ వేయించిన మరో శాసనం పానగల్లులో లభ్యమవు తోంది. (రెండవ) కందూరు భీమచోడుని అస్థికలను పవిత్ర గంగలో నిమజ్జనం చేసి గయలో (చనిపోయిన రాజుకు) పిండ ప్రదానం చేసినందుకు, అస్థికలను తీసుకువెళ్ళిన బ్రాహ్మణునకు భూమిని **వృత్తులు**గా ఇచ్చిన విషయాన్ని ఆ శాసనం పేర్కొంటుంది. అలా ఆ శాసనాలు పేర్కొన్న వివరాలు రెండవ భీముని చివరి తారీకును క్రీ. శ. 1091గా నిర్ణయించటంలో సాయపడ్డాయి. ఒల్లాల శాసనంలోని రెండవ తొండయ, మల్లుల తండ్రే ఈ భీముడు అయి ఉండాలి. ఈ చోడ భీముడు రాజు విక్రమ చక్రవర్తిని అంటే ఆరవ త్రిభువనమల్ల విక్రమాదిత్యుని సమ్మోదపర్చి కందూరు నాడును మాన్యంగా పొందాడు అని కూడా ఆ శాసనం చెప్తున్నది. అందుకే వారికి **కందూరు - పురవరాధీశ్వరు**లన్న బిరుదం లభించింది, కందూరు చోడులనీ వారిని పిలవటం జరిగింది. క్రీ. శ. 1091 నాటి రెండవ తొండయ పానగల్లు శాసనం రెండవ చోడ భీముని మరణాన్ని సూచిస్తుందని కూడ మనం గుర్తించాం. ఈ రెండవ తొండయకు చెందిన అంతకు పూర్వపు మరో శాసనం, క్రీ. శ. 1089 నాటిది నల్గొండ జిల్లాలోని కొలనుపాకలో లభ్యమైంది; అందులో అతన్ని **కందూరుపుర వరేశ్వరు**[26]దని పేర్కొనటం జరిగింది. ఈ తొండయ తన తండ్రి బతికి ఉన్న కాలంలోనే, బహుశః అతని ముసలితనం కారణంగా, రాజ్యానికి వచ్చి వుండవచ్చును. రెండవ సోమేశ్వరుడి నుండి ఆరవ విక్రమాదిత్యుడు సింహాసనాన్ని చేజిక్కించుకోవటంలో తనకు సాయపడిన రెండవ భీమునికి అతను కందూరు **విషయా**న్ని బహూకరించి వుండవచ్చన్న విషయం గుర్తించాల్సిన అంశం. రెండవ భీముని రాజకీయ జీవితాన్ని గురించిన తతిమ్మా వివరాలు మనకు తెలియవు.

కాకతీయులకు సంబంధించినంతవరకు ఈ నాయకుల అసలైన చరిత్ర రెండవ భీముని పెద్ద కొడుకు రెండవ తొండయతో ప్రారంభమవుతుంది. ఈ నాయకుడికి చెందిన ఆరు శాసనాలు ఇప్పటి వరకు వెలుగు చూశాయి. వాటిల్లో రెండు కొల్లిపాకకు చెందినవి.

26. *APAS.* 3 No. Ng., 48.

మొదటిది 13వ చాళుక్య విక్రమ వర్షం అంటే క్రీ. శ. 1089 కాలం నాటిది. దీన్ని గురించి పైన చెప్పుకున్నాం. రెండవ దాని తారీకు లభ్యం కావటం లేదు.[27] పానగల్లులో లభ్యమైన మూడింటిలో ప్రచురితం కానిది క్రీ. శ. 1091 నాటిది. దాన్ని గురించే పైన చెప్పుకున్నాం. మిగిలిన రెండింటిలో ఒక దానిలో తారీకు లేదు.[28] రెండో దాని తారీకు క్రీ. శ. 1024. అది తొండయ భార్య మైలాంబిక, తన రెండవ కొడుకు భీమునికి ధర్మువుగా పిట్టమపల్లి గ్రామాన్ని దానం చేయటాన్ని పేర్కొంటుంది.[29] ఆమెకు ముగ్గురు కొడుకులనీ, వారి పేర్లు ఉదయ, భీమ, గోకర్ణ అనీ, అది చెప్తుంది. వాళ్ళల్లో భీముడు ఆ కాలంలో పానగల్లుకు రాజుగా ఉన్నట్లనిపిస్తుంది. మైలాంబిక జారీ చేసిన శాసనం కనుక, దాన్ని రెండవ తొండయ కాలానికి చెందిందని భావించాల్సిన అవసరం లేదు. నిజానికి నల్గొండకు సమీపాన ఉన్న రామలింగాల గూడెంలో మనం కనుగొన్న శాసనం భీముని (మూడవ) గురించి చెప్తుంది.[30] అతడు మైలాంబిక తొండయల రెండవ కొడుకై ఉండవచ్చును; అది 29వ చాళుక్య విక్రమ సంవత్సరం అంటే క్రీ. శ. 1105 నాటిది. పైన చెప్పుకున్న పానగల్లు శాసనం రెండవ భీముడు క్రీ. శ. 1091లో చనిపోయాడని చెప్తుంది; కనుక ఈ భీమచోడుడు మూడవ భీముడు, తొండయ, మైలాంబికల రెండవ కొడుకు అయి వుండాలి.

ఈ భీముడి అన్న ఉదయాదిత్యుడు ఎంతకాలం రాజ్యం చేశాడో మనకు తెలియదు. భీముని తొలి శాసనం చాళుక్య విక్రమ వర్షం 29 అంటే క్రీ. శ. 1105 నాటికి అతడు చిన్నవాడై ఉండవచ్చును. పట్టాభిషిక్తులు కాని రాజకుమారులు కూడా స్వతంత్రంగా దాన పత్రాలు జారీచేయటం ఈ నాయకుల కుటుంబంలో ఆచారంగా ఉందని అన్పిస్తుంది. కాలానుక్రమణికలోని విభేదాన్ని అలాంటి ఆలోచన మాత్రమే పరిష్కరించగలదు. కారణం – క్రీ. శ. పన్నెండవ శతాబ్ది యాభైలలో అతను కాకతీయ రుద్రుడి శత్రువుగా ఉన్నాడు. మనం ఇంతకు ముందు ఇలాంటి ఉదాహరణనే చూశాం. తండ్రి రెండవ భీముడు బతికుండగానే, రెండవ తొండయ కొల్లిపాక శాసనాన్ని క్రీ. శ. 1089లో వేయించాడు. తరవాతి తరాల్లో కూడా అలా కాలాన్ని అధిగమించే తారీకులు కొన్ని సందర్భాల్లో కన్పిస్తాయి. క్రీ. శ. 1157 నాటి నల్గొండ జిల్లా, రామన్నపేట తాలూకా, కిష్టాపురంలో ఈ మధ్యే కనుగొన్న భీమచోడుని శాసనం భీముడు అప్పటిదాకా బతికి ఉన్నాడన్న మన ఆలోచనను నిర్ధారిస్తుంది.

క్రీ. శ. 1124 తర్వాత సోదరులు – మూడవ భీముడు, గోకర్ణుల మధ్య విభేదాలు పొడసూపాయి. చాళుక్య త్రిభువన మల్లుడికి అతని భార్య చందలదేవి వల్ల కలిగిన రెండవ కొడుకు కుమార తైలపుడికి **యువరాజ వృత్తి** (భృతిగా ఇచ్చే సామంతరాజ్యం)గా

---

27. *Ibid,* No. Ng., 46.
28. *Corpus* III, p. 114.
29. *Ibid,* II, pp. 105 ff.
30. ప్రచురితం కాలేదు.

కందూరునాడు లభించింది. పానగల్లులో లభించే శాసన శకలం[31] ప్రకారం - కుమార తైలపుడు తన **యువరాజ వృత్తి**ని ఇద్దరు చోడ సోదరులకు - మహబూబ్‌నగర్ జిల్లాలోని కందూరు **విషయా**న్ని భీమునికి, పానగల్లు **విషయా**న్ని గోకర్ణుడికి - పంచినట్లుగా కన్పిస్తుంది. త్రిభువనమల్ల చక్రవర్తి బతికి ఉన్నంతకాలం ఈ ఏర్పాటు ఎలాంటి అడ్డంకులు లేకుండా కొనసాగింది. అయితే, క్రీ. శ. 1126లో రాజు చనిపోయాక, భీముడు అతని అనుచరులూ కొత్తరాజు మూడవ భూలోకమల్ల సోమేశ్వరుడి పట్ల కొంత అవిధేయత చూపినట్లు కన్పిస్తోంది. వారి శాసనాల్లో తమ ప్రభువు పేరును పేర్కొనకపోవటం ఈ అభిప్రాయానికి బలం చేకూరుస్తుంది. కానీ, గోకర్ణ చోడుని శాసనాల్లో, ప్రభువు పట్ల తనకున్న అచంచల విశ్వాసాన్ని తెలియపర్చే విధంగా, చాళుక్య ప్రభువును పేర్కొనటం జరిగింది. ఉదాహరణకు, ఈ నాయకుడి అనమల శాసనం మూడవ భూలోకమల్ల సోమేశ్వరుడు పట్టం కట్టుకున్న మొదటి సంవత్సరం అంటే క్రీ. శ. 1127లో వేయబడింది.[32] మరో ఆసక్తికరమైన విషయమేమంటే, ఇదే జాగాలో,[33] ఒక్క సంవత్సరం తర్వాత అంటే క్రీ. శ. 1128లో మరో శాసనం వేయబడింది; అది పరిపాలించే ప్రభువును పేర్కొనలేదు. ఆపైన, శ్రీదేవి తొండయ చోడుడనే వ్యక్తి చఱకు-70 విభాగానికి అజ్జన ఈఱయన పెగ్గెడను అధికారిగా నియమిస్తున్నట్టు, అంటే స్పష్టంగా గోకర్ణ చోడుని అధికారిని తొలగిస్తున్నట్టు చెప్తుంది. ఆ తర్వాత గోకర్ణుడూ చంపబడ్డాడన్న విషయం మనకు రుద్రుని అనుమకొండ శాసనం[34] తెలియపరుస్తుంది. 1128 తర్వాత గోకర్ణుని శాసనాలు కనిపించకపోవడం వల్ల ఈ సంఘటన ఆ సంవత్సరంలో ఎప్పుడో జరిగి ఉంటుందని ఊహించవచ్చు. శ్రీదేవి తొండయ ఎవరో మనం ఖచ్చితంగా నిర్ధారించలేం. అతడు గోకర్ణుని పెద్దన్న ఉదయ చోడుని కొడుకై ఉండవచ్చు. ఈ ఉదయచోడుని వారి తల్లి మైలాంబ పానగల్లు శాసనంలో పేర్కొంది. భూలోకమల్లుని విశ్వసనీయ సామంతుడైన గోకర్ణుని తొలగించి, చనిపోయిన ఉదయ చోడుని స్థానంలో అతని కొడుకు శ్రీదేవి తొండయను తిరిగి రాజ్యానికి తీసుకు రావటం జరిగింది. అనమలలో ఇద్దరు ప్రత్యర్థి నాయకుల శాసనాలు ఈ చోడ కుటుంబ సభ్యుల రాజకీయోన్ముఖతల నిజమైన చిత్రాన్ని మనకు వెల్లడి చేస్తాయి.

ఈ నాయకుల చరిత్రలోని తరవాతి దశ కాకతీయ నాయకులలో - మొదట్లో రెండవ ప్రోలుడితోనూ, తరవాతి దశలో అతని కొడుకు రుద్రుడితోనూ - ముడిపడి ఉంది. వారి వారి విజయాలను చర్చించే సందర్భంలో ఈ విషయాన్ని గూర్చి చర్చిద్దాం.

తమ పాక్షిక - స్వాతంత్ర్య పరిస్థితిని వాళ్ళు సుమారుగా రెండు దశాబ్దాలు అనుభవించాక, ఆ కుటుంబంలో మిగిలి ఉన్న ఒకే ఒక్క సభ్యుడయిన, గోకర్ణుని కొడుకు ఉదయ చోడుడు అప్పటికల్లా స్వతంత్రుడైన కాకతి రుద్రుని ఆధిపత్యాన్ని గౌరవపురస్సరంగా

31. *APAS.* 3, No. Ng., 51
32. *JAHRS,* XXXVI - 1, Appendix 3-1
33. *Ibid,* A.P. 3-2
34. *IA,* XI, pp. 9 ff; and *JAHRS, op. cit.* pp. 16, 17.

గుర్తించాడు. అతను క్రీ. శ. 1176 దాకా బతికి ఉన్నట్టు దాఖలా వుంది. అది నేలకొండ పల్లి శాసనం[36] మనకు తెలిసినంతవరకు అది అతని చివరి శాసనం. కాకతీయుల సామంతులుగా వారు వాస్తవానికి రాజకీయంగా ప్రాముఖ్యాన్ని పోగొట్టుకున్నారు. ఈ కుటుంబ సభ్యులు, తమ సామంత రాజ్యాన్ని అనుభవిస్తూ, చాలకాలం కొనసాగారు. నల్గొండ జిల్లా, మిర్యాలగూడ తాలూకాలోని ఆగా మోతుకూరు గ్రామంలో లభ్యమయ్యేదే వారి చివరి శాసనం. కందూరు రామనాథదేవ చోడమహారాజు, తన తండ్రి వీర మల్నాథ చోడుని పేరున వీర మల్నాధ దేవుని ప్రతిష్ఠించి, వృత్తిగా కొన్ని భూములను ఆ దేవుడికి దానం చేసిన క్రీ. శ. 1282 నాటి శాసనం అది.[37] ఒక ఆసక్తికరమైన విషయమేమిటంటే, కాకతీయులకు లొంగిపోయిన తర్వాత కూడా వాళ్ళు తమ శాసనాల్లో కాకతీయులు తమ ప్రభువులని పేర్కొనే వాళ్ళుకాదు. చివరి ఆగామోతుకూరు శాసన మొక్కటే కాకతీయ రుద్రమదేవి గొప్ప పరిపాలనను సూచిస్తుంది. అయితే, ఇది వారి అవిధేయతనుగానీ, అవిశ్వసనీయతనుగానీ సూచించదు. ఈ సామంత కుటుంబంలోని మరో గుర్తించదగిన లక్షణం – సోదరుడికో లేక అన్న కొడుక్కో, తమ్ముడి కొడుక్కో – ఒకరి కంటే అధికులయిన వారికి – పాలకుడి అన్ని అధికారాలూ కట్టబెట్టినట్టు కన్పించటం. వారి పాలనా కాలపు సంవత్సరాల కాలక్రమణిక ఏర్పాటును ఈ విధానం భంగపరుస్తుంది, కష్టతరం చేస్తుంది. ఈ నాయకుల్లో మరో ఆచారం కూడా ఉంది. యువ రాజకుమారుల పేర్ల మీద గ్రామాలనీ, భూములనూ దానంచేసే సందర్భంగా వేసే శాసనాలలో ఆ రాజకుమారుల పేర్లకు 'కుమార' పదం చేర్చకుండా కుటుంబ బిరుదాలన్నింటినీ వాడతారు.

ఈ చోడ నాయకుల మొత్తం వంశానుక్రమణ పట్టికను, మనకు తెలిసిన తేదీలతో, క్రింద పొందుపర్చాం. శా. శ. 1100కు సరిఅయిన, క్రీ. శ. 1178 నాటి మామిళ్ళపల్లి శాసనం వరకూ తెలియవచ్చిన సభ్యులు, వారి పరిపాలనా కాలాన్ని ఇవ్వటం జరిగింది. మిగతా సభ్యుల విషయంలో వారి తారీకులు స్పష్టంగా తెలియవు కనుక, వారి పేర్లను మాత్రమే పేర్కొనటం జరిగింది.

వంశానుక్రమణ పట్టిక

మొదటి ఏఱువ భీముడు (పానగల్లు ప్రభువు)

↓

మొదటి తొండయ

↓

రెండవ చోడ భీముడు

(కందూరు నాడును నాలుగవ విక్రమాదిత్యుని నుండి పొందాడు;

క్రీ. శ. 1091లో మరణించాడు)

భార్య. గంగాదేవి

---

36. *Ibid.*, p. 62.
37. IAP. *Ng.*, (అచ్చులో వుంది)

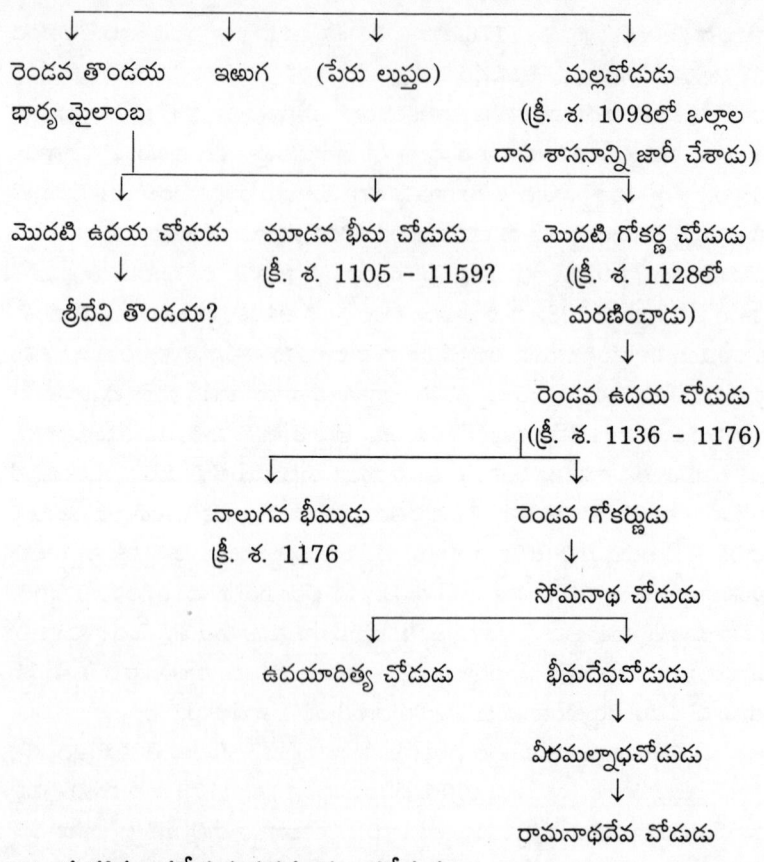

- రెండవ తొండయ భార్య మైలాంబ
  - మొదటి ఉదయ చోడుడు
    - శ్రీదేవి తొండయ?
  - మూడవ భీమ చోడుడు క్రీ. శ. 1105 – 1159?
  - మొదటి గోకర్ణ చోడుడు (క్రీ. శ. 1128లో మరణించాడు)
    - రెండవ ఉదయ చోడుడు (క్రీ. శ. 1136 – 1176)
      - నాలుగవ భీముడు క్రీ. శ. 1176
      - రెండవ గోకర్ణుడు
        - సోమనాథ చోడుడు
          - ఉదయాదిత్య చోడుడు
          - భీమదేవచోడుడు
            - వీరమల్నాథచోడుడు
              - రామనాథదేవ చోడుడు
- ఇఱుగ
- (పేరు లుప్తం)
- మల్లచోడుడు (క్రీ. శ. 1098లో ఒల్లాల దాన శాసనాన్ని జారీ చేశాడు)

IV. మహామండలేశ్వర పరమార జగద్దేవుడు:

ఆ రోజుల్లో అనుమకొండ విషయానికి పశ్చిమాన ఉన్న ప్రాంతం చాళుక్యరాజుల ప్రత్యక్ష అధీనంలో ఉండేది. ఆ ప్రాంతాన్ని మహామండలేశ్వరుల స్థాయి ఉన్న రాజ ప్రతినిధులు కొల్లిపాక, లేక కొలనుపాక రాజధానిగా పరిపాలించేవారు. అది 7000 గ్రామాలు లేక ఆదాయ ప్రమాణాలుగా ఉన్న రాష్ట్రం. మాళ్వ ప్రాంతపు పరమార రాచ కుటుంబానికి చెందిన మహా మండలేశ్వర జగద్దేవుడు దాన్ని క్రీ. శ. 1104 నుండి 1108 వరకు పరిపాలించాడు.

కొలనుపాక శాసనాల ప్రకారం జగద్దేవుడు ఉదయాదిత్యుని కొడుకు, గొందల మనుమడు, భోజుని పితృవ్యుడు లేక పినతండ్రి. భోజుని తర్వాత, అతని కొడుకు జయసింహుడు మాల్వ సింహాసనానికి ఉత్తరాధికారిగా సుమారు క్రీ. శ. 1054లో వచ్చాడు. అతని పాలనా కాలంలో గుజరాతుకు చెందిన చాళుక్యరాజు, కర్ణుడు మాళ్వపై దాడి చేశాడు. అప్పుడు ఉదయాదిత్యుడు ఆరవ విక్రమాదిత్యుని సాయంతో సింహాసనాన్ని అధిష్ఠించి, క్రీ. శ. 1081 దాకా పరిపాలించాడు. ఆ సంవత్సరంలో అతని పెద్ద కొడుకు లక్ష్మదేవుడు

రాజ్యానికి వచ్చాడు. జగద్దేవ రాకుమారుని మంచి లక్షణాల పట్ల ఆకర్షితుడైన చాళుక్యరాజు విక్రమాదిత్యుడు తన కొలువుకు తీసుకు వచ్చి, పితృప్రేమతో ఆదరించాడు.[38] కొల్లిపాక – 7000 రాష్ట్రానికి అతన్ని మహా మండలేశ్వరుడిగా నియమించాడు. ఆ పదవిని అతను క్రీ. శ. 1104 నుండి 1108 వరకు నాలుగేళ్ళు నిర్వహించాడు. అతను కొల్లిపాకలో ఉన్న కాలంలోని శాసనాలను క్షుణ్ణంగా పరిశీలిస్తే, రాజుతో అతనికున్న సంబంధాలు, కాకతీయ నాయకులతో అతనెలా ఘర్షణకు దిగాల్సి వచ్చింది – లాంటి ఆసక్తికరమైన విషయాలు వెల్లడవుతాయి.

క్రమ సంఖ్య	శాసన ఉద్గమ స్థానం	తేదీ	వివరాలు
1.	కొలనుపాక	క్రీ. శ. 1104 మార్చి 13	జగద్దేవుడు కొల్లిపాక – 7000కు మహామండలేశ్వరుడుగా దర్శనమిస్తాడు.[39]
2.	కొలనుపాక	క్రీ. శ. 1106 ఏప్రిల్ 8	జగద్దేవుడు మహామండలేశ్వరుడుగా దర్శనమిస్తాడు.[40]
3.	వేములవాడ	క్రీ. శ. 1106 ఏప్రిల్ 10	కుమార సోమేశ్వరుడిని అలాగే ఇతర బిరుదులు లేకుండా పేర్కొనటం జరిగింది.[41]
4.	శనిగరం	క్రీ. శ. 1107 జనవరి 10	కాకతీయ రెండవ బేత రాజు జగద్దేవుడి కంటే అధికుడుగా కన్పిస్తాడు.[42]
5.	వేములవాడ	క్రీ. శ. 1108 ఏప్రిల్ 26	జగద్దేవుడిని మహామండలేశ్వరుడని మాత్రం పేర్కొనటం జరిగింది; రాజు పేర్కొన బడలేదు; చాళుక్య విక్రమ వర్షాలలో తేదీ కూడా పేర్కొనబడలేదు.[43]
6.	పొలవాస	క్రీ. శ. 1108 ఏప్రిల్ 26	మేడరాజు శాసనం. రాజు పేరు లేదు.[44]
7.	కొలనుపాక	క్రీ. శ. 1110, 1111, 1112	కొల్లిపాక – 7000కు కుమార సోమేశ్వరుడు మహా మండలేశ్వరుడుగా దర్శనమిస్తాడు.[45]

38. *APAS.* 3., p. 60 ll: 24-25.
39. *Ibid,* pp. 57-61.
40. PVP Sastry, *Select Epigraphs of Andhra Pradesh,* No. 8.
41. *APAS.* 3., Kn. 6.
42. *IAP. Kn.,* No. 19; **భారతి,** నవంబరు 1971, పే. 11–13.
43. *APAS.* 3., *Kn.* 5.
44. *IAP.* Kn., No. 75.
45. P.V.P.Sastry, *Op cit.,* Nos. 9, 10 and 11.

8.	జైనాద్	(తారీకు లేదు)	జగద్దేవుడిని సార్వభౌముడిగా పేర్కొనటం జరిగింది.[46]
9.	డొంగరగావ్c	క్రీ. శ. 1112	జగద్దేవుడిని స్వతంత్ర రాజుగా పేర్కొనటం జరిగింది.[47]
10.	మేడపల్లి	క్రీ. శ. 1112	మేడరాజు కొడుకు జగ్గదేవుడు రాజును పేర్కొనలేదు.[48]

జగద్దేవుడు చాళుక్యుల కొలువులో ఉండగా, అతని క్రీ. శ. 1106 నాటి కొలనుపాక శాసనం (పై పట్టికలోని క్రమ సంఖ్య-2) వల్ల అతను వేంగి, ద్రవిడ, చిత్రకూట, మాహిర రాజులను జయించాడని మనకు తెలుస్తుంది. శాసనం బల్లాళుడిపై అతని విజయాన్ని సుదీర్ఘంగా వివరిస్తుంది. ఆరు వేల బలగమున్న కర్ణాటక సైన్యంపై విజయాన్ని సాధించిన అతను **రాజ్యలక్ష్మీ** భోగుడై తన రాజధాని కొల్లిపాకలో ఉన్నాడనీ తెల్పుతుంది. అంతకు ముందు క్రీ. శ. 1104లో ఆ ప్రదేశంలోనే అతను వేయించిన శాసనం ఈ విజయాలను పేర్కొనదు. అంటే క్రీ. శ. 1106 ఏప్రిల్ 8 నాటి శాసనం కంటే కొద్దిగా ముందుగా ఆ విజయాలను అతడు సాధించాడన్నమాట. తారీకులేని జైనాద్ శాసనం కూడా ఈ విజయా లను పేర్కొనటం వల్ల అది తరవాతి శాసనమని తెలుస్తుంది.

ఇప్పుడు మనం కుమార సోమేశ్వరుడి శాసనం (పట్టికలో క్రమ సంఖ్య-3), జగద్దేవుడు కొలనుపాకలో క్రీ. శ. 1106 ఏప్రిల్ 8న వేయించిన, తరవాతి రెండు రోజుల్లోనే వేయించిన శాసనం చూద్దాం. అందులో కుమార సోమేశ్వరుడనే ఉంది కానీ **మహా మండలేశ్వరుడ**ని పేర్కొనటం జరగలేదు. అది అతని అనధికారిక సందర్శనాన్ని సూచిస్తుంది. అక్కడి అధికారిక పాలకుడు లేక మండలేశ్వరుడు జగద్దేవుడు. తరువాతి శాసనం శనిగరంకి చెందినది. శనిగరం వేములవాడ నుండి కొల్లిపాక వెళ్ళే మార్గంలో ఉంది. శాసనం చాళుక్య త్రిభువన మల్లదేవుని చక్కని పరిపాలనను ప్రస్తుతిస్తూ, అనుమకొండ పుర ప్రభువు **మహామండలేశ్వర** కాకతీయ బేతరసను పేర్కొంటుంది. **మహామండలేశ్వర** జగద్దేవరస[49] దండ నాయకుడైన కొండయ్య శా. శ. 1022 (పొరపాటు - 1028)

46. *EI.* XXII, pp. 54 ff.
47. *Ibid.,* XXVI, pp. 177 ff.
48. *IAP,* Wg., No. 21.
49. రెండవ కాకతీయ బేతయ వేయించిన శనిగరం శాసనంలోని ఈ జగద్దేవుని, ఆ కాలంలో అంటే క్రీ. శ. 1110- 1115ల మధ్య పొలవాస దేశాన్ని పాలించే మొదటి మేడరాజు కొడుకు జగ్గదేవునిగా పొరపాటు పడాల్సిన పనిలేదు. ఒకటి - వాళ్ళ శాసనాల్లో జగ్గదేవుడిని స్థిరంగా జగ్గదేవుడనే నమోదు చేశారుగాని జగద్దేవుడని కాదు. రెండు - వేములవాడ శాసనంలోనూ, అతని (ప్రచురితం కాని) నాగరి లిపిలోని కొల్లిపాక శాసనంలోను కన్పించే క్లుప్తమైన 'ప్రశస్తి' - రెండూ కూడా ప్రస్తుత శనిగరం శాసనంలో క్లుప్త 'ప్రశస్తి'తో సరిపోల్తాయి.
"సమస్త ప్రశస్తోపేత సమధిగత పంచ మహా శబ్దాలంకారాలంకృత మహా మండలేశ్వర జగద్దేవరసర్."

వ్యయనామ సంవత్సర మాఘ పౌర్ణమి గురువారం నాడు (క్రీ. శ. 1107 జనవరి 10న) చంద్ర గ్రహణం రోజున సబ్బినాడులోని శనిగరంలో వేంచేసి ఉన్న భీమేశ్వర దేవునికి కొంత భూమిని దానంగా ఇచ్చాడని శాసనం పేర్కొంటుంది. బేతయ సంబంధంగా జగద్దేవుని స్థాయి ఏమిటో స్పష్టంగా తెలియదు. బహుశః అతను శనిగరం, దానికి ఆనుకుని ఉన్న గ్రామాలు తప్ప మిగతా కొల్లిపాక-7000 ప్రాంతాన్ని పాలిస్తూ ఉండి ఉండాలి. చాళుక్య రాజ్యంలో కొల్లిపాక-7000 ముఖ్యమైన రాష్ట్రం; దాన్ని ప్రత్యక్షంగా రాజప్రతినిధులే పరిపాలిస్తారు. సబ్బినాడు-1000లోని వేములవాడ, అనుమకొండ **విషయం** దగ్గరగా ఉన్న కారణాన అవి కొల్లిపాక రాష్ట్రంలోని 7000ల గ్రామాలతో కలిసి ఉండవచ్చు. అయితే, మొదటి త్రైలోక్యమల్ల సోమేశ్వరుడు మొదటి కాకతి ప్రోలుడికి అనుమకొండ ప్రాంతాన్ని శాశ్వత సామంత మండలంగా ఇచ్చాడు. అయినప్పటికీ శనిగరం ప్రాంత గ్రామాలు వారి పెత్తనంలో ఉన్నాయని వారి శాసనాలు క్రీ. శ. 1051 నాటికీ సాక్ష్య మిస్తాయి. అయితే, రెండవ బేతయ శాసనం తారీకయిన క్రీ. శ. 1107 వరకూ మనం వారి శాసనాలను అక్కడ కనుగొనం. ఏదో కారణం మీద దాన్ని కొల్లిపాక రాష్ట్రంలో కలిపినట్టు అనిపిస్తున్నది. అయితే, జగద్దేవుడు కొల్లిపాక - 7000 రాష్ట్రాన్ని పాలించేప్పుడు, బహుశః సబ్బినాడు-1000 మొత్తాన్నీ రెండవ బేతయకు ఇచ్చి ఉండవచ్చును. తన మంత్రి వైజ దండాధిపుని రాజనీతిజ్ఞత వల్ల రెండవ బేతయ సబ్బి-**సాయిర**[50]ను పొందినట్లు పద్మాక్షి దేవాలయ శాసనం చెప్పటం బట్టి, జగద్దేవుని ఈ ప్రాంతం బేతయకు బదిలీ అయినట్టు స్పష్టమైన సూచన మనకు లభిస్తుంది. ఆ క్రితం సంవత్సరం కుమార సోమేశ్వరుడు వేములవాడ సందర్శించడం ఆ ప్రాంతం మార్పుకు సంబంధించినదై ఉండవచ్చును. సహజంగానే, జగద్దేవుడు ఆ మార్పు పట్ల బాధపడి ఉండాలి. దాని తక్షణ ప్రతిచర్యే రాజు పట్ల అతను విభేదించటం. జగద్దేవుని కంటే బేతయ పట్ల అనుగ్రహం చూపి సబ్బి - 1000ని అతనికి ఇవ్వటంలో రాజుకు మరేదో కారణముండి వుండాలి; అంతేగానీ, రాజు బేతయ మంత్రి వైజవల్ల ప్రభావితుడయ్యే అవకాశం లేదు. అందుకు, రాజు పట్ల పూర్తిగా అసంతృప్తి వైఖరి వహించిన జగద్దేవుడు క్రీ. శ. 1108లో వేములవాడలో చాళుక్యరాజును తన ప్రభువుగా పేర్కొనకుండానే శాసనం వేయించేంత వరకూ వెళ్ళాడు. అతని జైనాద్, డొంగరగాంవ్ శాసనాలు కూడా రాజు పేరును పేర్కొనవు. కొన్నేళ్ళ క్రితం - నాగపూర్ మ్యూజియంలో 'జగదేవ' అన్న పేరుతో ఉన్న కొన్ని బంగారు నాణాలను చూడటం జరిగింది;[51] అది అతని స్వతంత్ర పరిపాలనను సూచిస్తుంది. కొంతకాలం చాళుక్య, పరమార రాజ్యాలకు సరిహద్దుగా ఉన్న గోదావరి నది కిరుప్రక్కలా వ్యాపించి ఉన్న ఒక ప్రాంతాన్ని ఓ స్వతంత్ర రాజ్యంగా మల్చుకోవాలనే జగద్దేవుని ఆలోచనను రాజు విక్రమాదిత్యుడు గమనించి ఉండవచ్చును.[52] ఈ అనుమానం వల్ల, బహుశః రాజు

---

50. *EI*, p. 257-8.
51. *Proceedings of All India Oriental Conference,* Octo. 1946, Part III, p. 57.
52. *EI.* III, p. 304.

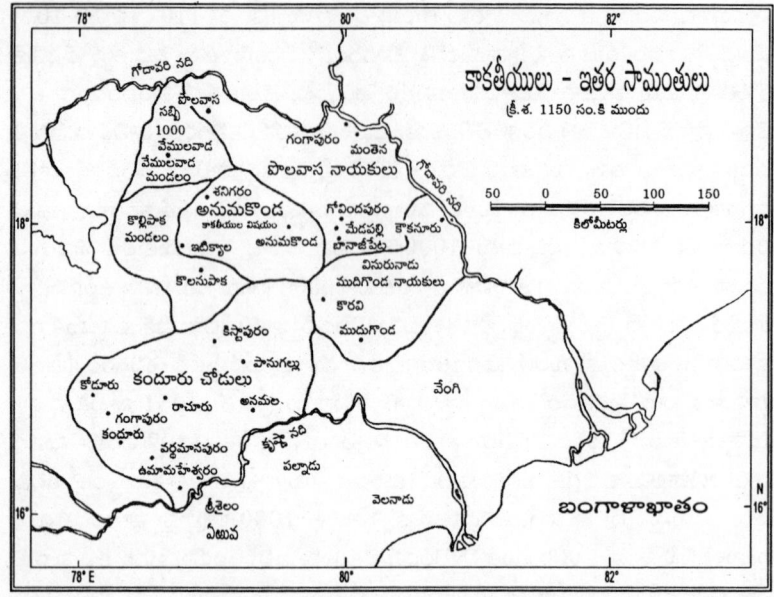

కాకతీయులు - ఇతర సామంతులు
క్రీ.శ. 1150 సం.కి ముందు
కాకతీయుల విషయం

వెంటనే తన కొడుకు కుమార సోమేశ్వరుని కొల్లిపాక - 7000 ప్రాంతానికి రాజ ప్రతి నిధిగా నియమించి, జగద్దేవుడు తెలింగాణను వదలిపోయేట్టు చేసి ఉండవచ్చును. ఈ పరిస్థితి రెండవ బేతయ శనిగరం ప్రాంతాన్నేకాక, మొత్తం సబ్బినాడు - 1000ను కూడా తిరిగి తెచ్చుకునేందుకు సహాయకారి అయింది.

తన స్థానం కోల్పోయిన జగద్దేవుడు, పొలవాస నాయకుడు మేడరాజుతో మైత్రిని పాటించి అలా కాకతీయులకు వ్యతిరేకంగా పగతీర్చుకునే ప్రయత్నం చేశాడు. అయితే, ఈ నాయకులు కూడా ఈ కాలపు తమ శాసనాల్లో తమ ప్రభువు పేరును పేర్కొనకుండా అగౌరవ పర్చారన్న విషయం గుర్తించదగింది; ఉదాహరణకు, క్రీ. శ. 1108, 1112 నాటి (వరసగా) పొలవాస, మేడపల్లి శాసనాలు రాజును పేర్కొనవు. కనుక, ఈ నాయకు లతో జగద్దేవుడు కుట్రచేసి, తన తక్షణ శత్రువులైన కాకతీయుల రాజధాని అనుమకొండపై దాడి సల్పి ఉండవచ్చును. అయితే, బేతయ కొడుకు రెండవ ప్రోలుడి చేతిలో అతను పూర్తిగా పరాస్తమయ్యాడు; ఈ సంఘటననే రుద్రదేవుని అనుమకొండ శాసనంలో ప్రస్తుతించటం జరిగింది. ఈ సమయంలో రెండవ బేతయ బతికివున్నాడో లేదో మనకు నిశ్చయంగా తెలియదు.

✪✪✪

76 ✿ కా క తీ యు లు

అధ్యాయం-5

ఆధిక్య పోరాటం

రెండవ ప్రోలుడు: (క్రీ. శ. 1116 - 1157)

ఇంతకు ముందే గమనించినట్లు ప్రోలుడి ఉత్తరాధికారం అంత ప్రశాంతంగా జరగలేదు. అయితే, అతడు రాజు రెండవ విక్రమాదిత్యుని పూర్తి మద్దతుతో తన్ను తాను స్థిరపర్చు కోగలిగాడు. మనకు తెలిసినంత వరకు అతని తొలిశాసనం పద్మాక్షి ఆలయంలోనిది; దాని తారీకు చాళుక్య విక్రమ వర్షం 42, హేవిళంబి నామ సంవత్సరం అంటే క్రీ. శ. 1117 నాటిది.[1] అతడు క్రీ. శ. 1116లో రాజ్యానికి వచ్చి ఉండాలి. **కదళలాయ - బసది** అనే సత్రాన్ని కాకతి ప్రోలుడి మంత్రి అయిన బేతన పెర్గడ భార్య మైలమ కట్టించటాన్ని అది పేర్కొంటుంది. మాధవవర్మ వంశజుడు, ఉగ్రవాడి ప్రాంత పాలకుడు అయిన **మహామండలేశ్వర** మేడరసుడు అదే సంస్థకు భూమిని దానమివ్వటాన్ని కూడా అది పేర్కొంటుంది. ఇంతకు ముందు వంశానుక్రమణికను చర్చించుకునేటప్పుడు మొదటి మేడరాజు మనుమడూ, జగ్గరాజు పెద్దకొడుకూ అయిన రెండవ మేడరాజును గురించి చెప్పుకున్నాం. అతడే ఈ శాసనంలోని మేడరసుడు.[2] సదరు పద్మాక్షీ దేవాలయ శాసనంలో రెండవ ప్రోలుడి తర్వాత ఈ మేడరాజును పేర్కొనటం వల్ల, అతని స్థాయి కాకతీయ నాయకుడి కంటే తక్కువదని సూచితమవుతుంది.[3] క్రీ. శ. 1106కు దశాబ్దం క్రితం తెలింగాణలో పరమార జగద్దేవుని విప్లవ వైఖరివల్ల చోటుచేసుకున్న రాజకీయ అలజడులను మనం గుర్తుంచుకోవాలి. కాకతీయులు ఈ అవకాశాన్ని తమ మండలానికి కొత్త ప్రాంతాలను కలుపుకోవటానికే కాక, తెలింగాణలో తాము రాజకీయ దుర్నిరీక్ష్య శక్తులుగా ప్రభవించటానికి ఎలా ఉపయోగించుకున్నారో మనమిప్పుడు చూద్దాం.

క్రీ. శ. 1163 జనవరి 19 నాటి రుద్రదేవుని అనుమకొండ శాసనం అతడూ, అతని తండ్రి రెండవ ప్రోలుడూ సాధించిన ఘన విజయాలను పేర్కొంటుంది.[4] ఈ శాసనం ప్రకారం రెండో ప్రోలుడి విజయాలను క్లుప్తంగా ఇలా చెప్పుకోవచ్చు.

1. అతను యుద్ధంలో చాళుక్య తైలపదేవుని బంధించి, విధేయత, ప్రేమ కారణంగా విడిచిపుచ్చాడు.
2. అతను గోవిందరాజును కూడా బంధించి, విడచిపుచ్చాక రాజ్యాన్ని ఉదయరాజుకు ఇచ్చాడు.

---

1. *EI,* IX, pp. 250 ff.
2. *IAP. Wg.,* No. 26
3. పొలవాస నాయకుడు జగ్గదేవుని యుద్ధంలో చంపి, అతని కొడుకు రెండవ మేడరాజును రెండవ ప్రోలుడు అణచివేసి ఉండవచ్చును. ప్రోలుడి ఈ విజయం పరమార జగద్దేవునిపై సాధించిన ఘన విజయంలో ఓ భాగం కాబట్టి, దాన్ని వెయ్యి స్తంభాల గుడి శాసనంలో పేర్కొనకుండా వదలి ఉండవచ్చును.
4. *IA.* XI, pp. 9 ff; *JAHRS.* XXXVI-1, p. 3.

3. మంత్రకూట ప్రభువైన గుండని శిరస్సు నతడు ఉత్తరించాడు.
4. రాజు సమక్షంలో అతను ఏడరాజు అనే వ్యక్తిని యుద్ధరంగం నుండి పారిపోయేట్టు చేశాడు.
5. అనుమకొండపై దాడిసల్పిన జగద్దేవుని వెళ్ళగొట్టి, మరుక్షణంలో ముట్టడిని ఉప సంహరించుకునేట్టు చేశాడు.

చివరగా పేర్కొనబడినప్పటికీ, ప్రోలుని చేతిలో జగద్దేవుని పరాజయం అతని విజయాల్లో తొలిదైనట్టు కన్పిస్తుంది. క్రీ. శ. 1104-1108ల నాలుగేళ్ళ కాలంలో కొల్లిపాకలో నివసించిన పరమార రాజవంశీకుడయిన జగద్దేవుడు, తన స్వంత మండలాన్ని ఏర్పాటు చేసుకోవాలన్న కోరికతో చాళుక్యరాజు త్రిభువన మల్లుని ఆగ్రహానికి గురైన ఫలితంగా కాకతీయులతో సంఘర్షించాల్సి రావటాన్ని గూర్చి మనం క్రితం అధ్యాయంలో చెప్పుకున్నాం. అతను కాకతీయపట్నం అనుమకొండపై దాడిచేసి, రెండవ ప్రోలుని చేతిలో పరాజయాన్ని చవిచూశాక, సబ్బినాడును వదలి గోదావరికి ఉత్తరంగా పలాయనమైనట్టు కన్పిస్తుంది. తన అన్న త్రిభువనమల్ల దుర్గరాజు నుండి ప్రోలుడు అధికారాన్ని హస్తగతం చేసుకోవటం, దుర్గరాజు జగద్దేవుని తిరుగుబాటుకు సాయం చేశాడా అన్న సందేహాన్ని కలిగిస్తుంది. అలాగే, పొలవాస నాయకులకు కూడా ఇందులో హస్తం ఉండి ఉండవచ్చు. అలాంటి సందర్భంలో, రాజు పట్ల అకుంఠిత విధేయత కనపరుస్తూ ప్రోలుడు, కొల్లిపాక రాష్ట్రానికి జగద్దేవుని స్థానంలో రాజప్రతినిధి అయిన కుమార సోమేశ్వరునికి తిరుగుబాటు అణచివేయటంలో సాయం చేసి వుండవచ్చు. శనిగరం శాసనంలో కన్పించేటట్టు, అతని తండ్రి రెండవ బేతయ కాలంలో జగద్దేవుడు రాష్ట్రంలోని ఆ భాగాన్ని కాకతీయులకు కోల్పోయినట్టు మనకు కనిపిస్తుంది. చాళుక్య విక్రమ వర్షం 45, శార్వరి నామ సంవత్సరం అంటే క్రీ. శ. 1120 నాటి మాటేడు శాసనం ప్రోలుని సామంతుడూ, పుళింద వంశజుడూ అయిన వెమబోల బొద్దమ మల్లె నాయకుని తండ్రి రేవ, (రెండవ) కాకతీయ బేతయ కొలువులో అతని పక్షాన కప్పాలు వసూలు చేస్తూ వుండేవాడని చెప్తుంది.[5] అతను కాకతీయుల దాయాదులను కూడా విజితుల్ని చేసినట్టు చెప్తుంది. అంటే అది ప్రోలుడు అతని అన్న దుర్గరాజుల మధ్య శత్రుత్వాన్ని సూచిస్తుంది. రేవుడు, తదితరుల సాయంతో ప్రోలుడు దుర్గరాజును సింహాసనచ్యుతుడిని చేసినట్టు అనుకోవచ్చు.

అంశాలు 1 నుండి 4 వరకు చెప్పుకున్న సంఘటనలను వివరించటానికి ముందు ప్రోలుడి విజయాలను గూర్చిన ఆకరాలను మనం పరిశీలిద్దాం. అది అతని శత్రువులను, వారి కాలాన్ని గుర్తించడానికి మనకు సాయపడుతుంది. గణపతిదేవుని గణపేశ్వరం శాసనం ప్రోలుడి సైనిక విజయాలను క్రింది శ్లోకంలో కథనం చేస్తుంది.

కేచిన్మంథెన గుండవత్ క్షితిభృతః ఖడ్గేన నిష్ఖండితాః
కేచిత్ తైలపదేవవత్ గజ హయమ్ యుద్ధాజిరే త్యాజితాః।

5. *IAP. Wg.*, No. 24

కేచిద్దూరం అపోహితాస్సమరతో గోవింద దణ్డేశవత్
కేచిత్ స్వస్వ పదేషు యేన నిహితాశ్చోడోదయ క్ష్మేశవత్။[6]

(మంథెన గుండనలాంటి కొంతమంది రాజులను ఖడ్గంతో నిహితుల్ని చేయటం జరిగింది. తైలపదేవుడు లాంటి కొంతమంది గజాశ్వాలపై దాడిచేసి వదలిపెట్టటం జరిగింది. గోవింద దండేశుడు లాంటి కొంతమందిని యుద్ధ రంగాన్నుండి పారద్రోలటం జరిగింది. రాజు చోడోదయునిలాంటి కొంతమందిని తమ స్వస్థానంలో పునఃప్రతిష్ఠించటం జరిగింది)

ఈ శ్లోకం చక్కటి బిగితో, ఇందులో పేర్కొనబడిన శత్రువులను గుర్తించటానికి, వెయ్యి స్థంభాల గుడి శాసనంలోని కథనం కంటే మరింత సహాయకారి అవుతుంది. దీనిలో చివర చెప్పిన విజయం – అంటే జగద్దేవుని తిప్పికొట్టటం – లేదు. ఈ సంఘటన అతని పరిపాలనా కాలంలో జరగలేదనీ, అయితే ఎప్పుడో క్రీ. శ. 1117కు ముందే జరిగి ఉండాలనీ ఇది స్పష్టంగానే సూచిస్తుంది. ఈ మాట ఇంతకు ముందే చెప్పుకున్నాం. గణపేశ్వరం శాసనంలో పేర్కొన్న ప్రోలుడి నలుగురు శత్రువులను మనం తేలిగ్గా గుర్తుపట్టవచ్చు. వాళ్ళంతా సమకాలికులే. మూడవ భూలోకమల్ల సోమేశ్వరుడి కాలంలో కరీంనగర్ జిల్లా మంథెన (మంత్రకూట)కు సమీపాన ఉన్న గంగాపురంలోని శకల శాసనం[7]లో మంథెన గుండ ప్రస్తావన వుంది. అతను పొలవాస – దేశ పాలకుడయిన మేడరాజు తమ్ముడు. తైలపదేవుడు చాళుక్య రాజకుమారుడు; కుమార తైలపుడుగా ప్రఖ్యాతుడు; తన తండ్రి నాలుగవ విక్రమాదిత్యుని కాలంనుండి **కుమార వృత్తి**గా కందూరునాడును పాలిస్తున్న భూలోకమల్లుని తమ్ముడు. ప్రస్తుత మహబూబ్‌నగర్ జిల్లాలోని జడ్చర్ల, కల్వకుర్తి, నాగర్‌కర్నూల్, అచ్చంపేట తాలూకాలు, నల్గొండ జిల్లాలోని నల్గొండ, మిర్యాలగూడ తాలూకాలు కలిసిన అతని పాలిత ప్రాంతంలో అతని శాసనాలు క్రీ. శ. 1110 నుండి 1137 – అంటే భూలోకమల్లుని పాలనాంతం వరకూ కన్పిస్తాయి. ప్రోలుడి మూడో శత్రువు గోవింద దణ్డేశుడు. పైచెప్పిన శ్లోకం ప్రోలుడు అతన్ని రణరంగం నుండి పారద్రోలాడని పేర్కొంది. అతని గుర్తింపును గురించి మనం తర్వాత చెప్పుకుందాం. నాలుగవ శత్రువు చోడోదయుడు. హనుమకొండలో దొరికిన గంగాధరుని శాసనం అతడు గోకర్ణ చోడుని కుమారుడని చెప్తుంది.[8] మంథెనగుండ, తైలపదేవ, గోవింద దణ్డేశ, చోడోదయులు అనే రెండవ ప్రోలుడి నల్గురు శత్రువులు, గణపేశ్వరం శాసనంలో పేర్కొనబడిన వ్యక్తులను, మూడవ భూలోకమల్ల సోమేశ్వరుడి (క్రీ. శ. 1127 – 1138) కాలంలో తెలిసిన నలుగురు ప్రముఖ వ్యక్తులతో గుర్తించవచ్చును. ఇప్పుడు మనం ఈ మధ్యే కనుగొన్న శాసనాల[9]

6. *EI,* III, p. 85, ll 15-19; మహబూబ్‌నగర్ జిల్లా కొల్లాపూర్‌కు దగ్గర ఉన్న కొలనుపల్లిలోని పాత శివాలయంలోని ప్రచురితం కాని శాసనంలో ఇదే శ్లోకం కన్పిస్తుంది.
7. *IAP. Kn.,* No. 23.
8. *Ibid, Wg.,* p. 124, 11-12.
9. *JAHRS,* XXXVI - 1, Appendices 1-6.

ఆధారంగా, జరిగిన సంఘటనల కాలక్రమానుసారం వారిని వివరంగా గుర్తించే ప్రయత్నం చేద్దాం; వారి వ్యవహారాల్లో ప్రోలుడి సశస్త్ర జోక్యానికి గల కారణాలనూ పరిశీలిద్దాం.

1. చోడ నాయకులు: గోకర్ణుడు, ఉదయుడు, భీముడు.

వారి శాసనాల్లో ఇచ్చిన అసంబద్ధమైన తారీకులవల్ల కందూరు చోడ నాయకుల వంశానుక్రమణిక, వారి పాలనా కాలాలు మనను తికమకపెడ్తాయి. స్వతంత్రంగా దాన పత్రాలు జారీచేసే అధికారాన్ని పొందే వారి అసాధారణ ఆచారం, ఆపైన కుటుంబంలోని పెద్ద వారసుల విశ్వసనీయత కాలానుక్రమణిక పట్టికను తయారు చెయ్యటంలో కష్టాన్ని కలుగజేస్తాయి.

వాళ్ళు తమ తరువాతి కాలపు శాసనాల్లో చాళుక్యులను గానీ, కాకతీయులను గానీ తమ ప్రభువులుగా పేర్కొనలేదని మనం ఇంతకు ముందే గమనించాం. మన విచారణకు ప్రారంభ అంశం గోకర్ణ చోడుడు చనిపోయిన తారీకును నిర్ణయించటం; ఈ విషయంలో కీలక సమాచారాన్ని రెండు అనమల శాసనాలు[10] అందిస్తాయి. అసంబద్ధమైన తారీకు ఉన్నా, మొదటి గోకర్ణుని శాసనం, ప్రవంగ (ప్లవంగ) నామ సంవత్సరం, అంటే క్రీ. శ. 1127-8 నాటిది భూలోకమల్ల రాజు పాలనను పేర్కొంటుంది. తరవాతి సంవత్సరం కీలక అంటే క్రీ. శ. 1128-9లో, ఈ కుటుంబానికి చెందిన మరో నాయకుడు శ్రీదేవి తొండయ అక్కడే వేయించిన మరో శాసనం చెఱకు-70లోని అలమలపై అధికారాన్ని (ప్రభుత్వ) అజ్జల ఎఱయన పెగ్గడ అనే వ్యక్తికి కట్టబెడుతుంది. ఈ అనమల శాసనం తారీకు తర్వాత గోకర్ణుని వారి మరే ఇతర శాసనాల్లోనూ మనం గమనించం. అలాగే శ్రీదేవి తొండయ కూడా క్రీ. శ. 1128 నాటి రెండవ అనమల శాసనంలో తప్ప మరెక్కడా ప్రస్తావనకు రాలేదు. ఏడేళ్ళ అంతరం తర్వాత క్రీ. శ. 1136 నాటి పెరూరు గ్రామ శాసనం ఉదయ చోడునిది కన్పిస్తుంది. అదే ఈ నాయకులకు చెందిన తరువాతి శాసనం. క్రీ. శ. 1178 నాటి మామిళ్ళపల్లి శాసనం[11]లో ప్రస్తావించబడిన నాలుగవ భీముడు, రెండవ గోకర్ణుడు అనుమకొండలోని రుద్రుడి క్రీ. శ. 1163 నాటి శాసనం తర్వాత చాలా కాలానికి చెందిన వారు. ఈ శాసనం కాలానికి ముందే గోకర్ణుడు చంపబడ్డాడని ఈ శాసనం చెప్పటం వల్ల మన ప్రస్తుత సందర్భంలో వారిని గురించి ఆలోచించాల్సిన పని లేదు. కనుక ఇంతకు ముందే ఇవ్వబడిన వారి వంశానుక్రమణిక పట్టికలోని వ్యక్తులు మూడవ భీముడు, మొదటి గోకర్ణుడు మాత్రమే మనకు మిగులుతారు. ఈ ఇద్దరిలో, మొదటి గోకర్ణుడు క్రీ. శ. 1128 తర్వాత అంతర్ధానమవుతాడు; మూడవ భీముడు, రుద్రుని శాసనంలోని వక్తవ్యం[12] ఆధారంగా తైలపుడి తర్వాత కూడా బతికి ఉన్నాడని

10. *Ibid,* Appendix-3.
11. *Ibid,* III, p. 62.
12. *IA.*, XI, p. 13; కాకతి రుద్రుని అనుమకొండ శాసన పాఠం - పంక్తులు: 71-72

“యాతేఽపి తైలప నృపే దివం అస్యభీత్యా
సర్వాతి సార కబలీకృత గాత్ర యష్టౌ”

మనం విశ్వసించవల్సి వస్తుంది. ఈ తైలపుడి గుర్తింపు గురించి తర్వాత చర్చిద్దాం. మొదటి ఉదయ చోడుని మృత్యువు తర్వాత, ఆ ప్రాంత పాలకుడైన కుమార తైలపుడు అతని రాజ్యాన్ని తాత్కాలికంగా గోకర్ణునికి ఇచ్చాడని మనం భావించాల్సి ఉంటుంది.[13] కొంత కాలం గడిచాక ఈ నాయకుల మధ్య విభేదాలు పొడసూపాయి. తన అన్న కొడుకు శ్రీదేవి తొండయతో కల్సి భీముడు, భూలోకమల్లుని అధికార పగ్గాలను వదిలించుకుని స్వతంత్రుడవమని కుమార తైలపుడిని ప్రోత్సహించాడు. అయితే, కుమార తైలపుడు ఈ సలహాను బాహాటంగా ఆమోదించక పోయినప్పటికీ, పరోక్షంగా ఈ నాయకులను భూలోకమల్లుని సార్వభౌమత్వాన్ని గుర్తించవద్దని ప్రోత్సహించాడు. అయితే గోకర్ణుడు విధేయ సామంతుడు అవటం వల్లా, బహుశః రాజు అనుమతితో శ్రీదేవి తొండయను కాదని పానగల్లు ప్రాంతాన్ని తను పొందాలనే కోరికతోనూ భీముడితో చేయి కలపలేదు. శ్రీదేవి తొండయ హక్కును కాపాడే నెపంతో భీముడు గోకర్ణుని వధించాడు. మనం ఇంతకు ముందే చెప్పుకున్న గోకర్ణుని మనుమడు నాలుగవ భీముడు వేయించిన క్రీ. శ. 1128 నాటి మామిళ్ళపల్లి శాసనంలో, (మొదటి) గోకర్ణుడు విద్రోహకూటంలో చేర నిచ్చగించనందువల్లే మరణించాడన్న సూచన మనకు లభిస్తుంది.[14] గోకర్ణుని మరణం తర్వాత, భీమచోడుడు పానగల్లు ప్రాంతాన్ని తొండయకు తిరిగి సంపాదించి పెట్టాడు. అప్పుడతను క్రీ. శ. 1128లో తన మంత్రికి చెఱకు-70 పైఅధికారాన్ని (ప్రభుత్వాన్ని) కట్టబెట్టాడు.

2. గోవింద దణ్డేశుడు:

ఆ సమయంలో ఈ చాళుక్య సేనాని కొండపల్లి సీమను పాలిస్తున్నాడు. శ్రీదేవి తొండయతో పాటు, గోవింద దణ్డేశునకు కూడా పానగల్లు రాజ్యాన్ని మాన్యంగా కుమార తైలపుడు ఇవ్వజూపి ఉండవచ్చు. మల్లంపల్లి సోమశేఖర శర్మ రెండవ ప్రోలుడి శత్రువైన గోవిందరాజును, ఆ పేరే వున్న మరో వ్యక్తిగా గుర్తించాడు; అతడు ఇట్టగి అగ్రహారానికి చెందిన చాళుక్యసేనాని[15] బాగిమాడిమయ్య - నాయకుడి కొడుకు; ఈ బాగి మాడిమయ్య నాయకుడు, మాకమవ్వ కుమారుడూ, వేంగినాడు పాలకుడూ అయిన లక్ష్మణ దండ నాయకుడితో కలిసి, పశ్చిమ చాళుక్య బలగాలకు స్థానిక మాండలిక నాయకులకు మధ్య గోదావరి తీరాన జరిగిన పోరులో పాలుపంచుకున్నాడు.[16] అయితే, అనుమకొండ, గణపేశ్వరం శాసనాలకు చెందిన గోవిందరాజు, పేరొందిన అనంతపాల దండ నాయకుడి సోదరుని కొడుకు అయి వుండాలి కానీ బాగి మాడిమయ్య నాయకుడి కొడుకయ్యే అవకాశం లేదు. ఎందుకంటే - ఒకటి - ఈ అనంతపాల దండనాయకుడి సోదరుని కుమా

13. పానగల్లులోని శిథిల శాసనంలో ఈ సమాచారం లభ్యమైంది; *APAS.* 3. p. 67
14. "యో మిత్రమండల భిదా త్రపయేవ యుద్ధే
    ముక్తిమ్ గతో న పునరావవృతే కదాచిత్"
15. *EHD.*, p. 583.
    SII. IV, 1094.
16. 1041 and 1182; తెలుగు విజ్ఞాన సర్వస్వము - III, పే 207.

రుడు అప్పుడు ప్రస్తుతం నల్గొండ జిల్లాలోని హుజూర్‌నగర్ దాకా వ్యాపించి ఉన్న కొండ పల్లి సీమను పాలిస్తున్నాడు; అది పానగల్లు రాజ్యానికి ఆగ్నేయ సరిహద్దుల్లో వుంది; హుజూర్‌నగర్ ప్రాంతంలో అతని శాసనాలు కూడా లభ్యమయ్యాయి.[17] రెండు - ఈ గోవిందరాజును క్రీ. శ. 1126 నాటి త్రిపురాంతకం శాసనం[18] **శౌచ గాంగేయుడు** (గంగ పుత్రుడు - భీష్ముడంత పవిత్రుడు) అన్న బిరుదంతో అభివర్ణిస్తుంది. రుద్రుని మంత్రి గంగాధరుడి హనుమకొండ శాసనం[19] రెండవ ప్రోలుడి శత్రువు ఈ బిరుదమున్న వ్యక్తే అని చెప్తుంది. మూడు - మనమిప్పుడు సమీక్షిస్తున్న అనుమకొండ శాసనం గోవింద రాజును బంధించి, వదలివేసిన ప్రోలుడు, రాజ్యాన్ని ఉదయ **క్షితిభృత్తు**నకు ఇచ్చాడని చెప్తుంది.[20] ఈ విధంగా జరిగిన సంఘటనలను కార్యకారణ రీత్యా పరిశీలిస్తే, శౌచ గాంగేయ గోవిందరాజు ఉదయ చోడుని మండలాన్ని ఆక్రమించాడనీ, ఆపైన అతను పానగల్లుకు పొరుగున వున్నవాడనీ తెలిపే కీలక అంశాలు మనకు లభిస్తాయి. కనుక రెండవ ప్రోలరాజు శత్రువయిన గోవిందరాజు అనంతపాల దండనాయకుడి సోదర కుమారుడే కానీ, ఇట్టగికి చెందిన బాగి మాడిమయ్య నాయకుని కుమారుడు కాదనీ మనం క్షేమంగా నిర్ధారించవచ్చు; పైగా బాగిమాడిమయ్య నాయకుని కొడుకు తెలిం గాణలో ఉన్న దాఖలాలు ఏవీ మనకు కన్పించవు. తన ప్రభువైన భూలోకమల్లుడికి విధేయుడైనా, శ్రీదేవి తొండయ పానగల్లు రాజ్యానికి నిజమైన హక్కుదారుడని భావించి ఈ పేరున్న సేనాని గోవింద దణ్డేశుడు శ్రీదేవి తొండయకు మద్దతు పల్కాడు. గోకర్ణ చోడుని మరణానంతరం, శ్రీదేవి తొండయకు, గోవింద దణ్డేశునకు భాగాలుగా పానగల్లు రాజ్యాన్ని కుమార తైలపుడు ఇవ్వజూపాడని మనం సహేతుకంగా భావించవచ్చు. తండ్రినీ, మండలాన్నీ పోగొట్టుకున్న రెండవ ఉదయ చోడుడు, రాజు భూలోక మల్లుని వద్దకు వెళ్ళి, కూటమి విద్రోహచర్యలను గూర్చి ఫిర్యాదు చేసి ఉంటాడనటం అసంబద్ధం కాదు. తైలపుడితో ప్రత్యక్ష సంఘర్షణను నివారించే ఉద్దేశంతో రాజు ఉదయ చోడునికి తిరిగి అతని మండలాన్ని ఇప్పించమని రెండవ ప్రోలుడిని ఆదేశించాడు. రెండవ ప్రోలుడు తొండయను, గోవిందరాజును - ఇద్దరినీ పారద్రోలి, పానగల్లు రాజ్యాన్ని తిరిగి గోకర్ణుడి కొడుకు ఉదయ చోడుడికి ఇప్పించాడు. ఈ సంఘటన జరిగిన తారీకు సుమారు క్రీ. శ.

---

17. APAS. 3, p. 49 and the Huzurnagar epigraph, *IAP, Ng.*, I ఈ రెండు శాసనాలను గోవింద దండనాయకుడు వేయించాడు.
18. *SII,* IX-1, 213, ll. 69-70.
"శుచియ గంగాసూను గంభీరనే జల రాసియమ్ పిరియరా గోవింద రాజంబరం"
19. *IAP. Wg.*, p. 124, ll. 10-12.
"నిర్జిత్య శౌచ గాంగేయహ్ (మ్) జయత్య సమ - సాహసః।
యో గోకర్ణ సుతమ్ రాజ్యే లీలయేవప్రత్యతిష్ఠపత్"
20. *IA.* XI, p. 11: కాకతి రుద్రుని అనుమకొండ శాసన పాఠం, పంక్తులు 32–33.
"గోవిందరాజాహ్వాయం బద్ధ్వోన్ముచ్య తదోదయ- క్షితిభృతే రాజ్యం దదౌ లీలయా-"

1131 ప్రాంతానిదై ఉంటుంది. అది పెరూరులోని ఒక శాసనం[21]లో రాజు ఐదవ పాలనా సంవత్సరంగా లెక్కించబడ్డది.

3. తైలపుదు:

ప్రోలుడు, రుద్రుల - ఇద్దరి విజయాల్లోనూ పేర్కొనబడిన తైలపుడిని, పట్టాభిషిక్తుడయిన రెండవ జగదేకమల్లుని సింహాసనచ్యుతుడిగా చేసిన అతని తమ్ముడు మూడవ తైలపుడుగా మనం భావించరాదు. మూడవ తైలపుడిపై తిరుగుబాటు చేసి కాకతీయులు స్వాతంత్ర్యం ప్రకటించుకున్నారన్న అభిప్రాయం పండితుల్లో ఆదరణ పొందింది. ఇది సహేతుకంగా కన్పించినప్పటికీ, ఈ అభిప్రాయాన్ని నిరూపించే ఎలాంటి ఆధారమూ మన దగ్గర లేదు. ఈ అభిప్రాయం వట్టి కాకతాళీయంగా ఏర్పడిన సంఘటనల మీద ఆధారపడి వుంది. కళ్యాణ చాళుక్యులు పతనమయ్యాక, మూడు ప్రబల శక్తులు - తెలింగాణలో కాకతీయులు, మహారాష్ట్రలో సేవుణులు, మైసూరులో హోయసలుల - ఉత్థానమే ఈ సంఘటనలు. నిజానికి, ఈ ప్రబల సామంతుల్లో ఎవరూ చాళుక్య అధికారాన్ని తొలగించేందుకు కాలచూరి బిజ్జలుడికి సాయపడలేదు. శనిగరం శాసనం తారీకు క్రీ. శ. 1149 వరకు రెండవ ప్రోలుడు తన ప్రభువైన రెండవ జగదేక మల్లునికి విధేయుడుగానే ఉన్నాడు; ఆ ప్రభువు **పాదపద్మోప జీవిగా** అభివర్ణించబడ్డాడు.[22] జగదేకమల్లుడు అధికారచ్యుతుడయ్యాకే, కాకతీయులు కొత్త రాజుకు వ్యతిరేకంగా తిరుగుబాటు లేవనెత్తి, స్వాతంత్ర్యం ప్రకటించుకునే ప్రయత్నం చేశారని అనుకోటం జరిగింది. ఫలితంగా మూడవ తైలపుడు, తిరిగి వారిని వశవర్తులను చేసుకోటానికి, కాకతీయ మండలంపై దండెత్తి వచ్చి ఉండాలి. అయితే, రుద్రుని అనుమకొండ శాసన భాషనుండి తైలపుడిని కాకతీయులు ఓడించారనీ లేక ఆ తర్వాత అతను చనిపోయాడనీ స్పష్టమవుతుంది. ఒక వేళ రాజు ఓడిపోయి నట్లయితే, కాకతీయ నాయకులు క్రీ. శ. 1163 దాకా స్వాతంత్ర్యం ప్రకటించకుండా నిరీక్షించాల్సిన అవసరం లేదు. క్రీ. శ. 1157లో బిజ్జలుడు చాళుక్య సింహాసనాన్ని హస్తగతం చేసుకున్నప్పుడో లేక ఆ సంఘటన జరుగుతుందని భావించినప్పుడో ఆ పని వాళ్ళు తెలిగ్గా చేసి ఉండాల్సింది. మూడవ తైలపుడిని సింహాసనాన్నుండి దించెయ్యటానికి వాళ్ళు బిజ్జలుడితో కుట్ర చేశారనటం కూడా సరికాదు. మూడవ తైలపుడిని గానీ, బిజ్జలుడిని గానీ కాకతీయులు తమ ప్రభువులుగా గుర్తించలేదన్నది నిజమే. నిజానికి ఈ ఇద్దరు రాజులలో ఏ ఒక్కరిని కూడా పేర్కొనే శాసనాలు తెలింగాణలోనూ, తెలుగుచోడుల కందూరునాడులోనూ, లేక మేడరాజు పొలవాస దేశంలోనూ కన్పించవు. తన స్థానాన్ని రాజధానిలో కూడా పదిలపర్చుకోలేని బలహీన రాజు తైలపుడు. కాకతీయుల తిరుగుబాటును అణచివేయటానికి సైన్యాలతో తైలపుడు తెలింగాణపై ఎత్తి వచ్చే అవకాశమూ సందేహాస్పదమే. కాకతీయ రెండవ ప్రోలుడు, రుద్రుడు చాళుక్య రాజధానిపై దాడిచేసి, తైలపుడిని బందీగా పట్టుకొన్నారనటం కూడా సహేతుకమైన వాదన అన్పించదు. అలాంటి

21. N.Venkataramanayya, *Peruru Inseriptions,* No. 9.
22. *IAP. Kn.,* No. 24.

సందర్భంలో వాళ్ళు కళ్యాణను ముట్టడించి, బిజ్జలుడు ఆ తర్వాత చేసినట్టు, సింహాసనాన్ని హస్తగతం చేసుకుని ఉండేవాళ్ళు. చాళుక్య రాజును కళ్యాణం నుండి తొలగించాలన్న ఆలోచనను వాళ్ళు చేశారనటానికి మనకేం ఆధారాలు లేవు. అలా జరిగి వుంటే, శాసనంలో చెప్పినట్టు, వాళ్ళు దయతో తైలపుడిని వదలివేసి ఉండేవాళ్ళు కాదు. అందువల్ల, ప్రోలుడు తైలపుడిని తెలింగాణలోనే పట్టుకు బంధించి ఉండాలన్న వాదన కూడా సందేహాస్పదమే. ఏ సందర్భంలో అయినా – ఆ సంఘటన తెలింగాణలో జరిగినా, బయట జరిగినా, సాయుధ రాజును రణరంగంలో బంధించటం లాంటి పరిగణించాల్సిన విజయాన్ని సాధించిన కాకతీయులు అతన్ని బతికి ఉండనీయరు; అది అంతకు ముందు ఉన్న ప్రమాదం కంటే మరింత ప్రమాదకరంగా పరిణమిస్తుంది.

ప్రోలుడు, రుద్రుడు రెండవ జగదేకమల్లుని తమ నిజ ప్రభువుగా పరిగణించారు కనుక సింహాసనచ్యుతుడిని చేసిన అతని తరఫున వాళ్ళు మూడవ తైలపుడితో యుద్ధం చేశారా అన్న విషయం కూడా మనం చర్చిద్దాం. అతనప్పటికి బతికే ఉన్నాడు, ఆపైన రాజ్యంలోని కొన్ని ప్రాంతాలలో సార్వభౌముడిగా పరిగణింపబడుతూనే ఉన్నాడు. క్రీ. శ. 1155 నాటి చినతుంబలం శాసనం,[23] క్రీ. శ. 1160 నాటి బగలి శాసనం[24] జగదేకమల్లుని చక్కటి పరిపాలనను పేర్కొంటూ, అతని ప్రఖ్యాత బిరుదం **ప్రతాప చక్రవర్తి**ని కూడా సూచిస్తాయి. అలాంటప్పుడు, తైలపుడిని ఒకసారి బందీ చేశాక ప్రోలుడు మళ్ళీ ఎందుకు విడచి పుచ్చుతాడు? వారికి గౌరవనీయుడైన ప్రభువు జగదేకమల్లునికి సింహాసనం తిరిగి సంపాదించి పెడ్తూ, తైలపుడిని ఊచల వెనకాల ఉంచాల్సి వుంది. అది జరగలేదు. అందువల్ల, సింహాసనచ్యుతుడయిన రెండవ జగదేక మల్లుని తరఫున వాళ్ళు మూడవ తైలపుడితో యుద్ధం చెయ్యలేదు.

ఇప్పుడు, రాజు భూలోక మల్లుని తమ్ముడయిన కుమార తైలపుని స్థానాన్ని గురించి పరీక్షిద్దాం. అతని తండ్రి ఆరవ విక్రమాదిత్యుని కాలంనుండి అతను **కుమార వృత్తి**గా కందూరునాడును పాలిస్తూనే ఉన్నాడు; ఆ ప్రాంతంలో అతని శాసనాలు చాళుక్య విక్రమ వర్షం–35 అంటే క్రీ. శ. 1110 నుండి చాళుక్య విక్రమవర్షం 60 నలనామ సంవత్సరం అంటే క్రీ. శ. 1137 వరకు కన్పిస్తూనే ఉన్నాయి. కందూరునాడే కాకుండా, అతను ఆదోని దగ్గరున్న తుంబలం రాజధానిగా సిందవాడి – 1000ను కూడా పాలిస్తున్నాడు. అతని కొన్ని శాసనాలు అతన్ని **యువరాజ – తైలపదేవ** అని పేర్కొంటాయి. ఆరవ విక్రమాదిత్యుడు బతికి ఉన్నంతకాలం కందూరు చోడులు ఎంతో విధేయంగా ఉండేవారు, తమ శాసనాలలో చాళుక్య విక్రమ సంవత్సరాలను పేర్కొనే వారు. భూలోకమల్లుడు రాజ్యానికి వచ్చినప్పటి నుండి ఆ నాయకుల్లో తమ ప్రభువుల పట్ల అవిశ్వసనీయతా చిహ్నాలు పొడసూపాయి. క్రీ. శ. 1128 నాటి శ్రీదేవి తొండయ అనమల శాసనంలో మొట్టమొదటి సారిగా తమ ప్రభువును లేక భూలోకమల్లుని లేక అతని తండ్రి పరిపాలనా

23. *SII.* IX - 1, 265
24. *Ibid,* 267

వర్షాలను పేర్కొనకపోవటాన్ని మనం గమనిస్తాం. ఆ ప్రాంతం అతని **కుమార వృత్తి**లోది కనుక, తైలపుడికి కందూరు చోడ నాయకులందరూ ప్రత్యక్షంగా అతనికి విధేయులై ఉండవల్సిన వాళ్ళు. భూలోకమల్లుని పాలన చివరి సంవత్సరాలలో ఈ రాజకుమారుడు స్వతంత్రుడయ్యే ప్రయత్నం చేశాడని మనం గమనిస్తాం. చాళుక్య విక్రమ వర్షం 60 (గతించింది) నలనామ సంవత్సర ఫాల్గుణ అమావాస్యకు సరియైన క్రీ. శ. 1137 ఫిబ్రవరి 21 నాటి అతని రాచూరు శాసనం అతన్ని సార్వభౌముడుగా అభివర్ణిస్తూ, గంగాపురాన్ని **నెలవీడు**గా పేర్కొంటుంది.[25] భూలోక మల్లుని పేర్కొనకపోవటం, సార్వభౌమ బిరుదాలను వహించటం - ఈ తైలపుడు తన **కుమార వృత్తి** అయిన తెలింగాణలో స్వతంత్రాన్ని వహించటానికి ప్రయత్నం చేస్తున్నాడన్నందుకు సూచన. ఈ శాసనంలో చాళుక్య విక్రమ యుగంలో తిథులను పేర్కొనే పద్ధతి కూడా భూలోక మల్లుని కాలపు తతిమ్మా శాసనాలతో పోలిస్తే అసాధారణమైనదే; భూలోక మల్లుని కాలపు శాసనాల్లో ఆ రాజు పాలనా సంవత్సరాలు మాత్రమే పేర్కొనబడతాయి. ఈ శాసన పాఠం ఇలా ఉంది."

"స్వస్తి సమస్త భువనాశ్రయ శ్రీ పృథ్వీ వల్లభ ... సత్యాశ్రయకులతిలక చాళుక్యాభరణ శ్రీమత్ తైలపదేవర విజయరాజ్యం ఉత్తరోత్తరోభివృద్ధి ప్రవర్ధమానం ఆ చంద్రార్క తారంబరం గంగాపురద నెలవీడినోళు సుఖసంకథా వినోదదిమ్ రాజ్యమ్ గెయ్యుత్తమిరె శ్రీ మచ్చాళుక్య విక్రమవర్షద 6 (౦) నలసంవత్సరద."

బహుశః అతను తన విశ్వాస పాత్రుడైన సామంతుడు భీమచోదుని మద్దతు పొంది ఉంటాడు. ఈ ఉద్దేశంతో తైలపుడు - సోదరులు భీమ, గోకర్ణుల మధ్య కలహం పెట్టాడు, భూలోక మల్లునికి విశ్వాస పాత్రుడైన గోకర్ణుని చంపించాడు. రాజుతో యుద్ధం వచ్చే సందర్భంలో గోవిందరాజు మద్దతు కూడగట్టుకోటానికి ఆ సేనానికి పానగల్లు ప్రాంతంలో కొంతభాగం ఇచ్చి ఉంటాడు. అలా తైలపుడు కందూరునాడులో పరోక్షంగా తన స్థానానికి బలం కలిగించుకోసాగాడు. రాజు భూలోక మల్లుని ఆదేశానుసారం కాకతీయ రెండవ ప్రోలుడు గోకర్ణుని కొడుకు ఉదయ చోడుని పక్షం వహించి, గోవింద - దండ నాయకుడిని తరిమివేసి, ఉదయచోడుని పానగల్లు - రాజ్యంలో పునః ప్రతిష్ఠించటం జరిగి ఉండవచ్చు. ప్రోలుడిపై పగతో రగిలిన తైలపుడు, కాకతీయ ప్రాంత ఉత్తర సరిహద్దులో అలజడి రేపేట్టుగా మేడరాజు, అతని సోదరుడు గుండను ప్రేరేపించాడు. ఈ నాయకులు ఇప్పటికే శాసనాల్లో తమ ప్రభువు పేరు పేర్కొనకుండా అవిధేయత ప్రదర్శిస్తున్నారు; క్రీ. శ. 1122 నాటి గోవిందాపురం శాసనం,[26] అంతకు ముందు వేయించిన ఇతర శాసనాలూ అందుకు సాక్ష్యమిస్తాయి. క్రీ. శ. 1138లో జగదేక మల్లుడు తన తండ్రికి ఉత్తరాధికారిగా సింహాసనానికి వచ్చేటప్పటికి, స్వాతంత్ర్యాన్ని ప్రకటించుకోవాలనే - నిజానికి అతను కందూరునాడులో అది సాధించుకున్నాడు - కుమార తైలపుడి దుష్ట ఆలోచనవల్ల తెలింగాణలో తిరుగుబాటు వాతావరణం నెలకొని వుంది. చాళుక్య ప్రభువు పట్ల మొక్కవోని

25. *JAHRS.* XXXVI-1, Appendix-2
26. *Ibid,* AP. 1

విశ్వసనీయతతో కాకతీయులు తెలింగాణలోని సామంత నాయకుల్లో తమ ఆధిక్యాన్ని సాధించుకున్నారు. రెండవ జగదేక మల్లుడు సింహాసనం అధిష్ఠించిన వెంటనే, తన దృష్టిని తెలింగాణపై బరపి, సైన్య సపరివారంగా అక్కడికి వచ్చాడు. ఆ ప్రాంతంలో ఒకే ఒక్క విశ్వసనీయ సామంతుడయిన రెండవ ప్రోలుడు రాజు పక్షాననిల్చి, ముందుగా కుమార తైలపుడిపై దండెత్తి, అతన్ని బంధించి, ఆ తర్వాత విశ్వాసం, ప్రేమల కారణంగా అతడిని విడచిపుచ్చాడు. ఈ దండయాత్రలో గోవింద దణ్డేశుని కూడా పానగల్లు నుండి తరిమి వేయటం జరిగిందో లేదో, లేక ఆ పని అంతకు ముందే జరిగిందో మనకు నిశ్చయంగా తెలియదు. కారణం– జగదేకమల్లుడు సింహాసనం అధిష్ఠించే వరకూ తెలింగాణలో అతని ఉనికిని తెల్పే ఆధారామేదీ లేదు. తాను పావు శతాబ్ద కాలం కందూరునాడుపై అనుభవించిన హక్కును ఈ సంఘటన తర్వాత కుమార తైలపుడు కోల్పోయాడు. క్రీ. శ. 1137 తర్వాతి తారీకులలో అతని శాసనాలేవీ ఈ ప్రాంతంలో లభ్యమవలేదు. జగదేకమల్లుని నాల్గవ, ఆరవ పాలనా సంవత్సరాలు అంటే క్రీ. శ. 1141, 1143 నాటి శాసనాలు తైలపుని గంగాపురం **నెలవీడు**లో లభ్యమయ్యాయి[27]; పైన చెప్పిన అతని రాచూరు శాసనంలో తైలపుని సార్వభౌముడుగా పేర్కొనటం జరిగింది.

రాజు భూలోకమల్లుడు క్రీ. శ. 1127లో సింహాసనం అధిష్ఠించినప్పటి నుండి అన్నకు వ్యతిరేకంగా కుమార తైలపుడు తలపెట్టిన నిశ్శబ్ద తిరుగుబాటు గూర్చి పైన చెప్పుకున్న కథనం, శాసనం **శశ్వద్ యుద్ధ నిబద్ధ గహ్వర మతిం**[28] (నిరంతరం తిరుగుబాటుకు నిగూఢంగా ఆలోచనలు చేసే మనస్సు) అని తైలపుని గూర్చి చెప్పిన మాటలు, వాటి సంపూర్ణార్థాన్ని మనం విపులీకరించేట్టు చేస్తుంది. ఆ మాటలు ఈ తైలపుడికి మాత్రమే సరిపోతాయి. రెండవ ప్రోలుడు కనీసం రెండు సార్లు జోక్యం చేసుకున్నాడని మనం గమనించాం; ఒకసారి క్రీ. శ. 1130–1136లలో ఉదయ చోడుడికి పానగల్లు రాజ్యాన్ని తిరిగి అప్పచెప్పటానికీ, రెండోసారి జగదేక మల్లుని పట్టాభిషేకం అయిన వెంటనేనో లేక అంతకు కొద్దిగా ముందో కుమార తైలపుడిని గద్దె నుండి దించటానికీ. మూడవ తైలపుడి విషయంలో మనం ఎలాంటి పోరూ చూడం, ఆపైన ప్రోలుడితో దీర్ఘంగా సాగిన పోరూ లేదు. ఆపైన, పైన చెప్పిన గణపేశ్వరం శాసనంలో ఒక్క శ్లోకంలో చెప్పిన నల్గురు శత్రువులు – మంథెనగుండ, తైలపుడు, గోవింద దణ్డేశ, చోడోదయులను అందర్నీ మనం తేలిగ్గా పన్నెండో శతాబ్దం ముప్పైలకు చెందిన వారుగా భావించవచ్చు. అందువల్ల, తైలపుడిని ఈ బృందం నుండి విడగొట్టాల్సిన హేతువు మనకేం కన్పించదు. ఆపైన అతణ్ణి మూడవ తైలపుడిగా గుర్తించటమూ సహేతుకం కాదు; అతడు రెండు దశాబ్దాల తర్వాతి వాడు.

4. గుండరాజు, ఏడరాజు

చాల కాలంనుండి తన సార్వభౌమత్వాన్ని అలక్ష్యం చేస్తూ వస్తున్న మేడరాజు, అతని తమ్ముడు గుండరాజులపై చాళుక్య ప్రభువు జగదేక మల్లుడు బలగాన్ని నడిపి, మంత్ర

27. *APAS.* 3, Nos. Mn., 43 and 47.
28. *IA.* XI, p. 13, l. 28.

కూట లేక మంథెన **విషయం**పై దాడి చేశాడు. ఆ నాయకులను అణచివేయటంలో తన శౌర్యప్రతాపాలను చూపుతూ కాకతి ప్రోలయ ఈ యుద్ధంలోనూ క్రియాత్మకంగా పాలు పంచుకున్నాడు. అవమాన చిహ్నంగా గుండయ తల గుండుచేసి, **వరాహ** ముద్రను అతని వక్షస్థలంపై వేసి, అతని తల నరికాడు ప్రోలయ.[29] బహుశః అదే కుటుంబానికి చెందిన, ఆ ప్రాంతపు మరో నాయకుడు ఏడ, రాజు సమక్షంలో రణభూమి నుండి తన పట్నానికి పలాయనం చిత్తగించాడు; ప్రోలుడు సవాలు చేసినా, మళ్ళీ తలపడటానికి తిరిగి రాలేదు.[30] హనుమకొండలో కన్పించే రుద్రుని మంత్రి గంగాధరుని శకల శాసనం కూడా ఇదే సంఘటనను పేర్కొంటుంది. దాని ప్రకారం, రాజు జగదేక మల్లుని సమక్షాన జుట్టుముడి విప్పేసుకున్న, మాన్యకకు చెందిన ఏడభూపాలుని ప్రోలుడు పారద్రోలాడు.[31] కరీంనగర్ జిల్లా, పెద్దపల్లి తాలూకాలోని రామగుండంలో కనిపించే తారీకులేని శకల శాసనంలో చెప్పిన **లత్తలూర్ పురవరాధీశ్వర, సువర్ణ గరుడధ్వజ** బిరుదాలు కలిగిన ఓ చిన్న నాయకుడిని ఈ ఏడ - భూపాలుడుగా గుర్తించవచ్చు. పొలవాస శాసనం[32]లో మేడరాజును అభివర్ణించే బిరుదాలకూ, ఈ బిరుదాలకూ **మహా మండలేశ్వర** బిరుదంలో సామ్యం కన్పిస్తుంది. అనుమకొండ శాసనంలోని **నృపేశ్వరస్య పురతః**. (రాజు సమక్షంలో) అనే మాటలూ గంగాధరుని శకల శాసనంలోని **రాజాంగణే శ్రీ జగదేకమల్ల** అనే మాటలూ ఒకటే అని భావించవచ్చు.[33] ప్రోలుడు కృష్ణానదిని దాటి వెళ్ళి, శ్రీశైలమల్లికార్జునుని పూజించి అక్కడ ఓ విజయ స్తంభం స్థాపించాడని కూడా ఈ శాసనం చెప్తుంది.

ఈ శాసనమే అతని కొడుకు రుద్రదేవుడని చెప్తుంది. కందూరునాడును జయించిన సందర్భంలో విజయోత్సాహంతో శ్రీశైలం వెళ్ళి అక్కడ ప్రోలుడు తన విజయ స్తంభాన్ని నిర్మించాడని ఈ వక్తవ్యం వల్ల స్పష్టమవుతుంది. ప్రస్తుత సందర్భంలో విజయం అంటే అర్థం తన్ను రాజుగా ప్రకటించుకున్న కుమార తైలపుడిపై విజయమనే. దురదృష్ట వశాత్తూ శ్రీశైలంలో ప్రోలుడి విజయ స్తంభం లభ్యం కావటం లేదు. పైన చెప్పిన హనుమకొండ శాసనం ద్వారా రాజు జగదేకమల్లుడు అవిధేయులయిన సామంతులను, ఆపైన తన పిన తండ్రి తైలపుడిని అణచివేయటానికి స్వయంగా తెలింగాణను సందర్శించాడని స్పష్టమవు

---

29. *Ibid,* Text, ll 34-35.
"క్రుద్ధేనోద్ధుర మంత్రకూట నగరీ నాథోఽ భయోనిస్త్రపో
గుండః ఖండిత ఏవముండిత శిరః క్రోడాంక వక్షస్థలః"
30. *Ibid,* ll. 35-36
"ఏడో డింభకవత్ పలాయనపరో జాతో గతస్స్వాంపురీం
అహూతోఽ పి నృపేశ్వరస్యపురతః ప్రోలేన యుద్ధాయయత్॥"
31. *JAHRS,* XXXVI-1, Appendix-4, p. 61, ll. 6-8.
"విద్రావయామాస విముక్త కేశంయస్సై ఏడభూపాలం అపాస్త శంకః
రాజాంగణే శ్రీ జగదేకమల్ల పృథివీ పతేర్ మాన్యక వల్లభమ్ తమ్॥"
32. *Ibid.,* Appendix-5 and *IAP. Kn.,* No. 75.
33. *JAHRS,* XXXVI-1, App. 4

తుంది. **నృపేశ్వరస్య పురతః, రాజాంగణే శ్రీ జగదేకమల్ల పృథ్వీపతేః** అనే మాటలు పేర్కొనటం వల్ల తిరుగుబాటును అణచటంలో విశ్వాసపాత్రుడైన సామంతుడుగా ప్రోలుడు రాజు పక్షాన నిల్చాడని మనకు సరియైన సూచన లభిస్తుంది.

ప్రోలుడి ఈ విజయ సంబంధ సంఘటనల కాలక్రమాను క్రమణికను ఈ క్రింది విధంగా పొందుపర్చవచ్చు.

1. ప్రోలుడు తను అధికారానికి రావటానికి ముందే, అంటే క్రీ. శ. 1116కు ముందే జగద్దేవుడి అనుమకొండ దాడిని తిప్పికొట్టాడు.

2. అన్న భీముడి చేతిలో గోకర్ణుడు చనిపోవటం క్రీ. శ. 1128లో జరిగింది. అదే సంవత్సరంలో కుమార తైలపుడు పానగల్లు రాజ్యాన్ని శ్రీదేవి తొండయకు, బహుశః గోవింద దండనాయకుడికి కూడా పంచి ఇచ్చాడు.

3. నల్గొండ జిల్లా పెరూరులో అతని తొలి శాసనం (క్రీ. శ. 1136) వేయక ముందే ఎప్పుడో ప్రోలుడు పానగల్లు నుండి గోవిందరాజును పారద్రోలి, ఆ రాజ్యాన్ని తిరిగి గోకర్ణుడి కొడుకు ఉదయచోడుడికి ఇప్పించాడు.

4. అదే సమయంలో ప్రోలుడు గుండరాజును చంపి ఉండవచ్చు; అప్పుడే అతను రాజు జగదేక మల్లుని సమక్షంలో ఏడరాజును పలాయనం చిత్తగించేట్టు చేశాడు. ఈ సంఘటనలు క్రీ. శ. 1138 తర్వాత, అతని గంగాపురం శాసనం తారీకు క్రీ. శ. 1141కి ముందు జరిగి వుంటాయి.

5. ప్రోలుని చేతిలో కుమార తైలపుడు ఓడిపోయిన సంఘటన క్రీ. శ. 1137 తర్వాత జరిగి ఉండాలి. అది అతని రాచూరు శాసనం తారీకు; అది అతన్ని సార్వభౌమ ప్రభువుగా పేర్కొంటుంది. కందూరునాడులోని గంగాపురంలో జగదేక మల్లుడు, మనకు తెలిసినంతవరకు, తన మొదటి శాసనం వేయించాడు. అది క్రీ. శ. 1141 నాటిది. కనుక పైసంఘటన అంతకు ముందు జరిగి వుంటుంది. అంటే కుమార తైలపుడు ప్రోలుడి చేతిలో ఓడిపోవటం క్రీ. శ. 1137 – క్రీ. శ. 1141 మధ్య జరిగింది.

రుద్రుని అనుమకొండ శాసనంలో కథనం చేసిన రెండవ ప్రోలుడి విజయ పరంపరను గూర్చిన పైచర్చ నుండి ప్రోలుడు చాళుక్యులకు వ్యతిరేకంగా తిరుగుబాటు చేశాడని నిరూపించటానికి మనకి ఏ మాత్రం ఆధారమూ కన్పించదు. ఆపైన **నృపేశ్వరస్య పురతః** (రాజు ఎదుట) అన్న పదబంధం ఆధారంగా, అతడు విశ్వాసపాత్రుడైన సామంతుడిగా తన శక్తియుక్తులన్నీ ధారపోసి తెలింగాణలో చాళుక్యరాజు రెండవ జగదేకమల్లుడి సార్వభౌమాధికారం చెల్లుబాటయేటట్లు చూశాడని మనం నిరూపించవచ్చు.

దాక్షారామ శాసనం[34] ప్రకారం కోట కుటుంబానికి చెందిన చోడయరాజు కోనదేశపు హైహయ నాయకులు సత్య, మల్లిదేవుల చేతిలో రెండవ ప్రోలుడు వధించ

---

34. *SII.* IV, 1242.

88 ✿ కాకతీయులు

బద్దాడు. ఈ సత్యాన్ని శా. శ. 1117కు సరియైన క్రీ. శ. 1195 నాటి పిఠాపురం శాసనం[35] నిర్ధారిస్తుంది.

బేత విజయాదిత్య వంశజుడైన తూర్పు చాళుక్యరాజు మల్ల విష్ణు వర్ధనుని సామంతుడయిన మహాదేవరాజనే సూర్యవంశ నాయకుడు తన యజమాని జారీచేసిన తామ్ర పత్రంలో ప్రోలారి బడబానల[36] (శత్రువు ప్రోలుడికి బడబాగ్ని లాంటి వాడు) బిరుదాన్ని వహించి, ప్రోలుడిని వధించిన ఘనత తనదేనని చెప్పుకున్నాడు. ఈ ఆధారాలతో రెండవ ప్రోలుడు యుద్ధంలో పైన చెప్పుకున్న నాయకుల చేతిలో, బహుశః తను తీరాంధ్ర దేశాన్ని జయించాలని ప్రయత్నించినప్పుడు నిహతుడయ్యాడని చెప్పవచ్చు.

నతవాడి దుర్గరాజు సోదరి అయిన ముప్పమాంబ రెండవ ప్రోలుడి భార్య. అతను కూడా చాళుక్యుల సామంతుడుగా ఉండేవాడు. వరంగల్లు జిల్లా, మహబూబాబాద్ తాలూకాలోని ఇనుగుర్తి సమీపాన అతని సామంతమాన్యం ఉంది. ప్రోలుడి కొడుకుల్లో ప్రఖ్యాతులయిన వారు రుద్రుడు, మహాదేవుడు. అతని మిగిలిన కొడుకులు హరిహరుడు, గణపతి, రేపొల్ల దుర్గరాజులు శాసనాలలో పేర్కొనటం బట్టే మనకు తెలుసు. ఈ విషయాన్ని వారి వంశావళిని చర్చించినప్పుడు చూశాం.

రెండవ ప్రోలరాజు ఓరుగల్లు కోట నిర్మాణాన్ని ప్రారంభించినట్లు ఇటీవల వెలుగు చూసిన క్రీ. శ. 1264 నాటి చింతలూరు తామ్ర శాసనా[37]న్ని బట్టి తెలుస్తున్నది. ప్రతాప చరిత్రలో పేర్కొన్నట్లు ప్రోలరాజు ఓరుగల్లు కోట నిర్మించాడన్న విషయం ఈ శాసనం వల్ల రూఢి అవుతుంది.

✪ ✪ ✪

---

35. *EI.* IV, p. 91, l. 91.
36. *AR* 1916 - 17, *C.P.* No. 10.
37. Unpublished.

అధ్యాయం-6

సార్వభౌమ పాలకులు

రుద్రదేవుడు (క్రీ. శ. 1158 - 1195)

రెండవ ప్రోలుడి తర్వాత అతని పెద్ద కొడుకు శా. శ. 1080 (క్రీ. శ. 1158)కి కొంత కాలం ముందే రాజ్యానికి వచ్చాడు. ఆ సంవత్సరం అతని మంత్రి ఇనంగాల బ్రమ్మిరెడ్డి[1] వేయించిన దాక్షారామ శాసనం శకవర్షాలు 1080తో పాటుగా, చాళుక్య - చోళరాజు రెండవ రాజరాజు 13వ పరిపాలనా సంవత్సరాన్ని కూడా పేర్కొన్నది. ఆ విషయాన్ని మనమంతగా పట్టించుకోవాల్సిన అవసరం లేదు. దాక్షారామంలో వేయించే శాసనాలపై ఆ రాజు పరిపాలనా సంవత్సరాలను పేర్కొనటం అప్పటి ఆచారం. అంతేగానీ, అది చాళుక్య - చోళరాజుకు రుద్రుడు రాజకీయంగా లొంగి ఉన్నాడని సూచించడం కాదు. ఇందులో రుద్రుడిని **అనుమకొండ రుద్రదేవు**డని మాత్రమే పేర్కొనటం జరిగింది. కోట నాయకుడు చోడోదయరాజు, హైహయ నాయకులు మన్మసత్య, మల్లిదేవుల తిరుగు బాటును అణచటంలో చాళుక్య - చోళరాజు రెండవ రాజరాజుకు సాయం చెయ్యటానికి రెండవ ప్రోలుడు వెళ్ళినప్పుడు ఇనంగాల బ్రమ్మిరెడ్డి అతన్ని అనుసరించి వెళ్ళి ఉండవచ్చు. యుద్ధంలో తిరుగుబాటు నాయకులు ఓడిపోయినట్టు కన్పిస్తుంది. ప్రోలుడు ప్రాణాలు పోగొట్టుకున్నాడు. అందువల్ల కాకతీయ సేనాని, ప్రశంసలు కురిపించకుండా అనుమ కొండ రుద్రదేవుడు తన యజమాని అని పేర్కొన్నాడు. ఆధారం ఎంత అల్పమైందంటే, మనం ఏ గుణాత్మకమైన నిర్ధారణకూ ఈ విషయంలో రాలేం.

రెండవ ప్రోలుడి విషయంలో లాగానే, వెయ్యి స్తంభాల గుడి (అనుమకొండ) శాసనం[2] రుద్రుడి సైనిక విజయాలను గూర్చి కూడా వివరంగా చెప్తుంది. అవి కాకతీయ సార్వభౌమత్వాధికార ప్రకటనకు బలమైన న్యాయం చేకూరుస్తాయి. రుద్రుడిని సార్వభౌము డుగా చేసిన ఘన విజయాలు, ఆ చారిత్రక శాసనం ప్రకారం ఇలా ఉన్నాయి.

1. అతను దొమ్మరాజును ఓడించి, అతని పట్నం నగరను పట్టుకున్నాడు.
2. మేడరాజు శౌర్యాన్ని అణచి, ప్రత్యర్థి రాజుల కూటమిని ఓడించాడు.
3. మైలిగి దేవునితో కలసిన సందర్భంగా తలెత్తిన గర్వాన్ని అణిచాడు,
4. పొలవాస - దేశ సంపదను పొందాడు.
5. రుద్రుడు కలిగించిన మహాభీతికి లోనై విరోచనాలతో తైలపుడు మరణించిన తర్వాత కూడా తనను రాజుగా ప్రకటించుకున్న చోడ నాయకుడు భీముని వర్ధమానపట్నంపై అతడు దాడి చేశాడు.
6. చోడోదయుని పట్నాన్ని తగులబెట్టి అతని కూతురు పద్మను వివాహమాడాడు.

---

1. *SII.* IV, 1107.
2. Appendix -4.

క్రితం అధ్యాయంలో మనం చెప్పుకున్న ప్రోలుడి విజయాలను, ఈ విజయాలను ఒక్కసారి పరికిస్తే, రుద్రుడి శత్రువుల్లో కొంతమంది ప్రోలుడి శత్రువుల బంధువులే అని తేలుతుంది. ప్రోలుడు చంపిన గుండరాజు సోదరుడే మేడరాజు. అలాగే, గోకర్ణ చోడుని అన్నే భీమచోడుడు. ప్రోలుడి చేతిలో పరాజితుడయిన కుమార తైలపుడే ఈ తైలపుడు. ఇలా చూసినప్పుడు, రుద్రుడు తండ్రి చేసిన దండయాత్రలో తనూ పాలుపంచుకుని, ఆ విజయాలను తనకు కట్టబెట్టుకున్నాడన్న అనుమానం తలెత్తుతుంది. అయితే, మరింత క్షుణ్ణంగా పరిశీలించాక ఆ సంఘటనలూ ఈ సంఘటనలూ భిన్న సందర్భాల్లో సంభవించాయన్న వాస్తవం బయటపడుతుంది. తను క్రీ. శ. 1163లో సార్వభౌముడుగా ప్రకటించుకున్న తారీకుకు ముందే పైచెప్పుకున్న సంఘటనలు జరిగాయని అనటం, మూడు దశాబ్దాలకు ముందు సంభవించిన అతని తండ్రి విజయాలకు వాటిని అనుసంధించటం కంటే సరైన పని. తను సార్వభౌమత్వాన్ని ప్రకటించుకున్న తారీకుకు మరీ దూరంగా ఉందని కాలానికి ఈ సంఘటనలను సులువుగా అనుసంధించవచ్చో లేదో పరిశీలిద్దాం.

రుద్రుని చేతిలో పరాజయం పాలైన భీమచోడుని గురించి చెప్పే సందర్భంలో తైలప - నృపుడిని పేర్కొనటం జరిగింది. రుద్రుడు కలిగించిన మహాభీతివల్ల తైలపుడు మరణించిన తర్వాత కూడా కొంతకాలం భీముడు తన్ను రాజుగా ఎంచుకున్నాడని శాసనం స్పష్టంగా చెప్తుంది.

"యాతేఒ-పి తైలపనృపే దివమస్య భీత్యా
సర్వాతిసార కబలీకృత గాత్ర యష్టౌ।
శ్రీ రుద్రదేవ నృపతేః పృథు విక్రమస్య
భీమోఒ-పి రాజ్య పదవీమ్ క్షణికామ్ స లేభే॥ [3]

ఈ తైలప నృపుడిని మనం మూడవ తైలపుడుగా భావించరాదు. శకవర్షాలు 1085, సుభాను (క్రీ. శ. 1163-4)[4] నామ సంవత్సరానికి చెందిన కిసువాడ (**పట్టద కిసువోళ**) శాసనం ప్రకారం మనం సమీక్షిస్తున్న అనుమకొండ శాసనం తర్వాత కూడా మూడవ తైలపుడు బతికే ఉన్నాడు; అనుమకొండ శాసనం తారీకు అంతకు క్రితం సంవత్సరం మొదట్లోది, అంటే శా. శ. 1084, చిత్రభాను నామ సంవత్సరానికి చెందినది. పైగా తైలపుడి మరణం తర్వాత భీముడు రాజుగా తన్ను ప్రకటించుకున్నాడని అనటం వల్ల, అతను రాజుగా ప్రకటించుకుంది కుమార తైలపుడి **కుమార వృత్తి** అయిన కందూరునాడు పైనే అన్నది స్పష్టం. అందువల్ల, శ్లోకంలో భీముని ప్రస్తావన వల్ల తైలప నృపుడిని కుమార తైలపుడిగా గుర్తించ సాధ్యపడుతుంది. కుమార తైలపుడు బతికి ఉన్నంతవరకు భీముడు అతనికి విధేయుడుగా ఉన్నాడు. అందుకు ఎవరూ అడ్డు చెప్పలేదు - అని శ్లోకం అర్థం. అయితే, తైలపుని మరణం తర్వాత, భీముడు రాజు జగదేక మల్లుని పట్ల విధేయత చూప

3. *Ibid,* ll. 71-75.
4. *JASB.* XI, 259 and *IA.* X, p. 169.

కుండా, తనే కందూరునాడు రాజుగా ప్రకటించుకున్నాడు. **రాజ్య పదవీం క్షణికామ్ స లేభే** అన్న మాటల అర్థం తాను కోరుకున్నట్టుగా భీముడిని కందూరు ప్రభువుగా ఎక్కువ కాలం ఉండనివ్వలేదు, రెండవ ప్రోలుడి చేతిలో పరాజయం పొందినప్పటికీ, రాచ కుటుంబపు సభ్యుడు కనుక కుమార తైలపుడిని మరో చోట బతకనివ్వటం జరిగింది; బహుశః తను పూర్వం అనుభవించిన హక్కులు, గౌరవాలతో సహా అతన్ని వదలివేయగా, భీముడతనికి కప్పం కడ్తూ ఉండేవాడు. అయితే అతని మరణం తర్వాత, ఏ రాజుకూ గౌరవం చూపని భీముని వర్ధమానపురి పట్నంపై రుద్రుడు దాడిచేసి, అతన్ని అనుచర గణంతో సహా అడవుల్లోకి పారద్రోలాడు. కనుక కందూరునాడుపై రుద్రుడు విజయం చేపట్టిన కథనం మూడవ తైలపుడికి గానీ, అతని మరణానికి గానీ ఏమాత్రం సంబంధించి నది కాదు. అయితే మూడవ తైలపుడు చాళుక్య సింహాసనాన్ని హస్తగతం చేసుకున్నప్పుడు, చాళుక్య రాజధానిలో నెలకొన్న అస్తవ్యస్త పరిస్థితిని అనుకూలంగా మల్చుకుంటూ భీముడు కందూరునాడు రాజుగా తన్ను తాను ప్రకటించుకొని ఉండవచ్చును. అతని తమ్ముడు గోకర్ణుని కొడుకు ఉదయుడు కూడా భీముడికి ఈ ప్రయత్నంలో మద్దతు ఇచ్చి ఉండవచ్చు. మనం ఈ వరకే గమనించినట్లు తెలింగాణలో జగదేకమల్లుని దండయాత్ర సందర్భంగా ప్రోలుడు చూపిన శౌర్య ప్రతాపాల కారణంగా కాకతీయ నాయకులు ప్రోలుడు, రుద్రుడు స్థానిక ప్రభువులుగా గుర్తింపబడ్డారు. అందువల్ల తన ప్రాంతంలో పొరుగున స్వతంత్ర రాజ్యాన్ని స్థాపించాలనే భీముడి ధోరణిని రుద్రుడు పట్టించుకోకుండా ఉండలేకపోయాడు.[5] అందుకు ప్రేరేపకం అసూయ తప్ప మరేం లేదు. అది చాళుక్యరాజుకు సంబంధించిం దేమాత్రం కాదు. అది పూర్తిగా వాళ్ళిద్దరి మధ్య పోటీనే.[6] **స్పర్ధా వర్ధిత గర్వ పర్వత మహాశృంగాగ్రం ఆరోహతి** అన్నమాటలు పరస్పర ప్రతిస్పర్ధనే సూచిస్తాయి. కటకూరు శాసనం[7]లో విరియాల సూరుడు భీముడిపై దాడి చేశాడని చెప్పటం మరో భిన్న సంఘటన అయి వుంటుంది. భీముడిని పారద్రోలిన రుద్రుడు ఉదయచోడుని రాజధానిపై దాడి చేశాడు. అది పానుగల్లు అయి ఉంటుంది; ఆ పట్నాన్ని పట్టుకోవటానికి గుర్తుగా ఓరుగల్లులో ఓ బస్తీకి **పానుగంటి – వాడ** అని పేరు పెట్టటం, ఆ రాజధాని పానుగల్లే అయి వుంటుందనటానికి సూచన. ఉదయ చోడుడు అతడితో సంధి చేసుకుని, తన కూతురును

---

5. From Fleet's Translation; *IA.* XI, p. 18: (తెలుగు అనువాదం)
"భీముడు రాజుల్లోకెల్లా నికృష్టుడు, మనుష్య రూపంలో ఉన్న పశువు, తల్లి సవతికి భర్త, సోదరుల్లో శ్రేష్ఠుడైన వ్యక్తిని భుజిస్తుండగా వధించినవాడు; అలాంటి భీముడు ఆకాశాన్నే కబళించాలనే లక్ష్య సాధనలో మహోగ్రుడైన శ్రీ రుద్రదేవుడితో తనను సమానంగా భావించుకుంటూ, ప్రతిస్పర్థతో పెరిగిన గర్వపర్వతోన్నత శిఖరాన్ని అధిరోహించాడు."
6. Appendix-4, ll. 83-85.
"ఆకాశ గ్రసన ప్రయాస నిరతశ్శ్రీరుద్రదేవేనయత్
స్పర్ధా వర్ధిత గర్వపర్వత మహా శృంగాగ్రం ఆరోహతి!"
7. *IAP. Kn.*, p. 81, ll. 22-25.

మద్రుడికిచ్చి పెళ్ళిచేశాడు. రుద్రుడి భీతితో మరణించినట్టు చెప్పబడుతున్న మరో ఉదయ లేక చోడోదయులని మనం స్పష్టంగా గుర్తించలేం. అది కవి అతిశయోక్తి అయినా అయి ఉండాలి లేక ప్రస్తుతానికి మనకు తెలియని మరో నాయకుడయినా అయి ఉండాలి. ఒక ఉదయ చోడుడు రెండు శాసనాల్లో మనకు కన్పిస్తాడు. ఒకటి నాగర కర్నూలు దగ్గరున్న ఎండబెట్టలోను, రెండవది సిరికొండలోను లభ్యమవుతాయి. రెండు శాసనాలూ క్రీ. శ. 1148-49 నాటివి; అవి అతన్ని చాళుక్యరాజు ప్రతాప చక్రవర్తి జగదేకమల్లుని సామంతు డుగా పేర్కొంటాయి. అందువల్ల, ఉదయ చోడునిపై రుద్రుడి దాడి జగదేకమల్లుని పాలనా కాలంలో జరగలేదని నిశ్చయమవుతుంది. భీముడిపై రుద్రుడి దాడి కూడా ఇదే సమయంలో జరిగి ఉండాలి; ఇద్దరు చోడ నాయకులను అతను ఒకే దండయాత్రలో ఓడించాడు. క్రీ. శ. 1157 నాటి భీమచోడుని గురించి చెప్పే కిష్టాపురం శాసనం, అప్పటిదే ఉదయ చోడుని గురించి చెప్పే రాచూరు శాసనం వారి పేర్లే ఉన్న రుద్రుని శత్రువులను పేర్కొనటమే గాక, వారితో అతను ఘర్షణపడిన కాలాన్ని - సుమారు క్రీ. శ. 1157 - 1162 మధ్య అని - కూడా ఇస్తాయి.[8]

రుద్రుని మిగతా ముగ్గురు శత్రువులు - దొమ్మరాజు, మేడరాజు, మైలగిలలో మొదటి వ్యక్తి కరీంనగర్‌కు దగ్గరగా ఉన్న నగునూరు ప్రభువు. అక్కడ కొన్ని జైన శిథిల చిహ్నాలతో పాటు ఈ నాయకుడి శాసనాలను కూడా గమనించటం జరిగింది. ఈ శాసనాలన్నీ దొమ్మరాజును పేర్కొంటూ, అతని యోధుల విజయాలను నమోదు చేస్తాయి. ఈ చీటీల్లాంటి శాసనాలలో ఒక దాంట్లో చాళుక్య విక్రమ వర్షం **ఉత్తమవిస్య నాళ్కెనెయ** అని పేర్కొంటుంది కానీ, దాని అర్థమేమిటో తెలియదు.[9] అయితే, కాలచక్ర సంవత్సరం ప్రమాది. శాసనం సరిగా లేకపోవటం వల్ల ఆ సంవత్సరాన్ని ప్రమాదీచ లేక ప్రమాదిగా అంటే వరసగా క్రీ. శ. 1133 లేక క్రీ. శ. 1159గా గ్రహించవచ్చు; అప్పుడు, ఆ కాలం లోని చాల శాసనాల్లో చాళుక్య విక్రమ యుగాన్ని పేర్కొనటం వట్టి ఆచారంగా మిగిలి పోయింది కనుక చాళుక్య విక్రమ వర్షాన్ని పట్టించుకోవాల్సిన పని లేదు. రుద్రుడి పాలనా కాలం క్రీ. శ. 1195 వరకూ కొనసాగింది కనుక, పైన పేర్కొన మొదటి సంవత్సరాన్ని (క్రీ. శ. 1133) రుద్రుని కాలానికి సంబంధించిందిగా భావించటం మరీ ముందు తారీకును పరిగణనలోకి తీసుకోటం అవుతుంది; అందువల్ల మనం ప్రమాది అంటే క్రీ.శ. 1159నే పరిగణనలోకి తీసుకోవాలి. అభివ్యక్తిలో అస్పష్టత ఉన్నా నాళ్కెనెయ, ప్రమాదిలు ఆశ్చర్యంగా కాలచురి బిజ్జలుడి నాల్గవ పాలనా సంవత్సరానికి సరిపోతాయి. పి.బి.దేశాయ్ అభిప్రాయం ప్రకారం బిజ్జలుని సార్వభౌమ పాలన క్రీ. శ. 1156లో ప్రారంభమైంది.[10] ఈ నగునూరు శాసనం మేడరాజు కొడుకు జగ్గదేవుడి విజయాన్ని ప్రస్తావిస్తుంది; వాళ్ళిద్దరూ రెండవ మేడరాజు, అతని కొడుకు రెండవ జగ్గదేవుడు అయి ఉంటారు.

---

8. *JAHRS.* XXXVI-1, pp. 67-69.
9. *AP. Kn.*, p. 139.
10. P.B.Desai, *Basaveswara and His Times,* p. 34.

అతని తాత మొదటి మేదరాజుకు చెందిన పొలవాస శాసనం[11]లో సూచించినట్లు ఈ మేదరాజు గుండరాజు అన్న; ఆపైన పొలవాస నాయకుడు. క్రీ. శ. 1117 నాటి రెండవ ప్రోలుడి అనుమకొండ పద్మాక్షి ఆలయ శాసనం[12]లో అతన్ని మొదటి సారిగా గుర్తించటం జరిగింది. దొమ్మరాజు నగునూరు శాసనంలో పేర్కొన్న జగ్గదేవుడు రెండవ మేదరాజు కొడుకై ఉండాలి; ఎందుకంటే, మొదటి మేదరాజు కొడుకు మొదటి జగ్గదేవుడు, మనం నాల్గవ అధ్యాయంలో చూపినట్లు, క్రీ. శ. 1117 తర్వాత బతికిన ఆధారాలు లేవు; ఆపైన పద్మాక్షి ఆలయ శాసనంలో అతని కొడుకు రెండవ మేదరాజు దాతలలో ఒకడుగా దర్శనమిస్తాడు. కనుక మొదటి జగ్గదేవుడు రుద్రుడి సమకాలికుడు అయ్యే అవకాశం లేదు. దొమ్మరాజుకు సంబంధించిన యుద్ధ సంఘటనలను సూచించే పైన పేర్కొన్న శాసనాల ఆధారంగా, అతని శత్రువు రుద్రుడే అనీ, ఆ సంఘటనలు ప్రమాది అంటే క్రీ. శ. 1159లో జరిగి వుండాలి అనీ మనం గ్రహించాల్సి ఉంటుంది.

రుద్రుడి అనుమకొండ శాసనంలో అతని మరొక శత్రువు రెండవ మేదరాజని పేర్కొనటం జరిగింది. రుద్రుడు మేదరాజును ఓడించి, అతని పొలవాస ప్రాంతాన్ని కాకతీయ రాజ్యానికి కలిపి వేయటం జరిగిందని ఆ శాసనం చెప్తుంది. గంగాధరుని అనుమకొండ శాసనం రుద్రుడి చేతిలో మేదరాజు ఓటమిని విపులంగా వర్ణిస్తుంది. అందు లోని కథనం ప్రకారం, మేదరాజు తన కూతురిని రుద్రుడికిచ్చి పెళ్ళిచేసి సంధి చేసుకోవటానికి ఇష్టపడక, తన సంపదను, గర్వాన్నీ, కుటుంబ ప్రతిష్ఠనూ వదలుకొన్నాడు.[13]

ఈ శత్రు బృందంలో చివరివాడు మైళిగిదేవుడు. తెలింగాణలో తెలిసిన ఏ నాయకుల లోనూ, ఈ నాయకుడిని పండితులు గుర్తించలేకపోయారు. శ్లోకం పాఠం ఇలా వుంది:

"ఇదే మేద విడంబ దంబర భర క్షోదక్షమమ్ క్ష్మాభృతామ్
దుర్వారోద్ధుర వీరమంత్ర సమయాదానైక దీక్షా గురుమ్।
శ్రీమన్ మైళిగి దేవ సంగ సమయ ప్రోద్భూత దర్పాపహమ్
ప్రాప్త శ్రీ పొలవాస దేశ విభవమ్ శ్రీ రుద్రదేవమ్ సదా॥"

ఇక్కడ రుద్రుడిని ఇలా శ్లాఘించటం జరిగింది. (1) మేదరాజు యొక్క అనేకానేక వృథాడంబరాలను, హక్కు వాదనలను తుంచి వేయగలిగిన వాడతను, (2) అపరాని శత్రు రాజుల ధైర్య కూటములను, సభలను పట్టుకోటంలో నిపుణుడతను, (3) మైళిగి దేవుడిని ఎదుర్కొన్నప్పుడు, లేక కలిసినప్పుడు అతని ఎగసిన గర్వాన్ని భంగం చేసిన వాడతను, (4) శ్రీ పొలవాస దేశ సంపదను పొందిన వాడు రుద్రుడు.

నగునూరు దొమ్మరాజుపై రుద్రుని విజయాన్ని ఉల్లేఖించే శ్లోకం తరవాతిది ఈ శ్లోకం. మైళిగితో అతని ఎదుర్కోలును రెండు వక్తవ్యాలు - మేదరాజుపై అతని దాడి,

---

11. *IAP. Kn.* No. 75.
12. *EI.* IX, pp. 256 ff.
13. *IAP. Wg.*, p. 122, ll. 17-20.
"అనిచ్ఛాన్ కన్యకాం దాతుం యస్మై మేదనృపో దదౌ।
విభూతించాభిమానంచ కీర్తించ కుల సంచితాం॥"

పొలవాస దేశపు సంపదను పొందటం - మధ్య చెప్పటం జరిగింది. నగునూరు ప్రభువు దొమ్మరాజు పొరుగున ఉన్న మరో నాయకుడు మేడరాజు. అతని రాజధాని పొలవాస. దొమ్మరాజు పరాజయం, మేడరాజు ఓటమి, మైళిగితో సంఘర్షణ, పొలవాసను దోచుకోవటం - ఈ నాలుగు సంఘటనలూ రుద్రుడు చేపట్టిన ఒకే దండయాత్రలో చోటుచేసుకున్నాయని మనం భావించటం సహేతుకమే. మైళిగి పేరున్న ఇద్దరు రాచవీరులు మనకు తెలుసు. ఒకరు కాలచురి బిజ్జలుని తమ్ముడు, మరొకరు అతని కొడుకు కుమార మైళిగి. చక్కలిగి శాసనం ప్రకారం కుమార మైళిగి తండ్రితో పాటు కలిసి క్రీ. శ. 1157లో రాజ్యం చేస్తున్నాడని మనకు తెలుస్తుంది.[14] కనుక, మన శాసనంలోని మైళిగిని ఈ ఇద్దరు రాచవీరులలో ఒకరుగా గుర్తించవల్సి ఉంటుంది. చాళుక్య రాజ్యానికి రాజకీయ వారసుడుగా వచ్చిన బిజ్జలుడు, కాకతీయ రుద్రుడిని అణచటానికి మైళిగి నాయకత్వంలో సైన్యాన్ని పంపి ఉండవచ్చును. రుద్రుడిపట్ల ఇప్పటికే శత్రుభావం వహించిన దొమ్మరాజు, రెండవ మేడరాజు, అతని కొడుకు జగ్గదేవుడు లేక జగదేవుడు కాకతీయులపై పగతీర్చుకునే ఈ అవకాశాన్ని ఉపయోగించుకుంటూ రుద్రుడికి వ్యతిరేకంగా మైళిగి దేవుడి పక్షం వహించారు. పైన చెప్పిన దొమ్మరాజు నగునూరు శాసనం అందించిన తారీకు క్రీ. శ. 1159 ప్రాంతాలలో ఈ పోరాటం జరిగినట్లు మనం గట్టిగా చెప్పవచ్చు. వీరివీ, మిగతావీ అయిన కూటమి ప్రణాళికను, అనుమకొండ శాసనంలో చెప్పినట్టు, రుద్రుడు భగ్నం చేశాడు.[15] నిజానికి, దొమ్మరాజు నగునూరు శాసనం సూచించినట్లు చాలామంది వీరులు, జగదేవుడు లాంటి సేనానులు ఈ యుద్ధంలో చనిపోయారు, జగదేవుడి అంతకు ముందు విజయాలను శాసనాలు నమోదు చేశాయి. అర్జునుడి చేతిలో కర్ణుడు హతమైనట్లు, దొమ్మరాజు రుద్రుడి చేతిలో మరణించాడు.[16] మేడరాజును అడవుల్లోకి పారద్రోలటం జరిగింది. కూతుర్నిచ్చి రుద్రుడితో సంధి చేసుకోటానికి బదులుగా అతను తన సంపదను కోల్పోయాడు.

రుద్రుడి శత్రువులతో కలిసిన మైళిగి గెలవగలననే ఆశ కోల్పోయి, కాకతీయ సైన్యం వెంట తరుముతుంటే కళ్యాణకు పారిపోయాడు. బహుశః, ఆ సందర్భంగానే రుద్రుడు బిజ్జలుడి రాజధాని కళ్యాణను పట్టుకో ప్రయత్నించి ఉంటాడు. కానీ, కాలచురి సైన్యాలు, క్రీ. శ. 1161 నాటి బిజ్జలుడి లక్ష్మేశ్వర్ శాసనం[17]లో చెప్పినట్టు, అతన్ని తిప్పికొట్టాయి. ఆంధ్రరాజు, బహుశః రుద్రదేవుడు, బిజ్జలుని శత్రువని చెప్పిన శాసనంలోని వక్తవ్యం కాక

---

14. *A.R.* BK. 1938-39, No. 50; *SII.* XX, p. 127.
    "శ్రీమతు బిజ్జణదేవ రసరుం మైలుగిదేవ కుమారరుం సుఖ సంకథా రాజ్యం గెయ్యుత్తమిల్దు."
15. "వీరమంత్ర సమయా దానైక దీక్షా గురుం" పదబంధం - అంటే, వీరుల కూటమిని గెలవటంలో నిపుణుడైన వ్యక్తి - సూచించినట్లుగా.
16. Appendix -4, ll. 50-54.
17. *SII.* XX, No. 137, l. 9
    "అదిబలోద్రుప్తన్ అప్పాంధ్రానం బందిసిదం"

తీయులు బిజ్జలునితో చేతులు కలిపి చాళుక్యులను సింహాసన భ్రష్టులను చేశారనే అభిప్రాయాన్ని వమ్ము చేస్తుంది. ఆ కాలంలో, మరే ప్రముఖ తీర ప్రాంత రాజూ బిజ్జలుడితో సంఘర్షించలేదు కనుక, ఇక్కడి ఆంధ్రరాజు రుద్రుడు తప్ప మరెవరూ అయ్యే అవకాశం లేదు. వెలనాటి రెండవ కులోత్తుంగ రాజేంద్రచోడుడు (క్రీ. శ. 1162 - 1182) కర్ణాటక సైన్యాలతో కొచ్చెర్ల కోట వద్ద తలపడిన సంఘటన, ఆ వెలనాటి రాజు సేనాని వేయించిన మోపర్రు శాసనం[18] ప్రకారం క్రీ. శ. 1170లో జరిగింది, అంటే - క్రీ. శ. 1161 నాటి లక్ష్మేశ్వర్ శాసనం తరువాత పది సంవత్సరాలకు జరిగింది. క్రీ. శ. 1108 నాటి మేడ రాజు పొలవాస శాసనంలో చెప్పినట్టు ప్రస్తుత తెలింగాణ ప్రాంతం ఇప్పుడున్నట్టుగానే చాలకాలం నుండి ఆంధ్రదేశంలో కలిసి ఉన్నదే. కరీంనగర్ జిల్లాలోని పొలవాస ఆంధ్ర దేశంలోనిదే అని ఆ శాసనం పేర్కొన్నది. కనుక, లక్ష్మేశ్వర్ శాసనంలో బిజ్జలుడి శత్రువని పేర్కొన్న ఆంధ్రరాజు, కాకతీయ రుద్రుడే అని ఏమాత్రం సందేహం లేకుండా చెప్పవచ్చు. పశ్చిమంలో తన రాజ్యం కటకం వరకు వ్యాపించి ఉందని రుద్రుడు చెప్పుకోవటంలోని అర్థం అతని సైన్యాలు విజయవంతంగా బిజ్జలుని రాజధాని కళ్యాణ కటకం దాకా వెళ్ళాయనే. అలా మైళిగిని తిప్పికొట్టి, అతన్ని కళ్యాణ దాకా తరిమాక, రుద్రుడు మొత్తం తెలింగాణలో దుర్నిరీక్ష్యమైన ఆధిక్యతను పొందాడు. పొలవాసను కలుపుకోవటం వల్ల అతని రాజ్యం ఉత్తరంగా గోదావరి వరకు వ్యాపించింది. అతని తండ్రి ఎప్పుడో దక్షిణం దిక్కు శ్రీశైలంలో విజయస్తంభం నిర్మించాడు; రుద్రుడు భీమచోడుని ఓడించి కందూరు నాడును కాకతీయ రాజ్యంలో కలిపివేసుకున్నాడు. అయితే, సాంత్వన చర్యగా అతను ఉదయ చోడుని కుమార్తెను వివాహమాడి, అంతకు ముందులాగానే అతని మాన్యాన్ని అతను పరిపాలించుకునేందుకు అనుమతించాడు. విశాలమైన శ్రీశైలం పై అటవీ ప్రాంతాన్ని అతను చెరకు నాయకులకు ఇచ్చాడు. వాళ్ళు అతనికి చోడులపై జరిగిన దండయాత్రలో సాయం చేశారు. ఆ సంఘటనను శా. శ. 1124కు సరిఅయిన క్రీ. శ. 1202 నాటి చెరకు బొల్లయ జమ్మలూరు శాసనం[19] వివరిస్తుంది.

వేయి స్తంభాల గుడి శాసనం తూర్పున రుద్రుడి రాజ్యానికి సముద్రం అంటే బంగాళాఖాతం ఎల్ల అని చెప్తుంది. ఈ వక్తవ్యంలోని వాస్తవం అనుమానాస్పదమే. ఎందుకంటే, అప్పుడు ఆంధ్రతీర ప్రాంతం కోన హైహయులు, పిఠాపురం శాఖ చాళుక్యులు, ఏలూరు ప్రాంత కొలని (సరసీపుర) నాయకులు, వెలనాటి నాయకుడు రెండవ రాజేంద్ర చోడుడు, అమరావతి కోట నాయకులు, కొండ పడుమటి నాయకులు, పలనాడు హైహయులు లాంటి చాల మంది మాండలిక నాయకుల అధీనంలో ఉంది. అప్పుడు ఈ మాండలికుల్లో ఎవరూ ఖచ్చితంగా చాళుక్య చోళరాజు, రెండవ రాజరాజుకు విధేయులుగా లేరు. నిజానికి వారంతా ఓ రకంగా స్వాతంత్ర్యాన్ని అనుభవిస్తున్నారు. శకవర్షాలు 1091న కోటశూర మహాదేవి దాక్షారామం శాసనంలో తన భర్త కోట చోదయ రాజుకు **కాకతి - ప్రోల**

18. *Ibid,* X, 171; **కేయూరబాహు చరిత్ర**, I, ఉపోద్ఘాతం.
19. *APARE.* 1966, Nos. 133 and 147.

నిర్దహనుడని బిరుదున్నదని పేర్కొంటుంది. అంటే, రెండవ ప్రోలుడు ఆ నాయకులతో చేసిన యుద్ధంలో మరణించాడనటానికి అది సూచన అవుతుంది.

తండ్రి చనిపోయినప్పటికీ రుద్రుడు తన సేనాని ఇనంగాల బ్రమ్మిరెడ్డిని తీరాంధ్ర నాయకులు కొందరితో స్నేహ సంబంధాలు నెలకొల్పమని నియోగించాడు; అతను తన యజమాని లక్ష్య సాధనలో కొంత ప్రగతి కూడా సాధించాడు. ఆ నాయకులతో స్నేహ సంబంధాలు నెలకొల్పటమంటే బహుశః అవసరమైన వారికి సైనిక సాయం చేయటమయి ఉండవచ్చు. చాళుక్య రాజ్యానికి రాజకీయ ఉత్తరాధికారిగా బిజ్జలుడు తన్ను తన ప్రభుతను అంగీకరించమని బలవంతపెడ్తాడని రుద్రుడికి నిశ్చయంగా తెలుసు. బిజ్జలుడితో తలపడ వల్సిన ఏ సందర్భానికైనా సిద్ధమయ్యేందుకు, కాకతీయ నాయకులు, క్రీ. శ. 1156 ప్రాంతంలో బిజ్జలుడు చాళుక్య సింహాసనాన్ని హస్తగతం చేసుకున్నప్పటి నుండి, తీరాంధ్ర నాయకుల మద్దతు కూడగట్టుకోవటానికి ఏమాత్రం ఆలస్యం చెయ్యలేదు. ఈ సమయం కల్లా తెలింగాణలోని నాయకులందరూ సామంత స్థాయికి తొక్కివేయబడినా, కాకతీయుల పట్ల వారి శత్రుత్వం కొనసాగుతూనే వుంది; యుద్ధం కనుక వస్తే వాళ్ళు చేసే మేలుకంటే కీడే ఎక్కువ. అందువల్ల రుద్రుడు బాహ్యసాయం పొందాలని ఆశించాడు. ఈ ప్రయత్నంలో అతను సాఫల్యం పొందాడో, లేక తనొక్కడే శత్రువుతో తలపడ్డాడో మనకు తెలియదు. క్రీ. శ. 1158 నాటి అతని సేనాని శాసనం దాక్షారామంలో కన్పించటం వల్ల అంతకు క్రితం ఏడాది ప్రోలుడు చనిపోవటమేకాక, మైళిగి అతని మిత్రులతో ఆ తర్వాతి సంవత్సరం జరిగిన యుద్ధంలో అటువైపు నుండి రుద్రుడికి కొంత సైనిక సాయం లభించిందన్న సూచన కూడా మనకు లభ్యమవుతుంది. అలాకాకపోతే అతని సేనాని దాక్షారామంలో ఉండటానికి కారణం మనం మరొకటి చెప్పలేం; ఆ సమయానికి అతను ఆ ప్రాంతాన్ని జయించలేదు కూడా. అతని సామ్రాజ్యం తూర్పున సముద్రం దాకా వ్యాప్తి చెందిందన్న అనుమకొండ శాసనంలోని వక్తవ్యం అతిశయోక్తి తప్ప మరేం కాదు. లేదూ, చందవోలుకు చెందిన రెండవ వెలనాటి రాజేంద్ర చోడుడికి సమానంగా తీరాంధ్ర మాండలికులలో రుద్రుడు కూడా చెప్పుకోదగిన ప్రభావాన్ని కలిగి ఉన్నాడని సమర్థించాల్సి వుంటుంది. బ్రమ్మిరెడ్డి శాసనాన్ని శకవర్షాలు 1080తో పాటు, చాళుక్య చోళరాజు రాజరాజు 13వ పాలనా సంవత్సరంగా గుర్తించే పద్ధతి, తన అధికార అవసాన దశలో పేరుకు మాత్రం రాజుగా ఉన్న రెండవ రాజరాజుకు అవమానం కలిగించే రీతిగా కాకతీయ రుద్రుడు తీర ప్రాంతంలో తన ప్రభావాన్ని వ్యాపింపజేశాడన్న పైఅభిప్రాయానికి సమర్థింపు కలిగించే విధంగా వుంది. అది రుద్రుడి రాజకీయ చతురతకు విజయం. అలా, తిరుగులేని తన అధికారాన్ని తెలింగాణలో స్థాపించటానికి అతనికి ఓ దశాబ్ద కాలం - క్రీ. శ. 1150-1162 - పట్టింది. బలప్రాభవం కలిగిన తన హొయసాల, సేవుణ సామంతుల నుండి బిజ్జలుడు మద్దతు కూడగట్టుకోలేదనీ, పదవీ భ్రష్టులయిన చాళుక్యరాజులు తిరిగి తమ పోయిన ప్రాభవాన్ని సంతరించుకోలేరనీ నిశ్చయించుకున్నాక, స్థానిక నాయకులపై అంతకు ముందే తన అధికార ప్రాబల్యాన్ని జమాయించిన రుద్రుడు, మహా వినీతమైన

బిరుదాలు – **పతిహిత చరిత, వినయ భూషణ, మహా మండలేశ్వర** – ధరించి తన సార్వ భౌమత్వాన్ని ప్రకటించుకున్నాడు.

పై పర్యాలోకనం తర్వాత మన మీ కింది నిర్ధారణలు చెయ్యవచ్చు.

1. రెండవ ప్రోలుడి లాగానే రుద్రుడు కూడా తన చాళుక్య ప్రభువుల పట్ల ఏమాత్రం అవిధేయత చూపటం మనం గమనించం. ఈ దశలో కూడా అతను – **పతిహిత చరిత, వినయ – భూషణ, మహామండలేశ్వర** – అన్న బిరుదాలు ధరించటంలోనూ తన విధేయతనే ప్రకటించాడు. అయితే, అతన్ని నిరాశపరుస్తూ, చాళుక్య సింహాస నానికి సరైన హక్కుదారుడెవరూ ముందుకు రావటం జరగలేదు.
2. అక్రమంగా సింహాసనం హస్తగతం చేసుకున్న బిజ్జలుడికి దాసోహమనకుండా చాల కాలం నిరీక్షించాక అతడు తన స్వాతంత్ర్యాన్ని ప్రకటించుకొన్నాడు.
3. చాళుక్యలను సింహాసనచ్యుతులను చేయటానికి ప్రత్యక్షంగా గానీ లేక మరో విధంగా గానీ రెండవ ప్రోలుడు కానీ, రుద్రుడు గానీ ప్రయత్నించలేదు, పాలు పంచుకోలేదు. వాళ్ళు బిజ్జలుడితో చెయ్యి కలపలేదు; ఆ పైన బిజ్జలుడే రుద్రుడిని శత్రువుగా పరిగణించాడు.
4. శాసనంలో పేర్కొన విజయాలన్నీ తెలింగాణ ప్రాంతంలోనే జరిగాయి. రెండు సంద ర్భాల్లోనూ పేర్కొనబడ్డ తైలపుడు కుమార తైలపుడే కానీ, రాజు మూడవ తైలపుడు కాదు.
5. రెండవ ప్రోలుడు, రుద్రుడు పరాస్తం చేశారని పేర్కొనబడ్డ మిగతా శత్రువులు, వారిలో కొందరికి బంధుత్వాలున్నా, భిన్న సందర్భాల్లో ఎదుర్కోబడిన వారేకానీ ఒకే సమయంలో కాదు; ప్రోలుడి విజయాల తారీకు క్రీ. శ. పన్నెండవ శతాబ్దంలోని ముప్పై ప్రాంతాలకు చెందినదయితే, రుద్రుడి విజయాలు యాభైలకు సంబంధించి నవి.

రుద్రుడి తరువాతి జీవితం:

గంగాధర మంత్రి వేయించిన హనుమకొండలో లభ్యమయిన శకల శాసనంలో రుద్రుడి కాలంలో కాకతీయులు గోదావరికి ఉత్తరాన దాడి జరిపారన్న పూర్వ వృత్తాంత సూచన కన్పిస్తుంది. అంతకు ముందు మేదరాజు నుండి **మాన్యఖేటకకార** బిరుదాన్ని గుంజుకున్న చిత్రకూట రాజును రుద్రుడు ఓడించాడని ఆ శాసనం చెప్తుంది.[20] మనకు ప్రస్తుతమున్న ఆధారాలతో ఆ చిత్రకూట రాజును గుర్తించటం కానీ, అతనికి వ్యతిరేకంగా రుద్రుడు ఎప్పుడు దండయాత్ర చేశాడని గానీ నిర్ధారించటం సాధ్యపడదు. అయితే, చోళ రాజు రెండవ రాజరాజు ప్రేరేపణతో బహుశః రుద్రుడు ఈ దండయాత్ర చేసి ఉండ వచ్చును. మనం పైన చెప్పుకున్న దాక్షారామం శాసనంలో ఈ విషయాన్నే కాకతీయ సేనాని బ్రమ్మిరెడ్డి తిరుగు ప్రయాణంలో రెండవ రాజరాజు 13వ పాలనా సంవత్సరాన్ని పేర్కొంటూ చెప్పి ఉండవచ్చు.

---

20. *IAP. Wg.*, p. 121, ll. 3-6.

తీరాంధ్ర విజయం:

తెలింగాణలో తిరుగులేని ప్రభువుగా తన్ను తాను స్థాపించుకున్నాక, రుద్రుడు తన దృష్టిని తీరాంధ్ర దేశానికి మరల్చాడు. వెలనాటి కులోత్తుంగ రాజేంద్ర చోడుడు తన తండ్రి రెండవ గొంకరాజు ఉత్తరాధికారిగా క్రీ. శ. 1162లో రాజ్యానికి వచ్చాడు. రెండవ రాజరాజు బ్రతికి ఉన్నంతవరకు వెలనాటి నాయకులు చాళుక్య - చోళరాజుల పట్ల విధేయంగా ఉండేవారు. అయితే, క్రీ. శ. 1172లో రెండవ రాజరాజు చనిపోయాక, వెలనాటి నాయకుడు రెండవ కులోత్తుంగ రాజేంద్రచోడుడు కొత్త చాళుక్య - చోళ చక్రవర్తి రెండవ రాజాధిరాజు అధికారాన్ని కాదని, దక్షిణాన దర్శినుండి ఉత్తరాన విశాఖపట్నం జిల్లాలోని సింహాచలం వరకు వ్యాపించి ఉన్న తీర ప్రాంతానికంతా తానే ప్రభువయ్యాడు. వెలనాటి రెండవ రాజేంద్ర చోడుడు చందవోలులో దుర్నిరీక్ష్యుడిగా ఉన్నంతకాలం కాకతిరుద్రుడు ఆంధ్రదేశంపై తన అధికారాన్ని వ్యాపింపచేయలేక పోయాడు. క్రీ. శ. 1181లో ఈ వెలనాటి నాయకుడు మరణించటం, ఆపైన పల్నాటి నాయకుల మధ్య అన్నదమ్ముల కలహం తలెత్తటంతో తీరాంధ్ర వ్యవహారాల్లో జోక్యం చేసుకునే అవకాశం రుద్రుడికి లభించింది; పలనాటి నాయకుడు నలగాముడు తనకు సాయం చెయ్యమని అర్థించటంతో ఆ అవకాశం దొరికింది. వెంటనే రుద్రుడు మల్యాల, కొమరవెల్లి, విప్పర్ల, నతవాడి నాయకులను వెంట బెట్టుకుని సైన్యంతో బయలుదేరాడు. పల్నాటి అంతర్యుద్ధ ఫలితం సంగతలా ఉంచి, రుద్రుడు కోట నాయకుడు దొడ్డ భీముని ఓడించి, అతని పట్నం ధరణికోటను చేజిక్కించుకున్నాడు. అయితే, రాజీ ప్రయత్నంగా దొడ్డ భీముని కొడుకు రెండవ కేతరాజును సింహాసనంపై ప్రతిష్ఠించి, అతని పూర్వీకుల భూభాగాలన్నీ అతనికి తిరిగి ఇచ్చివేశాడు. వెలనాటి రాజ్యపు పశ్చిమ సరిహద్దుల కాపలాదారులుగా పనిచేసే కొండ పడుమటి నాయకులను రెండవ కేతరాజు సాయంతో రుద్రుడు ఓడించాడు. క్రీ. శ. 1185 నాటి త్రిపురాంతకం శాసనం కొండపల్లి నాడులోని కృష్ణాతీర రేవూరు గ్రామాన్ని అతడు త్రిపురాంతక మహాదేవుడికి కానుకగా ఇచ్చినట్టు చెప్తుంది.[21]

ఈ సందర్భంలో చెప్పుకోవాల్సిన సంఘటన, తీరాంధ్రంపై దాడి తర్వాత రుద్రుడు ముదిగొండ చాళుక్య నాయకులు కుసుమాదిత్యుడు, అతని సోదరుడు నాగతిరాజులపై దండెత్తటం. కుసుమాదిత్యుని కుకనూరు తామ్రపత్రాలు అతను సింహాసనం అధిష్ఠించాక రాజ్యంలో ఓ పెద్ద భూపటలం (**భూప్రఘట్టన**) జరిగిందనీ, ఫలితంగా తాము కష్టాలు అనుభవిస్తూ ఇతర ప్రాంతాల (**పరమండల**)లో పన్నెండేళ్ళు తలదాచుకోవాల్సి వచ్చిందనీ చెప్తాయి.[22] క్రీ. శ. 1213 నాటి రేచెర్ల రుద్రుడి పాలంపేట శాసన వక్తవ్యం ప్రకారం అతను ఓ నాగతిరాజును కాలికి బుద్ధి చెప్పేట్టు చేశాడు. అంటే, తమ మాన్యం విసురునాడు నుండి ఈ ముదిగొండ నాయకులను వెళ్ళగొట్టటం జరిగిందని మనం అర్థం చేసుకోవాలి. రుద్రుడి పాలన అయ్యాక, వాళ్ళు తమ సొంత గడ్డకు తిరిగి వచ్చారు. తమ మంత్రులకు

---

21. *SII.* X, 241.
22. *EA.* II, p. 40.

క్రివ్వక గ్రామాన్ని దానంగా ఇస్తూ పత్రాలు జారీచేశారని మనం నాలుగో అధ్యాయంలో తెలుసుకున్నాం.

రుద్రుడు - యాదవులు:

జల్హణుడి **సూక్తి - ముక్తావళి**లోని శ్లోకం ఆధారంగా, క్రీ. శ. 1173-1192ల మధ్య రాజ్యం చేసిన యాదవరాజు భిల్లమ చేతిలో రుద్రుడు ఓసారి ఓడిపోయాడని కొంతమంది పండితులు అభిప్రాయపడ్డారు. ఆ శ్లోకంలో సంబంధిత భాగం ఇది: **విజిత భూర్బభ్రూ రణ ప్రాంగణే.** ఈ భాగాన్ని **బభ్రూ** రణక్షేత్రంలో (కొంత) ప్రాంతాన్ని (భిల్లమ) జయించాడని వాళ్ళు వ్యాఖ్యానించారు. **బభ్రూ** పదం రుద్రుడికి (శివుడికి) సమానార్థక పదం కనుక **బభ్రూ** అంటే (కాకతి) రుద్రుడని పి.బి.దేశాయ్ అన్నాడు. అయితే, మరో సాక్ష్యం లేకపోవటం వల్ల ఈ వ్యాఖ్యానం సందేహాస్పదమే.[23] **బభ్రూ** పదం సంస్కృతీకరించిన ప్రదేశపు పేరు అయి వుండవచ్చు. క్రీ. శ. 1200-1247ల మధ్య పాలించిన సింఘణుని పాట్నా శాసనం[24]లో కాకతీయులపై సేవుణుల విజయాన్ని తొలిగా పేర్కొనటాన్ని మనం గమనిస్తాం.

సింఘణుడి తండ్రి జైత్రపాలుడు ఆంధ్ర మహిళల ప్రియతముల ఆనందానికి అంతం పలికాడని ఆ శాసనం చెప్తుంది. అయితే, జైత్రపాలుడికి శత్రువుగా నిలిచిన ఆంధ్ర రాజు రుద్రుడా లేక అతని తర్వాత వచ్చిన మహాదేవుడా అన్న విషయం స్పష్టంగా పేర్కొనటం జరగలేదు. సేవుణరాజు చేతిలో మహాదేవుడు మృత్యువాత పొందాడన్న విషయం మనకు నిశ్చయంగా తెల్సు; కానీ, యాదవరాజు చేతిలో రుద్రుడు మరణించిన సంగతి మనకు కాకతీయుల శాసనాలలో ఎక్కడా కన్పించదు. ఈ సందర్భంగా చూపించే మరో సాక్ష్యం హేమాద్రి నుండి ఉట్టంకింపు. ఈ హేమాద్రి యాదవ మహాదేవుడు, అతని మేనల్లుడు రామచంద్రుని **శ్రీకరణాధిపుడు.** జైత్రపాలుడు పవిత్ర యుద్ధభూమిలో యజ్ఞదీక్షను స్వీకరించి, ఆయుధ రూపమైన గరిటెలలో ఎంతో మంది రాజులను తన ప్రతాపాగ్నిలో వ్రేలుస్తూ, త్రిలింగాధిపతి అయిన రుద్రుని రూపంలో నరబలి నర్పించి, అలా ముల్లోకాలను జయించాడు అని తన **చతుర్వర్గ - చింతామణి**లోని 'వ్రత ఖండం'లో అతడు చెప్పాడు.[25] ఇక్కడి జైత్రపాలుడి శత్రువు పేరు కూడా మనకు తెలుస్తుంది. అతడు రౌద్రుడు. ఆ పేరునే ఆర్.జి.భండార్కర్ తదితరులు రుద్రుడని సవరణ చేశారు; తరవాతి రచయిత

23. S.H.Ritti: The *Seunas of Devagiri,* p. 72 and 100.
24. *EI*-II, pp. 238 ff.
25. R.G.Bhandarkar: *Early History of the Deccan,* App. C. p. 114.
"శ్రేణిభిర్ జగతీపతీన్ హుతవతాయేన ప్రతాపానలే,
తిల్లింగాధిపతేః పశోర్ విశసనమ్ రౌద్రస్య రుద్రాకృతేః।
కృత్వా పూరుషమేధ యజ్ఞవిధినా లబ్ధస్త్రిలోకీ జయః"
"రౌద్రస్య రుద్ర కృతేః"కు బదులుగా **"రౌద్రస్య రుద్రాకృతేః"** అనే సవరణను భండార్కర్ సూచించాడు.

లందరూ ఆ సవరణను స్వీకరించారు.[26] అయితే, హేమాద్రి వక్తవ్యానికి సవరణను మరే నిర్ధారింపు సాక్ష్యమూ లేకుండా స్వీకరించలేము. ఇంత గొప్ప రచయితకూడా, తన తరవాతి స్తుతిలో జైతుగి చేతిలో మహాదేవుని మరణాన్ని గూర్చి చెప్పడు; మరి ఈ సంఘట నను ఎన్నో సాక్ష్యాలు బలపరుస్తున్నాయి. అందువల్ల హేమాద్రి మూల వక్తవ్యం **రౌద్రస్య రుద్రా కృతేః** మహా దేవుడిని గురించి చెప్పేదే కానీ, భండార్కర్ అనుకున్నట్లు రుద్రుడిని గురించి చెప్పేది కాదు. అయితే, **రౌద్ర** పదాన్ని రుద్రుడి కొడుకుకు ఉపయోగించవచ్చు గాని, తమ్ముడికి గాదు. తన వక్తవ్యంలో ఉద్దేశించిన బలిపశువు రుద్రుడి కొడుకా, తమ్ముడా అన్న విషయం హేమాద్రి పూర్తిగా నిశ్చయంగా చెప్పలేదు; కొడుకయితే అతనికి లేడు. అయితే కాటయ నాయకుని ఉప్పరపల్లి శాసనం[27]లో రుద్రుడి కొడుకని చెప్పి ఓ మహాదేవుడిని పేర్కొనటం జరిగింది; బహుశః అతడు దత్తపుత్రుడై ఉండాలి; అతడు యాదవులపై జరిగిన దండ యాత్రలో మహాదేవుడిని అనుసరించి వెళ్ళి ఉండాలి; బహుశః హేమాద్రి తికమకపడి మహాదేవుడిని **రౌద్రుడ** (రుద్రుని పుత్రుడు)ని చెప్పి ఉండాలి. అలా, ఈ పరిస్థితుల్లో సమర్థింపు సాక్ష్యం ఒక్కటే నిర్ధారించగలిగేది. జైతుగి చేతిలో రుద్రుని మరణాన్ని గూర్చి మనకు మరో విధంగా తెలియదు కనుక, హేమాద్రి వక్తవ్యాన్ని మనం నమ్మలేం. అతన్ని గురించి మనకు తెలిసిన చివరి తారీకు వరంగల్లు జిల్లా, జన్గాం తాలూకాలోని బెక్కల్లు శాసనం నాటిది; ఆ శాసనం శకవర్షం 1117, రాక్షస నామ సంవత్సరంలో, వైశాఖ పూర్ణిమనాడు అంటే క్రీ. శ. 1195, ఏప్రిల్ 26న వేయబడింది.[28]

కొత్త రాజధాని:

రెండో ప్రోలరాజే రాజ్యంలో పెరుగుతున్న పౌర, సైనిక పరిపాలనా సౌలభ్యం, అవసరాల నిమిత్తం అనుమకొండకు ఎంతో దూరంలేని ఓరుగల్లు దగ్గర కొత్తకోటకు పునాది వేశాడు. పట్నాన్ని సంస్కృతంలో 'ఏకశిల' అనీ, తెలుగులో 'ఒంటికొండ' అనీ పిల్చారు. ఆ కోట నిర్మాణాన్ని రుద్రదేవుడు కొంతవరకు పూర్తి చేశాడు.

కోట బయట, కొత్త పాత కోటలకు మధ్య ఉన్న పట్నంలో – ప్రస్తుత వరంగల్ పట్నంలో – రుద్రుడు తన దండయాత్రలో కొల్లగొట్టిన పట్నాల పేర్ల మీద బస్తీలను ఏర్పరి చాడని గణపేశ్వరం శాసనం చెప్తుంది.[29] ప్రస్తుతం వరంగల్లులో పానుగంటివాడ, నగరం అన్న బస్తీలున్నాయి; పానుగల్లును జయించినందుకు పానుగంటివాడ పేరూ, దొమ్మరాజు రాజధానిని రుద్రుడు పట్టుకున్నందుకు ఆ పేరు మీద నగరమన్న పేరు మరోవాడకూ పెట్టినట్లు పైశాసనంలోని మాటలు నిర్ధారిస్తున్నాయి. జయించిన ఆయా పట్నాల నివాసస్థులకు తాను కొత్తగా నిర్మించిన వాడలలో స్థానం కల్పించాడని కూడా పై గణ పేశ్వరం ఆదేశ పత్రం మనకు తెలియజేస్తుంది.

---

26. *EHD,* p. 529 fn.
27. *IAP. Kn.,* p. 89.
28. *Ibid. Wg.,* 42.
29. *EI* - III, p. 90.

రుద్రుడు గొప్ప విజేత. తీర ప్రాంతాలను జయించాలనే తన తండ్రి వదలిపెట్టిన కార్యంలో, చెరకు, మల్యాల, రేచర్ల కుటుంబాల నాయకుల, వీర సేనానుల సాయంతో, చెప్పుకోదగిన ప్రగతి సాధించాడతను. తన తండ్రి మరణానికి దారితీసిన తప్పిదానికి వెలనాడు రాజ్యాన్ని జయించి అతను దీటైన సమాధానం చెప్పాడు. కాకతీయుల ప్రతిష్ఠను, అధికారాన్ని వ్యాపింపచేయటంలో ఏమాత్రం అలసత్వం లేకుండా కృషి చేసిన సైనికులు, మంత్రులను పొందగలగటం అతను చేసుకున్న గొప్ప అదృష్టం.

రుద్రుడు కళా, సాహిత్యాలను ఆదరించాడు. ఓరుగల్లులో కొత్త కోటే కాకుండా, ప్రస్తుతం 'వేయి స్తంభాల గుడి' అని పిల్చే రుద్రేశ్వర దేవాలయాన్ని కూడా అనుమకొండలో అతడు కట్టించాడు; పశ్చిమ చాళుక్య వాస్తు సంప్రదాయంతో అది నిర్మితమైంది.

మంత్రులు - సేనానులు:

రుద్రదేవుడి మంత్రులలో వెల్లకి కుటుంబానికి చెందిన గంగాధరుడు గొప్ప రాజకీయ వేత్త. క్రీ. శ. 1170 నాటి కరీంనగర్ శాసనం అతని రాజకీయ జీవితాన్ని గురించి క్లుప్తంగా చెప్తుంది. దాని ప్రకారం, రెండవ ప్రోలరాజు అతని వీరత్వ లక్షణాలు, ఋజు ప్రవర్తన పట్ల ఆకర్షితుడై, కొలువులోకి తీసుకుని, రాజధాని అనుమకొండ పరిపాలనా భారాన్ని అతని కప్పగించాడు.[30] రుద్రుడు చేపట్టిన అన్ని దండయాత్రలలోనూ గంగాధరుడు పాల్గొని పేరు తెచ్చుకున్నట్లు కనిపిస్తుంది; మేడరాజుతో యుద్ధం, పొలవాస, నగునూరులను అధీనంలోకి తెచ్చుకోవటం లాంటి రుద్రుడి యుద్ధాల గూర్చిన వర్ణనలవల్ల మనకు అది స్పష్టమవుతుంది. రుద్రదేవుడు అతన్ని సబ్బినాడు పాలకుడుగా నియమించి, సలాంఛన యుతంగా - అంటే పల్లకీ, ఛత్రచామరాలు, ఆభరణాలు, రాచదుస్తులు వగైరా - **మాండలిక** బిరుదాన్ని ప్రసాదించాడు. హనుమకొండలోని పలు శాసనాల్లో గంగాధరుని ధర్మకార్యాల ప్రస్తావన ఉంది. అతను అనుమకొండలో చెరువుతోపాటు ప్రసన్న కేశవుడికి ఓ దేవాలయాన్ని కూడా నిర్మించాడు; తన ముఖ్యపట్నంలో సంవర్తకేశ్వర, హిడింబాచల దేవాలయాలనూ కట్టించాడు. కరీంనగర్ శాసనం పట్టశాలలో అతడు బుద్ధదేవుడిని, విష్ణువు పది అవతారాల్లో ఒకడని విశ్వసించి, ప్రతిష్ఠించాడని చెప్తుంది. పండితులయిన బ్రాహ్మణులకు అతను ఓ అగ్రహారాన్ని దానంగా ఇచ్చాడు. ఇనంగాల బ్రమ్మిరెడ్డి కాకతీయ రుద్రదేవుడి **పెగ్గడ**గా దాక్షారామ శాసనం పేర్కొందని మనం ఇంతకు ముందు చెప్పుకున్నాం. గంగాధరుడి లాగానే ఈ అధికారి కూడా ఇద్దరు రాజులను - రెండవ ప్రోలుడు, రుద్రదేవులను కొల్చి వుండాలి. శైవతత్వ గ్రంథం **శివయోగసారం** రుద్రదేవుడి ఇద్దరు అధికారులను పేర్కొంటుంది; ఇందులూరి కుటుంబానికి చెందిన నానగౌరుని కొడుకులు పెదమల్లన, చిన మల్లనలు వాళ్ళు; వాళ్ళు పెద్ద బాధ్యత ఉన్న పదవులను చేపట్టారు; ఒకతను కొత్త రాజధాని ఓరుగల్లుకు పరిపాలనాధికారి, రెండవ అతను పెద - **సంప్రతి** అంటే ప్రధాన గణకుడు.

---

30. *IAP.* Kn., No. 25.

మహాదేవుడు (క్రీ. శ. 1195 - 1198-9)

రుద్రదేవుడికి పుత్రులు లేని కారణంగా అతని తమ్ముడు మహాదేవుడు రాజ్యానికి వచ్చాడు. ప్రతాపరుద్రుడి ఖండవల్లి తామ్రదాన పత్రం[31] ప్రకారం, రుద్రదేవుడు రాజ్యాన్ని తన తమ్ముడు మహాదేవుడికి అప్పగించాడు; బహుశః చిన్న వాడైన గణపతికి రాజ్య సంరక్షకుడిగా నియమించి ఉండాలి. ఈ రాజుకు సంబంధించిన రెండు శాసనాలు మనకు లభ్యమవుతున్నాయి; ఒకటి క్రీ. శ. 1197 నాటి కరీంనగర్ జిల్లా, పెద్దపల్లి తాలూకా సుండెల్లలోనిది,[32] రెండవది వరంగల్లు కోటలో తారీకు లేని, విరిగిన శాసనం.[33] సేవుణుల రాజ్యంపై అతను చేసిన దండయాత్ర ఒక్కటే అతని పరిపాలనా కాలంలోని రాజకీయ సంఘటన. శత్రువు పట్నాన్ని కొల్లగొట్టేటప్పుడు, అతడు రాత్రి విజయ దేవత కుచాలపై ఎర్రగంధం అలదినట్టుగా రక్త వర్ణాంకితుడై ఏనుగు కుంభస్థలంపై నిద్రించాడని ఖండవల్లి పత్రాలు, ఆలంకారికంగా చెప్తాయి.[34] అలాంటి వక్తవ్యమే క్రీ. శ. 1249-50 నాటి యనమదల శాసనం[35]లో మనకు లభ్యమవుతుంది. ఆ రాజుల విజయాలను సూచించే ఈ సంఘటనను వర్ణిస్తూ సేవుణుల శాసనాలూ చెప్తాయి. జైత్రపాలుడి విజయాన్ని చెప్పే సందర్భంగా, రెండవ సింఘణుని (క్రీ. శ. 1200-47) పాట్నా శాసనం[36]లో పేర్కొన్న ఆంధ్రరాజు, మనమింతకు ముందే చెప్పుకున్నట్లు, మహాదేవుడే కానీ రుద్రుడు కాదు. జైత్రపాలుడు త్రికళింగరాజు - త్రిలింగకు బదులుగా వచ్చిన పొరపాటు-ను యుద్ధంలో వధించాడనీ, గణపతిని కారాగృహం నుండి విడిపించి, అతన్ని రాజు చేశాడనీ రామ చంద్రుడి పైఠాన్ తామ్రదాన పత్రాలు చెప్తాయి.[37] వీటి ఆధారంగానూ, **ప్రతాప చరిత్ర, సోమదేవ రాజీయం** లాంటి సాహిత్య గ్రంథాల ఆధారంగానూ యాదవ దేశంపై మొదటి జైతుగి పాలనాకాలం[38] (క్రీ. శ. 1192-1200)లో మహాదేవుడు దండయాత్ర చేశాడనీ, శత్రువు రాజధానిపై జరిగిన దండయాత్రలో రాత్రిపూట ఏనుగుపై అధిష్ఠించి యుద్ధం చేస్తూ వధించబడ్డాడనీ మనం నిశ్చయంగా చెప్పవచ్చు. ఈ ఒంటరి సైనిక పోరుకు మహాదేవుణ్ణి ప్రేరేపించిన కారణాలేవో తెలియవు. అయితే, కాకతీయుల పట్ల యాదవరాజు గట్టి శత్రుత్వాన్ని వహించలేదని ఆ తర్వాత జరిగిన ఘటనలు సూచిస్తాయి; దయా

---

31. *EA.* IV, p. 109.
32. *IAP. Kn.,* 27.
33. *IAP. Wg.,* 47.
34. *EA.* IV, p. 114; l: 36.
    "కుంభయోస్స కరీంద్రస్య జయశ్రీ కుచయోరి వ।
    సంవివేశ రణే రాత్రౌ రక్తచందన చర్చితః॥
35. *EI.* III, p. 101.
36. *Ibid,* IV, p. 341, l. 5.
37. *IA.* XIV, p. 316.
38. S.H.Ritti: *The Seunas,* p. 90.
    జైతుగి చివరి తారీకు క్రీ. శ. **1200** అని చెప్పటం జరిగింది.

సముద్రుడైన జైతుగి, తను యుద్ధంలో ప్రాణం కాపాడిన గణపతిని ఆంధ్రదేశ ప్రభువుగా చేశాడని సింఘణుని బహాల్ శాసనం[39] చెప్తుంది. ఎందుకు జైతుగి గణపతిని పట్టు కున్నాడు, అదెలా సంభవించింది – అన్న విషయాలు ఆలోచించాల్సిన విషయాలు.

మహాదేవుని భార్య రాణి బయ్యాంబ. వారికి గణపతి దేవుడే కాక మరిద్దరు కుమార్తెలు కూడా ఉన్నారు. వారిలో ఒకామె మైలమ లేక మైలాంబ; నతవాడి కుటుంబంలోని నాయకుడైన రుద్రుడికిచ్చి ఆమె వివాహం చేశారు; అతను మహాదేవుడికి అంతకు ముందే బంధువు; మహాదేవుడి మేనమామ నతవాడి దుర్గరాజుకు అతను మనుమడు. మహాదేవుని మరో కూతురు కుందమాంబ; ఆమెనూ మరో రుద్రుడికిచ్చి పెళ్ళి చేశాడు; అతను అదే నతవాడి బుద్ధుడి కొడుకే అని తెలుస్తున్నది. మహాదేవుడికి శైవ – దీక్షను ఇచ్చిన ఆధ్యాత్మిక గురువు ధ్రువేశ్వర పండితుడు.

✪✪✪

39. *EI*.III, p. 111.

అధ్యాయం-7

గణపతి దేవుడు (క్రీ. శ. 1199-1262)

ఈ రాజుకు సంబంధించిన తొలి శాసనం 1199 డిసెంబరు 26 నాటి మంథెన శాసనం.[1] అది అతని మొదటి పరిపాలనా సంవత్సరం అనిపిస్తుంది. యాదవరాజు జైతుగి ఏ పరిస్థితుల్లో గణపతి దేవుడిని విడిపించి, సింహాసనంపై ప్రతిష్ఠించాడో మనకు నిశ్చయంగా తెలియదు. ఇటీవల లభ్యమైన చింతలూరి తామ్ర పట్టికల్లో జైతుగి రాజు తన కుమార్తె అయిన సోమల దేవిని కాకతి గణపతి దేవునికిచ్చి వివాహం చేసినట్లు చెప్పబడింది. క్రీ. శ. 1213 నాటి రేచెర్ల రుద్రుని పాలంపేట శాసనం[2] ప్రకారం, రుద్ర దేవుని మరణానంతరం రాచ కుటుంబానికి చెందిన నాయకులు, పొరుగు రాజ్యాల శత్రు రాజులు మహాదేవుడు ఉత్తరాధికారి అవటం బహుశః నచ్చక, అతనికి వ్యతిరేకంగా తిరుగు బాటు చేశారు. శత్రువుల్లో ఒకడైన నాగతిరాజును కాకతీయ సేనాని కాలికి బుద్ధి చెప్పేట్టు చేశాడు. కుకనూరు దానపత్రాల ప్రకారం ముదిగొండ చాళుక్య కుటుంబానికి చెందిన బొట్టు కుసుమాదిత్యుని తమ్ముడు నాగతిరాజు; అతనే ఆ దాన పత్రాల్ని జారీ చేశాడు.[3] ఆ ఆదేశ పత్రంలో తారీకు లేకపోయినప్పటికీ, అది తణుకు తాలూకాలోని నత్తరామేశ్వరం దేవాలయంలో దొరికిన క్రీ. శ. 1218 నాటి శిలా శాసనం కుసుమాదిత్యుడు, బొట్టు నాగతి రాజులను ఇద్దరనూ పేర్కొనటం వల్ల,[4] ఆ దాన పత్రాల తారీకును క్రీ. శ. 1213 కంటే ముందుదని సహేతుకంగా భావించవచ్చు. ఎందుకంటే పాలంపేట శాసనం క్రీ. శ. 1213 నాటిది కనుక. అలా, పాలంపేట శాసనంలో కన్పించే కాకతీయ సేనాని శత్రువు ముది గొండ చాళుక్య కుటుంబానికి చెందిన కుసుమాదిత్యుని తమ్ముడయిన నాగతిరాజని మనం గుర్తించవచ్చు. వాళ్ళు ఆ రోజుల్లో ప్రస్తుతం ఖమ్మం జిల్లాలోని విసురునాడు అంటే గోదా వరీ ప్రాంతాన్ని పాలిస్తున్నారు. ఒకప్పుడు వాళ్ళ రాజ్యం వరంగల్ జిల్లాలోని కొరవిదాకా వ్యాపించి ఉండేది, తన జీవితంలోని చివరి సంవత్సరాలలో కాకతి రుద్రుడు విసురు నాడుపై దండెత్తి ఈ చాళుక్య నాయకులను వారి భూముల నుండి తరిమి వేసినట్లు అని పిస్తుంది. కుకనూరు దానపత్రాల నుండి మనం అదే గ్రహిస్తాం. పెద్ద విపత్తు (**భూ-ప్రఘ ట్టన**) సంభవించి సోదరులు - కుసుమాదిత్యుడు, నాగతిరాజు ఇతర రాజుల ప్రాంతా లలో తలదాచుకోవాల్సి వచ్చిందని ఆ పత్రాలు చెప్తాయి. అందువల్ల, రుద్రుడు చనిపోగానే, వాళ్ళు కొరవిదాకా వ్యాపించి ఉన్న ప్రాంతంలో తమ అధికారాన్ని స్థాపించుకొనే ప్రయ త్నంలో, వాళ్ళు కాకతీయులతో సంఘర్షణకు దిగాల్సి వచ్చిందని మనం సహేతుకంగానే భావించవచ్చు. క్రీ. శ. 1218 నాటి నత్తరామేశ్వరం శాసనం ప్రకారం రేచర్ల రుద్రుడు

1. *IAP. Kn.*, 28.
2. *IAP, Wg.*, 50.
3. *EA.* II, pp. II ff
4. *SII,* X, 262.

నాగతిపై యుద్ధంచేసి ఓడించి అతను కొలను ప్రాంతానికి పలాయనం చిత్తగించేట్టు చేశాడు. మహాదేవుడి కొద్ది పరిపాలనా కాలంలోనో, లేక అతని మరణం తర్వాతో నాగతిరాజుపై రేచర్ల రుద్రుడి విజయం సంభవించి ఉండవచ్చు. మూడవ కులోత్తుంగ చోడుడు కూడా కాకతీయపట్నంపై దండెత్తాడని కొంత మంది పండితులు భావిస్తారు. సరైన ఆధారం లేకపోవటంవల్ల ప్రస్తుతం మనమా అభిప్రాయాన్ని అంగీకరించలేము. కాకతీయుల ఇతర శత్రువులు మాండలికులని చెప్పటం జరిగింది. క్రీ. శ. 1185 ప్రాంతంలో రుద్రుడు తూర్పువైపు దండయాత్ర చేసినప్పుడు అతను ఓడించిన తీరాంధ్ర మాండలికులు ఆ శత్రువులు అయి ఉండవచ్చు. ఓరుగల్లులో నెలకొని ఉన్న అస్తవ్యస్త పరిస్థితులను అవకాశంగా తీసుకుని, కోట నాయకులు, కొండ పడుమటులు, వెలనాటి పృథ్వీశ్వరుడు తమ ప్రాంతాలలో స్వతంత్ర కేతనాన్ని ఎగురవేసి ఉండవచ్చును. మల్యాల చౌండ - సేనాని శాసనాల ప్రకారం గణపతిదేవుడు ఆ నాయకులను తిరిగి తన పాలనా కాలపు మొదటి భాగంలో తన అధీనంలోకి తెచ్చుకున్నాడని విదితమవుతుంది. ఆ విషయాన్నే మనమిప్పుడు పరిశీలిద్దాం.

గణపతి దేవుని ఇతర శత్రువులు అతని పినతండ్రులయి ఉండవచ్చు; వాళ్ళు యాదవ రాజు జైతుగితో కుమ్మక్కై, అతను ఇంకా రాజకుమారుడుగా ఉండగానే అతన్ని బంది ఖానాలో ఉంచేట్టు చేసి ఉండాలి. మనకు తెలిసినంతవరకు అతని తొలిశాసనం క్రీ. శ. 1199 డిసెంబరు 26 నాటి మంథెన శాసనం; అందులో అతన్ని **సకల దేశ ప్రతిష్ఠాపనా చార్య** (అన్ని రాజ్యాల సంస్థాపకుడు)[5] అని కీర్తించటం జరిగింది. అంటే అప్పటికే గణపతి దేవుడు యాదవుల బందిఖానా నుండి విడుదలయ్యాడనీ, రుద్రదేవుడు సంపాదించిన రాజ్యాల కన్నింటికీ అధిపతి అయ్యాడన్న సూచన మనకు లభిస్తుంది. మహాదేవుడి కాలంలో మూల రాజ్యంలోని కొంత భాగం శత్రువుల పరమైందని కూడా అదే వక్తవ్యం మనకు సూచిస్తుంది. రేచర్ల రుద్రుడి రాజకీయ చతురత వల్ల రాజ్యం విశ్లథం కాకుండా కాపాడ బడింది. అతని పాలంపేట శాసనం రాజ్యం ఎదుర్కొన్న గడ్డు పరిస్థితిని చెప్తూ, పరిస్థితిని అతను చక్కదిద్దిన తీరును వివరిస్తుంది.[6] అదే కాలానికి చెందిన రామకృష్ణాపురం శాసనం కూడా రుద్రసేనాని గణపతిదేవుని సింహాసనంపై ప్రతిష్ఠించాడని చెప్తుంది.[7] యాదవ రాజు కూతుర్ని గణపతిదేవుడు ఉద్వాహమాడాడన్న **ప్రతాప చరిత్ర**లోని వక్తవ్యం పైన పేర్కొన్న చింతలూరు శాసనం వల్ల రుజువవుతున్నది. ఎందుకంటే, బయ్యారం చెరువు శాసనం గణపతి, అతని సోదరి మైలాంబల ఇద్దరి వివాహం మహాదేవుడే చేశాడని చెప్తుంది.[8] అతను దేవగిరిపై దండెత్తటానికి ముందే వారి వివాహం జరిగి వుండాలి. ఆ దేవగిరి దండయాత్రలోనే అతను మరణించాడు.

5. *IAP. Kn.*, p. 77.
6. *IAP. Wg.*, p. 145.
7. *Ibid*, p. 215
8. *EA.* I, p. 73.

తీరాంధ్ర విజయం:

రాజధానిలో తన పరిస్థితిని చక్కదిద్దుకున్నాక, గణపతిదేవుడు తన దృష్టిని తీరాంధ్ర దేశంపై మళ్ళించాడు. వెలనాటి రాజు పృధ్వీశ్వరుడు తాత్కాలికంగా తన రాజధానిని చందవోలు నుండి పిఠాపురానికి మార్చి, కృష్ణా ప్రాంతంలో తన అధికారాన్ని తిరిగి చెలాయించసాగాడు. కాకతి గణపతిదేవుని బావమరది నతవాడి రుద్రుడు క్రీ. శ. 1201లో వేయించిన బెజవాడ శాసనం ఆ ప్రాంతంలో కాకతీయుల విజయ ప్రారంభాన్ని సూచిస్తుంది.[9] ధరణికోటకు చెందిన కోట నాయకులు కాకతీయరాజు పట్ల తమ విధేయతను పునరుద్ఘాటించారు. మల్యాల చౌండుని నాయకత్వంలో కాకతీయ సైన్యాలు కృష్ణానదీ ముఖద్వారం వద్ద వున్న ద్వీపం లేక దివిపై దండెత్తాయి. అయ్య కుటుంబానికి చెందిన పిన్నచోడి అనే వ్యక్తి, బహుశః వెలనాటి పృధ్వీశ్వరుడికి విధేయంగా, ఆ ద్వీపాన్ని పరిపాలిస్తున్నాడు. క్రీ. శ. 1231 నాటి జాయ సేనాని గణపేశ్వరం శాసనం[10] ఈ అయ్య నాయకుల గూర్చిన వివరణ కొంత మనకు ఇస్తుంది. గట్టి ప్రతిఘటనను ప్రదర్శించినప్పటికీ కాకతీయ సైన్యాలు ద్వీప కోటను, అక్కడ నివసించే వారితోపాటు, స్వాధీనం చేసుకోగల్గాయి. క్రీ. శ. 1203 నాటి మల్యాల చౌండుని కొండపర్తి శాసనం ఈ విజయాన్ని గురించి వర్ణిస్తుంది. ఆ శాసనం ప్రకారం ఆ పేరొందిన కాకతీయ సేనాని మొత్తం ద్వీపాన్ని కొల్లగొట్టి పృధ్వీశ్వరుడి అమూల్య వజ్రాలతో గణపతిదేవుని ఖజానాను సంపద్వంతం చేశాడు. ఈ సైనిక విజయానికి గుర్తింపుగా రాజు చౌండునికి **ద్వీప లుంఠకు**డనీ, కాటకు **దివి – చూరకారుడ**నీ బిరుదాల్ని ప్రసాదించాడు.[11] రాజనీతి కారణాలవల్ల అతను జయించిన భూభాగాన్ని తన రాజ్యంలో కలుపుకోకుండా, తన సామంతులుగా అయ్య నాయకులనే పాలించననుమతించాడు. పిన్నచోడి కుమారుడు, యువకుడైన జాయపుడి మంచి లక్షణాలపట్ల ఆకర్షితుడైన గణపతిదేవుడు అతన్ని తన కొలువులోకి తీసుకుని, రాజనీతిలో శిక్షణ నిప్పించి, గజబల సేనానిగా నియమించాడు. ఆపైన వారి మరింత విధేయత పొందేందుకు జాయపుని ఇద్దరు చెల్లెళ్ళు – నారాంబ, పేరాంబలను అతను పెళ్ళి చేసుకున్నాడు.

దివిని, వెలనాడును గణపతిదేవుడు ఆక్రమించుకున్నాక, పృధ్వీశ్వరుడి కేమయిందో మనకు స్పష్టంగా తెలియదు. అయితే, తూర్పు గోదావరి జిల్లాలోని దాక్షారామం నుండి శ్రీకాకుళం జిల్లాలోని శ్రీకూర్మం వరకు అతని శాసన మూల స్థానాలుండటంవల్ల, అతని అధికారం కళింగానికే పరిమితమైందని భావించటం జరిగింది. అయితే, వెలనాడులో తను పోగొట్టుకున్న స్థానాలను తిరిగి స్వాధీనం చేసుకోవాలన్న ఉద్దేశంతో అతను కాకతీయ సైన్యాలపై దాడిచేసినట్లు తెలుస్తున్నది. అన్ని మూలల నుండి బలాన్ని సమీకరించి గణపతిదేవుడు శత్రువును యుద్ధ రంగంలో ఎదుర్కొన్నాడు. కాకతీయ బలాలలో చేరిన వాళ్ళలో

9. *EI.* VI, p. 159.
10. *EI.* III, p. 91
11. *IAP. Wg.* pp. 138, 199.

ప్రముఖులు - నెల్లూరుకు చెందిన చోడరాజు తిక్క భూపాలుడు,[12] కమ్మనాడుకు చెందిన ఓ మహామండలేశ్వరుడు బల్లయ్య.[13] వెలనాటి రాజు యుద్ధంలో వధించబడ్డాడు. గణపతి దేవుడిని కొన్ని శాసనాల్లో **పృథ్వీశ్వర శిరః కందుక క్రీడా వినోద**[14] అంటే పృథ్వీశ్వరుడి తల అనే బంతితో ఆడుకున్న వాడని శ్లాఘించటం జరిగింది. అలాగే తిక్క భూపాలుడిని కూడా ఈ బిరుదంతోనే ప్రశంసించటం జరిగింది. క్రీ. శ. 1206లో పృథ్వీశ్వరుడి ముఖ్య కోశాధికారి అనంతుడు శ్రీకూర్మంలో వేయించిన శాసనం[15] పృథ్వీశ్వరుడి కాలానికి సంబంధించి చివరిది కావటంవల్ల కాకతీయ రాజు చేతిలో అతని మరణం ఆ సంవత్సరం తర్వాత కొద్ది కాలానికి సంభవించి ఉండాలి. క్రీ. శ. 1213 నాటి చేబ్రోలు శాసనం[16] ప్రకారం గణపతి దేవుడు జాయప సేనాపతిని వెలనాడు దేశ పాలకుడిగా నియమించాడు. అతని చందవోలు శాసనం దురదృష్ట వశాత్తూ పాక్షికంగా గోడలో చెక్కి ఉండటంవల్ల,[17] పైతారీకు కంటే ఇదేమన్నా ముందు కాలపు తారీకుకు చెందినదేమో మనకు తెలియదు. క్రీ. శ. 1209 నాటి, బాపట్ల తాలూకా ఇదుపులపాడులోని చెన్నకేశవాలయ శాసనం ఈ ప్రాంతంలో లభించే గణపతిదేవుని తొలి శాసనం. అంటే అప్పటికల్లా కమ్మరాష్ట్రం, వెలనాడు పూర్తిగా కాకతీయ రాజ్యంలోకి చేరిపోవటాన్ని అది సూచిస్తుంది.[18]

దక్షిణ దండయాత్ర:

దక్షిణ దండయాత్ర నుండి తిరిగి వచ్చాక ఆ ప్రాంతపు పాలనను జాయపునికి గణపతిదేవుడు ఇచ్చినట్లు మనం ఇంతకు ముందే చెప్పుకున్న జాయసేనాని చేబ్రోలు శాసనం పేర్కొంటుంది. గణపతిదేవుడు దక్షిణాంధ్ర వైపు సైన్యాలను నడపాల్సిన పరిస్థితి ఎందుకు వచ్చిందో తెల్సుకోవటం కష్టమేమీ కాదు. మూడవ కులోత్తుంగ చోళుడు అంతకు ముందు తెలుగు చోళరాజు మొదటి మనుమసిద్ధిని తొలగించి, అతని తమ్ముడు నల్లసిద్ధిని సింహాసనంపై నిలిపాడు. నల్లసిద్ధి అతని మరో సోదరుడు తమ్ముసిద్ధి చోళరాజుకు విధేయులుగా నెల్లూరు రాజ్యాన్ని క్రీ. శ. 1207-8 దాకా పాలించారు. అయితే, మనుమసిద్ధి కొడుకు తిక్కభూపాలుడు, తనే సింహాసనానికి హక్కున్న వారసుడనంటూ గణపతిదేవుని సాయమర్థించాడు. గణపతి దేవుడు కూడా అంతకు కొద్ది కాలం క్రితమే పృథ్వీశ్వరుడిపై దాడిచేసినప్పుడు, తగిన సాయం తిక్కభూపాలుడి నుండి పొందాడని మనం ఇంతకు ముందే గమనించాం. అందువల్ల గణపతిదేవుడు తిరిగి వస్తూ నెల్లూరుపై సైన్యాలు నడిపాడు; ఆ దేశ పాలకుడు తమ్ముసిద్ధి పలాయనం చిత్తగించగా నెల్లూరి రాజ్యాన్ని తిరిగి తిక్కభూపాలుడికి చేకూర్చి పెట్టాడు. చేబ్రోలు శాసనమే కాకుండా, క్రీ. శ. 1228 నాటి

---

12. తిక్కన సోమయాజి: **నిర్వచనోత్తర రామాయణము**, 1, 32
13. *SII*. VI. 165.
14. PVP Sastry: *Select Epigraphs of A.P.*, p. 62.
15. *SII*. V, 1254.
16. *EI*. V pp. 142 ff.
17. *SII*. VI, 214.
18. *Ibid*. X, 248

మట్టివాడ శాసనం కూడా గణపతిదేవుడు ఓ చోళ రాజధానిని, బహుశః కంచిని, కొల్లగొట్టాడని చెప్తుంది.[19] క్రీ. శ. 1231 నాటి జాయసేనాని గణపేశ్వరం శాసనం[20] కూడా గణపతిదేవుని చోళదేశ విజయాన్ని పేర్కొంటుంది.

కళింగ దండయాత్ర:

పృధ్వీశ్వరుడిపై దాడితో మొదలైన కాకతీయుల తూర్పు దిశ దండయాత్ర రెండవ దశలో కళింగంపై దాడికి కూడా ఉద్దేశించినట్లు కన్పిస్తుంది. పృధ్వీశ్వరుడు వెలనాడులో పట్టుకోల్పోయాక అతడు తన కార్యరంగాన్ని గోదావరికి ఉత్తరంగా మార్చుకున్నాడు; ఆ ప్రాంతంలో చాల కోటలను దిట్టపర్చి విశ్వాసపాత్రులైన సామంతులను వాటిలో నెల కొల్పాడు. కృష్ణానదీ ప్రాంతంలో ఎక్కడో జరిగిన ఆ యుద్ధంలో అతణ్ణి వధించాక, అతని రాజ్యాన్నంతా - ముఖ్యంగా కళింగ భాగాన్ని - పట్టుకోవాల్సిన తక్షణ కర్తవ్య మేర్పడింది గణపతిదేవుడికి. కనుక అతను ఇందులూరి కుటుంబానికి చెందిన సోమమంత్రి, రేచెర్ల రుద్రుని సేనాని రాజనాయకుడు - ఇద్దరి నాయకత్వంలో ఆ ప్రాంతంపై సైన్యాలను పంపాడు. క్రీ. శ. 1236 నాటి రాజనాయకుడి కొడుకు కాటె నాయకుడు వేయించిన ఉప్పరిపల్లి శాసనంలో రాజనాయకుడి బొక్కెర సైనిక విజయాలను, గోధుమఊాతిని వధిం చటం, ఉదయగిరిని పట్టుకోవటం, పడిరాయడన్న వ్యక్తిని కాలికి బుద్ధి చెప్పేట్టు చేయటం - కథితం చేయటం జరిగింది.[21] గంజాం జిల్లాలో అస్క తాలూకాలో ఉన్న బొక్కెర ఈ బొక్కెరే అని గుర్తించారు. గోధుమఊాతి ఎవరో తెలియదు. జాయప సేనాని గణపేశ్వరం శాసనం కూడా <u>వైరి గోధుమ ఘరట్ట</u>[22] అంటే శత్రుగోధుమలకు విసురురాయి లాంటి వాడని బిరుదువున్న నాయకుడిని జాయపుడు వధించినట్టు చెప్తుంది. అలాంటి వీరుడు కూడా జాయపుని ఖడ్గానికి నిహతుడయ్యాడని అది చెప్తుంది. ఇది జాయపుని తొలి సైనిక పోరు కనుక అతని తొలి చేబ్రోలు శాసన కాలం క్రీ. శ. 1213 కంటే ముందే ఈ సంఘటన జరిగి ఉండాలి.[23] పెదకిమిడి ఏజెన్సీ ప్రాంతంలో ఉన్న ఉదయగిరి రాజ నాయకుడు పట్టుకొన్న ఉదయగిరి అని గుర్తించారు. పడి రాయడెవరో తెలియలేదు. ఈ విజయాలను సాధించాక కాకతీయ సేనాని దాక్షారామ భీమేశ్వరాలయాన్ని శా. శ. 1134కు సరియైన క్రీ. శ. 1212లో సందర్శించి, గుడిలో అఖండ దీపారాధనకు గాను దానమిచ్చాడు.[24★]

---

19. *IAP. Wg.*, 61 and 63.
20. *EI.* III, p. 91.
21. *IAP. Kn.*, 30.
22. *EI.* III, p. 88, V. 41.
    "యో వైరిగోధుమ ఘరట్ట నామ్నా
    వ్యరాజత ప్రాక్ - కబలస్స జాతః"
23. *Ibid.* V. p. 143.
24. *SII.* IV, 1117

★ తాళ్ల ప్రొద్దుటూరు శాసనంలోని వక్తవ్యంపై ఆధారపడి, గణపతిదేవుని కళింగ

పదిహేనవ శతాబ్దానికి చెందిన కొలని గణపతి విరచిత గ్రంథం **శివయోగసారం** ప్రకారం అతని పూర్వీకుడు సోమమంత్రి, గోగులనాడు, కొలనినాడులను జయించాక, గోదావరి దాటి రెండు మాడియలు, పన్నెండు మన్నియలను పట్టుకుని కళింగసీమను ఆక్రమించాడు.[25] అలా, కాకతీయ బలాలు గంజాం జిల్లాలోని అస్క వరకూ కూడ కళింగం లోకి ఈ దండయాత్ర సందర్భంగా చొచ్చుకుపోయినట్లు కన్పిస్తుంది. అతని ఎనిమిదవ పాలనా సంవత్సరం అంటే క్రీ. శ. 1217-8 నాటి భీమేశ్వర దేవాలయ శాసనం అతను తన దేశం **త్రయీ వసుంధర** లేక త్రికళింగను విడిపించుకున్నాడని చెప్తుంది.[26] తన ఆయుధ బలసంపత్తిని అద్భుతంగా ఆ కళింగ దండయాత్ర ప్రదర్శించినప్పటికి, గణపతి దేవుడికి ఆ దండయాత్ర పెద్దగా సంపాదించి పెట్టినదేమీ లేదు. ఆపైన, కాకతీయ బలాలు గంగరాజు మూడవ అనంగ భీముడి చేతిలో అపజయాన్ని చవిచూసి, గోదావరికి దక్షిణంగా పారిపోయి రావాల్సి వచ్చిందని సహేతుకంగా భావించవచ్చు. అంతేకాదు, అనియాంక భీముడు తన ప్రభావాన్ని వేంగి దేశంలోకి కూడా విస్తరింప చేశాడు.

కొలను విజయం:

ఈ ప్రాంతాన్ని కొలను నాయకులు పాలిస్తున్నారు. పశ్చిమ గోదావరి జిల్లాలోని కొలను లేక సరసిపురి (బహుశః సరిపల్లె అయి వుండవచ్చు) వారి రాజధాని. ఆ ప్రాంతాన్ని క్రీ. శ. 1192 నుండి 1228 వరకు మహా మండలేశ్వర కొలని కేశవ దేవుడు పాలించాడు. క్రీ. శ. 1228లో తన పాలన ముగిసేదాకా తూర్పు గంగరాజు అనియాంక భీముడు కేశవదేవునికి తన స్వాతంత్ర్యం కాపాడుకునేందుకు కొంత సాయం చేసినట్లు అనిపిస్తుంది. క్రీ. శ. 1230, 1233 నాటి అనియాంక భీముని దాక్షారామ శాసనాలు రెండూ ఆ

దండయాత్రలో ఏఱువ భీముడు గణపతితో చేయి కలిపాడని కొంతమంది పండితులు భావిస్తారు. (*EHD*, p. 606). అయితే, క్రీ. శ. 1322 నాటి ఆ శాసనంలో ఏఱువ భీముడు వేంగి, ఒరిస్సా, బస్తరు రాష్ట్రాలను జయించాడని చెప్పిన వక్తవ్యం గణపతి దేవుని పాలనా కాలం కంటే ముందుకాలపు ఘటనలను ప్రస్తావించినట్లు కన్పిస్తుంది. ఒక ఏఱువ భీముడు కళ్యాణి చాళుక్యుల కొలువులో ఉండి పానగల్లు రాజ్యాన్ని, బహుశః మొదటి ఆహవమల్ల సోమేశ్వరుడి నుండి, మాన్యంగా పొందాడు; మొదటి ఆహవమల్ల సోమేశ్వరుడు మంథెనగుండా దండు నడుపుతూ చిత్రకూటం, వేంగిలపై దాడి చేశాడు. క్రీ. శ. 1098 నాటి అతని మునిమనుమడి ఒల్లాల శాసనం ప్రకారం, ఏఱువ భీముడు కందూరు చోడవంశ స్థాపకుడు (*Ep. Andhrica* IV, pp. 55 ff). గణపతి దేవుడు సింహాసనాధిష్ఠుడు కాకముందే మంథెన కాకతీయ రాజ్యంలో కలసిపోయింది. అందువల్ల గణపతిదేవుని పక్షాన ఏఱువ భీముడు దాన్ని పట్టుకోవాల్సిన అవసరమే ఉత్పన్నం కాదు. తాళ్ళ ప్రొద్దుటూరు శాసనంలో చివరి శ్లోకంలోని కథనం కందూరు చోడ కుటుంబానికి చెందిన ఏఱువ భీముడికి సంబంధించిందే అనిపిస్తున్నది.

25. (సం) ఆర్.సుబ్బారావు: **కళింగదేశ చరిత్ర,** పే. 382.
26. *SII*. IV, 1329.

ప్రాంతంపై- కనీసం గోదావరికి ఉత్తరాన- అతనికున్న పట్టును సూచిస్తాయి.[27] వీటిల్లోని ఒక శాసనంలో గాంగ సైన్య సేనాని జన్ప్రాజకుడు క్షణంలో వేంగిపై విజయం (**ద్రుత జిత విలసద్ వేంగి మండలేన**) సాధించాడని చెప్పటం ఆ సమయంలో గాంగ బలాలు వేంగిలో క్రియాశీలమై ఉన్నాయని సూచించటమే. గాంగ సేనాని తనే వాస్తవంగా వేంగి దేశాన్ని జయించాడో లేక కాకతీయుల చొరబాటును తిప్పికొట్టటంలో కొలను నాయకునికి సైనిక సాయమందించాడో మనకు స్పష్టంగా తెలియదు. క్రీ. శ. 1240కి ముందు కాకతీయ రాజు వేంగిలో తన అధికారాన్ని స్థాపించాడని చెప్పే స్పష్టమైన ఆధారమేదీ లేదు. గణపేశ్వరం, ఉప్పలపల్లి, మోటుపల్లి శాసనాల్లో గణపతి దేవుని కళింగ విజయ ప్రస్తావన ఉన్నా, అది క్రీ. శ. 1212 నుండి అతను కళింగ, వేంగి దేశాలను లొంగదీసుకోటానికి చేసిన ప్రయత్నాలను సూచిస్తాయే తప్ప, ఆ దండయాత్రల వల్ల అతనికి ఒనగూడిన లాభ మేమీ లేదు. ఇందులూరు సోమ మంత్రి కొలను ప్రాంతాన్ని జయించటం క్రీ. శ. 1240కు ముందు జరిగి ఉండాలి; అది కొలను కేశవదేవ మహారాజు మరణించాకే జరిగి ఉండాలి; కేశవదేవుడి శాసనాలను క్రీ. శ. 1231[28] వరకూ, గాంగ బలగాలు వెనక్కు వెళ్ళిపోయే వరకూ మనకు కనిపిస్తాయి.

క్రీ. శ. 1237 నాటి కాకతీయ సేనాని మల్లల హేమాద్రిరెడ్డి శాసనం దాక్షారామ దేవాలయంలో కన్పించటం ఈ అభిప్రాయాన్ని సమర్థిస్తుంది.[29] నిడదవోలు చాళుక్యుల నుండి రాజకీయంగా విధేయత సంపాదించేందుకు గణపతిదేవుడు తన కూతురు రుద్ర మను చాళుక్యరాజ కుమారుడు వీరభద్రుడికిచ్చి వివాహం చేసి వారితో బాంధవ్యాన్ని స్థాపించుకుని ఉండవచ్చును. చివరికి వేంగిపై విజయాన్ని సాధించిన ఇందులూరు సోము డిని కొలను ప్రభువుగా చేయటం జరిగింది. అప్పటినుండి అతన్ని కొలని సోముడని పిల్చేవారు. క్రీ. శ. 1257 నాటి తెలుగు చోడరాజు, రెండవ మనుమసిద్ధి, నందలూరు శాసనంలో పేర్కొన్న కాకతీయుల కళింగ దండయాత్ర తరవాతి సంఘటనై ఉండాలి. అప్పుడు గాంగరాజు మొదటి నరసింహదేవుడి దాడి నుండి కాకతీయులు తమని తాము రక్షించుకోవాల్సిన పరిస్థితి ఏర్పడింది. ఇక్కడ కూడా చెప్పిన మాట ఏమిటంటే - మనుమ సిద్ధి గోదావరిని దాటి కళింగరాజును అతని భూభాగం వరకూ తరిమాడు - అని మాత్రమే. అంటే దానికర్థం కాకతీయులు గోదావరి దాటి ఏ భూభాగాలనూ పట్టుకో లేదనే.[30] ఈ సంఘటన రెండవ మనుమసిద్ధి క్రీ. శ. 1248లో సింహాసన మధిష్ఠించాక తర్వాతెప్పుడో జరిగి ఉండాలి.

---

27. *Ibid.* 1360, 1252.
28. *Ibid.* V. 187.
29. *Ibid* IV, 1333.
30. *A.R.* 1907, No. 580.
    "గోదావర్యామ్ సరితి నృపతిః చర్మయష్ట్యా నివృత్య
    కాలింగమ్ స్వాన్ కళింగాన్ అభిముఖం అకరోదేక వీరస్త దానీం."

రెండవ దక్షిణ దండయాత్ర:

నెల్లూరు రాజు తిక్కభూపాలుడు క్రీ. శ. 1248లో మరణించాడు. పరిస్థితులు అస్తవ్యస్తమవగా మళ్ళీ వాటిని సరిదిద్దాల్సిన పని గణపతిదేవునిపై పడింది. తెలుగు పల్లవ కుటుంబానికి చెందిన వాడినని చెప్పుకునే విజయగండ గోపాలుడనే వ్యక్తి ప్రస్తుత చంగల్ పట్టు, ఉత్తర ఆర్కాటు జిల్లాల భూభాగాలతో కూడిన నెల్లూరు రాజ్యంలోని దక్షిణ భాగాన్ని అంతకు ముందెప్పుడో హస్తగతం చేసుకున్నాడు. ప్రస్తుతం నెల్లూరు, కడప జిల్లాల భూభాగం ఉండే నెల్లూరి రాజ్య ఉత్తరభాగం మాత్రమే హక్కుదారుడయిన, తిక్కభూపాలుని కొడుకు, రెండవ మనుమసిద్ధి చేతిలో ఉంది. విజయగండ గోపాలుడు తన స్థానాన్ని పదిలపరచుకునేందుకు ద్రవిడ, కర్ణాటక రాజ్యాలతో సంబంధాలు పెట్టుకున్నాడు. అందుకు తోడు, నెల్లూరులో మనుమసిద్ధికి వ్యతిరేకంగా అతని పడిహారులు - బయ్యన, తిక్కనలు - తిరుగుబాటు చేసి అతన్ని తన రాజధాని నుండి వెళ్ళగొట్టారు. ఒక వైదుంబ నాయకుడు రక్కస గంగడనే తిక్కరస గంగడు మనుమసిద్ధి సేనాని గంగయ సాహిణిని ఓడించి, కడప జిల్లాలోని మనుమసిద్ధికి చెందిన భూభాగాన్ని ఆక్రమించాడు. మొత్తం రాజ్యమంతా పోయాక రెండవ మనుమసిద్ధి గణపతిదేవుని సాయమర్థించాడు. ప్రఖ్యాత తెలుగు కవీ, **ఆంధ్ర మహాభారత** కర్తలలో ఒకడూ అయిన తిక్కనను గణపతిదేవుని కొలువు కూటానికి దూతగా పంపాడు. అతనికి కాకతీయ రాజసభలో ఘనస్వాగతం పల్కారు. పరిస్థితి తీవ్రతను అర్థం చేసుకున్న గణపతిదేవుడు ఇంక తనకు పట్టనట్టు ఉండలేక పోయాడు. సామంత భోజుని నాయకత్వంలో శక్తిమంతమైన సైన్యాన్ని దక్షిణానికి పంపాడు. మనుమసిద్ధిని అతని పూర్వీకుల సింహాసనంపై పునః ప్రతిష్ఠించటానికి అతను స్వయంగా నెల్లూరు వెళ్ళాడు. తారీకు లేని, గుంటూరు జిల్లాలోని నాయనపల్లి శాసనం ప్రకారం[31] కాకతీయ సైన్యం నెల్లూరును భస్మీపటలం చేసింది. పడిహారులయిన బయ్యన, తిక్కనల తలలతో బంతాట ఆడింది; ద్రవిడ మండలం ప్రవేశించి, బహుశః కులోత్తుంగ రాజేంద్ర చోడుని రాజధాని - కంచిని పట్టుకున్నది. శాసనంలో పేర్కొన్న కులోత్తుంగ రాజేంద్ర చోడుడు మూడవ రాజేంద్రుడయి ఉండాలి. అతను క్రీ. శ. 1246 నుండి చోళరాజ్య పరిపాలనలో క్రియాత్మకమైన పాత్ర వహించాడు. తంజావూరు జిల్లాలోని పలైయారులో సామంత భోజుడు ద్రావిడ, కర్ణాటక సంయుక్త బలగాలతోనూ, విజయగండ గోపాలునితోనూ నిర్ణయాత్మకమైన యుద్ధం చేసి, కంచిని క్రీ. శ. 1250లో పట్టుకున్నాడు. అయితే, క్రీ. శ. 1282 వరకూ విజయగండ గోపాలుని శాసనాలు కంచిలో లభ్యమవటం బట్టి, మనుమసిద్ధి తన అధికారాన్ని నెల్లూరు ప్రాంతంలో పునఃస్థాపించుకున్నప్పటికీ కంచిలో అలా చేయలేకపోయాడని అనుకోవాల్సి వస్తుంది. అప్పుడు కాకతీయ సేనలు గంగయ సాహిణిని అంతకు ముందు ఓడించాడని చెప్పబడుతున్న వైదుంబ నాయకుడు రక్కసి గంగడి పైకి దాడి చేశాయి; పాకనాడులో తెలుగుచోళ రాజు బలగాల కాయస్థ సేనాని గంగయ సాహిణి. రక్కస గంగడిని యుద్ధంలో ఓడించి, అతనంతకు ముందు పట్టుకున్న పొత్తపినాడును అతని నుండి గుంజుకుని, తెలుగు చోడరాజుకు తిరిగి ఇవ్వటం

31. *SII.* X, 376.

జరిగింది. గంగయ సాహిణి శక్తియుక్తుల్ని గుర్తించిన గణపతిదేవుడు అతన్ని **బాహత్తర నియోగాధిపతి** (డెబ్బై రెండు నియోగాల పర్యవేక్షకుడు)గా తన కొలువులో నియమించాడు. ఈ సంగతిని క్రీ. శ. 1250 నాటి ఓ త్రిపురాంతకం శాసనం నమోదు చేసింది. వైదుంబ నాయకుడు రక్కసి గంగడి నుండి జయించిన భూభాగంలో మార్జవాడి ప్రాంతాన్ని అతని కుటుంబ ఆస్తిగా గణపతి దేవుడు అతనికి ప్రసాదించాడు.[32] ఈ విజయాన్నంతా తన ప్రభువు రెండవ మనుమసిద్ధే సాధించాడని ప్రఖ్యాత కవి తిక్కన చెప్పుకున్నా, ఇందులో కాకతీయ సైన్యం పాత్ర ఏమాత్రం తక్కువది కాదు.

సేవుణులతో సంబంధాలు:

తన అరవయ్యేళ్ళ సుదీర్ఘ పరిపాలనా కాలంలో గణపతి దేవుడు సాధారణంగా సేవుణులతో స్నేహపూర్వక సంబంధాలనే కొనసాగించాడు. సేవుణ రాజకుమారులకు ఆశ్రయమిచ్చి వారిని తన కొలువులో నియమించుకున్నాడు. క్రీ. శ. 1159 నాటి నల్గొండ జిల్లా పెరూరు శాసనంలో సింఘణుని కుమారుడు పెర్మాడి దేవుడి ప్రస్తావన కన్పిస్తుంది; గణపతి దేవుడు పాలించే దేశమంతటా అతడు బ్రాహ్మణులకు భూదానాలు చేసినట్టు అది చెప్తుంది.[33] గణపతిదేవుడు పాండ్యులపై దక్షిణ దండయాత్రకు వెళ్ళినప్పుడు, కొందరు ఆర్య లేక యాదవ నాయకులు అతని సేనానులుగా సాయం చేశారు.

పాండ్య దండయాత్ర:

నెల్లూరు తెలుగు చోడరాజు, గణపతిదేవుని మిత్రుడు అయిన మనుమ సిద్ధి అనే వీరగండ గోపాలుడు క్రీ. శ. 1257లో పాండ్యరాజు మొదటి జటావర్మ సుందర పాండ్యుని దాడివల్ల దక్షిణం నుండి మళ్ళీ కష్టాలు ఎదుర్కోవాల్సి వచ్చింది. మూడవ రాజేంద్ర చోళుడు, అతని మిత్రుడు కంచిరాజు విజయగండగోపాలులపై పాండ్యులు ఉద్దేశించిన దండయాత్రలో తెలుగు చోడరాజుపై దాడి ఒక భాగం. పాండ్య సైన్యం విజయగండ గోపాలుడిపైనా, అతడి మిత్రుడు దుర్నిరీక్ష్యుడయిన కాడవ నాయకుడు కొప్పెరుం జింగ, పై మొదటగా దాడి చేసింది. వాళ్ళిద్దరూ విజేతకు లొంగిపోవటమే కాక, నెల్లూరుపై దాడిలో అతని పక్షం వహించారు. రెండవ మనుమసిద్ధి రాబోయే ప్రమాదాన్ని గ్రహించి వెంటనే కాకతీయ రాజు, సేవుణులు, బాణ పాలకుడి సాయమర్థించాడు. పాండ్యుల సామంతులు మూడవ రాజేంద్ర చోళుడు, విజయగండ గోపాలుడు, కొప్పెరుంజింగల శాసనాలు కాకతీయ రాజ్యం మధ్య ప్రాంతమైన త్రిపురాంతకం[34]లో కన్పించటం వల్ల పాండ్యులు ఈ ప్రముఖులను కాకతీయ భూభాగంలోకి చొచ్చుకు పోయేందుకు నియమించారని తెలుస్తుంది. కాకతీయ ప్రభువుకు శత్రువైన కళింగరాజుతో సంబంధాలు నెలకొల్పటానికి కొప్పెరుంజింగ దాక్షారామం దాకా వెళ్ళాడనిపిస్తుంది.[35] అయితే, అతను

32. *SII.* X, 332, 343.
33. N.Venkataramanayya: *Perur Inscriptions,* No. 12.
34. *AR* 1905, Nos. 197, 198, 202 and 272.
35. *SII.* XII, 247; *ARE.* 1905, No. 198.

గణపతిదేవుని చేతిలో ఓడిపోయాడు. బహుశః పాండ్య శిబిరంలో చీలిక తేవటానికీ, కాడవ నాయకుడిని తన వైపు తిప్పుకోటానికే గణపతి దేవుడు అతడికి **వీరపాద ముద్ర** (వీరులకు తొడిగే కాలి అందె) తొడిగి గౌరవించాడు.[36] పాండ్య శాసనాల ప్రకారం, కొప్పెరుంజింగ నాయకత్వంలో దండయాత్ర ఉత్తరంగా సాగగా, జటావర్మ సుందర పాండ్యుడు, భువనైక వీర విక్రమ పాండ్యుడు, జటావర్మ వీర పాండ్యుల నాయకత్వంలోని పాండ్యుల ప్రధాన సైన్యం నెల్లూరును పట్టుకొని, క్రీ. శ. 1263లో ముత్తుకూరులో జరిగిన భీకర పోరులో వీరగండ గోపాలుని చంపింది, అతని మిత్రులు కాకతీయులు, సేవుణులు, బాణులు కాలికి బుద్ధి చెప్పాల్సి వచ్చింది.[37] తెలుగుచోడ రాజ్యాలు నెల్లూరు, కంచి పాండ్య సామ్రాజ్యంలో అంతర్భాగాలయ్యాయి. ఈ గొప్ప విజయానికి గుర్తుగా జటావర్మ సుందర పాండ్యుడు తన విజయ **వీరాభిషేకాన్ని** నెల్లూరు, కంచిలలో జరిపించుకున్నాడు;[38] ఆపైన నాణెం బొమ్మవైపు కాకతీయ వరాహ చిహ్నాన్ని, బొరుసు వైపు పాండ్యుల మత్స్య చిహ్నాన్ని ముద్రింపించి ప్రత్యేక నాణాలను విడుదల చేశాడు. గణపతి దేవుని ఈ సైనిక పరాజయం, అతని క్రియాశీల రాజకీయాల విరమణ ఏకకాలంలో సంభవించాయి.

అననుకూల పరిస్థితుల్లో గణపతిదేవుని పాలన ప్రారంభమైనా, అది ఆంధ్ర దేశ చరిత్రలో ఉజ్జ్వల యుగం. అతను సింహాసనానికి వచ్చే సమయానికి ఆంధ్రదేశం రాజ కీయంగా అస్తవ్యస్త స్థితిలో ఉంది. చాళుక్య చోళులు, కళ్యాణ చాళుక్యుల అధికారం లుప్తమై, చిన్న, పెద్ద మండలాధీశ్వరులు ఆధిపత్యానికై నిరంతరం పోరు సల్పుతున్న సమయమది. యుద్ధం చేసో, లేక రాజనీతివల్లో తెలుగుదేశపు రాజకీయ సమైక్యతను రూపుదిద్దే కార్యాన్ని గణపతి దేవుడు చేపట్టాడు; ఈ లక్ష్య సాధనలో అతను చాల గొప్పగా విజయం సాధించాడు.

కొత్తకోట:

గణపతిదేవునికి మరింత పేరు తెచ్చే ప్రముఖ సంఘటన అనుమకొండ నుండి రాజధానిని ఓరుగల్లుకు మార్చటం. అతని తాత రెండవ ప్రోలుడు, పెదతండ్రి రుద్రదేవుడు కొత్త రాజధానికి పునాది వేశారు. గణపతిదేవుడు ఈ పనిని కొనసాగించి, ఒక దాని లోపల మరొకటి – రెండు కోటలను రాయితోను, మట్టితోను నిర్మించాడు. సంప్ర దాయం ప్రకారం, కొత్తకోట డెబ్బై ఐదు బురుజులతో నిర్మితమైంది; రాజు కొలువులో ఉన్న నాయకు లకు ఒక్కొక్కరికి, ఒక్కొక్క బురుజు రక్షణ భారం అప్పగించటం జరిగింది.

సామంతులు, మంత్రులు, సేనానులు:

రేచెర్ల, మల్యాల నాయకులు కాకతీయుల ముఖ్య సామంతులు. గణపతిదేవుని పాలనా కాలపు ప్రారంభంలో కాకతీయుల భాగ్యలక్ష్మిని పునఃస్థాపించటంలో రేచెర్ల కుటుం

36. *TTDI.* I, 19.
37. *AR.* 1913, Nos. 332, 340, 354, 361 and 365.
38. *ARE.* 1914, Part II, para 18; *SII.* IV, 865.

బానికి చెందిన రుద్రసేనాని ప్రముఖపాత్ర వహించాడు. కాకతి రుద్రదేవుని తమ్ముడు మహాదేవుడు యాదవులతో జరిగిన యుద్ధంలో మరణించాక, గణపతి దేవుడు దేవగిరితో బంధించబడినప్పుడు, నాయకులు తిరుగుబాటు లేవనెత్తి, కాకతీయ రాజ్యపు పునాదులనే నాశనం చేయ ప్రయత్నించారు. రేచెర్ల రుద్రుడు విశ్వాస పాత్రుడై నిలచి, రాజ్య సమగ్రతను సంరక్షించే కార్యాన్ని తన భుజస్కంధాలపై మోశాడు. నాయకులను కఠినంగా అణచివేసి, విదేశీ దండయాత్రలను తిప్పికొట్టి, దేవగిరి బందిఖానా నుండి చిన్న వాడైన రాజు తిరిగి వచ్చేదాకా రాజ్యాన్ని పాలించాడు. రేచెర్ల రుద్రుని సేనాని రాజనాయకుడు కళింగంపై దండయాత్ర చేసి, ప్రతి యుద్ధ క్షేత్రంలో అసమాన సేవనందించాడు.[39] మల్యాల సామంతులలో పేర్కొనదగిన వారు చౌండుడు, అతని కొడుకు కాటయ; దివి, వెలనాడు ప్రాంతాల విజయంలో వాళ్ళు నాయక పాత్ర వహించారు. తర్వాతి ప్రముఖుడు దివికి చెందిన అయ్యనాయకుడు జాయపుడు; ఆ ద్వీపాన్ని జయించాక గణపతి దేవుడు అతన్ని తన కొలువులోకి తీసుకున్నాడు. జాయపుడు విశిష్టమైన సేనాని; అతని బిరుదం **గజ సాహిణి** సూచించేటట్లు, గజబలాన్ని నడపటంలో ప్రత్యేక ప్రావీణ్యం అతను కలిగి ఉన్నాడని తెలుస్తుంది. జాయపుడు గొప్ప సాహితీ, కళా విమర్శకుడు కూడా. నృత్యం, నాటకానికి సంబంధించిన విశిష్ట గ్రంథం **నృత్త రత్నావళి**ని అతను రచించాడు.

గణపతికి ప్రత్యక్షంగా సామంతులు కాకపోయినా, శక్తిమంతమైన ప్రముఖ సామంత మిత్రులుగా అతని కాలంలో పేర్కొనదగిన వారు నెల్లూరుకు చెందిన తెలుగు చోడరాజు రెండవ మనుమసిద్ధి, కొణిదెనకు చెందిన ఓపిలిసిద్ధి. ప్రస్తుతం ప్రకాశం జిల్లాలోని అద్దంకి ప్రాంతాన్నేలిన చక్రనారాయణ వంశరాజులు మాధవ మహారాజు, అతని కొడుకు సారంగ ధర దేవుడు ఇతర సామంతులు. గణపతి దేవుని శాసనాల్లో తూర్పు చాళుక్య వంశజులయిన కొంతమంది నాయకులు మనకు కన్పిస్తారు. అయితే వాళ్ళని గురించిన ముఖ్యమైన విషయాలేవీ మనకు తెలియవు. ఈ కుటుంబంలో సభ్యుడయిన వీరభద్రుడికిచ్చి గణపతి దేవుడు తన కూతురు రుద్రమ వివాహం చేశాడు.[40]

రాజు మంత్రులలో ప్రముఖుడు ఇందులూరి కుటుంబానికి చెందిన సోమయ. పుట్టుక రీత్యా బ్రాహ్మణుడయినా, రాజ్యసభలో మహాప్రధాని పదవి నలంకరించినా, అతను ఆయుధ వృత్తిని చేపట్టి, తన స్వీయ ప్రతిభ కారణంగా రాజు సేనానుల్లో ప్రముఖ స్థాయికి చేరుకున్నాడు. క్రీ. శ. 1212లో గణపతి దేవుడు కళింగ దండయాత్ర జరిపినప్పుడు ఎన్నో విజయాలను సోమమంత్రి సాధించాడని **శివయోగసారం** పేర్కొంటున్నది. గణపతి దేవుని మరో మహాప్రధానుడు ప్రోల భీమ నాయకుడు; అతను **ఆరు వేల దూషక** (వెలనాటి వినాశనకారి), **కంచి చూరకార** (కంచిని కొల్లగొట్టిన వాడు) ఆదిగా గల బిరుదులతో విఖ్యాతుడు. కాయస్థ వంశానికి చెందిన గంగయ **సాహిణి** మరో ప్రముఖ అధికారి; రాజు పాలన తరవాతి భాగంలో అతన్ని కొలువులోకి తీసుకున్నారు. అతను **బాహత్తర నియోగాధి**

39. *IAP. Kn.*, 30.
40. *SII.* X, 360.

పతి అన్న పెద్ద అధికారాన్ని రాజ్యంలో చేపట్టాడు; సేనాధ్యక్షుడు, మహాప్రధానులు, ప్రధానులు మొదలైన పరిపాలనాంగంలోని డెబ్బై రెండు శాఖల అధ్యక్షుడే **బాహత్తర - నియోగాధిపతి**. రాచకొలువులో ఈ ఉన్నత పదవినే కాక, అతని త్రిపురాంతకం శాసనం[41]లో పేర్కొన్నట్లు, సైన్యంలో **తురగ సాధనికుడు** (అశ్వబల సేనాని) పదవిని కూడా పొందాడు. నల్గొండలోని పానుగల్లు నుండి మార్జవాడి దాకా వ్యాపించి ఉన్న విస్తృత భూభాగాన్ని కూడా గణపతిదేవుడు అతనికి ప్రసాదించాడు; ఆ భూభాగాన్ని అతను కడప జిల్లాలోని వల్లూరు పట్నం రాజధానిగా పరిపాలించారు.[42] అతను క్రీ. శ. 1257లో చనిపోగా, అతని మేనల్లుడు, అతని చెల్లెలు చందలదేవి కొడుకు, జన్నిగ దేవుడు లేక జనార్దనుడు అతనికి ఉత్తరాధిగారిగా రాజ్యానికి వచ్చాడు.

✪✪✪

41. *Ibid,* 334.
42. *Ibid,* 422.

అధ్యాయం-8

రుద్రమదేవి (క్రీ.శ 1262-89)

గణపతి దేవుడు తనకు పుత్రసంతానం లేకపోవడంతో కుమార్తె అయిన రుద్రమదేవినే తన రాజ్యానికి వారసురాలిగా ప్రకటించాడు. అప్పటికే, అంటే క్రీ. శ. 1259-60లలో రుద్రమదేవి రుద్రదేవ మహారాజు పేరిట, ఆయన ప్రతినిధిగా పరిపాలన చేసింది. ఇప్పుడు గణపతిదేవుడు ఆమెకు స్వతంత్రంగా పాలించే అవకాశం ఇచ్చాడు. ఆ నాటికి ముత్తుకూరు యుద్ధంలో పాండ్యుల చేతిలో కాకతీయులు ఓడిపోయారు. అయితే గణపతిదేవుడు ఎలా గయితేనేం చివరికి కృష్ణానదీ తీరం వరకు చొచ్చుకు వచ్చిన దురాక్రమణ దారుల్ని పారదోలగలిగాడు. అయినప్పటికీ దక్షిణాదిన తన పట్టును కోల్పోవలసి వచ్చింది. దీంతో వారు బలహీనపడిపోయారని అపార్థం చేసుకున్న కొందరు సామంతులు స్వాతంత్ర్యాన్ని ప్రకటించుకోవడానికి ప్రయత్నించారు. గణపతిదేవుడు సింహాసనాన్ని వదిలేసిన తర్వాత కూడా ఆయనే రాజుగా చెలామణి అయినట్టు కొన్ని శాసనాలు పేర్కొంటున్నాయి. శా. శ. 1191 నాటి గుంటూరు జిల్లా, పల్నాడు తాలుకా దుర్గిలో జన్నిగదేవుడు వేయించిన శాసనం[1]లో రుద్రమదేవి గణపతిదేవుని **పట్టోధృతి** అని ఉందే కాని రాణి అని పేర్కొనలేదు. అది, వ్రాయసగాని పొరపాటు అనిపిస్తున్నది. **పట్టోధృతి**కి బదులుగా ఆ మాట వచ్చి నట్టుంది. **పట్టోధృతి** అంటే రాజ్యపాలనకు నియమించబడిన వ్యక్తి అని అర్థం. దీనిని బట్టి రుద్రమదేవి క్రీ.శ. 1269లో రాణిగా నియమితురాలయిందే కాని, పట్టాభిషేకం జరగ లేదని తెలుస్తోంది. అప్పటికి గణపతిదేవుడు జీవించే ఉన్నాడని కూడా నిర్ధారణ అవుతోంది. అంటే గణపతిదేవుడు పేరుకు మహారాజు అయితే పాలనా వ్యవహారాలన్నీ రుద్రమ దేవివేనన్నమాట. ఒక మహిళ రాజ్యపాలకురాలు కావడం కొందరు సామంతులు, రాజ బంధువులకు ఇష్టంలేదు. రుద్రమదేవి సవతి సోదరులైన హరిహరదేవుడు, మురారి దేవుడు రుద్రమదేవిపై తిరుగుబాటు చేసి రాజధానిని ముట్టడించారని **ప్రతాపచరిత్ర** పేర్కొంది. హిందూ ధర్మశాస్త్రం ప్రకారం మహిళ సింహాసనార్హురాలు కాదు. కాబట్టి ఆ గ్రంథంలో పేర్కొన్న తిరుగుబాటు నిజమేకావచ్చు. ఈ హరిహర, మురారులు గణపతిదేవుని కుమా రులా, సోదరులా అన్నది కూడా కచ్చితంగా తేలలేదు. ఎందుకంటే ఒక **ప్రతాప చరిత్ర**లో తప్ప మరెక్కడా వారి ప్రస్తావనలేదు. రాజకుటుంబీకులే రాణిపై తిరుగుబాటు చేశారనడం నమ్మశక్యం కాని విషయమేమీ కాదు. కాబట్టి రాచకుటుంబపు సభ్యులు కొంతమంది ఆమెపై తిరుగుబాటు చేయడం నిజమేకావచ్చు. అయితే రుద్రమదేవి తన విశ్వసనీయు లయిన మద్దతుదారుల సహాయంతో ఆ తిరుగుబాటును అణచివేసి సింహాసనాన్ని దక్కించు కోగలిగింది. అలా ఆమెకు మద్దతు పల్కిన వాళ్ళలో కాయస్థ నాయకుడు జన్నిగదేవుడు, అతని తమ్ముడు త్రిపురారిలను పేర్కొనాల్సి ఉంటుంది. రుద్రమదేవికి సహకరించిన వెలమ నాయకుడైన ప్రసాదాదిత్యునికి **కాకతీయ రాజ్యస్థాపనాచార్య, రాయపితా మహాంక** అన్న

1. *SII*. X. 422

బిరుదులు లభించాయని **వెలుగోటి వారి వంశావళి** అన్న తెలుగు చారిత్రక గ్రంథం పేర్కొంటుంది[2]. మహాప్రధాన కందర నాయకుడు, మహాప్రధాన గణపతిదేవ మహారాజు, నిశ్శంక మల్లికార్జునుడు, మల్యాల గుండియ నాయకుడు, మాదయ నాయకులకు కూడా ఈ బిరుదాలున్నాయని కొన్ని శాసనాలు పేర్కొంటున్నాయి. రాణికి వారిచ్చిన అండదండ లకు సాక్ష్యాలే అవి. గణపతిదేవుడు కూడా చివరి రోజుల్లో రుద్రమదేవి రాజ్యాపాలనలో నిలదొక్కుకోవడానికి అవసరమైన అన్ని చర్యలు తీసుకున్నాడు.

రాజ్యం:

ఇంతకు ముందు చెప్పినట్టుగా పాండ్యరాజులు కాకతీయ సామ్రాజ్యపు దక్షిణ ప్రాంతాన్ని ఆక్రమించుకోవడంతో ఆ ప్రాంతంలో గణపతిదేవుని పరిపాలనకు తెరపడింది. దాక్షారామం, త్రిపురాంతకాలలో పాండ్యుల సేనాని కొప్పెరుంజింగ వేయించిన శాసనాలు అతను తెలుగుదేశంపై దండెత్తటాన్ని ధ్రువీకరిస్తున్నాయి. అయితే గణపతిదేవుని చేతిలో ఓడిపోయి, అతని సార్వభౌమత్వాన్ని కొప్పెరుంజింగకు అంగీకరించక తప్పలేదు. తన చేతిలో ఓడిపోయినప్పటికీ కొప్పెరుంజింగను గణపతిదేవుడు ఎంతో గౌరవంగా చూశాడు; అతనికి వీరకంకణాలు తొడిగాడు. కాకతీయులు ఎంత ప్రయత్నించినా నెల్లూరు ప్రాంతాన్ని పాండ్యుల నుంచి తిరిగి స్వాధీనం చేసుకోలేకపోయారు; వీరగండ గోపాలుని సోదరుల చేతిలో ఆ ప్రాంతం ఉండిపోయింది. గణపతిదేవుడు తన హయాంలో ములికి నాడు, మార్జవాడి ప్రాంతాల పాలనాధికారాన్ని కాయస్థ నాయకునికి అప్పగించాడు. అయితే రుద్రమదేవి సింహాసనం అధిష్ఠించే నాటికి ఆ ప్రాంతం వాస్తవంగా గణపతిదేవుని, అధీనంలో ఉన్నది కాదు. ఆ సమయంలో కలుకడకు చెందిన వైదుంబనాయకుడు వీర నారాయణ సోమేశ్వరదేవ మహారాజు ములికినాడు-300, పొన్నవాడి-90, పెండేకల్లు-800 ప్రాంతాలను తన రాజధాని వల్లూరు పట్టణం నుండి పాలిస్తుండే వాడని కడప జిల్లా ఎల్లారెడ్డి పల్లిలోని క్రీ.శ. 1267 నాటి శిలాశాసనం పేర్కొన్నది.[3] అదే జిల్లాలోని చింతల పుత్తూరులోని శకవర్షాలు 1190, విభవ నామ సంవత్సరపు అంటే క్రీ. శ. 1268 నాటి శాసనం ఆ ప్రాంతాల్ని మహామండలేశ్వర మురారి కేశవదేవ మహారాజు, సోమదేవ మహారాజులు పాలిస్తున్నట్టు పేర్కొంది. దీనిని బట్టి కాకతీయుల మద్దతు ఉన్నప్పటికీ కాయస్థ రాజులు ఆ ప్రాంతాలపై పట్టుకోల్పోయారని స్పష్టమవుతోంది.

వేంగి ప్రాంతంలో కూడా క్రీ.శ. 1278-79 వరకు ఎక్కడా కాకతీయుల పాలన జాడలు కనపడలేదు. గోదావరి ప్రాంతంలో దాదాపు పదహారు ఏళ్ళపాటు కాకతీయుల ప్రాభవానికి, పాలనకు గ్రహణం పట్టిందన్నది సుస్పష్టం. ఆ తర్వాతే దాక్షారామంలో కొన్ని శాసనాలు రుద్రమదేవిని పేర్కొంటున్నాయి.[4] శా. శ. 1184 (సుమారుగా క్రీ. శ. 1262) నాటి శాసనం ఒకటి నరసింహ నరాధిపుని పేర్కొంది. బహుశః ఇతనే ఒరిస్సా గాంగ

---

2. **వెలుగోటివారి వంశావళి,** ఉపోద్ఘాతం.
3. *AR.* 1937-38, No. 226
4. *SII.* IV, 1152, 1097.

రాజయిన మొదటి నరసింహుడు కావచ్చు. అతని వారసుడు, కుమారుడు అయిన మొదటి భానుదేవుడు శా. శ. 1196లో వేంగిపై దండెత్తాడు. ఈ విషయాన్ని పేర్కొంటూ దాక్షా రామంలో రెండు శాసనాల్ని కూడా వేయించాడు. కళింగ సైన్యం చొరబాటును నిరోధిం చడం కోసం రుద్రమదేవి పోతి నాయకుడు, ప్రోలినాయకుల నాయకత్వంలో తన సైన్యాన్ని తూర్పు ప్రాంతానికి పంపింది. కాకతీయ సేనాధిపతులు శత్రువుల్ని విజయ వంతంగా తిప్పికొట్టారని తెలుస్తోంది. రెండు రాజ్యాల మధ్య గోదావరి నది సరిహద్దు అయింది. ఆ విధంగా రుద్రమదేవి కోస్తా ఆంధ్రలో తన అధికారాన్ని పునరుద్ధరించుకుంది; కాకతీయ వంశం అంతమయ్యేంత వరకు ఈ ప్రాంతం కాకతీయుల అధీనంలోనే ఉంది. తెలింగాణ ఉత్తర ప్రాంతాలు యాదవరాజుల పాలనలో ఉన్నాయి.

రుద్రమదేవి తన స్థానాన్ని ఇంకా పటిష్ఠం చేసుకోక మునుపే ఉత్తర భారతం నుంచి ఆమె రాజధానికి ముప్పు వచ్చిపడింది. సేవుణరాజు మహాదేవుడు ఓరుగల్లు రాజ్యంపైన, రాజధానిపైన కూడా దాడిచేశాడు. ఈ దాడిలో మహాదేవుడు తెలింగ దేశపు రాజును, ఆయన కొడుకుల్ని పట్టుకున్నట్టు మహాదేవుడు వేయించిన శాసనాల్ని బట్టి అర్థమవుతుంది. యాదవుల ఆస్థానంలో ఆ నాటి ప్రముఖ పండితుడు హేమాద్రి రచించిన **వ్రత-ఖండను** బట్టి మహాదేవుడికి **తెలుంగురాయ శిరః కమల మూలోత్పాటన** అనే బిరుదు ఉన్నట్టు తెలుస్తోంది. తెలుగు రాయుని తల నరికిన వాడు అని ఈ మాటకి అర్థం. అయితే బాగా పరిశీలించాక మొదటి జైతుగికి కూడా ఆ బిరుదు ఉందని మనం తెలుసుకుంటాం. అతడు క్రీ. శ. 1198లో మహాదేవుడిని హతమార్చాడు. యాదవ మహాదేవుడికి సంబం ధించినంతవరకు ఈ బిరుదు వారసత్వంగానే వచ్చి ఉండవచ్చు. తన ప్రభువు గొప్పతనాన్ని మరింతగా పెంచడంకోసం హేమాద్రి మహాదేవుని పూర్వీకుల బిరుదును మహాదేవునికి ఆపాదించాడు. అయితే మహాదేవుడు కాకతీయ రాజ్యంపై దండెత్తాడన్నది మాత్రం నిజం. 17వ శతాబ్దం నాటి సాహిత్య గ్రంథం **ప్రతాప చరిత్ర** ప్రకారం యాదవరాజు మహాదేవుడు కాకతీయ రాజ్యంపై దండెత్తి రాజధాని ఓరుగల్లును ముట్టడించాడు. రుద్రమదేవి పదిహేను రోజులపాటు భీకర పోరాటం చేసి సేవుణ ఆశ్విక బలాన్ని నాశనం చేసింది. అంతే కాకుండా తానే స్వయంగా నాయకత్వం వహించి మహాదేవుడిని దేవగిరి కోటవరకు తరిమి కొట్టింది. ఆనాటి శాసనాలు రుద్రమదేవి ఈ విజయాన్ని పేర్కొన్నాయి. బీదర్‌కోట[5]లో ఉన్న శకల శిలాశాసనం కాకతీయ రాజులైన రుద్రుడు, మహాదేవుడు, గణపతిదేవుడు, రుద్రమదేవిల గురించి విపులంగా వివరించింది. అప్పటికి గణపతిదేవుడు జీవించే ఉన్నాడు. శాసనం శిధిలమైపోవడం వల్ల పూర్తి వివరాలు తెలియడంలేదు. లభించిన దాన్నిబట్టి సింద కుటుంబీకుడైన భైరవుడు రుద్రమదేవి సైన్యంలో నాయకునిగా ఆమె చేసిన యుద్ధాలన్నింటిలోనూ ఆమె వెన్నంటే ఉన్నాడు. అంతేకాక రుద్రమదేవి యాదవ రాజ్యంపై దండెత్తినట్టు కూడా ఈ శాసనం స్పష్టం చేస్తోంది. సేవుణ రాజ్యంలో ఈ ఒక్క కాకతీయ శాసనం మాత్రమే లభించింది. కాకతీయుల సమాచారం చెప్పే మరే ఆధారం ఇంతవరకు వెలుగుచూడలేదు. బేదడకోట (బీదర) ప్రాంతాన్ని రుద్రమదేవి తన కాకతీయ

5. P.V.P.Sastry; *Select Epigraphs of Andhra Pradesh*, No. 21

సామ్రాజ్యంలో కలిపేసుకోవడం ఆమె చేపట్టిన దండయాత్ర విజయవంతం అయిందన దాన్ని సూచిస్తోంది. తన రాజుకు జరిగిన పరాభవాన్ని గ్రంథస్థం చేయడానికి మనస్కరించని హేమాద్రి వాస్తవాన్ని కప్పిపుచ్చి, తమ ప్రభువుకు ఒక స్త్రీని చంపడం ఇష్టంలేక రుద్రమ దేవిని విడిచిపెట్టేశాడని రాశాడు. మరోవైపు కాకతీయ రుద్రమదేవి యాదవ రాజ్యంలోని కొన్ని ప్రాంతాల్ని తన సామ్రాజ్యంలో కలిపేసుకుని రాజ్యాన్ని విస్తరించింది. రుద్రమదేవితో పోరాడలేని మహాదేవుడు ఆమెతో సంధిచేసుకున్నాడు. పరిహారంగా బోలె దంత ధనాన్ని, అనేక అశ్వాలను సమర్పించుకున్నాడు. మహాదేవుడితో విభేదాలు గల సారంగపాణి దేవుని లాంటి కొందరు యాదవ ప్రముఖులు రుద్రమదేవి శరణుజొచ్చి ఆంధ్రదేశంలో ఆశ్రయం పొందారని, మాన్యాలు కూడా పొందారని తెలుస్తోంది. ఇటీవల బయల్పడిన ఆళ్ళపాడు తామ్ర దానపత్రం[6] ప్రకారం భిల్లమ, జైతుగిల వంశస్థుడైన ఓ యాదవ యువరాజు ఎల్లణదేవుడు రాణిరుద్రమదేవి కుమార్తెను పెళ్ళి చేసుకున్నాడు.

రుద్రమ "రాయ గజకేసరి" బిరుదు:

తన అనుపమాన శక్తి, సామర్థ్యాలతో ధైర్యసాహసాలతో కాకతీయ భూపతి గణపతి దేవునికి తగిన కూతురుగా నిరూపించుకుని ప్రశంసలందుకున్న రుద్రమదేవి తండ్రికున్న **రాయగజకేసరి** బిరుదును కూడా ధరించింది. సేవుణులపై తను సాధించిన విజయానికి గుర్తుగా రుద్రమదేవి తమ ఇలవేల్పయిన స్వయంభూదేవునికి అద్భుతమైన రంగ మండపాన్ని నిర్మించింది. ఓరుగల్లు కోటలో ప్రస్తుతం ఇది నాలుగు తోరణ ద్వారాల మధ్య శిథిలావస్థలో ఉంది. ఈ మండపపు శిథిలమైన ఒక స్తంభంపై రుద్రమదేవి యోధురాలి వేషంలో ఒక చేతితో కత్తి, మరో చేతితో డాలు పట్టుకుని సింహంపై కూర్చుని ఉన్నట్టు శిల్పం చెక్కి ఉంది. ఇటీవలి తవ్వకాలలో విరిగిపోయిన స్థంభం పైబ్రాకెట్‌పై చెక్కిన ఈ శిల్పం వెలుగు చూసింది. ఆ సింహానికి దిగువన కమలాన్ని తొండంతో పట్టుకుని రుద్రమ దేవికి వందనం చేస్తున్న భంగిమలో ఒక ఏనుగు కూడా చెక్కి ఉంది. తొలి కాకతీయ రాజుల కాలంలో నిర్మించిన అనుమకొండ, పాలంపేట, నాగులపాడు, పిల్లలమర్రి తదితర ఆలయాల్లో ఇలాంటి రూపాలు లేకపోవడం గమనార్హం. ఈ చిత్రంలో సింహ వాహిని కచ్చితంగా రుద్రమదేవే. బీదరు శాసనంలోని **రాయ గజకేసరి** బిరుదానికి ప్రాతినిధ్య రూపమిదే.[7]

అంబదేవుడు

రుద్రమదేవి హయాం తొలినాళ్ళలో కాయస్థ నాయకుడైన జన్నిగదేవుడు ఆమెకు అత్యంత విధేయునిగా ఉండేవాడు. కడప జిల్లా నందలూరు ప్రాంతాన్ని ఏలుతున్న పాండ్య

---

6. N. Ramesan: *Copper Plate Inscriptions of Hyderabad Museum*.I pp. 109 ff.
7. PVP Sastry, *op cit*, l: 14.
   "అదిరదే వైరి రాయగజకేసరి రుద్రమదేవి ధీరయేమ్!"
   Also *Kakatiya Coins and Measures*, p. 6.

లను రుద్రమదేవి తరఫున ఈ జన్నిగదేవుడు పారదోలినట్టు క్రీ.శ. 1264 నాటి నందలూరు శాసనా[8]న్ని బట్టి తెలుస్తోంది. జన్నిగదేవుని తర్వాత అతని తమ్ముడు త్రిపురాంతకుడు (త్రిపురారి) ఉత్తరాధికారి అయ్యాడు; రుద్రమదేవి ప్రతినిధిగా క్రీ. శ. 1270 నుంచి 1272 వరకు మూడేళ్ళపాటు పరిపాలన సాగించాడు. త్రిపురాంతకుని తర్వాత అతని తమ్ముడు అంబదేవుడు పాలకుడయ్యాడు. అతనికి రుద్రమదేవి చెప్పుచేతల్లో ఆమెకు విధేయునిగా ఉండటం ఇష్టం లేదు. తనకంటూ స్వతంత్ర రాజ్యం ఏర్పాటు చేసుకోవాలని అతని కోరిక. తరచూ ఇరుగుపొరుగు రాజులతో యుద్ధాలకు దిగడం, తను వేయించిన శాసనాలలో ఎక్కడా రుద్రమదేవి ప్రస్తావన చేయకపోవడం అంబదేవుడికి రుద్రమదేవి పట్ల ఉన్న అవిధేయతను తెలియజేస్తున్నాయి. కాకతి రుద్రమ విధేయులయిన అనేక మంది మాండలికుల్ని తను ఎలా గెలుచుకొచ్చిందీ శక వర్షాలు 1212, వికృతి నామ సంవత్సర (క్రీ.శ. 1290) నాటి త్రిపురాంతకం శాసనం[9]లో అంబదేవుడు విపులంగా పేర్కొన్నాడు. అంతేకాకుండా అంబదేవుడు రుద్రమదేవి శత్రువులయిన పాండ్యులు, యాదవులతో స్నేహం చేసి, వారి నుంచి బిరుదులు, గుర్రాలు, ఏనుగులు, రత్నాభరణాలు బహుమానాలుగా పొందినట్లు కూడా ఈ శాసనం పేర్కొంది. ఈ శాసనంలో పేర్కొన్న **పాండ్యరాజన్య ప్రియప్రేషిత చండవేదండ తురంగ సార్థ విరాజమాన సంపోషిత సౌహార్ద** (పాండ్యరాజు పంపిన ఏనుగులు గుర్రాలతో పటిష్ఠమైన స్నేహం) **దేవగిరిరాజ ప్రసర్పిత ప్రాభృత మణి కనక భూషణ** (దేవగిరిరాజు పంపిన మణి, కనక బహుమానాలతో భూషితుడు) వంటి వాక్యప్రయోగాలు అంబదేవునికి, పాండ్య, దేవగిరి రాజులకు మధ్య ఉన్న పటిష్ఠమైన స్నేహాన్ని వెల్లడిస్తున్నాయి.

త్రిపురాంతకం శాసనం[10] ప్రకారం అంబదేవుడు మొదటగా **రాయ సహస్రమల్ల** బిరుదాంకితుడైన శ్రీపతి గణపతిని జయించాడు. నీలగంగవరం శాసనం[11]లో అంబదేవుడు తాను జయించినట్లు పేర్కొన్న గురిందాల గణపతి ఈ శ్రీపతి గణపతి ఒకరే. అప్పటికి గణపతి రుద్రదేవ మహారాజు (రుద్రాంబ) ప్రతినిధిగా గురిందాల (గురజాల, ఇది గుంటూరు జిల్లాలో ఉంది)ను పాలించేవాడు. అయితే గణపతికి అంబదేవునికి మధ్య యుద్ధం జరగడానికి దారితీసిన కారణాలేమిటో తెలియదు. క్రీ.శ. 1273లో జరిగిన యుద్ధంలో అంబదేవుడు గణపతిని ఓడించి, **రాయ సహస్రమల్ల** బిరుదుతో సహా అతని ప్రాంతాన్ని సంపదనంతటినీ స్వాధీనం చేసుకోవడం మాత్రం వాస్తవం. ఈ ఘర్షణలో అంబదేవుడు డెబ్భై ఐదు మంది కాకతీయ నాయకులతో పోరాడినట్టు, వారి తలలు నరికినట్టు త్రిపురాంతకం శాసనంలో అంబదేవుడు పేర్కొన్నాడు. **పంచాధిక సప్తతి క్షితిభృతాం మౌళీన్ విలూయాజౌ, సర్వాన్ ఆంధ్ర మహీపతీన్ రణముఖే జిత్వాయశోஉ లబ్ధవాన్**

8. *AR.* 1907, No. 610.
9. *SII.* X, 465.
10. *Ibid,* ll. 14-16
11. *EI.* XXV, p. 227

వంటి పదబంధాలు ఈ విషయాన్ని సూచిస్తున్నాయి.[12] ఆ తర్వాత అంబదేవుడు కలుకడ నాయకులైన కేశవదేవుడు, సోమదేవులపై దండెత్తి వారిని నిర్జించాడు. వారితోపాటు వారి మిత్రుడైన గుత్తి తెలుగుచోళ పాలకుడు అల్లుగంగను కూడా ఓడించాడు. కాయస్థ దేశపు రాజధాని అయిన వల్లూరు పట్టణంతో సహా మొత్తం దేశాన్నంతటినీ స్వాధీనం చేసుకున్నాడు. క్రీ. శ. 1263లో పాండ్యుల దాడి జరిగినప్పటి నుండి ఈ ప్రాంతం వారి అధీనంలోనే ఉంది. వల్లూరును రాజధానిగా చేసుకున్న అంబదేవుడు పెన్నానది తీరంలో కొండపైని గండికోటను శత్రుదుర్భేద్యం చేశాడు. ఆ తర్వాత ఏఱువ మండలాధీశుడైన మనుమల్లి దేవునిపై దండెత్తి అతనిని వధించి ఆ ప్రాంతానికి అధిపతి అయ్యాడు. ఏఱువ పొరుగున ఉన్న పెండేకల్లు మండలాధీశుడైన బోలయ కొడుకు రాజన్నకు కూతుర్నిచ్చి వియ్యమందడం ద్వారా దానిని కూడా కాయస్థ సామ్రాజ్యంలో కలిపేశాడు. ఈ విజయాల వల్ల అంబదేవుడు కాకతీయ సామంతులందరితోనూ ఘర్షణకు దిగాల్సి వచ్చింది. అతని విజయపరంపరను నిరోధించడానికి రుద్రమదేవి తన సామంతులను పురమాయించి ఉండాలి. అంబదేవుడు ఆంధ్ర రాజులందరినీ నిర్జించి ఖ్యాతి గొన్నాడని త్రిపురాంతకం శాసనం ప్రశంసించింది. క్రీ. శ. 1287 (శక వర్షాల 1209) నాటి అత్తిరాల శాసనం (దీన్ని అంబదేవుడే వేయించాడు) ప్రకారం అంబదేవుడు వల్లూరు పట్టణాన్ని రాజధానిగా చేసుకుని గండికోట, ములికినాడు, రేనాడు, పెదకల్లు, సకిలి, ఏఱువ, పొత్తపినాడు రాజ్యాలను పాలించాడు.[13] పశ్చిమాన కూడా అనంతపురం జిల్లాలోని జగతాపిగుత్తి లేదా గుత్తి వరకు అంబదేవుడి సామ్రాజ్యం విస్తరించింది. ఆ విధంగా, కృష్ణానది దిగువన కాకతీయ సామ్రాజ్యపు నైరుతి ప్రాంతం మొత్తం అంబదేవుని స్వతంత్ర రాజ్యంగా అవతరించింది. క్రీ. శ. 1279లో విజయగండ గోపాలుని మరణంతో తన రాజ్యాన్ని తూర్పున నెల్లూరు వరకు విస్తరించుకునే అవకాశం అంబదేవుడికి కలిగింది. గతంలో విజయగండ గోపాలుని చేతిలో పరాజితుడై, రాజ్యాన్ని పోగొట్టుకున్న తెలుగు చోళరాజైన మనుమగండ గోపాలుడు విజయగండ గోపాలుడు చనిపోయిన తర్వాత తన రాజ్యాన్ని మళ్ళీ దక్కించుకోవడం కోసం అంబదేవుని సహాయం అర్థించాడు. అప్పట్లో కాకతీయ రుద్రమదేవి మిత్రుడైన కొప్పెరుంజింగ పాండ్యుడు నెల్లూరు రాజ్యాన్ని సంరక్షిస్తున్నాడు. దాంతో అంబదేవుడు కొప్పెరుంజింగపై యుద్ధానికి తరలాడు. త్రిపురాంతకం శాసనంలో అంబదేవుడిని **కాడవ రాయ విధ్వంసన** అని పేర్కొనడాన్ని బట్టి ఈ యుద్ధంలో అంబదేవుడు కాడవరాయుడైన కొప్పెరుంజింగను వధించి ఉండవచ్చుని, నెల్లూరు సింహాసనంపై మనుమగండ గోపాలుని ప్రతిష్ఠించి ఉండ వచ్చని తెలుస్తోంది. ఇది క్రీ. శ. 1282కి కొంచెం ముందు జరిగి ఉండవచ్చుని మనుమగండ గోపాలుడు తన మూడవ పాలనా సంవత్సరంలో, శా. శ. 1206కి సరిఅయిన క్రీ. శ. 1284లో వేయించిన కొడవలూరు శాసనాన్ని[14] బట్టి

12. *SII.* X, 465, ll. 38-39.
13. *Ibid,* 448
14. *NDI*, N. 13

తెలుస్తోంది. అంబదేవుడి విజృంభణతో తూర్పున కొన్ని ప్రాంతాలు మినహా కృష్ణానదికి ఆవల దక్షిణాన రుద్రమదేవి అధికారానికి తాత్కాలికంగా గ్రహణం పట్టింది. దక్షిణాంధ్రలో తాము పోగొట్టుకున్న రాజ్యాన్ని తిరిగి సంపాదించుకోవడానికి పాండ్యరాజులు తాజా యత్నాలు ప్రారంభించారు. జటావర్మ సుందర పాండ్యుడు, మారవర్మ కులశేఖర పాండ్యుల నాయకత్వంలో ఈ ప్రయత్నం జరిగింది. కలుకడ వైదుంబ నాయకులయిన సోమదేవుడు, కేశదేవుల సహకారంతో వీరు క్రీ.శ. 1282-83లో పొత్తపినాడుపైకి దండెత్తి వచ్చారు. అంబదేవుడు తన బలగాలన్నిటితో పాండ్యులను ఎదుర్కొన్నాడు. సుమారు క్రీ. శ. 1286 నాటి కల్లా అంబదేవుడు పాండ్యులను అందరినీ ఓడించాడు.

రుద్రమదేవి మరణం:

ఇంతవరకు మనం అంబదేవుడి విజయాలను, అతను ఆక్రమించుకున్న కాకతీయ సామ్రాజ్య భాగాలను గురించి తెలుసుకున్నాం. వెయ్యి స్తంభాల గుడిలో రుద్రదేవుని శాసనం ఎలాగైతే అతని చరిత్రకు ప్రామాణికమయిందో అలాగే ఇంతకు ముందే సూచించిన త్రిపురాంతకంలో అంబదేవుడు వేయించిన సంస్కృత శాసనం అతని సార్వభౌమత్వాన్ని వివరించే చారిత్రక పత్రం అయింది. క్రీ. శ. 1290 నాటికి అంబదేవుడు సర్వం సహాచక్రవర్తి అయ్యాడన్నది నిర్వివాదం. నల్గొండ సమీపాన చందుపట్ల గ్రామంలో బయల్పడిన క్రీ. శ. 1289, నవంబర్ 27నాటి శాసనం[15]లో ఇప్పటిదాకా తెలియని అంశాన్ని ఇక్కడ ప్రస్తావించడం అవసరం. శివసాయుజ్యం పొందిన కాకతి రుద్రమదేవి, ఆమె సేనాని మల్లికార్జున నాయకులకు ధర్మువుగా పువ్వుల ముమ్మడి అనే బంటు (సైనికుడు) సోమనాథ దేవునికి కొంత భూమిని దానంగా ఇచ్చినట్టు ఆ శాసనం పేర్కొంటోంది. శివసాయుజ్యం పొందడమంటే మరణించడం. దీనిని బట్టి ఈ శాసనం వేయించడానికి కొన్ని రోజుల ముందే అంటే 1289 నవంబర్‌కు ముందు రుద్రమదేవి మరణించినట్టు స్పష్టమవుతోంది. పానగల్లు శాసనాన్ని బట్టి మల్లికార్జున నాయకుడు రుద్రమదేవి సర్వసైన్యాధ్యక్షుడని నిర్ధారణ అవుతోంది. మల్లికార్జునుడి కుమారుడు ఇమ్మడి మల్లికార్జున నాయకుడు కుమార రుద్రదేవ మహారాజుకు ధర్మువుగా క్రీ. శ. 1290లో ఈ శాసనం వేయించాడు.[16] రెండవ అంశం - రుద్రమదేవి, మల్లికార్జునుడు ఒకేసారి మరణించినట్టు ఆ శాసనంలో పేర్కొనడం వల్ల వీరిద్దరినీ యుద్ధభూమిలో కాకపోయినా ఎవరో శత్రువు వారిని వారి సైనిక శిబిరంలోనే హతమార్చి ఉండవచ్చు. అప్పటికి రుద్రమదేవి సుమారు 80 ఏళ్ళ వయస్సున్న వృద్ధురాలై ఉండాలి. ఆ వయసులో ఆమె యుద్ధంలో పాల్గొన్నదని నమ్మలేం. అయితే జన్మతః సాహసవంతురాలైనందున తన సైనికులకు ఉత్సాహం, ప్రేరణ కలిగించడం కోసం మల్లికార్జునుని అండతో ఆ వయసులో కూడా సైన్యానికి నాయకత్వం వహించి ఉండవచ్చు. అయితే ఈ యుద్ధానికి సంబంధించిన పూర్తి వివరాలు అందుబాటులో లేవు. ఆ సమయంలో రుద్రమదేవి రాజ్యంపై విదేశీ దురాక్రమణ కూడా ఏమీ

15. *Studies in South Indian Epigraphy* I, No. 9
16. *Corpus* II, p. 103.

జరగలేదు. అప్పట్లో ఒక్క అంబదేవుడి కారణంగానే కాకతీయ సామ్రాజ్యంలో రాజకీయ అస్థిరత నెలకొందని త్రిపురాంతకం శాసనాన్ని బట్టి గ్రహించవచ్చు. రుద్రమదేవి ఆ ముసలి వయసులో కూడా తన సైన్యానికి నాయకత్వం వహించి అంబదేవుడితో పోరాడి, ఆ యుద్ధంలో మల్లికార్జునుడితో సహా మరణించి ఉండే అవకాశం ఉంది. **సర్వాన్ ఆంధ్ర మహీపతీన్ రణముఖే జిత్వా యశోలబ్ధవాన్** అని త్రిపురాంతకం శాసనం. అంబదేవుడిని గొప్పగా ప్రశంసించడంవల్ల అతడు రుద్రమదేవితో సహా ఆంధ్ర రాజులందరినీ జయించి ఉంటాడని భావించవచ్చు. ఇదే సందర్భంలో మల్లికార్జునపతికి చెందిన సప్తాంగాలని అంబ దేవుడు స్వాధీనం చేసుకున్నట్టు కూడా ఆ శాసనం పేర్కొంటుంది. ఇక్కడ సప్తాంగాలు అంటే ఒక సామ్రాజ్యానికి ఉండాల్సిన ఏడుపాలక విభాగాలు అని అర్థం. అవి: **స్వామి** (రాజు), **అమాత్య** (మంత్రి), **సుహృత్** (స్నేహితుడు), **కోశ** (సంపద), **రాష్ట్ర** (ప్రాంతం), **దుర్గ** (కోట), **బల** (సైన్యం).[17] అంబదేవుడు మల్లికార్జునపతి స్వామిని అయిన రాణిని అంటే రుద్రమదేవిని సంహరించి ఆమె రాజ్యానికి చెందిన ఈ సప్తాంగాలను కైవసం చేసుకున్నాడని అర్థం చెప్పుకోవచ్చు. తాను రుద్రమదేవిని చంపినట్టు అంబదేవుడు తన శాసనాల్లో ఎక్కడా స్పష్టంగా పేర్కొనలేదు. ఓ వృద్ధస్త్రీని చంపానని చెప్పుకోటం తనంతటి యోధుడికి పరువు నష్టం కనుక ఆ విషయాన్ని స్పష్టంగా ప్రస్తావించకపోయి ఉండవచ్చు. కాకతీయుల శత్రువులు, సేవుణులు, పాండ్యుల మద్దతు అంబదేవునికి ఉందని తెలిసిందే.[18]

మొత్తం మీద రాజ్యంలో గొప్ప తిరుగుబాటు, రాజకుటుంబానికి అప్రతిష్ఠ తెచ్చే టట్టుగా రుద్రమదేవి పాలన అంతమయింది.

రుద్రమదేవి వ్యక్తిత్వం:

స్త్రీ అయినప్పటికీ ఆంధ్రదేశాన్ని ఏలిన వారిలో ఆమె నిస్సందేహంగా గొప్ప పాలకురాలు. పరిపాలనలో ఆమె క్రియాశీలకంగా వ్యవహరించింది. పురుషవేషం ధరించి రుద్రమదేవి ప్రతిరోజూ సభ తీర్చేది, సింహాసనా రూఢయై విదేశీయులకు దర్శనమిచ్చేది; గూఢచారుల నివేదికలను ఆలకించేది. మంత్రులు, సేనానులు తదితర ఉన్నతాధికారులతో సంప్రదింపులు జరిపేది. ప్రజా సంక్షేమం, రాజ్యాభివృద్ధి కోసం ఏఏ చర్యలు తీసుకోవాలో వారికి సలహాలిచ్చేది. అవసరమైనప్పుడు కదనరంగంలోకి దూకి తన సైన్యాన్ని శత్రువుల పైకి ఉరికించడానికి ఏ మాత్రం వెనుకాడేది కాదు. ధైర్య, సాహసాలు మూర్తీభవించిన రుద్రమదేవి యుద్ధ రంగంలో తన సైన్యాన్ని ఎంతో సమర్థంగా నడిపించేది.

---

17. అమరకోశం. II శ్లో. 474.
"స్వామ్యమాత్య సుహృత్ కోశ రాష్ట్ర దుర్గ బలానిచ
రాజ్యాంగాని ప్రకృతయః"
18. *SII.* X, 465: త్రిపురాంతకం శాసనం.
పంక్తి 66. **"దేవగిరి రాయ ప్రతిష్ఠాపిత ప్రాభృతమణి కనక భూషణ."**
పంక్తి 78. **"పాండ్యరాజన్య ప్రియ ప్రేషిత చండవేతండ."**

మంత్రులు, ఇతర అధికారులు:

రుద్రదేవుడు, గణపతిదేవుల హయాంలో కాకతీయుల పాలనలో క్రియాశీలక భూమిక వహించిన మల్యాల, రేచర్ల ప్రముఖులు రుద్రమదేవి హయాం వచ్చేసరికి దాదాపు విశ్రాంతి తీసుకునే దశకు చేరుకున్నారు. వారి స్థానంలో కొత్త వారు వచ్చారు. వారిలో గోన కుటుంబపు రెడ్డి నాయకులు, వెలమ నాయకులు ప్రస్తావించతగిన వారు. వెలమ ప్రముఖుడయిన ప్రసాదాదిత్యుడు రుద్రమదేవి కాలంలోనే వెలుగులోకి వచ్చాడు. రుద్రమ దేవి సామంతులందరిలోను కాయస్థ నాయకులు శక్తిమంతులై కాకతీయ సామ్రాజ్యపు నైరుతి ప్రాంతాన్ని కాపు కాశారు. అంబదేవుడు అధికారంలోకి వచ్చేంతవరకు వీరు కాక తీయులకు విధేయులై శత్రువులనణచటంలోను రుద్రమదేవి అధికారాన్ని సుస్థిరం చేయ డానికి పాటు పడ్డారు. అంబదేవుడి శాసనాల్లో పేర్కొన్న **రాయస్థాపనా చార్య** అన్న ప్రశంస అంబదేవుడు రుద్రమదేవిపట్ల చూపిన విధేయతను సూచిస్తోంది. స్వాతంత్ర్యం ప్రకటించు కునేంతవరకు అంబదేవుడు కాకతీయులకు పరమవిధేయుడు. అయితే ఇంతటి విధే యుడూ రుద్రమదేవికి ఎదురు తిరిగి, స్వాతంత్ర్యం ప్రకటించుకోవడానికి దారితీసిన పరి స్థితులు ఏమిటో ఇంకా కచ్చితంగా తెలియడంలేదు. కోనహైహయులు, వేంగి దేశాన్ని పాలించిన చాళుక్యులు కాకతి రుద్రమ ఆధిపత్యాన్ని అంగీకరించనట్టు కనపడుతోంది. క్రీ. శ. 1262–1278 సంవత్సరాల మధ్య వేంగి దేశంలో ఎక్కడా కాకతీయుల శాసనాలు కాని, ఇతర ఆధారాలు కాని లభించకపోవడాన్ని బట్టి ఆ కాలంలో రుద్రమదేవి వేంగి ప్రాంతంపై పట్టు కోల్పోయిందన్న భావన కలుగుతోంది. తూర్పు చాళుక్యలలోని నిడద వోలు శాఖ వారు కాకతీయులకు బంధువులు. రుద్రమదేవి భర్త వీరభద్రుడు నిడదవోలు శాఖీయుడే. చాళుక్యవంశీయుడైన వీరభద్రుని మంత్రి అయిన విష్ణువు ఇచ్చిన కొన్ని దానాల ప్రస్తావన తణుకు, నరసాపురంలలో లభించిన కొన్ని శాసనాల్లో కనిపిస్తుంది ఆరె లేక మహారాష్ట్ర జాతీయులైన అనేక కుటుంబాలు దక్కను పశ్చిమ ప్రాంతం నుంచి తెలుగు దేశానికి వలసవచ్చి శ్రీశైల పర్వత ప్రాంతాల్లో స్థిరపడ్డట్టు కనిపిస్తోంది. వీరి రాకవల్లే ఈ ప్రాంతం **ఆరె భూమిగా ఆరెవీడు** (ఆరెలు ఉన్న ప్రాంతం)గా వాడుకలోకి వచ్చి ఉంటుంది. గణపతిదేవుని హయాంలో ఓ వెలుగు వెలిగిన దావుల కుమారుడైన వణగ గణపతిదేవుడు చేసిన యుద్ధాలలో చాలా వాటిలో పాల్గొన్నాడు. రుద్రమదేవికి చేదోడువాదోడుగా ఉన్న సామంతుల్లో దేవగిరిరాజైన సింఘన యాదవుని కుమారుడు సారంగపాణి దేవుడు ముఖ్యుడు. ఆరె జాతీయుల్లో రాణక గోపదేవ రాజు మరో ప్రముఖుడు. గుంటూరు జిల్లా పల్నాడు తాలూకాలో, వెలుగు చూసిన శా. శ. 1195కు సరిఅయిన క్రీ. శ. 1273 నాటి గుండ్లపాడు శాసనంలో ఇతని ప్రస్తావన ఉంది; ఇతను కాకతీయ సైన్యంలో దళాధిపతిగా ఉన్నాడు. విజయనగర కాలంలో పేరొందిన తరవాతి ఆరెవీడు ప్రముఖుల మూలపురుష డైన తాతపిన్నమ కుమార రుద్రదేవునిపై ఆధారపడి వుండవచ్చు. సింద వంశానికి చెందిన మైల కుమారుడైన భైరవుడు రుద్రమదేవికి సామంతునిగా ఉండేవాడనీ, వేంగి, ద్రవిడ దేశాలపైన, యాదవ రాజులపైన రుద్రమదేవి జరిపిన దండయాత్రలలో భైరవుడు ఆమె

కెంతగానో సహకరించాడని ఇటీవల బయల్పడిన బీదరు శాసనం పేర్కొంది. కాకతీయ సామ్రాజ్యపు ఉత్తర, ప్రాంతంలో కోటగిరి శాసన పత్రాల్లో ప్రస్తావించబడ్డ విరియాల కుటుంబానికి చెందిన సూరుడు[19] పశ్చిమ ప్రాంతంలో చెరకు కుటుంబానికి చెందిన నాయకులు కాకతీయుల వారసత్వ సామంతులుగా కొనసాగారు. రుద్రమదేవి సైన్యంలో సేనాధిపతులై ఎనలేని సేవలందించారు. రుద్రమదేవి, కుమార రుద్రదేవుల హయాంలో మహాప్రధానులుగా పని చేసిన పలువురి గురించి ఆనాటి శాసనాల్లో ప్రస్తావించారు. వీరిలో రాజకుటుంబానికి చెందిన గన్నయ పుత్రుడైన ఇందులూరి అన్నయదేవుడు మొద టగా చెప్పుకోతగ్గ మహాప్రధాని.[20] రాణికి బాహత్తర నియోగాధిపతిగా పనిచేసిన పొంకల మల్లయ ప్రెగ్గడ ఆ తరవాత ప్రాముఖ్యత వహిస్తాడు.[21] గండపెండేర గ్రహీత అయిన గంగయ సాహిణి క్రీ. శ. 1258లో మరణించడంతో మల్లయ ప్రెగ్గడ ఆ స్థానాన్ని భర్తీ చేశాడు.

రుద్రమదేవి కుటుంబం:

నిడదవోలు చాళుక్యరాజైన ఇందు శేఖరుడి కుమారుడు వీరభద్రునితో రుద్రమదేవి వివాహం జరిగింది. వీరికి ముగ్గురు కుమార్తెలు – ముమ్మడమ్మ, రుద్రమ, రుయ్యమ్మ – కలిగారు. పెద్ద కుమార్తెను మహాదేవుడనే కాకతీయ రాజకుమారుడికిచ్చి పెళ్ళిచేశారు.[22] యాదవ రాజకుమారుడు ఎల్లణ దేవుడు రెండో కుమార్తెను పరిణయమాడగా, కడపటి కూతురును ఇందులూరి నాయకుడు, అన్నయ మనువాడాడు. ముమ్మడమ్మ కుమారుడైన కుమార రుద్రుడు అన్న మరో పేరుగల ప్రతాపరుద్రుడు రుద్రమదేవి సింహాసనానికి వారసు డయ్యాడు.

✪ ✪ ✪

19. *Corpus* III p. 114.
20. శివయోగసారము, ఉపోద్ఘాతం; *SII.* X, 394, 467
21. *ARE.* 1930-31, No. 321
22. *EC.* XII, Tumkur, No. 14.

అధ్యాయం-9

ప్రతాపరుద్రుడు (క్రీ.శ. 1289-1323)

ప్రతాపరుద్రుడు కాకతీయ సింహాసన మధిష్ఠించిన తర్వాత కూడా చాలా ఏళ్ళపాటు అతనిని కుమార రుద్రదేవుడనే పిలిచేవారు. క్రీ. శ. 1295 వరకు రుద్రమదేవి జీవించే ఉందనడానికి ప్రబల నిదర్శనాల్లో ఇది ఒకటి. రుద్రమదేవి వారసుడు కుమార రుద్రుడా, ప్రతాప రుద్రుడా అన్న దానితో సంబంధం లేకుండా రుద్రమదేవి అవసాన కాలానికి సంబంధించిన సందేహాలన్నింటినీ చందుపట్ల శాసనం పటాపంచలు చేసింది. నిజానికి ప్రతాప రుద్రుడి పాలన చివరి రోజుల్లో కూడా ఆయన్ను కుమార రుద్రుడనే పిలిచేవారు. శక సంవత్సరం 1241లో రుద్రకుమారుని పాలనలో తను **జినేంద్ర కల్యాణాభ్యుదయా**న్ని రచించానని అప్పయార్యుడు ప్రకటించాడు. ఆ శక సంవత్సరానికి సమానమైనది క్రీ. శ. 1319. అందువల్ల కుమార రుద్రదేవుని పేరులోని కుమార పదాన్ని బట్టి రుద్రమదేవి పాలనా కాలాన్ని నిర్ధారించలేం. నిజానికి క్రీ. శ. 1295 కంటే ముందున్న శాసనాల్లో కుమార రుద్రదేవుడిని ప్రతాపరుద్రదేవ మహారాజుగా పేర్కొనడాన్ని మనం గమనించ వచ్చు[1]: అప్పటికే ప్రతాపరుద్రుడు కాకతీయ సైన్యంలోను, తన అమ్మమ్మ అయిన రుద్రమదేవి ప్రభుత్వంలోను వివిధ హోదాల్లో పనిచేస్తున్నాడు.

అంబదేవుడి తిరుగుబాటు కారణంగా కాకతీయ సామ్రాజ్యానికి, రుద్రమదేవి కుటుంబానికి వచ్చిన కళంకాన్ని రూపుమాపడం అధికారం చేపట్టగానే ప్రతాపరుద్రుని ప్రథమ కర్తవ్యమయింది. దాంతో సైన్యాన్ని పటిష్ఠం చేయటంలో అతనేమాత్రం జాప్యం చేయలేదు. **నాయంకర** విభాగాన్ని పునర్ వ్యవస్థీకరించి స్వామి ద్రోహి (అంబదేవుడు) పైకి దండు నడిపించాడు. ప్రతాపరుద్రుడు సింహాసనమధిష్ఠించగానే ఇలాంటిదేదో జరుగు తుందని ముందే ఊహించిన అంబదేవుడు తగిన రక్షణ ఏర్పాటుచేసుకున్నాడు. తాను ఎన్ని యుద్ధాల్లో విజయం సాధించినా కాకతీయ సైన్యంతో తన సైన్యం సరితూగదన్న సంగతి అంబదేవుడికి బాగా తెలుసు. కాబట్టి కాకతీయులను ఎదుర్కోవడం కోసం ఉత్తరాన సేవుణులతోనూ, దక్షిణాన పాండ్యులతోను పొత్తుపెట్టుకున్నాడని త్రిపురాంతకం శాసనం వెల్లడిస్తోంది. పాండ్యులు అంబదేవుడికి సహాయంగా ఏనుగులు, గుర్రాలను పంపారని నీల గంగవరం శాసనం పేర్కొంది.[2] అలాగే అంబదేవుడిపై తాను యుద్ధానికి దిగితే అతని మిత్రులైన పాండ్యులు, సేవుణులు తదితరులతో కూడా ఘర్షణ అనివార్యమని కుమార రుద్రదేవునికి కూడా తెలుసు. అందుకే అంబదేవునిపై దాడికి వెళ్ళేటప్పుడే అతని మిత్రులపై కూడా దాడిచేయాలని నిర్ణయించాడు. ముగ్గురిని ఏకకాలంలో నిర్జించడం

---

1. Cf. Inkirala Epigraph dated S. 1214, Nandana, AD. 1292 (*IAP. Ng.*, 1)
2. *EI.* XXX pp. 270 ff

కోసం, ముప్పేట దాడికి వ్యూహరచన చేశాడు. శక సంవత్సరం 1213లో కొలని సోమన మంత్రి కుమారుడు మనుమగన్నయ, ఇందులూరి పెదగన్నయ మంత్రి కుమారుడు అన్నయ దేవుల నాయకత్వంలో సైన్యాన్ని త్రిపురాంతకం పైకి పంపాడు. ఈ యుద్ధానికి సంబంధించి చారిత్రక వివరాలు లభించనప్పటికీ, కాకతీయ సైన్యం అంబదేవుడిని ఓడించి దక్షిణాన ములికినాడు వరకు తరిమికొట్టిందని నిశ్చయంగా తెలుస్తోంది. త్రిపురాంతకంలో అంబదేవుడు వేయించిన తాజా (చివరి) శాసనం శక వర్షం 1213, ఖరనామ సంవత్సర నిజ ఆషాఢ మాసం నాటిది.[3] అదే త్రిపురాంతకంలో కాకతీయ సేనాని అయిన ఇందులూరి అన్నయ దేవుడు వేయించిన మొట్టమొదటి శాసనం శక సంవత్సరం 1213, ఖరనామ సంవత్సర శ్రావణ మాసం నాటిది. అంటే అంబదేవుడి ఆఖరు శాసనం వేయించిన రెండు నెలలకి ఇందులూరి అన్నయ్య మొదటి శాసనం వేయించాడు.[4] దీనిని బట్టి ఆ రెండు నెలల్లో ఆ ప్రాంతంలో అధికారం చేతులు మారిందని అర్థమవుతోంది. కడప ప్రాంతంలో అంబదేవుని కుమారుడు త్రిపురారి వేయించిన శాసనాలు కొన్ని అన్నయ శాసనం తర్వాతి కాలానివే అయినా కాయస్థుల అధికారం ఆ ప్రాంతంలో చెల్లుబాటు అవుతున్నదనుకో టానికి అవి ప్రముఖ ఆధారాలు కావు.

అంబదేవుడిని పారదోలిన తర్వాత ప్రతాపరుద్రుడు నెల్లూరుపై దృష్టి సారించాడు. ఆ కాలంలో నెల్లూరును (విక్రమ సింహపురి) మనుమగండ గోపాలుడు పాలిస్తున్నాడు. అంబదేవుడు క్రీ. శ. 1282లో మనుమగండ గోపాలుడిని నెల్లూరు సింహాసనంపై పునః ప్రతిష్ఠించాడు. కాకతీయుల సర్వసేనాని (**సకల సేనాధిపతి**) సోమయాజుల రుద్రదేవుని కుడిభుజం (**దక్షిణ భుజదండ**)గా పేరొందిన అడిదము మల్లు దక్షిణ తీరం వెంబడి విక్రమ సింహపురి పైకి దండు తీశాడు. ఆ యుద్ధంలో మనుమగండ గోపాలుడు హతుడయ్యాడు. మనుమగండ గోపాలుని స్థానంలో రాజగండ గోపాలునిగా ప్రసిద్ధుడైన మధురాంతక పొత్తపి చోళ రంగనాథుడు ఉత్తరాధికారి అయ్యాడని క్రీ. శ. 1290 (శా. శ. 1212) నాటి శాసనాలు తెలియజేస్తున్నాయి. స్నేహంకోరి కాకతీయ రాజు ప్రతాపరుద్రుడు చేసిన ఈ పని తెలివైనది కాదు. బహుశః చనిపోయిన రాజ వంశానికే చెందిన రాజగండ గోపాలుడు తనకు మేలు చేసిన రాజుకే వెన్నుపోటు పొడవడానికి ప్రయత్నించాడు. కాకతీయుల శత్రువులైన పాండ్యులతో చేతులు కలిపాడు. మిత్రద్రోహం చేసిన రాజగండ గోపాలునికి బుద్ధి చెప్పడంకోసం ప్రతాపరుద్రుడు మరోసారి నెల్లూరుపై దండెత్తాడు. ఈసారి అతను రాజగండ గోపాలునితో పాటు అతనికి అండగా వచ్చిన పాండ్యులతో కూడా పోరాడాల్సి వచ్చింది. గుంటూరు జిల్లా నరసరావుపేటలో ఒక ప్రాంతానికి పాలకుడైన తెలుగు చోళ నాయకుడు మనుమగండ గోపాలుడు ఈసారి కాకతీయ సైన్యానికి నాయకత్వం వహించాడు. రాజగండ గోపాలుడు అతని పాండ్య మిత్రులు ఎంత పోరాడినా కాకతీయుల ధాటికి నిలువలేక పరాజితులయ్యారు. మనుమగండ గోపాలుడు ద్రావిడ

3. *SII*, X, 466
4. *Ibid.* 467

సైన్యాన్ని **బడబానలంలా** కబళించాడని శక సంవత్సరం 1219 నాటి నరసరావుపేట శాసనం మనుమగండ గోపాలుడిని ప్రస్తుతించింది. రాజగండ గోపాలుని అతని మిత్రులను ఓడించి అతను **ద్రవిళ బలవార్ధి పరిశోషణ బడబానల, రాజగండ గోపాల విహితాహిత మానభంగ** అన్న ఆడంబర పూర్ణమైన బిరుదాలను పొందాడు.[5]

ఈ సందర్భంగా ప్రతాపరుద్రుడి మూడవ దండయాత్ర అంబదేవునికి అండగా ఉన్న సేవుణులపై జరిగింది. ఈ దాడికి కూడా మనుమగండ గోపాలుడే నాయకత్వం వహించాడని నరసరావుపేట శాసనం చెపుతోంది. దానిలో పేర్కొన్న **సేవుణ కటక వేణు కబళన దావ పావక** (వెదురు వంటి సేవుణ సైన్యం పాలిట బడబానలం) అన్న బిరుదును బట్టి సేవుణ రాజ్యంపై జరిగిన దండయాత్రలో ఈయన కూడా పాలుపంచుకొన్నట్టు తెలుస్తోంది. ఈ దాడిలో జరిగిన కొన్ని కీలక పరిణామాలను గోన విఠలుడి రాయచూరు కోట శాసనం పేర్కొంటోంది. కాకతీయుల సామంతుడైన గోన విఠలుడు అప్పట్లో వర్ధమాన పురాన్ని (మహబూబ్‌నగర్ జిల్లా) పాలించేవాడు. శా. శ. 1216కు సరిఅయిన క్రీ. శ. 1294లో వేయించిన ఈ శాసనం ప్రకారం విఠలుడు బళ్ళారి జిల్లాలోని ఆదవాని, తుంబళం కోటలను, రాయచూరు రాజ్యంలోని మాణువ, హాలువ కోటలను ఆక్రమించుకున్నాడు. ఆ ప్రాంతాలను పాలించే నాయకులను విధేయులుగా చేసుకున్నాక రాయచూరు నగరాన్ని కూడా ఆక్రమించుకున్నాడు. ఆ పుర ప్రజల సంరక్షణార్థం శత్రు దుర్భేద్యమైన కోట నొకదాన్ని కట్టించాడు.[6] గోనవిఠలుడు దేవగిరి యాదవరాజుల నుంచి కృష్ణ - తుంగభద్ర ప్రాంతాన్ని కైవసం చేసుకున్నాడన్నది సుస్పష్టం.

దక్షిణాదిన తన స్థానాల్ని ఇంకా సుస్థిరం చేసుకుంటూండగానే ప్రతాప రుద్రుడు ఢిల్లీ సుల్తానుల దాడుల్ని ఎదుర్కోవలసి వచ్చింది. ఢిల్లీ సుల్తానయిన జలాలుద్దీన్ ఖిల్జీ అల్లుడైన గర్షాస్ప్ మాలిక్ క్రీ. శ. 1295లో యాదవుల రాజధాని అయిన దేవగిరిపై దాడిచేసి, స్వాధీనం చేసుకున్నాడు. దేవగిరి రాజు రామదేవుడు సుల్తానుతో సంధి చేసుకున్నాడు, బోలెడు ధనం, వజ్రాలు సమర్పించుకున్నాడు. అలా ఢిల్లీ వెళ్ళిన మాలిక్ మరి కొన్ని దక్షిణాది హిందూ రాజ్యాలపై దండెత్తి వచ్చే అవకాశం వుంది. ముస్లింల ఈ దాడుల్ని ముందే ఊహించిన ప్రతాపరుద్రుడు తన సైన్యాన్ని, రక్షణ వ్యవస్థల్ని, కోటల్ని పటిష్ఠం చేశాడు. నాయంకర వ్యవస్థని బలోపేతం చేశాడు. తొమ్మిది లక్షల మంది విలుకాళ్ళని, 20 వేల గుర్రాల్ని, 100 ఏనుగుల్ని సమకూర్చుకున్నాడు. ఈ బలగంతో ప్రతాపరుద్రుడు ఏడుసార్లకు పైగా ముస్లింల దండయాత్రల్ని తిప్పికొట్టగలిగాడు. అయితే రెండు మూడు సార్లు సుల్తానుతో సంధి చేసుకుని వారికి భారీ మొత్తంలో నగలు, నగదు, గుర్రాలు, ఏనుగులు సమర్పించుకున్నాడు. గర్షాస్ప్ మాలిక్ ఉరఫ్ అల్లా ఉద్దీన్ క్రీ. శ 1303లో మాలిక్ ఫక్రుద్దీన్ జూనా, కారాకు చెందిన ఝూజూల నాయకత్వంలో జరిపిన దండయాత్రే, తెలింగాణపై మహమ్మదీయుల తొలిదండయాత్ర. దోపిడీ, సామ్రాజ్య విస్తరణే ఆ దండ

5. *Ibid.* IV, 661.
6. *APAS.* 3, pp. 101-2.

యాత్ర లక్ష్యం. బెంగాలు మీదుగా నడచిన మహమ్మదీయుల దండు తెలింగాణాకు చేరింది. ఉప్పరపల్లి దగ్గిర కాకతీయ సైన్యాలు సుల్తానుల దండుని నిరోధించాయి. రేచర్ల ప్రసాదాదిత్యుని కుమారుడు వెలమ నాయకుడు అయిన వెన్నుడు, పోతుగంటి మల్లిల నాయకత్వంలో కాకతీయ సైన్యం తురుష్కులకు గర్వభంగం చేసిందని **వెలుగోటి వారి వంశావళి** పేర్కొంది.[7] ఈ పరాభవానికి ప్రతీకారం తీర్చుకోవడం కోసం అల్లావుద్దీన్ క్రీ. శ. 1309లో మరింత సైన్యాన్ని తెలింగాణ పైకి పంపాడు. మాలిక్ నాయిబ్ కాఫర్, ఖ్వాజాహాజీలు ఈ సైన్యానికి నాయకత్వం వహించారు. దేవగిరిలో కొంతకాలం విశ్రమించిన తురుష్క సైన్యం దక్షిణాన సర్బార్ కోటను స్వాధీనం చేసుకుని వరంగల్ దిశగా సాగింది. తన రాజధానిని కాపాడుకోవడానికి ప్రతాపరుద్రుడు అన్ని ఏర్పాట్లు చేశాడు. బయటి కోట డెబ్బై బురుజులపై సైనిక దళాల్ని మోహరించాడని, ఒక్కో బురుజుకు ఒక్క 'నాయకుడు' ఆధిపత్యం వహించాడని **ప్రతాప చరిత్ర** పేర్కొంది. క్రీ. శ. 1310, జనవరి 19న వరంగల్ కోట ముట్టడి ప్రారంభమై ఇరవై ఐదు రోజులు కొనసాగింది. లోపలి కోటను కాపాడుకోవటం కష్టమైంది. ప్రతాపరుద్రుడు, ముందుగా సిద్ధమై ఉన్నప్పటికీ గత్యంతరం లేక సుల్తానుతో సంధించేసుకోవలసి వచ్చింది. తన సంపద నంతటిని సుల్తానుకు ధారపోయాల్సి వచ్చింది. అంతేకాకుండా ఏటేటా సుల్తానుకు బంగారం, ఏనుగులు, గుర్రాలు 'కప్పం' కింద పంపించేందుకు కూడా ఒప్పుకున్నాడు. ప్రతాప రుద్రుడు తన మాటను నిలుపుకోవడంతో కాకతీయులు - ఢిల్లీ సుల్తానుల మధ్య స్నేహ సంబంధాలు సుదీర్ఘకాలం కొనసాగాయి.

ప్రతాపరుద్రుడు ఇలా మహమ్మదీయులతో యుద్ధాల్లో మునిగి ఉండటం అవకాశంగా తీసుకుని కాకతీయ సామ్రాజ్యానికి సరిహద్దున ఉన్న సామంతులు స్వాతంత్ర్యం ప్రకటించుకుని ప్రతాపరుద్రుడికి సమస్యలు సృష్టించారు. ముస్లింల రెండవ దండయాత్ర దరిమిలా ప్రతాప రుద్రుడు సామ్రాజ్యపు దక్షిణ ప్రాంతంలో తలెత్తే తిరుగుబాట్లను అణచడంలో తలమునకలయ్యాడు. నెల్లూరు పాలకుడైన తెలుగుచోళుడు రంగనాథుడు స్వాతంత్ర్యం ప్రకటించుకున్నాడు. అలాగే ములికినాడులోని గండికోట పాలకుడైన వైదుంబ నాయకుడు మల్లిదేవుడు కూడా కాకతీయ ప్రతాపరుద్రుడి సార్వభౌమత్వాన్ని ధిక్కరించాడు. వీరిని అదుపు చేయడంకోసం ప్రతాపరుద్రుడు జుట్టయలెంక గొంకయరెడ్డి నాయకత్వాన సైన్యాన్ని పంపాడు. ఈ గొంకయరెడ్డి మల్లిదేవుడిని యుద్ధంలో ఓడించి గండికోటను స్వాధీనం చేసుకున్నాడు. దాంతో ప్రతాపరుద్రుడు గొంకయరెడ్డిని గండికోట సీమ, దాని పరిసర ప్రాంతాలకు పాలకునిగా నియమించాడు. ఈ మధ్య కాలంలో అలావుద్దీన్‌ఖిల్జీ క్రీ. శ. 1311లో పాండ్యులపై చేసిన దండయాత్రలో ప్రతాపరుద్రుడి సహాయం అర్థించాడు. ఈ అవకాశాన్ని ఉపయోగించుకుని ప్రతాపరుద్రుడు తన సైన్యాన్ని కాంచి వైపు నడిపించాడు. దారిలో తనని ఎదిరించిన రంగనాథుడి తిరుగుబాటును అణచివేశాడు. ఆ

---

7. **వెలుగోటి వారి వంశావళి**, ప. 25.

సమయంలో తమిళదేశంలో పరిస్థితులు అంత సంతృప్తికరంగా లేవు. క్రీ. శ. 1310లో మారవర్మ కులశేఖరుడి మరణంతో ఆయన ఇద్దరు కుమారులైన వీరపాండ్యుడు, సుందర పాండ్యుల మధ్య అంతర్యుద్ధం మొదలయింది. దాంతో పాండ్యదేశంలో రాజకీయ అస్థిరత నెలకొంది. హోయసల రాజు మూడవ బల్లాలుడి దాడితో ఈ అస్థిరత మరింత తీవ్ర మయింది. గతంలో తాము చేజార్చుకున్న తమిళదేశంలోని తమ భూభాగాలను తిరిగి దక్కించుకోవడానికి హోయసల రాజు ఈ దాడి చేశాడు. మాలిక్ నాయిబ్ నాయకత్వంలో దక్కనులో సుల్తాను సైన్యం ఉనికి, హోయసలుల దండయాత్రను కొన్ని సంవత్సరాల పాటు నిరోధించింది. మాలిక్ నాయిబ్ మరణంతో సుల్తాన్ సైన్యం దక్షిణాది నుంచి వైదొలిగింది. దాంతో బల్లాలుడు కాంచిపై దాడిచేసి దానిని ఆక్రమించుకున్నాడు. అయితే అతడు కాంచిని ఎంతో కాలం అట్టే పెట్టుకోలేకపోయాడు. కాకతీయుల సేనాని పెద రుద్రుడు బల్లాలునితో పాటు అతని మిత్రులయిన పద్దెవీడు రాజు శాంబువ రాయుడిని, చంద్రగిరి యాదవ రాయుడిని కూడా ఓడించి కాంచిని ఆక్రమించుకున్నాడని మెకంజీ మాన్యుస్క్రిప్టుల్లో భద్రపరచిన దాక్షారామ శాసనం పేర్కొంటోంది.[8] కాకతీయ సైన్యం సాగిస్తున్న ఈ విజయ యాత్రలు, వారు మరింత ముందుకు చొచ్చుకు రావడం పాండ్యు లలో మరింత భయోత్పాతాన్ని కలిగించాయి. దాంతో తమ బలగాలన్నింటినీ సమకూర్చు కుని కాకతీయుల చొరబాటును ప్రతిఘటించడానికి, కాంచి నుంచి పారదోలడానికి ప్రయత్నించారు. ఈ యుద్ధానికి స్వయంగా ప్రతాపరుద్రుడే నాయకత్వం వహించాడు. సేనాధిపతులైన ముప్పిడి నాయకుడు, రేచర్ల ఎఱదాచ, మానవీర, దేవరి నాయకులు అతనికి చేదోడుగా నిలిచారు. కాంచి పొలిమేరల్లో జరిగిన ఈ నిర్ణయాత్మక యుద్ధంతో చివరికి పాండ్యులు పలాయనం చిత్తగించారు. ప్రతాపరుద్రుని ఆదేశాల మేరకు దేవరి నాయకుడు మరింత ముందుకు వెళ్ళి వీరపాండ్యుని, అతని మిత్రుడైన మలయాల తిరు వాది రవివర్మ కులశేఖరుని ఓడించాడు, వీరధావల సింహాసనంపై సుందర పాండ్యుడిని ప్రతిష్ఠించాడు.[9] తన విజయానికి గుర్తుగా దేవరి నాయకుడు క్రీ.శ. 1317లో కావేరి ద్వీపంలోని శలకలవీడు గ్రామంలో వెలసి ఉన్న శ్రీరంగనాధుడికి భక్తితో దానాలు సమ ర్పించాడు.[10] శలకలవీడు ప్రస్తుతం గిద్దలూరు తాలూకాలో ఉంది.

అలా ఉద్దీన్‌ఖిల్జీ మరణించడంతో అతని కుమారుడు షిహాబుద్దీన్‌ను సింహాసనంపై కూర్చోపెట్టి మాలిక్ నాయిబ్ కాఫర్ అతని తరఫున తానే దేశాన్ని పాలించడం మొద లెట్టాడు. అయితే కొద్దికాలంలోనే కాఫర్ హత్యకు గురయ్యాడు; అలాఉద్దీన్ మరో కొడుకు కుతుబుద్దీన్ ముబారక్ షా, షిహాబుద్దీన్‌ను పదవీచ్యుతుడిని చేసి సింహాసనాన్ని ఆక్ర మించాడు. తన స్థానాన్ని సుస్థిరం చేసుకున్న వెంటనే కుతుబుద్దీన్ మహారాష్ట్రలో హరపాల దేవుడి తిరుగుబాటును అణిచివేయడం కోసం క్రీ. శ. 1318లో దక్కనుకు బయలుదేరాడు.

---

8. *Mac. Ms.* 15-4-4. p.37.
9. *AR.* 1938-9, No 79 and part II, para 8.
10. *EA.* IV, p. 121.

దేవగిరి రాజైన హరపాలదేవుడిని ఓడించి కోటను స్వాధీనం చేసుకున్నాడు. హరపాలుడిని వధించాడు. ఏటేటా చెల్లించాల్సిన కప్పాన్ని చెల్లించక ఎప్పుడూ నిర్లక్ష్యం చేస్తున్న ప్రతాప రుద్రుడి నుండి ఇప్పుడా కప్పాన్ని వసూలు చేయడం కోసం దేవగిరిలో ఉన్న కుతుబుద్దీన్ తన బానిస అయిన ఖుస్రుఖాన్‌ను కొంత సైన్యంతో వరంగల్‌కు పంపాడు. ప్రతాపరుద్రుడు ఖుస్రూని ప్రతిఘటించకుండా శాంతిని కోరి తను చెల్లించాల్సిన కప్పాన్ని - 100 ఏను గులు, అనేక అశ్వాలు, బోలెడు బంగారం, రత్నాలు - సమర్పించుకున్నాడు. అంతే కాకుండా తన రాజ్యంలోని ఐదు జిల్లాలను సుల్తాన్‌కు ధారాదత్తం చేయడానికి కూడా సమ్మతించాడు.

తుంగభద్రానది నైరుతి తీరాన గల హిందూ రాజ్యం కంపిలి. దానికీ ప్రతాపరుద్రుడికీ సత్సంబంధాలు ఉండేవి. ఒకసారి మూడవ బల్లాలుడు చిన్న మండలం కంపిలిపై దండెత్తాడు. దాడి ఎదుర్కోవడంలో సహకరించాల్సిందిగా కంపిలి రాయని కుమారుడు కుమారరాముడు ప్రతాప రుద్రుని కోరాడు. అయితే హోయసల రాజు మూడవ బల్లాలు నితో తలపడటానికి ప్రతాపరుద్రుడు నిరాకరించాడు. దాంతో కుమార రాముడు కాకతీయ సామ్రాజ్యపు పశ్చిమ ప్రాంతాన్ని ఆక్రమించుకుని ప్రతాప రుద్రుడిని రెచ్చగొట్టాడు. దానిని నిరోధించడానికి ప్రతాపుడు తన సైన్యాన్ని కంపిలి సరిహద్దుకి పంపాడు. **కుమార రామన సాంగత్య** అనే కన్నడ గ్రంథంలో ఈ వివరాలున్నాయి. శ్రీనాథుని **భీమేశ్వర పురాణం**లోని ఓ పద్యం ప్రకారం ప్రతాపరుద్రుని సేనానుల్లో ఒకడయిన ప్రోలయ అన్నయ కంపిలి రాయుని రాజధాని అయిన కుమ్మటను నాశనం చేశాడు. అలాగే కాకతీయుల సామంతు డైన ఆరవీటి రాజు, తాత పిన్నమ కుమారుల్లో ఒకడయిన కొటికంటి రాఘవ కంపిలి రాయని ఓడించి, అతడిని తన రాజచిహ్నాన్నుండి దూరుడిని చేశాడు. దీనిని బట్టి ప్రతాప రుద్రుడు కంపిలి రాయుడిపై కొన్ని విజయాలు సాధించాడని, అయితే దీనివల్ల అతనికి ఒనగూడిన అదనపు లాభం ఏమీ లేదని నిర్ధారణ అవుతోంది.

★మహారాష్ట్ర పాలకుడైన మాలిక్ - ఎక్ - లఖి ఢిల్లీ సుల్తాన్‌పై తిరుగుబాటు చేయ డంతో దాన్ని అణచటంకోసం సుల్తాన్ కుతుబుద్దీన్ ఖుస్రూఖాన్‌ను రెండోసారి దక్షిణాదికి పంపాడు. అపార సైన్యంతో వచ్చిన ఆ సేనాని తిరుగుబాటును అణిచి మహారాష్ట్రలో సుల్తానుల పాలనను విజయవంతంగా సుస్థిరంచేశాడు. అక్కడ నుంచి ఖుస్రూ పాండ్య రాజుపై దండు వెడలి మలబారులోని పట్టన్‌ను ఆక్రమించుకున్నాడు. అయితే, అతను ఆ నగరాన్ని ఆక్రమించినప్పటికీ సార్వభౌముని పట్ల అతని విధేయతను శంకించిన సాటి సైన్యాధికారులు కొందరు ఖుస్రూను బంధించి ఢిల్లీ సుల్తాను దగ్గరికి తీసుకుపోయారు. అయితే కుతుబుద్దీన్ ఖుస్రూను విడిచిపెట్టడమే కాక అతనిని బంధించి తెచ్చిన వారిని శిక్షించాడు. ఇంత చేసినా సుల్తాను పట్ల కృతఘ్నుడైన ఖుస్రూఖాన్ అతనిని దారుణంగా వధించి ఢిల్లీ సింహాసనాన్ని ఆక్రమించుకున్నాడు. ఖుస్రూ దురాక్రమణపై ఆగ్రహించిన

★ మహమ్మదీయుల దండయాత్రా కథనం **ఎర్లీ హిస్టరీ ఆఫ్ దక్కన్**లోని కాకతీయుల అధ్యాయాన్ని అనుసరించింది.

తురుష్క సర్దారులు అంతా కుమ్మక్కై ఖుస్రూను హతమార్చారు. ఈ కుట్రకు నాయకత్వం వహించిన ఘియాసుద్దీన్ తుగ్లక్ క్రీ. శ. 1320లో ఢిల్లీ సింహాసనాన్ని అధిష్ఠించి తనకు తానే సుల్తానుగా ప్రకటించుకున్నాడు. రాజ్యంలో తన అధికారాన్ని పదిలపర్చుకున్నాక తుగ్లక్ క్రీ. శ. 1323లో తన కుమారుడు ఉలుఘ్‌ఖాన్ నేతృత్వంలో భారీ సైన్యాన్ని తెలింగాణ పైకి పంపాడు. ఆ రాజ్యాన్ని జయించి, సామ్రాజ్యంలో కలిపి వేయమన్న ఆదేశాలిచ్చి తెలింగాణా పైకే సుల్తాన్ దండును పంపిన పరిస్థితులేమిటో స్పష్టంగా తెలియదు. పదిహేడో శతాబ్దం తొలి సంవత్సరాల్లో ఫెరిష్తా రాసిన దానినిబట్టి - వరంగల్ రాజు రుద్రదేవుడు అస్థిర పరిస్థితుల కాలంలో కప్పం చెల్లించ నిరాకరించటంతో ఉలుఘ్‌ఖానును అతని పైకి పంపటం జరిగింది.[11] అలాటి చాల సందర్భాల్లో సుల్తానుకు కప్పం చెల్లించకుండా ప్రతాప రుద్రుడు నిలిపివేశాడు. అందువల్ల ఫెరిష్తా మాటల్లో సత్యముండవచ్చు. మహమ్మదీయ సైన్యం చొచ్చుకు రావటాన్ని ప్రతాపరుద్రుడు తన శక్తినంతా ధారపోసి నిరోధించ ప్రయత్నించాడు కానీ, చివరికతనికి తన రాజధానికి పారిపోక తప్పలేదనీ, ఆ వెంటనే ఉలుఘ్‌ఖాన్ కోటను ముట్టడించాడనీ ఫెరిష్తా రాశాడు.[12] ముట్టడి భీకరంగా, దీర్ఘ కాలం కొనసాగింది. యుద్ధం వరంగల్లు, ఆ పరిసర ప్రాంతాలకు మాత్రమే పరిమితమై లేదు. ఉలుఘ్‌ఖాన్ వ్యర్థంగా వరంగల్ కోటను పట్టుకో ప్రయత్నిస్తున్న సమయంలోనే, ఢిల్లీ సైన్యంలో ఓ భాగం మజీద్ అబూరజా నాయకత్వంలో కోటగిరిని పట్టుకునే ప్రయత్నంలో నిమగ్నమై ఉంది. భిన్న దళాలు దేశంలోని మిగతా ముఖ్య ప్రాంతాలపై దాడిచేసి ఉండవచ్చు. ఏమయినా, తన లక్ష్యాన్ని సాధించటంలో ఉలుఘ్‌ఖాన్ విఫలమయ్యాడు. కాకతీయ సైన్యాలు వెంటబడి తరుముతూంటే, తెలింగాణ నుండి హడావుడిగా పలాయనం చిత్తగించాడు. ఉలుఘ్‌ఖాన్ మిత్రుడైన ఉబైద్ అనే కవి చేసిన విశ్వాసఘాతుకం, కుతంత్రాలవల్లే ఈ యుద్ధంలో ఉలుఘ్‌ఖాన్ విఫలుడయ్యాడని ముస్లిం చరిత్రకారులు ఆరోపించారు. బరూని కథనం ప్రకారం ఉలుఘ్‌ఖాన్ వరంగల్ కోట ముట్టడిలో దాదాపు విజయానికి చేరువయ్యాడు. కోట రక్షకులను ఎన్నో ఇబ్బందులకు గురిచేశాడు. వరంగల్ చుట్టూ ఉన్న రెండు కోటలలో బయటి మట్టి కోట చాలభాగం ఉలుఘ్‌ఖాన్ వశమయ్యే పరిస్థితిలో ఉంది. పరిస్థితి గమనించిన ప్రతాపరుద్రుడు సంధిని ప్రతిపాదించాడు. సుల్తాను అధికారాన్ని అంగీకరించి అడిగినంత కప్పం చెల్లించడానికి ముందుకొచ్చాడు. అయితే ప్రతాప రుద్రుడిని అతని రాజధానిని పట్టుకోవాలన్న కృతనిశ్చయంతో ఉన్న ఉలుఘ్‌ఖాన్ ఆ ప్రతిపాదనను తోసిపుచ్చాడు. ఇంతలో మహమ్మదీయ సైన్యంలో ఒక పుకారు బయలుదేరింది. ఢిల్లీలో సుల్తాన్ మరణించాడని, ఎవరో సింహాసనాన్ని దురాక్రమణ చేశారనీ, యుద్ధం జరుగుతోందని, దాని ప్రభావంతో ఇక్కడ ఉలుఘ్‌ఖాన్ కూడా కొందరు సేనాధిపతుల్ని వారు ఖిల్జీ సానుభూతిపరులని శంకించి బాధించబోతున్నాడన్నది ఆ పుకారు. ఉలుఘ్‌ఖాన్ అంతరంగిక మిత్రులయిన ఉబైద్, షేక్-జాద-యి-దిమాష్కిలు

11. Brigge: *Ferishta* I, p. 403.
12. *Ibid.*

ఈ పుకారు వ్యాపింపచేశారు. యుద్ధం కారణంగా సమాచార వ్యవస్థ విచ్ఛిన్నం కావడంతో రాజధానిలో ఏం జరుగుతోందో శిబిరంలో ఉన్న సుల్తాను సైన్యానికి తెలియలేదు. దానికి తోడు ఉలుఘ్‌ఖాన్ ఆప్తమిత్రులు చెపుతున్న సంగతులు కొందరు సేనాధిపతులకు భయం కలిగించాయి. దాంతో వారు తమ అనుయాయులను వెంట పెట్టుకుని శిబిరం నుండి పారిపోయారు. వారి పలాయనంతో మహమ్మదీయ సైన్యం మరింత గందరగోళానికి గురైంది. శత్రుపక్షంలో అనుకోకుండా తలెత్తిన ఈ దురదృష్టాన్ని అవకాశంగా తీసుకుని హిందువులు ఉలుఘ్‌ఖాన్ శిబిరంపై విరుచుకుపడి, దోచారు, వారి దాడిని నిలువరించలేని ఉలుఘ్‌ఖాన్, హడావుడిగా దేవగిరికి పారిపోయాడు.[13]

కాగా, ఉలుఘ్‌ఖాన్ దురాశతో దుస్సాహసం చేసినందువల్లే దెబ్బతిన్నాడని, ఉబైద్ అనవసరంగా అతని కుట్రకు బలిపశువయ్యాడని ఇబన్ బటూట అభిప్రాయపడ్డాడు. బటూట కథనం ప్రకారం తన తండ్రిపై తిరుగుబాటు చేసి ఢిల్లీ సింహాసనాన్ని ఆక్రమించు కోవాలన్న ఆలోచనలో అతను ఉన్నాడు; ఆ పథకంలో భాగంగానే ఉబైద్‌తో ఢిల్లీ సుల్తాను చనిపోయినట్టు పుకారు పుట్టించాడు. తన వెంట వచ్చిన సైన్యాధికారులు ఆ పుకారుని నిజమని నమ్మి తనకు విధేయత ప్రకటిస్తారని, వారి సహాయంతో తన కోరిక తీర్చుకో వచ్చని ఆశించాడు. అయితే, అతని పథకం బెడిసికొట్టింది. అమీర్లు ఉలుఘ్‌ఖాన్‌పైనే తిరుగుబాటు చేసి అతనిని చంపడానికి కూడా చూశారు; సైన్యంలోని అమీరుల్లో ముఖ్యుడయిన మాలిక్ తైమూర్ ఉలుఘ్‌ఖాన్‌ను కాపాడి, అతను ఢిల్లీ పారిపోయేందుకు సాయం చేశాడు. కుమారుడి దురాలోచన తెలిసినప్పటికీ, ఢిల్లీ సుల్తాన్ ఉలుఘ్‌ఖాన్ అమీర్లపై చేసిన అబద్ధపు ఆరోపణలను అంగీకరించి, అమీర్లను తీవ్రంగా శిక్షించటమే కాకుండా మరింత సైన్యాన్ని, డబ్బుని ఇచ్చి కుమారుని మళ్ళీ తెలింగాణపైకి పంపాడు.[14] మొరాకోకు చెందిన బటూటా వరంగల్ కోట ముస్లింల వశమైన దశాబ్దంలోపే వరంగల్‌ను దర్శించాడు. ఆయన తిరిగి మొరాకో వెళ్ళిపోయిన తర్వాత పద్నాలుగో శతాబ్దం చివర్లో తన జ్ఞాపకాల ఆధారంగా రాసిన **రిసాల**లో ఈ విషయాలు పేర్కొన్నాడు. జ్ఞాపకశక్తి ఆధారంగా రాసిన ఈ విషయాల వాస్తవికతపై పండితులు సందేహాలు వ్యక్తం చేశారు. బటూటా పేర్కొన్న సంగతులకు, సమకాలీన భారతీయ ముస్లిం చరిత్రకారులు చెప్పే విషయాలకు పొంతన కుదరకపోవడం, సుల్తాన్ స్వభావానికవి విరుద్ధంగా ఉండటమే దీనికి కారణం. ఘియాసుద్దీన్ తుఘ్లక్ నీతీ న్యాయం తెలిసిన ఉదాత్తమైన పాలకుడు. ఉలుఘ్‌ఖాన్ కుట్ర పన్నడం నిజమే అయితే ఘియాసుద్దీన్ తుగ్లక్ అతనిని క్షమించి ఉండేవాడు కాదని, బటూటా చెప్పినట్టు మరింత సైన్యాన్నిచ్చి తెలింగాణకి పంపేవాడు కాదని సమకాలీన ముస్లిం చరిత్రకారులు అంటున్నారు.

క్రీ. శ. 1349లో ఈ విషయంపై ముందుగా రాసిన ఇషామి ఈ సంఘటనల కథనం మరింత విశ్వసనీయమైంది; దాని ప్రకారం ఉలుఘ్‌ఖాన్ వరంగల్ రావడానికి

---

13. **తారిఖ్ - ఫిరూజ్ - షాహి,** ఎడి. III, పే. 231- 3.
14. పై. పే. 609

ముందే దేశాన్ని దోచుకున్నాడు. ఆరు నెలలపాటు వరంగల్ కోటను ముట్టడించినా దాన్ని స్వాధీనం చేసుకోలేకపోయాడు. దాంతో అసంతృప్తి చెందిన ఢిల్లీ సుల్తాన్ తన ఆజ్ఞలను పాటించడం లేదని చివాట్లు పెడుతూ ఉలుఘ్‌ఖాన్‌కు లేఖ రాశాడు. దాంతో వీలయినంత త్వరగా కోటను స్వాధీనం చేసుకోవాలని ఉలుఘ్‌ఖాన్ తొందరపడ్డాడు. కోట స్వాధీనానికి మంచి ముహూర్తం పెట్టాల్సిందిగా జ్యోతిష్కుడు అయిన ఉబైద్‌ను కోరాడు. అతను కోరినట్టే ఉబైద్ ముహూర్తం పెట్టాడు. తను పెట్టిన ముహూర్తానికి కోట స్వాధీనం కాకపోతే ప్రాణ త్యాగం చేస్తానని ఉబైద్ సవాలు చేశాడు. ఉలుఘ్‌ఖాన్ ఎంత ప్రయత్నించినా ఆ రోజుకు కోట స్వాధీనం కాలేదు. దాంతో ఉలుఘ్‌ఖాన్ తన తల తీసేస్తాడని ఉబైద్ భయపడ్డాడు. తన జ్యోతిష్యంవల్ల వచ్చిన ముప్పును తప్పించుకోవటం కోసం అతనో పథకం వేశాడు. సుల్తాను మరణించాడనీ, రాజధానిలో విప్లవం తలెత్తిందనీ, అవిశ్వసనీయత అన్న ఆరోపణపై శిబిరంలోని ముఖ్య అమీర్లను ఉలుఘ్‌ఖాన్ వధించ నిశ్చయించుకున్నాడనీ తప్పుడు వార్తలను సైన్యంలో వ్యాపింపచేయటంతో అతను భయాందోళనలను రేకెత్తించాడు; ఫలితంగా వాళ్ళు ప్రతాపరుద్రుడితో శాంతి సంధికి వచ్చారు; ఆ తరువాత వరంగల్లు నుండి పలాయనం చిత్తగించారు; వారి వెంటనంటి ఉలుఘ్‌ఖాన్ కూడా పారిపోవల్సి వచ్చింది.[15]

పైన చెప్పుకున్న ముగ్గురు ముస్లిం చరిత్రకారులు ఉలుఘ్‌ఖాను (తరవాతి మహమ్మద్ బిన్ తుగ్లక్)కు సమకాలికులయినప్పటికీ, ఇషామీ కథనం ముందుది; కనుక మిగతా ఇద్దరి కథనం కంటే ఇది మరింత విశ్వసనీయమైందని భావించటం జరిగింది. జరిగిన సంఘటనల క్రమం నిశ్చింతగా ఈ విధంగా ఉందని మనం భావించవచ్చు. ఉలుఘ్‌ఖాన్ వరంగల్లుపై దండెత్తి, నగరాన్ని ఆరు నెలలపాటు చుట్టుముట్టాడు; అయితే, దాన్ని స్వాధీనం చేసుకోవటంలో విఫలమయ్యాడు. ఒకసారి కవి అనీ, మరోసారి జ్యోతిష్యుడనీ భిన్నంగా వర్ణించిన ఉబైద్ కుతంత్రాల కారణంగా శిబిరంలో తిరుగుబాటు తలెత్తింది; ఫలితంగా ఉలుఘ్‌ఖానుకు ముట్టడి ఎత్తివేసి స్వస్థానం వైపుగా పారిపోవల్సి వచ్చింది; అతన్ని హిందువులు కోటగిరి దాకా వెన్నంటి తరిమారు; అక్కడ కోటగిరి కోటపై ముట్టడి చేస్తున్న మజీర్ అబూ రిజా అతనికి సాయమందించి, సైన్యాన్ని వినాశనం నుండి కాపాడాడు.

తెలింగాణపై రెండవ దండయాత్ర:

ఘియాసుద్దీన్ తుగ్లక్ స్థిరచిత్తుడు, గట్టి పట్టుదల కలవాడు. ఎలాగైనా తెలింగాణపై పట్టు సాధించడం కోసం మరోసారి దండయాత్రకు సిద్ధపడ్డాడు. తిరుగుబాటు చేసిన అమీర్లను కఠినంగా శిక్షించి, ప్రతాపరుద్రుడి చేతిలో ఓడిపోయి దేవగిరిలో తలదాచుకున్న ఉలుఘ్‌ఖాన్ సహాయార్థం మరింత సైన్యాన్ని, నగదును పంపాడు; తెలింగాణను జయించి దేశాన్నంతటినీ వశపరుచుకోవాల్సిందిగా కుమారుడిని ఆదేశించాడు. అదనపు సైన్యం దేవగిరికి రాగానే ఉలుఘ్‌ఖాన్ మళ్ళా తెలింగాణపైకి సాగాడు. శీఘ్రగమనంతో బద్రికోట్ (బీదర్?) చేరి ఆ కోటను స్వాధీనం చేసుకున్నాడు; దారి పొడవునా అక్కడక్కడ తన

15. **ఫుతుష్ - సలాటిన్,** పే. 394-7

కత్యంత నమ్మకస్తులతో శక్తిమంతమైన సైనిక శిబిరాలను ఏర్పాటుచేశాడు; స్వాధీనం చేసుకున్న కోటల్ని ఎట్టి పరిస్థితుల్లోను చేజార్చుకోవద్దని వారిని హెచ్చరించాడు. చివరకు, ఉలుఘ్‌ఖాన్ సైన్యం వరంగల్‌కు పది రోజుల ప్రయాణ దూరంలో ఉన్న బోధన్ చేరుకుంది. మూడు నాలుగు రోజుల ముట్టడితో బోధన్ కోట వారి వశమయింది; బోధన్ పాలకుడు అతని అనుయాయులు ఇస్లాంమతం స్వీకరించడం ద్వారా ప్రాణాపాయాన్ని తప్పించుకున్నారు. అక్కడినుంచి బయలుదేరి, ఉలుఘ్‌ఖాన్ వరంగల్‌ను ముట్టడించాడు. ఈ రెండో ముట్టడి గురించి బరాని పేర్కొన్న సంక్షిప్త వివరాలు, అతన్ని అనుసరించి రాసిన తరువాతి ముస్లిం చరిత్రకారుల రాతలు, పూర్తి వివరాల నందించవు. ఉలుఘ్‌ఖాన్ మొదటగా మట్టి కోటను ముట్టడించి స్వాధీనం చేసుకున్నాడు; తరవాత దుర్గం అతనికి హస్తగతమైంది; కోటను పట్టుకున్నాక ప్రతాపరుద్రుడిని బంధించి ఢిల్లీ సుల్తాను దగ్గరకి పంపాడు. అయితే ముస్లిం చరిత్రకారులు చెపుతున్నట్టుగా ఉలుఘ్‌ఖాన్ వరంగల్ కోటను అంత సులభంగా స్వాధీనం చేసుకున్నాడన్నది సందేహాస్పదమే. నిజానికి కోట స్వాధీనానికి కనీసం ఐదు నెలలు పట్టింది. ఇషామీ ఈ ముట్టడిని గురించి, ఏ పరిస్థితుల్లో కోటను పట్టుకోటం జరిగిందో వివరించాడు. మొదటిసారి ఉలుఘ్‌ఖాన్‌ను పారదోలిన తర్వాత ప్రతాపరుద్రుడు మహమ్మదీయులపై విజయాన్ని పురస్కరించుకుని విందు ఏర్పాటుచేశాడు. సమీప భవిష్యత్తులో మహమ్మదీయులు మళ్ళీ తమ వైపు కన్నెత్తి చూసే సాహసం చేయరని ధీమాతో కోటలో ఉన్న ధాన్యాగారాల్లోని నిల్వనంతా అమ్మించేశాడు. తన ప్రజలకు సైనిక కార్యక్రమాలు మానివేసి పశుపోషణ, వ్యవసాయంలో శ్రద్ధ తీసుకొమ్మని ఆదేశాలిచ్చాడు. అయితే ప్రతాపరుద్రుడు ఊహించని విధంగా పలాయనం చిత్తగించిన ఉలుఘ్‌ఖాన్ నాలుగు నెలల్లోనే మరింత బలగంతో విరుచుకుపడటంతో కాకతీయ సైన్యం ఖంగుతింది. అయినా, ప్రతాపరుద్రుడు గట్టి ప్రతిఘటన చేశాడు. కోటలో ఆహారధాన్యాలు అడుగంటడంతో సైన్యం ఆకలితో నకనకలాడసాగింది. దాంతో శత్రువును ప్రతిఘటించాలన్న సంకల్పం ఉన్నప్పటికీ శక్తి చాలలేదు. పరిస్థితిని గ్రహించిన ప్రతాపరుద్రుడు లొంగిపోవడం తప్పదనుకున్నాడు. కోట ద్వారాలను తనే స్వయంగా తెరిపించాడు. కుటుంబ సభ్యులతో సహా ఉలుఘ్‌ఖాన్‌కు లొంగిపోయాడు. ముస్లిం సైన్యం కోటలోకి చొరబడి ఇళ్ళను లూటీ చేసింది; ప్రభుత్వ భవనాలను ధ్వంసం చేసింది.

ప్రతాపరుద్రుడిని ఎక్కువ రోజులు వరంగల్‌లోనే ఉంచితే, అతని మీద అభిమానంతో ప్రజలు తిరుగుబాటు చేయవచ్చని ఇతర క్లిష్టపరిస్థితులు తలెత్తవచ్చని ఆలోచించిన ఉలుఘ్‌ఖాన్ వెంటనే ప్రతాపరుద్రుని, అతని కుటుంబాన్ని ఢిల్లీకి పంపేశాడు; తన కత్యంత విశ్వాసపాత్రులైన ఖాదిర్‌ఖాన్, ఖ్వాజాహాజీలకు ఆ బాధ్యత అప్పగించాడు. అయితే ప్రతాపరుద్రుడు మార్గమధ్యంలోనే కన్నుమూశాడు. ఈ విషయాన్నంతా గ్రంథస్థం చేసిన షాంసి సిరాజ్ అఫీఫ్ ప్రతాపరుద్రుడు ఎలా మరణించాడో మాత్రం వివరించలేదు.[16] దీనికి సంబంధించిన మరికొంత సమాచారం శాసనాల ద్వారా లభ్యమవుతోంది. సుల్తాను సైన్యం

16. **తారిఖ్ - ఇ - ఫిరూజ్ షాహి**, పే. 395

ప్రతాపరుద్రుడిని ఢిల్లీకి తీసుకెళుతుండగా దారిలో సోమోద్భవ (నర్మద) నదీ తీరంలో ఆయన కన్నుమూశాడని ముసునూరి ప్రోలయ నాయకుడి (సుమారు క్రీ.శ. 1330) విలస దానపత్రం పేర్కొంది.[17] ప్రతాపరుద్రుడు సహజంగా మరణించలేదని, స్వచ్ఛందంగానే భగవదైక్యం చెందాడని క్రీ. శ. 1423లో రెడ్డిరాణి అనితల్లి వేయించిన కలువచేరు తామ్ర శాసనంలో ఉంది.[18] దీనిని బట్టి ప్రతాపరుద్రుడు ఆత్మహత్య చేసుకోవడమో లేదా అతని కోరిక మేరకు సహచరులెవరైనా చంపడమో జరిగి ఉంటుందని అనిపిస్తోంది. ప్రతాప రుద్రుడు స్వాభిమాని అయిన రాజు; తన నిర్బంధ జీవితంలోని మార్పులకు, అతను రాజీ పడలేకపోయాడనిపిస్తుంది. అవమానం కంటే మృత్యువే మేలని భావించి స్వచ్ఛందంగా మరణాన్ని ఆహ్వానించి ఉండవచ్చు. ప్రతాపరుద్రుడి ఓటమి, మరణంతో కాకతీయ రాజుల పాలన అంతమయింది. దేశం విదేశీ జాతి, మతానుయాయులయిన పాలకుల చేతుల్లోకి వెళ్ళిపోయింది.

ప్రతాపరుద్రుని కుటుంబం:

కాకతీయుల చరిత్రకు సంబంధించిన తర్వాతికాలపు, కథాత్మక గ్రంథం **ప్రతాప చరిత్ర** ప్రకారం ప్రతాపరుద్రుని పట్ట మహిషి విశాలాక్షి. కాగా అతనికి లక్ష్మీదేవి అన్న రెండవ భార్య ఉన్నట్టు కరీంనగర్ జిల్లా ఎలిగేడులో బయల్పడిన శాసనం ప్రస్తావించింది.[19] జుత్తయలెంక గొంకారెడ్డి[20] కృష్ణనాయకు[21]లు ప్రతాపరుద్రుని కుమారులని కొన్ని దస్తావేజుల్లో పేర్కొన్నప్పటికీ వారు ప్రతాపరుద్రునికి అభిమాన పాత్రులైన సామంతులు మాత్రమే. అలాగే ప్రతాపరుద్రుని మరణానంతరం అతని కుమారుడైన వీరభద్రుడు రాజయ్యాడని, ప్రతాపరుద్రుని సోదరుడు అన్నమ దేవుడు స్వయంగా వీరభద్రునికి పట్టాభిషేకం జరిపించాడని **ప్రతాప చరిత్ర**లో ఉంది. అయితే దీనిని నిర్ధారించే చారిత్రక ఆధారాలేవీ ఇంత వరకు లభించలేదు. అందువల్ల వీరభద్రుడి పట్టాభిషేకం నిరాధారమైన విషయంగా భావిస్తున్నారు. ప్రస్తుతం మధ్యప్రదేశ్‌లోని బస్తర్ ప్రాంతం తరవాతి ఏలికలకు మూలపురుషుడైన అన్నమ దేవుడు ప్రతాపరుద్రుని కుమారుడని దిక్పాలదేవుడు వేయించిన దంతేశ్వర శాసనం పేర్కొంది.[22] ఇది కూడా నిర్ధారణ కావలసి ఉంది.

ప్రతాపరుద్రుడి సామంతులు, సేనానులు:

ప్రతాపరుద్రుడి సామంతుల్లో కొత్యదొనను పాలించిన తెలుగు చోళుడు ఓపిలిసిద్ధి, నెల్లూరు రాజైన మనుమగండ గోపాలుడు, తెలుంగు బిజ్జనలు ముఖ్యులు. తెలుంగు

---

17. *AR.* 1938-9, C. p.5
18. *JTA.* II. p. 106
    "తస్మిన్ ప్రతాపరుద్రే స్వస్థానం స్వేచ్ఛయైవ యాతవతి"
19. **ప్రతాప చరిత్ర**, పే. 47, 62; *IAP, Kn,* No. 37.
20. *SII.* X, 536.
21. **తారిఖ్ - ఇ - ఫరిస్తా**, పే. 138.
22. *EI.* XII, pp. 242-50.

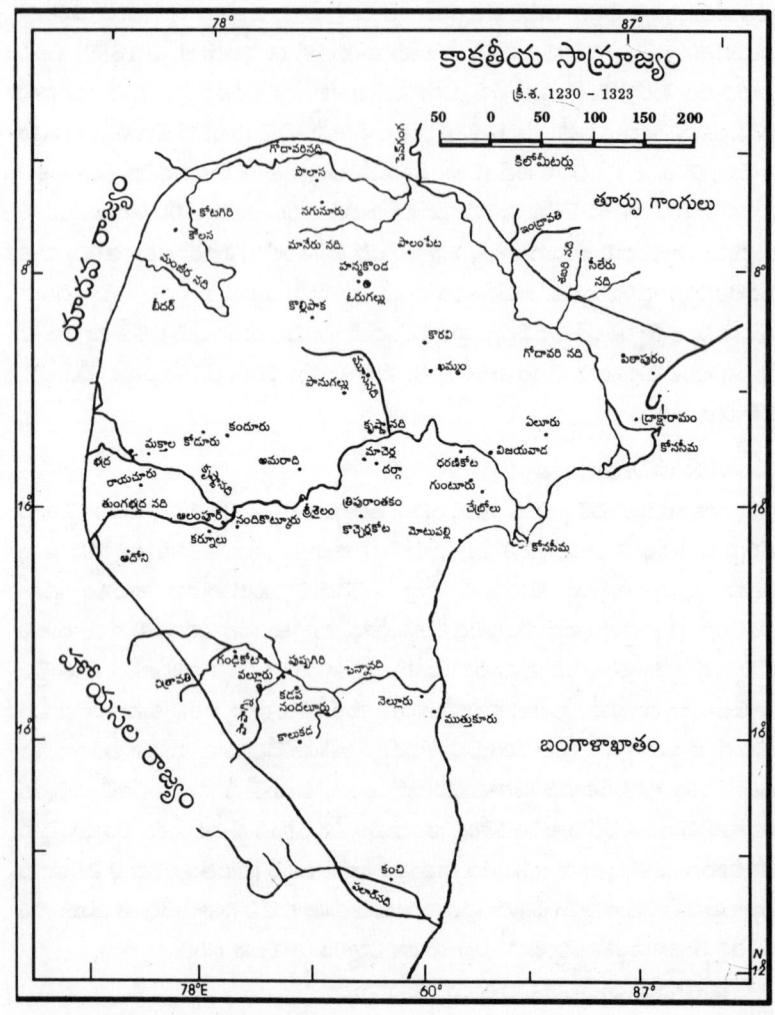

కాకతీయ సామ్రాజ్యం

క్రీ.శ. 1230 – 1323

50 0   50 100 150 200

కిలోమీటర్లు

తూర్పు గాంగులు

గోదావరినది

పొలాస

కోటగిరి

కోలస

నగునూరు

మంథని నది.

మానేరు నది.

పాలంపేట

వీదర్

హన్మకొండ

ఓరుగల్లు

కొల్లిపాక

కారవి

గోదావరి నది

భమ్మం

పిఠాపురం

పానుగల్లు

ద్రాక్షారామం

కొసీమ

మక్కల కొదూరు

కందూరు

కృష్ణానది

ఏలూరు

విజయవాడ

అమరాది

మాచెర్ల దర్గ

ధరణికోట

గుంటూరు

త్రిపురాంతకం

శ్రీశైలం

తుంగభద్ర నది

అలంపూరు

కర్నూలు

సందికొట్టూరు

కాప్పెర్లకోట

మొటుపల్లి

చేబ్రోలు

కొసీమ

ఆదోని

గండికోట పెల్లూరు

పుష్పగిరి

పెన్నానది

నెల్లూరు

ముత్తుకూరు

బంగాళాఖాతం

ధిల్లావేళ్లూరు

కడప నందలూరు

కంచి

78°E   60°   87°

యాదవుల రాజ్యం

హోయసల రాజ్యం

బిజ్జన ఢిల్లీ సుల్తాను ఆస్థానాన్ని దర్శించాడని అక్కడ ప్రతాపరుద్రుడి మరో నాయకుడయిన పోతుగంటి మైలితో సరదాయుద్ధం చేశాడని, అలాఉద్దీన్, మాలిక్ నాయిబ్ ల సమక్షంలో జరిగిన ఈ యుద్ధంలో ఓడిపోయాడని అంటారు. కుటుంబ చరిత్ర అయిన వెలుగోటి వారి వంశావళి 'ప్రశస్తి'లో పోతుగంటి మైలికి సంబంధించిన ఈ వృత్తాంతం ప్రస్తావించ బడింది. కత్తి యుద్ధానికి పేరుపొందిన దాక్షిణాత్యుల ప్రతిభను ఢిల్లీ సుల్తాను ముందు అతని కుతూహలం తీర్చటానికే వీరిద్దరు ఈ యుద్ధ ప్రదర్శన చేసి ఉండవచ్చు.[23] చెరకు

23. N.Venkata ramanayya: *Early Muslim Expansion in South India*, pp. 41-42.

కుటుంబీకులు వారసత్వ సామంతులుగా కొనసాగుతూ రుద్రదేవుడి కాలం నుంచి ప్రతాప రుద్రుడి వరకు కాకతీయ రాజులను అత్యంత భక్తి శ్రద్ధలతో, విశ్వాసంతో సేవించారు.

ప్రతాపరుద్రుడి సైనికాధికారులు రెండు రకాల వారున్నారు. వారిలో ఒకరు **సాహిణులు** కాగా, మరొకరు **సేనాధిపతులు**. ఏనుగులకు యుద్ధ శిక్షణనిచ్చే వారిని **గజ సాహిణిలనీ**, గుర్రాలకు శిక్షణనిచ్చే వారిని **అశ్వసాహిణిలనీ** పిలిచే వారు. సాయుధ దళాల అధిపతులను **సేనాధిపతి** అనేవారు. బెండపూడి అన్నయ **మహారాయ గజసాహిణి** (కాకతీయుల గజ దళానికి అధిపతి)గా వ్యవహరించినట్టు చెపుతారు.[24] అన్నయ **సైన్యాధి పతి, నాయక** పదవుల్ని కూడా నిర్వహించాడు. రాజ్యాబ్ధి చంద్రుడనీ, నవలక్ష విలుకాండ్ర ప్రభువనీ, యవనసైన్య వినాశకానలమనీ, కుమటనగర ఆనందోద్యాన విధ్వంసకుడనీ రకరకాల బిరుదులతో శాసనాలు ఇతనిని వర్ణించాయి. సేనాధిపతులు, సకల సేనాధిపతు లలో సోమయాజుల రుద్రదేవుడు[25] రేచర్ల ముమ్మడి నాయకుడు పేరెన్నికగన్నారు.

కాకతీయ పాలకుల వ్యక్తిత్వం:

1) కాకతీయ రాజులందరూ అసాధారణ సాహసోపేతులు. యుద్ధంలో విజయం కోసం ప్రాణాల్ని కూడా పణంగా పెట్టేంత ధైర్యవంతులు అని ఇంతకు ముందు అధ్యా యాల్లో గమనించాం.

మూడవ గుండన తూర్పు చాళుక్యరాజైన ఇటిమర్తి గుండని చేతిలో మరణించాడు.

నాలుగవ గుండన విరియాల ఎఱ్ఱ చేతిలో మరణించాడు.

కోటరాజు చేతిలో రెండవ ప్రోలయ కన్నుమూశాడు.

సేవుణుల రాజధానిని ముట్టడించేయత్నంలో మహాదేవుడు పరమపదించాడు.

అంబదేవుడితో జరిగిన యుద్ధంలో రుద్రమదేవి అసువులు బాసింది.

చివరిరాజు ప్రతాపరుద్రుడు నిర్బంధంలో మరణించాడు. దీనిని బట్టి కొంతమంది తొలి పాలకులను వదిలేస్తే రుద్రదేవుడు, గణపతిదేవుడు తప్ప మిగతా కాకతీయ రాజు లందరూ వీరమరణం పొందారు. కాకతీయరాజు లెవరూ బలహీనులు కాదు.

2. కాకతీయ రాజులకు కొన్ని బిరుదులున్నప్పటికీ వాటికి ప్రత్యేక ప్రాధాన్యత ఏమీ లేదు. వారి బిరుదుల చివర ఉండే **గజకేసరి** పదాన్ని అధికారికంగా నాణాలు, ముద్రలు, తూనికలపై ముద్రించేవారు. చెరువులకు కూడా ఆ పేర్లు పెట్టేవారు.

మొదటి, రెండవ ప్రోలయలకు **అరి గజకేసరి** (శత్రువులనే ఏనుగులకు సింహం వంటి వాడు) బిరుదు ఉంది. వారా పేరుతో నాణాలు ముద్రించారు. చెరువులకు ఆ పేర్లు పెట్టారు. ఉదా:- కేసరి తటాకం, కేసరి సముద్రం.

రుద్రదేవుడు **దాయగజకేసరి** బిరుదాంకితుడు. ఆ బిరుదుతో నాణాలు విడుదల చేశాడు.

---

24. శ్రీనాధుడు: **భీమేశ్వరపురాణం,** I - 48
25. *SII.* X, 469, 471.

రాయ గజకేసరి అన్న బిరుదు వహించిన గణపతిదేవుడు ఆ పేరుతో నాణాలు విడుదల చేశాడు. తూనికల ప్రమాణాలు (ఉదా: కేసరిమాడ, కేసరి తూము, కేసరి పుట్టి మొదలైనవి) అమల్లోకి తెచ్చాడు.

గణపతి దేవుని రాయ గజకేసరి బిరుదును అతని కుమార్తె రుద్రమదేవి స్వీక రించింది. ఈ పేరుతో నాణాలు, కొలతలు విడుదల చేయడమే కాకుండా శిల్పాలు, శాసనాలపై కూడా ఈ బిరుదు చెక్కించింది. రుద్రమదేవి ఏనుగుపై ఉన్న సింహాన్ని అధిష్ఠించినట్టున్న శిల్పాలపై ఈ బిరుదు చెక్కారు.

ప్రతాపరుద్రుడు కూడా తన బిరుదైన దాయ గజకేసరి పేరిట నాణాలు, ముద్రలు విడుదల చేశాడు.

3. చివరగా, మధ్య యుగ భారత రాజకీయ చరిత్రలో ఒక మహిళ సార్వభౌమాధి కారాన్ని చేపట్టి మహారాణి కావడం ఒక్క కాకతీయుల వంశంలోనే సాధ్యమయింది. ఆ కాలంలో అది అరుదైన దృష్టాంతం.

✪ ✪ ✪

అధ్యాయం-10

కాకతీయ సామంతులు - ఇతర అధికారులు

1. సామంతులు:

I. రేచర్ల నాయకులు

కాకతీయులకు సామంతులుగా వ్యవహరించిన వారు అనేక మంది ఉన్నారు. వారిలో రేచర్ల నాయకులు ప్రత్యేక ప్రస్తావనార్హులు. రేచర్ల ఇంటి పేరున్న వారిలో రెడ్లు, వెలమలు కూడా ఉన్నారు. కాకతీయ సామంతులు రెడ్డి నాయకులు, రేచరువుల గ్రామస్థులైన వారు రేచర్ల రెడ్లుగాను, రేచడి లేక రేచడ్ల కుటుంబీకులు రేచర్ల వెలమలుగాను పేరొందినట్టు తెలుస్తోంది. విధేయతకు మారుపేరుగా నిలిచిన రేచర్ల నాయకులు కొన్ని తరాలపాటు కాకతీయులకు సైన్యాధిపతులుగా వ్యవహరించారు. క్రీ. శ. 1213 నాటి పాలంపేట రుద్రిరెడ్డి శాసనం ఈ రేచర్ల నాయకుల గురించి విపులంగా వివరించింది. ఈ శాసనం ప్రకారం కాకతీయ రాజ్యంలో రేచర్ల వారి చరిత్ర బ్రహ్మసేనానితో మొదలయింది. క్రీ. శ. 1052లో చాళుక్యరాజు మొదటి త్రైలోక్యమల్ల సోమేశ్వరుడు కాంచిపై దండెత్తినపుడు బ్రహ్మసేనాని తన కాకతీయ ప్రభువు అయిన మొదటి బేతరాజుకు కాంచీ పురాన్ని పట్టుకుని విజయలక్ష్మిని అందజేశాడు. బ్రహ్మసేనాపతి కుమారుడు కాటసేనాపతి. అతని కుమారుడు కాటసేనాని. ఇతడు రెండవ ప్రోలయ దగ్గర సేనానిగా పనిచేశాడు. మంథెనకు చెందిన గుండనికి కామసేనాని శిరచ్ఛేదం చేసినట్టు చెప్పటం జరిగింది. కాముడి కుమారుని పేరు కూడా కాటసేనానే. కాటసేనాని కొడుకు ప్రతాపరుద్ర సేనాపతి. ఇతను పాలంపేటలోని రుద్రేశ్వరస్వామికి ఆలయం కట్టించాడు. ఆ దేవునికి కొన్ని గ్రామాల్ని మాన్యాలుగా ఇచ్చాడు. ఈ విషయాన్ని పేర్కొంటూ పాలంపేటలో ఒక శాసనం కూడా నెలకొల్పాడు. కాకతీయుల అదృష్టదేవత ముళ్ళపై నడిచే సందర్భంలో ఆమెను ఈ రుద్ర సేనానే కాపాడాడని చెప్పటం జరిగింది.[1] 12వ శతాబ్దం చివరి దశకంలో కాకతీయులు సేవుణులతో యుద్ధం చేశారు. క్రీ. శ. 1198లో జరిగిన ఈ యుద్ధంలో జైతుగి చేతుల్లో కాకతీయ రాజు మహాదేవుడు హతుడయ్యాడు. దాంతో అంతవరకు కాకతీయుల్ని అంటి పెట్టుకున్న అదృష్టదేవత కనుచాటు చేసింది. కాకతీయ సామ్రాజ్య అస్తిత్వమే ప్రమాదంలో పడింది. దీనికితోడు అంతర్గత విభేదాలు కూడా అప్పుడే

---

1. *IAP. Wg.*, No. 5
పాఠం: 86-92
**"శూరస్స్వామి హితస్సునిస్థిత మతిర్య: కాకతీశ శ్రియా
పాదే భూరిష కంటకేషు నిహితే తీక్ష్ణేషు మోహాత్ క్షణం।
తైర్విధ్యే వ్యథితే చ తాన్ భుజ బలాదుద్ధృత్య పిష్ట్వా హఠాత్
తం అష్టాపయద్ అవ్యథామ్ స్థిరతరమ్ రేచెర్ల రుద్ర స్స్వయం॥"**

ఊపందుకున్నాయి. మహాదేవుడి వారసునిగా ఆయన కుమారుడు గణపతిదేవుడు సింహాసనాన్ని అధిష్ఠించకుండా ఇవి అడ్డుపడ్డాయి. ఆ సమయంలో రేచర్ల రుద్రుని రాజ నీతిజ్ఞత, మల్యాల చౌండసేనాపతి లాంటి అతని అనుయాయుల సాయం లేకపోయినట్ల యితే గణపతిదేవునికి కాకతీయ సింహాసనం దక్కేదేకాదు. రుద్రసేనాని సేవకు గుర్తింపుగా గణపతి దేవుడు అతనికి **మాండలిక** హోదా ఇచ్చి, మాండలికుడికి తగిన రాచచిహ్నాలు - సింహాసనం, జతకొడీలు మొదలైనవి ఇచ్చి, గౌరవించాడు. ముదిగొండ చాళుక్యుల కుటుంబపు తరవాతి తరం సభ్యుడైన నాగతిరాజు రుద్రసేనాని ఓడించిన శత్రువులలో ఒకడు. రుద్రసేనాని ఈ నాయకులను విసురునాడు అని పిల్చే భద్రాచలం ప్రాంతం నుంచి పారదోలి దానిని కాకతీయ సామ్రాజ్యంలో కలిపివేశాడు; పదమూడవ శతాబ్దం పూర్వార్ధంలో ఇది జరిగింది. రుద్రసేనానికి **కాకతి రాజ్య సమర్థ, కాకతీయ రాజ్యభార ధౌరేయ** అన్న బిరుదులున్నాయని రుద్రసేనాని మంత్రి అయిన రాజనాయకుడు వేయించిన దాక్షారామ, ఉప్పరపల్లి శాసనాలు[2] పేర్కొన్నాయి. గణపతిదేవుని పట్టాభిషేక సమయంలో కాకతీయ సామ్రాజ్యం విచ్ఛిన్నం కాకుండా రుద్రసేనాని కాపాడినట్టు ఈ బిరుదులు సూచిస్తాయి.

మాండలిక రుద్రిరెడ్డి, అతని కుమారుడు కాట్రెడ్డిల గురించి దిచ్చకుంట శాసనం పేర్కొంటే, ఎల్కుర్తి శాసనం రుద్రసేనాపతి, అతని కుమారులు లోకిరెడ్డి, గణపతిరెడ్డిల గురించి ప్రస్తావించింది. ఈ శాసనాలు రెండూ గణపతి దేవుని కాలం నాటివే. ఈ రెండు శాసనాల్లో పేర్కొన్న రుద్రిరెడ్డి, రుద్రసేనాపతి ఒకరే అయితే రుద్రసేనాపతికి కాట్రెడ్డి, లోకిరెడ్డి, గణపతిరెడ్డిలనే ముగ్గురు కుమారులు ఉన్నారని మనం భావించాలి.

ఇదే రేచర్ల కుటుంబానికి చెందిన మరో శాఖవారు కూడా కాకతీయుల దగ్గర సేనాను లుగా పనిచేశారు. వారు నల్గొండజిల్లా సూర్యాపేట తాలుకాలోని పిల్లలమర్రి, నాగులపాడు వాస్తవ్యులు. ఈ శాఖకు చెందిన మొట్టమొదటి నాయకుడు కూడా బమ్మసేనాపతే. ఇతని తర్వాతివారు ముచ్చ సేనాపతి, అతని కుమారుడు కాటసేనాపతి, మనుమడు నామసేనా పతిలు. నల్గొండ జిల్లా ఎడ్లపల్లిలో కనుగొన్న శాసనం ప్రకారం కామ సేనాపతికి మరో భార్యద్వారా కాటసేనాపతి అనే కొడుకు కలిగాడు. అయితే ఆమె పేరేమిటో తెలియదు. ఈ కాట సేనాపతి కుమారుడు సుప్రసిద్ధ రేచర్ల రుద్రసేనాని. కామసేనాపతికి కాచాంబిక ద్వారా నామసేనాని, బేత సేనానిలు కలిగారు. నామసేనాపతి గణపతిదేవుని కొలువులో సేనాపతిగా ఉన్నాడు. ఇతడు జ్ఞాతి శాఖకు చెందిన రుద్రసేనాపతి సమకాలికుడు. వారు వేయించిన శాసనాల ద్వారా వారి రాజకీయ చరిత్ర ఏమీ తెలియరాలేదు. రెండవ ప్రోలయ, రుద్రుడు, గణపతిదేవుల సైనిక కార్యకలాపాల్లో వీరు ప్రముఖపాత్ర పోషించినట్టు శ్లాఘపూర్వకంగా వారి శాసనాల్లో కన్పిస్తుంది. గణపతిదేవుని హయాం ముగిసిన తర్వాత కూడా ఈ కుటుంబం వారు కాకతీయుల సేవలోనే ఉన్నారు. కాని మునుపటంత ప్రాధా న్యత వారికి లేదు.

---

2. *SII.* IV, 1117 and *IAP.* Kn., No. 30, ll: 50-53.

రేచర్ల నాయకులు చేసిన మరో ఘనకార్యం ఆలయాలు, చెరువులు నిర్మించడం ప్రఖ్యాతి చెందిన రామప్పగుడి, దాని సమీపంలో పెద్దచెరువు రుద్రిరెడ్డి నిర్మించినట్టు శక వర్షాలు 1135కు సరిఅయిన క్రీ. శ. 1213 నాటి అతని శాసనం తెలుపుతోంది. మాచ పురం మరి కొన్నిచోట్ల కూడా రుద్రిరెడ్డి ఆలయాలు కట్టించాడు. కాని అవేవి ఇప్పుడు లేవు. ఘన్‌పూర్‌లోని జీర్ణ దేవాలయం కూడా రుద్రసేనాపతి నిర్మింపచేసిన అద్భుత కట్టడమే. క్రీ. శ. 1195లో నామిరెడ్డి పిల్లలమర్రిలో కొన్ని ఆలయాలు ప్రారంభించాడు; అయితే అవి ఆ తర్వాత గణపతిదేవుని కాలంలో పూర్తయ్యాయి. నామిరెడ్డి తన పేరుమీదే **నామ సముద్రం** అన్న పెద్ద చెరువును కూడా తవ్వించాడు. అలాగే క్రీ. శ. 1202లో నామిరెడ్డి నామేశ్వరాలయాన్ని, రెండు చెరువులను నిర్మించాడు, ఆ గుడికి మాన్యాలు కూడా ఇచ్చాడు. ఆ కుటుంబాలకు చెందిన ఎర్రకసాని కూడా కొన్ని ఆలయాలను కట్టించి వాటికి భూముల్ని కూడా దానం చేసింది. ఆ కుటుంబంలో తర్వాతి వారు అదే తాలూకా లోని నాగులపాడులో స్థిరపడ్డారు. అక్కడా గుళ్ళు గోపురాలు కట్టించారు, చెరువులు తవ్వించారు. ఇలా రేచర్ల వారు సైనిక కార్యకలాపాల్లోనేకాక, ఇటువంటి నిర్మాణాత్మక కార్యక్రమాల్ని కూడ చేపట్టారు. వ్యవసాయం కోసం చెరువుల్ని తవ్వించి బంజరులను సస్యశ్యామలం చేశారు. కాకతీయుల నిర్మాణాలుగా ఇప్పుడు మిగిలి ఉన్న వాటిలో ఒక్క వేయి స్తంభాల గుడి (హనుమకొండ) తప్పిస్తే, మిగతావన్నీ ఈ రేచర్ల ప్రముఖులు కట్టించి నవే.

రేచర్ల కుటుంబానికి చెందిన ఈ శాఖలలో ఎల్కుర్తికి చెందిన రుద్రసేనాపతికే **మాండలిక** హోదా లభించిందని పాలంపేట, దిచ్చకుంట శాసనాలు తెలియజేస్తున్నాయి. పిల్లలమర్రి శాఖీయులు మాత్రం **మహాసామంతులు**గానే ఉండిపోయారు. రేచర్ల వారి వంశవృక్షాన్ని ఇలా చూపవచ్చు.

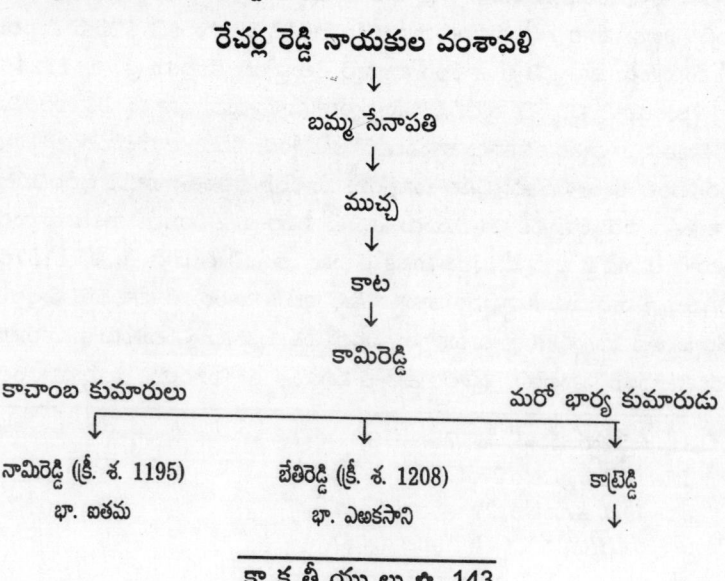

రేచర్ల రెడ్డి నాయకుల వంశావళి

↓

బమ్మ సేనాపతి

↓

ముచ్చ

↓

కాట

↓

కామిరెడ్డి

కాచాంబ కుమారులు — మరో భార్య కుమారుడు

↓ ↓ ↓

నామిరెడ్డి (క్రీ. శ. 1195) భా. ఐతమ

బేతిరెడ్డి (క్రీ. శ. 1208) భా. ఎఱకసాని

కాట్రెడ్డి
↓

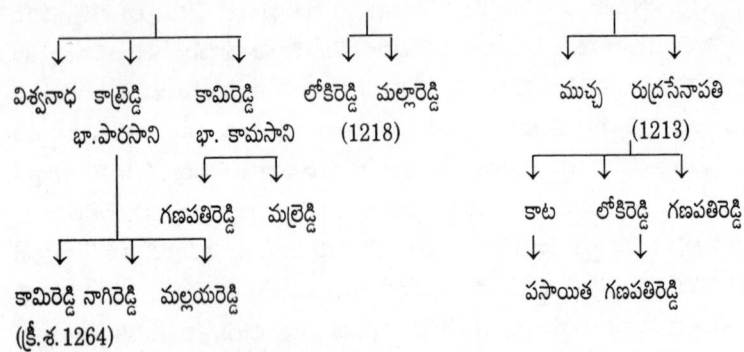

విశ్వనాధ
కాట్రెడ్డి
భా. పారసాని
కామిరెడ్డి
భా. కామసాని
లోకిరెడ్డి
మల్లారెడ్డి
(1218)
ముచ్చ
రుద్రసేనాపతి
(1213)
గణపతిరెడ్డి
మల్రెడ్డి
కాట
లోకిరెడ్డి
గణపతిరెడ్డి
కామిరెడ్డి
నాగిరెడ్డి
మల్లయరెడ్డి
(క్రీ.శ. 1264)
పసాయిత
గణపతిరెడ్డి

వీరిలో చాలా మంది సేనాపతులుగా పనిచేశారు

II. విరియాల నాయకులు:

కాకతీయులు సార్వభౌమత్వం పొందక ముందునుంచే వారితో కలిసి ఉన్న వారు ఈ విరియాల నాయకులు. **సిద్ధేశ్వర చరిత్ర**లో కాకతీయ గరుడ బేతరాజు తన మాన్యాన్ని తిరిగి కైవసం చేసుకోవడానికి అతని మేనత్త కుంతలదేవి సహకరించినట్టు ఉంది.[3] క్రీ. శ. 1124 నాటి గూడూరు శాసనం[4] కూడా కొద్ది సవరణతో ఇదే విషయాన్ని పేర్కొం టుంది. ఈ రెండు సమాచారాలను జోడించి చూసినట్లయితే ప్రారంభంలో కాకతీయులు, విరియాల కుటుంబాల మధ్య వైవాహిక సంబంధాలు ఉండేవని నమ్మడానికి అవకాశం ఉంది. గూడూరు శాసనాన్ని బట్టి విరియాల ఎఱ్ఱియ ముదిగొండ చాళుక్య కుటుంబానికి చెందిన బొట్టుబేత దగ్గర పని చేశాడని, అతనికి కొరివిని తిరిగి సంపాదించి పెట్టాడనీ, విరియాల ఎఱ్ఱియ భార్య కామవసాని గరుడబేత (మొదటి బేతయ)కు చాళుక్య రాజునుంచి బహుశః హనుమకొండవిషయాన్ని మాన్యంగా ఇప్పించడంలో సహకరించిందనీ తెలుస్తుంది. ఎఱ్ఱికు సూర అనే కుమారుడున్నాడని, అతనికి బేతయ అనే కొడుకు మల్లయ అనే మనుమడు ఉన్నాడని ఆ శాసనం ద్వారానే తెలుస్తోంది. మల్లయ క్రీ. శ. 1124లో మల్లేశ్వరాలయాన్ని నిర్మించి, ఆ దేవునికి మాన్యంగా గూడూరును ఇచ్చాడు. వీరి గురించిన మరికొంత సమాచారం కటకూరు శాసనం[5]లో లభిస్తోంది. విరియాల కుటుంబంలో సూర దగ్గర నుంచి ఈ శాసనంలో వివరాలున్నాయి. సూరయ భీముడనే వాడిని ఓడించినట్టు ఆ శాసనం పేర్కొన్నప్పటికీ ఈ భీముడు ఎవరనే వివరాలు తెలియవు. కాకతి రుద్రుడు కందూరి భీముడిపై దాడి చేసినట్టు మనకి తెలుసు. అయితే ఆ దాడి క్రీ. శ. 1157లో జరిగినట్టు భీమచోడుని కిష్టాపురం శాసనం పేర్కొంది.[6] సూరయకు ప్రోలయ, మల్లయ, బేతరాజు అనే ముగ్గురు కుమారులున్నారు. వీరిలో బేతయకు మళ్ళీ నలుగురు కుమారులు. వారు సూరయ, మల్లయ, ప్రోలరాజు, కొమ్మయ. ఈ సూరయ అయ్యనపురంలో

---

3. **సిద్ధేశ్వర చరిత్ర,** పే. 78 - 79;
4. *IAP. Wg.*, No 27, C.
5. *Ibid. Kn.*, No. 29.
6. *JAHRS.* XXXVI, Appendix 6A.

శివాలయాన్ని, చెరువును నిర్మించాడని చెపుతారు. నలుగురు కొడుకుల్లో రెండోవాడైన మల్లయకు అన్నయ అనే కొడుకున్నాడు. అన్నయ కూతురు మైలమను కొండపర్తి మల్యాల చౌండ సేనాపతికిచ్చి వివాహం చేశారు. మైలమ తరంలోనే విరియాల కుటుంబంలో రుద్రుడనే వాడొకడున్నట్టు, శంభుని గుడి శాసనాన్ని బట్టి తెలుస్తోంది. ఈ రుద్రుడనే వాడు క్రీ. శ. 1245లో స్వయం భూదేవునికి ఒక దీప దానమిచ్చినట్టు ఆ శాసనం పేర్కొంది[7]. రుద్రదేవుని మనుమడు, గణపతి కుమారుడు అయిన విరియాల సూరుడు వేయించిన క్రీ. శ. 1273 నాటి కోటగిరి తామ్రపత్రాలు విరియాల నాయకుల గురించి కొంత వివరిస్తాయి[8]. శంభుని గుడి శాసనంలోని రుద్రదేవుడు, సూరుడి తాత అయిన రుద్రదేవుడు ఒకరే. అలా మనం కాకతి గరుడ బేతయ లేక మొదటి బేతరాజు (క్రీ. శ. 1000) కాలంనుండి రుద్రమదేవి కాలం వరకు ఈ కుటుంబపు నాయకులను గుర్తించ వచ్చు. అయితే ఒకే పేరుగల వాళ్ళు చాలా మంది ఉండడం, శాసనాల సమాచారం అసమగ్రంగా ఉండటం వంటి కారణాలవల్ల వీరి వంశావళిని పూర్తిగా రూపొందించడం సాధ్యం కాదు. **సామంతనృపుల** పదవి పొందిన విరియాల నాయకులు కాకతీయులను అకుంఠిత భక్తితో సేవించారని విపులంగా కోటగిరి శాసనం పేర్కొంది. కాకతీయులు సాగించిన దండయాత్రలు, జైత్రయాత్రలలో వీరిపాత్రను గురించి ఎన్నో శాసనాలు చెప్పాయి. కాకతీయ సామ్రాజ్య సుస్థిరతకు, విస్తరణకు ప్రారంభ దశలో వీరు చేసిన సేవలు సాటిలేనివి.

విరియాల కుటుంబ సభ్యులను క్రింది పట్టికలో చూపించటం జరిగింది

1. గూడూరు శాసనం:

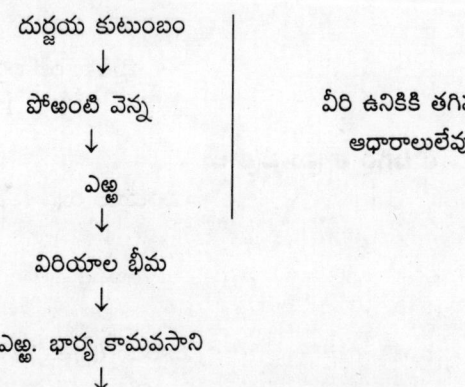

దుర్జయ కుటుంబం
↓
పోఅంటి వెన్న
↓
ఎఱ్ఱ
↓
(వీరి ఉనికికి తగిన ఆధారాలులేవు.)

విరియాల భీమ
↓
ఎఱ్ఱ భార్య కామవసాని
↓
ముదిగొండ చాళుక్య కుటుంబానికి చెందిన బొట్టు బేతరాజుకు సహకరించాడు | కాకతీయ మొదటి బేతరాజు (గరుడ బేతరాజు)కు సహాయం చేసింది
↓

7. *IAP.* Wg., No. 59
8. *Corpus* III. pp 114 ff.

సూర (ఇతను కూడా మొదటి బేత రాజుకు
సహాయపడ్డాడు. బేతరాజుతో ఇతని బంధుత్వమేమిటో
స్పష్టపరచబడలేదు)
↓
సూర
↓
బేతరాజు
↓
మల్ల (క్రీ.శ. 1124)

2. కటకూరు శాసనం:

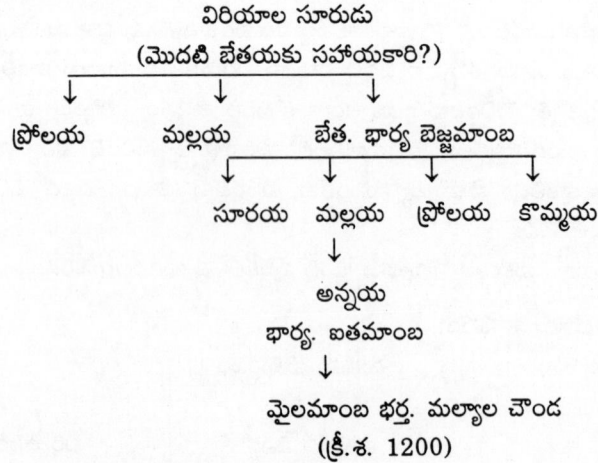

విరియాల సూరుడు
(మొదటి బేతయకు సహాయకారి?)
↓ ↓ ↓
ప్రోలయ మల్లయ బేత. భార్య బెజ్జమాంబ
↓ ↓ ↓ ↓
సూరయ మల్లయ ప్రోలయ కొమ్మయ
↓
అన్నయ
భార్య. ఐతమాంబ
↓
మైలమాంబ భర్త. మల్యాల చౌండ
(క్రీ.శ. 1200)

3. కోటగిరి తామ్ర పత్రాలు

విరియాల రుద్ర
↓
గణపతి
↓
సూరయ (క్రీ.శ. 1273)

III. మల్యాల నాయకులు

మల్యాల చౌండ సేనాపతి భార్య అయిన విరియాల మైలమ వేయించిన కొండపర్తి,[9] కటకూరు[10] శాసనాలు ప్రధానంగా ఈ నాయకుల గురించి చెపుతాయి. మహబూబ్‌నగర్

9. *IAP. Wg.*, Nos. 48 and 64.
10 *Ibid. Kn.*, No. 29.

జిల్లా బోత్‌పూర్ శాసనం[11]లో పేర్కొన్న తరవాతి కాలపు గుండయ కూడా ఈ మల్యాల కుటుంబానికి చెందినవాడే కావచ్చు. కాకతీయులు, విరియాల నాయకుల్లాగే వీరుకూడా దుర్జయ వంశస్థులే అని తమ గురించి చెప్పుకున్నారు. చౌండ సేనాపతి వేయించిన కొండపర్తి శాసనంలో పేర్కొన్న వంశావళి ప్రకారం మల్యాల నాయకుల్లో మనకు తెలియ వచ్చే మొట్టమొదటి వాడు దన్నయ మంత్రి. ఇతను మల్యాల పట్టణాధిపతి అని చెపుతారు కాని ప్రస్తుతం ఇతని వివరాలు లభ్యం కావడం లేదు. దన్నయ మంత్రి కుమారుడు సబ్బసేనాపతి. అతని కుమారుడు కాటయ. కాకతి రుద్రదేవుని దగ్గర ఇతను సేనాధిపతిగా పనిచేశాడు. రుద్రదేవుడు ఆంధ్రదేశపు కోస్తా ప్రాంతంపై దాడి చేసినప్పుడు దన్నాలకోట లేక ధరణికోట ముట్టడిలో కాటయ క్రియాశీలక పాత్ర పోషించాడు. కాటయ సాహసానికి గుర్తింపుగా రుద్రదేవుడు అతనికి **కోట గెల్వాట** (కోటను గెల్చినవాడు) బిరుదునిచ్చాడు. ఆ తర్వాత అతనిని మంత్రిని కూడా చేశాడు. కాట సేనానికి ప్రోల, చౌండులన్న ఇద్దరు కుమారులున్నారు. గణపతి దేవుడి పాలన తొలినాళ్ళలో చౌండ కాకతీయుల సర్వసైన్యాధ్య క్షునిగా ఉన్నాడు. ఆ కాలంలో కోస్తా ఆంధ్ర జిల్లాలన్నీ వెలనాటి చోళుడైన పృధ్వీశ్వరుని అధీనంలో ఉండేవి. పృధ్వీశ్వరుని ఓడించి కోస్తా జిల్లాలను కాకతీయ రాజ్యంలో విలీనం చేసిన ఘనతంతా చౌండసేనానికే దక్కుతుందని కొండపర్తి శాసనం ప్రస్తుతించింది. ఆ కాలంలో ఇతని సేనానులు, సామంతులు అనేక మంది తమను తాము **పృధ్వీశ్వర శిరః కందుక క్రీడా వినోద** (పృధ్వీశ్వరుని తల అనే బంతితో ఆడుకునే వాడు) బిరుదాంకితుల మని పేర్కొన్నారు. అయితే ఈ శాసనం మాత్రం చౌండ సేనానిని మాత్రమే కాకతీయుల సర్వసైన్యాధ్యక్షునిగా అభివర్ణించింది. మిగతా వారిని యుద్ధంలో పాల్గొన్న వారిగానే పేర్కొంది. క్రీ. శ. 1203-1206 సంవత్సరాల మధ్య ఈ యుద్ధం జరిగింది. పృధ్వీ శ్వరుడు సామాన్యమైన రాజేంకాడు. పన్నెండవ శతాబ్దం చివర్లో చోళ సామ్రాట్టులు వేంగి రాజకీయాల నుంచి దాదాపు వైదొలిగే తరుణంలో వెలనాటి ప్రభువైన రెండవ రాజేంద్ర చోడుడు కోస్తా ఆంధ్రలోని మాండలికులందరి కంటే శక్తిమంతునిగా ఎదిగాడు. ఉత్తరాన సింహాచలం నుంచి దక్షిణాన నెల్లూరు వరకు పట్టు బిగించాడు. క్రీ. శ. 1185లో అధి కారం చేపట్టిన పృధ్వీశ్వరుడు తన తాత సముపార్జించిన విశాల ప్రాంతానికి వారసు డయ్యాడు. అంతేకాకుండా తన సామ్రాజ్యాన్ని తూర్పు దిశగా విస్తరింపచేయాలన్న కాక తీయుల దారికి ముఖ్య అడ్డంకిగా నిలిచాడు. రుద్రుడు తన హయాం చివర్లో కోట నాయకు లను అణచివేయటం ద్వారా రాజ్య విస్తరణకు కొంతవరకు మార్గం సుగమం చేశాడు. అయితే శక్తిమంతుడైన వెలనాటి ప్రభువు పృధ్వీశ్వరుడి అడ్డు తొలగించే బాధ్యత మాత్రం గణపతి దేవునిపైనే పడింది. గణపతి దేవుడు సింహాసన మధిష్ఠించగానే మల్యాల చౌండుని నాయకత్వంలో భారీ సైన్యాన్ని పృధ్వీశ్వరుని పైకి పంపాడు. శక్తిమంతుడైన కాకతీయ సేనాని వెలనాటి రాజ్యపు ద్వీప ప్రాంతంపై దండువెడలాడు. పృధ్వీశ్వరుడు తన రాజధాని చందవోలును వదిలి, తాను క్షేమమని భావించిన ద్వీపానికి తరలివెళ్ళాడు. కాకతీయ

11. *Corpus* II, Nos 50-52.

సైన్యం ఆ ద్వీపాన్ని స్వాధీనం చేసుకుని పృధ్వీశ్వరుడిని తరిమికొట్టింది. పృధ్వీశ్వరుడి ఖజానాను కొల్లగొట్టి గణపతి దేవునికి సమర్పించాడు మల్యాల చౌండుడు. దాంతో పరమానంద భరితుడైన గణపతిదేవుడు మల్యాల చౌండుని **దివి చూరకార, దివిలుంతాక** (ద్వీపాన్ని కొల్లగొట్టిన వాడు) అన్న బిరుదులతో సత్కరించాడు. పృధ్వీశ్వరునిపై సాధించిన విజయానికి గుర్తుగా మల్యాల చౌండుడు శా. శ. 1125లో కొండపర్తి దగ్గర చౌండేశుడి గుడి కట్టించాడు.

చౌండుడి తర్వాతి తరాల వివరాలు గుండ సేనాపతి అతని భార్య కుప్పాంబికలు మహబూబ్‌నగర్ జిల్లాలోని బోథపూర్ శాసనాల్లో లభ్యమవుతాయి. గుండ - చౌండు (కొండపర్తి శాసనం)ల మధ్య సంబంధం ఏమిటన్నది మాత్రం నిర్ధారణ కాలేదు. అలాగే ఈ కుటుంబం తమ పూర్వీకుల స్థలమైన వరంగల్ దగ్గరున్న కొండపర్తిని వదిలి బోథపూర్ ఎలా ఎందుకు వచ్చారన్నది కూడా తెలియదు. గుండ సేనాపతి గణపతి దేవుడు, రుద్రమ దేవు లిద్దరి దగ్గర పనిచేశాడు. క్రీ. శ. 1277కు కొంచెం ముందు మరణించి ఉంటాడని కుప్పాంబిక వేయించిన శాసనంవల్ల తెలుస్తోంది. తన భర్తకు ధర్మువుగా కొన్ని భూముల్ని దానమిచ్చినట్టు క్రీ. శ. 1277 నాటి ఆ శాసనంలో కుప్పాంబిక పేర్కొంది. కుప్పాంబిక గోన కుటుంబీకుడైన బుద్ధయ కుమార్తె. ప్రసిద్ధమైన **రంగనాథ రామాయణం** రచించింది ఈ గోన బుద్ధయే. గుండయ, కుప్పాంబిక లిద్దరు పండిత పోషకులు. ఆ పండితులలో కొందరు **ఘటశాసినులు**, అంటే **ఘటికలు** లేక ఉన్నత విద్యాలయాల్లో వివిధ శాస్త్రాలు బోధించే ఆచార్యులు; వీరిలో కొందరు దానగ్రహీతలుగా గుండ, కుప్పాంబికల శాసనాల్లో మనకు కన్పిస్తారు. వీరు వేయించిన శాసనాల్ని (శాసన పాఠాల్ని) తయారుచేసిన వాడు మయూర భట్టోపాధ్యాయుని కుమారుడైన ఈశ్వర సూరి; వ్యాకరణ, తర్క, మీమాంసలు, వేదాల్లో ఇతను నిష్ణాతుడు. ఈతని శాసన రచనలోని చక్కటి భాషాశైలి ఈయన గొప్ప కవి అని కూడా సూచిస్తుంది.

IV. నతవాడి నాయకులు:

నతవాడి నాయకులు పశ్చిమ చాళుక్యులకు సామంతులుగా వ్యవహరించారు. క్రీ. శ. 1101 నాటి వరంగల్లు జిల్లాలోని నరసంపేట శాసనంలో మొదటిసారి వీరి ప్రస్తావన కనబడుతుంది.[12] నతవాడి రాజైన బుద్ధరాజు ఒక బ్రాహ్మణ **సభ** - ఓ స్వయంపాలక సంస్థకు ఇంద్రపురమనే గ్రామాన్ని దానంగా ఇచ్చాడని ఆ శాసనం పేర్కొంది. బుద్ధరాజు కుమారుడు దుర్గభూపాలుడు. వరంగల్ జిల్లా నిడిగొండలో బయల్పడిన క్రీ. శ. 1104 నాటి శాసనం[13]లో ఇతని ప్రస్తావన ఉంది. ఈ రెండు శాసనాల్లోను కూడా తాము పశ్చిమ చాళుక్యుల సామంతులమని వారు పేర్కొన్నారు. నరసంపేట శాసనంలో తాము మడపల్లి పురాధీశులమని పేర్కొన్నారు. అయితే కృష్ణా జిల్లాలో ప్రస్తుతం నందిగామ తాలూకా ఉన్న ప్రాంతాన్ని నతవాడి అని పిలిచేవారని, మధిర సమీపాన గల మడపల్లి

12. *IAP.* Wg., No. 16
13. *Ibid.,* No. 17

అనే గ్రామం వారి స్వగ్రామమని ఇతరత్రా ఆధారాల్ని బట్టి నిర్ధారణ అవుతోంది. అయితే వారికి సంబంధించిన శాసనాలు, ఇతర ఆధారాలన్నీ వరంగల్ జిల్లాలోనే అధికంగా లభించడం ఆశ్చర్యకరం. వారు ఒక తరానికి పైగా కాకతీయులతో వైవాహిక సంబంధాలు పెట్టుకున్నారు. కాకతి మహాదేవుడి తల్లి ముప్పాంబ బేతరాజు కుమారుడైన నతవాడి దుర్గ రాజు సోదరి. మహాదేవుడు తన కుమార్తెలిద్దరినీ - మైలమ, కుందమలను - దుర్గరాజు మనుమడైన బుద్ధరాజు కుమారులకిచ్చి పెళ్ళి చేశాడు. బయ్యారం చెరువు శాసనంలో మైలమ తమ రెండు కుటుంబాలు ఒకే కులానికి చెందినవని పేర్కొంది. ఈ రెండు కుటుంబాలు రాష్ట్రకూటుల కాలంలో తెలుగుదేశానికి వచ్చి ఉండవచ్చు. మైలమ, కుందమ లకు తండ్రి ఒకరే అయినా తల్లులు వేరువేరని తెలుస్తోంది; లేక వారి భర్తలు రుద్రుడన్న ఒకే పేరు ఉన్న బుద్ధరాజు ఇద్దరు కుమారులయి ఉండవచ్చు. మైలమ ఇనుగుర్తితో సహా బయ్యారం ప్రాంతం తన మాన్యంగా కలిగి ఉంది; ఇనుగుర్తిలో ఆమె వేయించిన శాసనాలు ఉన్నాయి. కుందమకు నిడిగొండ, కుందవరం, జనగాం, చెన్నూరు తాలూకాల్లోని కొన్ని ప్రదేశాలు లభించాయి. త్రిపురాంతకం ఆలయంలో కూడా మైలమ, ఆమె కుమారులకు సంబంధించిన శాసనాలు లభ్యమయ్యాయి. నతవాడి ప్రాంతంగా పేరొందిన ఇప్పటి నంది గామ తాలూకాలో వీరికి సంబంధించిన చారిత్రక ఆధారాలు ఒక్కటి కూడా లభించక పోయినా కూడా వీరిని నతవాడి నాయకులని ఎందుకు పిలిచారో తెలియరావటం లేదు. బహుశా రాష్ట్రకూట రాజులు మొదట వారిని నందిగామ ప్రాంతంలో ఉంచి ఉంటారు; తర్వాత వారక్కడి నుంచి తెలింగాణకు మారి ఉండవచ్చు.

V. చెరకు నాయకులు:

మిగతా వంశస్థుల్లాగే వీరికి కూడా చెరకు పట్టణం పేరే ఇంటిపేరుగా మారింది. ఈ చిన్న పట్టణం ఏఱువ మండలంలో ఉంది; మొదట్లో పన్నెండు గ్రామాలు కలిసి చెరకు ప్రాంతంగా మారాయి. ఏఱువ ప్రాంతం కృష్ణానదికి రెండు వైపులా నల్గొండ, ప్రకాశం జిల్లాలలో వ్యాపించి ఉన్నట్టు తెలుస్తోంది. చెరకు నాయకుల జమ్ములూరు శాసనా[14]న్ని బట్టి తెలుగు చోడుడు, ఏఱువ భీముడు చెరకు వంశపు మూలపురుషుడైన కాటయను ఏఱువ మండలంలోని ఈ పన్నెండు గ్రామాలతో కూడిన చెరకు పట్టణానికి అధిపతిని చేశాడని, అప్పటినుంచి ఆ వంశస్థులకు చెరకు ఇంటిపేరుగా వస్తోందని తెలుస్తోంది. మల్లికార్జున చోడుడి తండ్రి, ముత్తాతల పేర్లు భీమ అని ఒల్లాల శాసనం పేర్కొంది. ఈ ఇద్దరు భీములలో ఒకరు కాటయకు ఈ చెరకు-12ను ఇచ్చి ఉండవచ్చు. వీరి తర్వాతి తరంలోని వారి పేర్ల చివర రెడ్డి పదం రావడాన్ని బట్టి (బొల్లయరెడ్డి, విశ్వనాధరెడ్డి) వీరు రెడ్డి కులస్థులని తెలుస్తోంది. తొలి చెరకు ప్రభువైన కాటయకు కేత, సూర, బొల్ల అని ముగ్గురు కుమారులున్నారు. వీరిలో మొదటివానికి నలుగురు - కాట (రెండవ), మార, ఎఱ్ఱ, మళ్ళా ఎఱ్ఱ అన్న కుమారులు కలిగారు. కాకతి రుద్రుడు తమ పూర్వ ప్రభువులయిన చోడ నాయకులపై జరిపిన దాడిలో ఈ నలుగురు సహకరించారని బల్లాల శాసనం

---

14. APARE. 1966, No 133 and 147.

పేర్కొంది. ఆ విధంగా చెరకు వారు తమ విధేయతను చోడులనుంచి అప్పుడే ఎదుగుతున్న కాకతీయుల వైపు మళ్ళించారు; కాకతీయులు వీరిని మహా సామంతుల్ని చేశారు; ఇప్పటి అచ్చంపేట తాలూకాలో ఉన్న పర్వత ప్రాంతాన్ని వీరు పాలించేవారు. ఈ చెరకు వీరుల సామర్థ్యం ఫలితంగానే కాకతి రుద్రుడు చోడభీముడు, ఉదయులను జయించగలిగాడని జమ్ములూరు శాసనంలోని భాషవల్ల మనం గ్రహించగలం. వీరి సాహసానికి గుర్తింపుగానే కాకతి రుద్రుడు వీరికి మహాసామంతులుగా పదోన్నతి కల్పించాడు. నలుగురి సోదరులలో పెద్ద వాడయిన కాటయకు కేత, మార, బొల్ల అని ముగ్గురు కొడుకులున్నారు. వీరిలో బొల్ల కాకతీయ రాజులైన రుద్రడు, మహాదేవుడు, గణపతిదేవుల దగ్గర వరసగా పని చేశాడు; గణపతి దేవుడతనిని అనేక ప్రాంతాలకు అధిపతిని చేశాడు. బొల్లకు నలుగురు కుమారులు; వారు గణపతి, విశ్వనాధ, కేత, ఇమ్మడి విశ్వనాధులు. అచ్చంపేట తాలూకాలోని కొండ ప్రాంతాల్లో వీరికి సంబంధించిన పలు శాసనాలు మనం చూడవచ్చు; ముఖ్యంగా అవి తరవాత తరం వారైన ఈ కుటుంబ నాయకులకు చెందినవి; ఈ కుటుంబానికి చెందిన కొందరి పేర్లు కృష్ణానదికి అవల ప్రాంతంలో కర్నూలు జిల్లా నందికొట్కూరు తాలూకాలో ఉన్న శాసనాల్లో కనపడతాయి. దీనిని బట్టి గణపతి దేవుడు, అతని తదనంతర పాలకులు ఆ ప్రాంతపు పరిపాలనను కూడా వీరికే అప్పగించి ఉంటారని భావించవలసి ఉంటుంది.

ఈ చెరకు వీరుల ఆధ్వర్యంలో జరిగిన దండయాత్రలన్నింటిలోను కాకతీయరాజులు విజయలక్ష్మిని వరించడం విశేషం. కాకతీయులకు అత్యంత విశ్వసనీయులయిన సామంతులుగా, సేనానులుగా వీరు నిరూపించుకున్నారు. క్రీ. శ. 1289 - 90లో ప్రతాపరుద్రుడు సింహాసనాన్నధిష్ఠించాక వేలూరి బొల్లయ కుమారుడు చెరకు రాజరుద్రుడు 1293 సెప్టెంబర్ 9న తామ్రపత్రాన్ని జారీ చేశాడు. మరణించిన తన తండ్రికి గయలో పితృకర్మలు నిర్వహించిన కొందరు బ్రాహ్మణులకు గోరవంకపల్లి గ్రామాన్ని దానంగా ఇస్తున్నట్టు ఆ తామ్రపత్రంలో పేర్కొన్నాడు. దీనిని బట్టి బొల్లయ క్రీ. శ. 1293, సెప్టెంబర్ 9కి ముందే మరణించినట్టు నిర్ధారణ అవుతోంది[15].

తన కుమార్తెను బోలయపతి కుమారుడైన రాజన్న కిచ్చి పెళ్ళి చేసినట్టు, కట్నం కింద నందనపురం పట్టణాన్ని దాని ఆదాయంతో సహా ఇచ్చినట్టు అంబదేవుడు క్రీ. శ. 1290 నాటి త్రిపురాంతకం శాసనం[16]లో పేర్కొన్నాడు. ఈ బోలయపతి, రాజన్నలు చెరకు ప్రభువులయిన వేలూరి బొల్లయ్య, అతని కుమారుడు రాజరుద్రుడు ఒకరేనని కొందరు పండితులు భావించారు. కాకతీయుల శత్రువైన అంబదేవునితో కాకతీయ సామంతులైన చెరకు రాజులు వియ్యమందడాన్ని బట్టి కాకతీయులకు వారు ద్రోహం చేసినట్టు అనుమా నించాల్సి వస్తోంది. వీరి విద్రోహం కారణంగానే అంబదేవుడితో జరిగిన యుద్ధంలో రాణిరుద్రమదేవి మరణించిన సంగతి తెలిసిందే. ఇది క్షమించదగినంత స్వల్ప

15. N.Ramesan: *C.P.Inscriptions of Hyderabad Museum*, 9.
16. *SII*. X, 465.

విషయం కాదు. అయితే రాజరుద్రుడి క్రీ. శ. 1293 నాటి గొరవంకపల్లి, క్రీ. శ. 1295 నాటి కూరెళ్ళ శాసనం[17] అతను ప్రతాపరుద్రునికి పరమ విధేయుడు, విశ్వాసపాత్రుడు అన్న సంగతిని స్పష్టం చేస్తున్నాయి. ఇది వాస్తవం కాకపోతే ప్రతాప రుద్రుడు రాజరుద్రుడిని సామంతునిగా కొనసాగించే వాడే కాదు. కాకతీయులు తమ సామంతుల్లో చాలా కొద్ది మందికి అంటే తమకత్యంత విధేయులైన వారికి మాత్రమే తామ్రపత్రాన్ని జారీచేసే అధికారం అప్పగించేవారు. కాకతీయ సామంతుల్లో విరియాల రుద్ర, యాదవ ఎల్లణలతో పాటు ఈ రాజ రుద్రుడు మాత్రమే తామ్ర దానపత్రాలను, గ్రామ దానాలను జారీ చేశారు. కాబట్టి రాజరుద్రుడు కాకతీయుల కమితవిశ్వాస పాత్రుడనడంలో ఎలాంటి సందేహం లేదు. మరయితే అంబదేవుని త్రిపురాంతకం శాసనం సంగతేమిటి? ఆ శాసనంలోని బోలయపతి, రాజన్నలు చెరకు నాయకులయిన బొల్లయ, అతని కొడుకు రాజన్న అంటే రాజరుద్రుడు ఒకరా కాదా అన్నది అనుమానించదగిన విషయమే. అదేకాక గొరవంకపల్లి శాసనంలో బోలయపతి యజ్ఞాలుచేసి భూరి దక్షిణలిచ్చినట్టు పేర్కొనటం జరిగింది[18] అయితే కేవలం బ్రాహ్మణులు, క్షత్రియులు మాత్రమే ఆ రోజుల్లో యజ్ఞయాగాదులు చేసేవారు. దీన్నిబట్టి అంబదేవుడు, బోలయపతి ఏకకులస్థులు కారని తేలుతోంది. అంబదేవుడి కుమార్తె, బోలయపతి కుమారులకు జరిగిన వివాహం రాజకీయ ప్రయోజనాల దృష్ట్యా జరిగిందే కాని, కులాల ప్రాతిపదికపై జరిగింది కాదని తెలుస్తోంది. చెరకు రాజన్న నిశ్చయంగా రెడ్డి కులానికి చెందిన నాయకుడే; అతన్ని విద్రోహి అనడానికి తగిన ఆధారాలు లభించేవరకు అతన్నలా భావించకూడదు.

VI. **కోట నాయకులు:**

వీరు కాకతీయుల సామంతులేకాక వారికి బంధువులు కూడా. అమరావతి సమీపాన ఉన్న ధాన్యకటకం లేక ధరణికోట వారి రాజధాని. ఆ పట్టణం పేరే వారి ఇంటి పేరయింది. అమరావతిలోని అమరేశ్వరాలయంలోను, దానికి కొంచెం దూరంలో ఉన్న వేల్పూరులోని రామలింగేశ్వరాలయంలోను ఉన్న శిలాశాసనాల్లో వీరి ప్రస్తావన ఉంది. శైలీపరంగా సాహిత్య విలువ పరంగా ఈ శాసనాలు గొప్పవే కానీ అవి వారి వంశావళిని తప్ప అతి పెద్దగా చారిత్రక సమాచారాన్ని అందించవు. ఈ శాసనంలోని ప్రశస్తిలో **పరబల సాధక**, **ప్రతాప లంకేశ్వర**, **కళిగళ మొగడక్కై**, **బేడువరిగీవక్కై**, **గండరగండ**, **గండభేరుండ జగమెచ్చుగండ** వంటి బిరుదులు పేర్కొన్నప్పటికీ వాటికంత ప్రాధాన్యం లేదు. కృష్ణానది దక్షిణ తీరాన ఉన్న ఆరు వేల గ్రామాలకు వారు ప్రభువులనీ (**షట్ సహస్రావని వల్లభ**),

---

17. Unpublished - (*IAP*. Ng., I)
18. *S*II. 4465 ll. 35-38

"ఉన్మీలత్ సుకృతస్య బోలయపతే రక్షీణ సద్దక్షిణాన్
ఆహర్తు స్సవనాన్ సుతాయ సుధియే రాజణ్ణనామ్నే నిజామ్
పుత్రీమ్ యా ప్రతిపాద్య నందనపుర స్సృష్టామ్చ రాజ్యశ్రియమ్"

త్రినయన పల్లవుడే వారికా ప్రాంతాన్ని ఇచ్చాడనీ తెలుస్తోంది.[19] గణపాంబ క్రీ. శ. 1250లో వేయించిన యనమదల శాసనంలో ఈ కుటుంబానికి చెందిన మొదటి భీమ, మొదటి కేత, రెండవ భీమ, రెండవ కేత అతని కుమారుడు రుద్రుల పేర్లు ఉన్నాయి. ఈ రుద్రుడి కొడుకయిన బేతయే కాకతీయ రాజకుమారి భర్త.[20] గణపాంబ వేయించిన తామ్ర దానపత్ర మొకటి ఇటీవల పల్నాడు తాలూకాలో బయల్పడింది. గణపాంబ క్రీ. శ. 1218లో మొగలుట్ల గ్రామాన్ని దానంగా ఇచ్చినట్టు దానిలో ఉంది; అప్పటికల్లా ఆమె భర్త చనిపోయి ఉండాలి.[21] తన భర్తకు 'గయాశ్రాద్ధం' జరిపించిన బ్రాహ్మణునికి ఆ గ్రామాన్ని దానంగా ఇచ్చిందామె. శా. శ. 1262 నాటి ఎడవల్లి తామ్ర దానపత్రం వీరి వంశావళిని సుదీర్ఘంగా వివరించింది. పైన చెప్పిన పేర్లతో పాటు రెండవ కోట మరో కుమారుడు మూడవ భీముడు, ఇతని కొడుకు మూడవ కేతల పేర్లు దీనిలో ఉన్నాయి. ఈ మూడవ కేతరాజు నతవాడి ప్రభువైన రుద్రుడి కుమార్తె బయ్యల మహాదేవిని పరిణయ మాడాడు. ఈ దంపతులకు గణపతి దేవరాజు, నాలుగవ భీముడు అనే కుమారులు జన్మించారు.[22] ఈ శాసనంలోని వివరాల్ని బట్టి కోటరాజులు మొదట్లో చాళుక్య చోళులకు శత్రువులు. ఈ చాళుక్య చోళుల హయాంలో తెలుగుదేశం అనేక మండలాలుగా విడిపోయింది. కొంతమంది మాండలికులు వెలనాడు రాజులకు సామంతులుగా ఉండగా, మరికొందరు మాండలికులు అప్పుడప్పుడే బలపడుతున్న కాకతీయుల పట్ల ఆకర్షితులయ్యారు. అలా కాకతీయుల పక్షం చేరిన వర్గంలో కోట నాయకులు ఒకరు. కోట నాయకులకు వెలనాటి నాయకులతోను, కాకతీయులతోనూ కూడా వైవాహిక సంబంధాలున్నాయి. దీన్ని బట్టి వారు మొదట చాళుక్యచోళ చక్రవర్తులకు విధేయులుగా ఉండి ఆ తర్వాత కాకతీయుల పక్షాన విధేయత చూపారని ఊహించవచ్చు. మన్మకేత (మూడవ కేత) భార్య బయ్యల మహాదేవి నతవాడి రుద్రుని కుమార్తె; కాకతీయ గణపతి చెల్లెలయిన మైలాంబ నతవాడి రుద్రుని భార్య; ఆ దంపతుల సంతానమే బయ్యల మహాదేవి. ఈ నాయకులు వేయించిన శాసనాల ఆధారాలను బట్టి కోటరాజుల వంశావళి ఇలా ఉంది:

మొదటి భీముడు (1067 నాటి కొలనుపాక శాసనం ప్రకారం)

↓

మొదటి కేతయ

↓

రెండవ దొడ్డ భీమ – భార్య. సుబ్బాంబిక; వెలనాటి మూడవ గొంకరాజు సోదరి

↓ ↓

చోడరాజు   రెండవ కేతయ (శకవర్షాలు (1105–1131)

19. *EI.* VI, p. 147.
20. *Abid.* III. p. 94.
21. *EA.* IV. pp. 100 ff.
21. *Ibid*
22. *ARSE,* 1915, pp. 137-38.

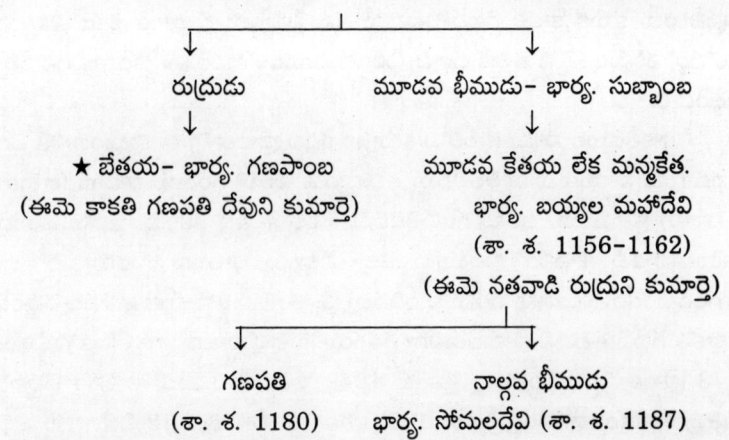

రుద్రుడు ↓ ★ బేతయ- భార్య. గణపాంబ (ఈమె కాకతి గణపతి దేవుని కుమార్తె)

మూడవ భీముడు- భార్య. సుబ్బాంబ ↓ మూడవ కేతయ లేక మన్మకేత. భార్య. బయ్యల మహాదేవి (శా. శ. 1156-1162) (ఈమె నతవాడి రుద్రుని కుమార్తె)

↓ గణపతి (శా. శ. 1180)

↓ నాల్గవ భీముడు భార్య. సోమలదేవి (శా. శ. 1187)

కోటరాజులకున్న బిరుదుల్లో **జగమెచ్చుగండ, గండభేరుండ** బిరుదులు ముఖ్యమైనవి. **జగమెచ్చుగండ** బిరుదు రెండవకేత రాజుకు ఉండేదని, కోటవంశంలో అతి శక్తిమంతుడైన కోటరాజు తన బిరుదు శాశ్వతం చేస్తూ ఒక గ్రామానికి 'జగమెచ్చు గండపుర'మని పేరు పెట్టాడని తెలుస్తోంది.[23] కథల్లో రెండు తలల పక్షిగా పేరొందిన గండభేరుండం పేరును బిరుదుగా ధరించడం వారి రాజముద్రగా పరిగణిస్తారు. ఎడవల్లి దానపత్రం, ఈ మధ్యే కనుగొన్న మొగలుట్ల పత్రం సీళ్ళలోను ఈ రెండు తలల గండభేరుండం బొమ్మ ఉంది.

క్రీ. శ. 1185 ప్రాంతంలో కోస్తా ఆంధ్రపై దాడికి వెడలిన కాకతి రుద్రదేవుడు మొదట కోట రాజులతోనే తలపడ్డాడు. చౌండసేనాని నాయకత్వంలోని కాకతీయ సైన్యం విజయం సాధించింది. చౌండసేనానికున్న బిరుదుల్లో, **కోట గెల్వాట** బిరుదు రుద్రదేవుడి విజయవంతమైన దండయాత్రను స్పష్టంగా చెప్తుంది. హైహయ నాయకుల పాలనలో ఉన్న పల్నాడుపై దాడికి వెడలినప్పుడే పనిలో పనిగా కాకతీయులు కోటరాజును కూడా వశపరుచుకుని ఉండవచ్చని తెలుస్తోంది. అప్పటి నుంచి కోట మండలం కాకతీయుల సామ్రాజ్యంలోకి వచ్చింది.

VII. కాయస్థ నాయకులు:

కాకతీయుల సామంతులందరిలో కాయస్థ ప్రభువులు అత్యంత శక్తిమంతులు. వీరు మొదట్లో పశ్చిమ భారతానికి చెందిన యోధ వర్గానికి చెందిన వారనీ, ఆ తర్వాత ఇక్కడకు వచ్చారనీ భావిస్తారు. నల్గొండ జిల్లా చిట్యాలలో ఇటీవల బయల్పడిన శాసనం ఈ అభిప్రాయాన్ని బలపరుస్తోంది. ఈ వంశానికి చెందిన మొట్టమొదటి నాయకుడు ధంసా. గణపతిదేవుడు వీరిని మొదట్లో పానగల్లు ప్రాంతానికి పాలకులుగా నియమించాడు. వాళ్ళు మంచి అశ్వారూఢులు; ఆశ్విక బలాన్ని నడపటంలో దిట్టలు. ఈ యుద్ధ విద్యల్లో వాళ్ళు

★ ఈ నాయకుడు క్రీ. శ. 1218కి ముందే చనిపోయినట్లు అనిపిస్తుంది. ఆ తారీకు గణపాంబ జారీ చేసిన మొగలుట్ల పత్రం తారీకు.

23. *Ibid*

ప్రవీణులు కనుక కాకతి గణపతి దేవుడు తన సైన్యంలో గుర్రాలకి శిక్షణ నిప్పించడం కోసం, శక్తిమంతమైన ఆశ్విక దళాన్ని ఏర్పాటుచేయడం కోసం ప్రత్యేకంగా వీరిని రప్పించి ఉండాలి.

కాకతీయుల సామ్రాజ్యంలోని కర్నూలు కడప ప్రాంతాన్ని ఈ కుటుంబానికి చెందిన ఐదుగురు నాయకులు పాలించినట్లు తెలుస్తోంది. వీరిలో గంగయ **సాహిణి** (ఆశ్విక బల సేనాని) ప్రథముడు. ఇతను గణపతిదేవుని సేవలో ప్రసిద్ధి కెక్కాడు. ఇతను వేయించిన మొట్టమొదటి శాసనం గుంటూరు జిల్లా పల్నాడు తాలూకా గుండ్లూరులో ఉంది. 'గండపెండేర' బిరుదాన్ని ఇతను పొందినట్లు క్రీ: శ. 1239 నాటి ఆ శాసనం చెప్తుంది.[24] కాకతి గణపతి దేవుని సామంతునిగా గంగయ క్రొచ్చెర్ల రాజధానిగా చేసుకొని ఏఱువ - 73 ప్రాంతాన్ని పాలించినట్టు క్రీ. శ. 1242 నాటి ఇతని మరో శాసనం చెప్తుంది.[25] త్రిపురాంతకం శాసనం (క్రీ. శ. 1250) గంగయ **సాహిణిని 72 నియోగాల** అధిపతి (కాకతీయ ప్రభుత్వంలోని 72 పరిపాలనా విభాగాలకు అధిపతి)గా పేర్కొంది.[26] ఈ ఆధారాలను బట్టి క్రీ. శ. 1250 నాటికి గంగయ సాహిణి **మహామండలేశ్వరుని** స్థాయికి ఎదిగాడని, నల్గొండ జిల్లా పానగల్లు నుంచి కడప జిల్లా వల్లూరు వరకు వ్యాపించిన విశాల ప్రాంతానికి పాలకుడయ్యాడని స్పష్టమవుతోంది. **పశ్చిమ రాయ దామోదర దిశాపట్ట** అన్న అద్వితీయమైన బిరుదు ఇతనికి లభించింది; తర్వాత ఇతని వారసులు కూడా ఈ బిరుదు ధరించారు; కాకతి గణపతిదేవుని సేనానిగా అతని ఆనతిపై గంగయ **సాహిణి** పశ్చిమాన ఉన్న దామోదరుడిపై దండెత్తి, అతనిని యుద్ధరంగం నుండి పారి పోయేట్టు చేశాడు. అందువల్లే అతనికి ఈ బిరుదు చాల అర్థవంతమైంది. అయితే ఈ దామోదరరాజు ఎవరన్నది తెలుసుకోటం కష్టం. కాకతీయ సామ్రాజ్యపు పశ్చిమ సరి హద్దులో సేవుణుల రాజ్యం ఉంది. వీరిద్దరి మధ్య సుదీర్ఘకాలం శత్రుత్వం సాగింది. **పశ్చిమరాయ - దామోదర దిశాపట్ట** అన్న బిరుదాన్ని మొదటిగా పేర్కొన్న త్రిపురాంతకం శాసనం క్రీ. శ. 1250 నాటిది. ఆ సమయంలో సేవుణరాజు కన్నర క్రీ. శ. 1247 నుంచి 1261 వరకు పాలించాడు. కాకతి గణపతి దేవుడి ఆదేశం మేరకు గంగయ **సాహిణి** సేవుణదేశంపై దండెత్తి కన్నర లేక దామోదరుడిని యుద్ధం నుండి పలాయనం చిత్తగించేట్టు చేయటంలో ఆశ్చర్యపడాల్సిందేంలేదు. అయితే ఈ యుద్ధానికి సంబంధించిన వివరాలేవీ ఇప్పుడు లభ్యం కావడంలేదు. గంగయ **సాహిణి** బావమరిది అయిన మొదటి అంబదేవుడు, అతని ముగ్గురు కుమారులు జన్నిగదేవుడు, మొదటి త్రిపురారి, రెండవ అంబదేవుడు కూడా ఈ బిరుదు ధరించారంటే వారు కూడా ఈ యుద్ధంలో పాల్గొని ఉండొచ్చు. సేవుణ రాజైన కన్నరుడు పొరుగున ఉన్న కాకతీయ ప్రాంతాన్ని ఆక్రమించు కుని ఉంటాడని కాకతీయ సేనాని, బిరుదంలో **దిశాపట్ట** (శత్రువును తరిమిన వాడు)

---

24. *AR*. 1929-30, No. 69.
25. *AR* 1949-50, No. 267.
26. *SII*. X, 334.

పదం సూచించినట్టు, అతన్ని తరిమేసి ఉండవచ్చు. గంగయ **సాహిణి** సాధించిన అపూర్వ విజయానికి గుర్తింపుగా గణపతి దేవుడు అతనికి **మహామండలేశ్వరు**నిగా పదోన్నతి కల్పించడంతో పాటు అనేక బిరుదులు ప్రదానం చేశాడు. వాటిలో **చలమర్తి గండ** బిరుదుతో అతను ప్రసిద్ధి పొందాడని క్రీ. శ. 1251 నాటి దుర్గి శాసనం పేర్కొంది.[27] అంతేకాకుండా గంగయ **సాహిణి**కి కాకతీయ ప్రభుత్వంలోని డెబ్బై రెండు విభాగాల పాలనా బాధ్యత (**బాహత్తర నియోగాధిపతి**)ను కూడా అప్పగించారు.

గంగయ **సాహిణి** కాకతి గణపతిదేవుడి తరఫున అనేక యుద్ధాలు చేశాడు. వాటిలో క్రీ. శ. 1254లో వైదుంబ రాజయిన 'రక్కసగంగ' అనే రాయదేవుడితో చేసిన యుద్ధం కీలకమైంది. ఆ సమయానికి వైదుంబరాజు మార్జవాడి, పొత్తపినాడు ప్రాంతాలను పాలిస్తున్నాడు. ఇవి కడప జిల్లాకు ఆగ్నేయంగా, నెల్లూరు జిల్లాకు పశ్చిమంగా ఉన్నాయి. ఈ యుద్ధంలో కాయస్థ నాయకునికి సహాయంగా నెల్లూరు తెలుగు చోళరాజు రెండవ మనుమసిద్ధి తన సైన్యాన్ని పంపించాడు. ఆ తర్వాత కాయస్థ నాయకులు కాకతీయుల సామంతులై కడప జిల్లాలోని వల్లూరు రాజధానిగా మార్జవాడి, ఏఱువ, పల్లినాడు తదితర ప్రాంతాల్ని పాలించారు.

క్రీ. శ. 1258లో గంగయ **సాహిణి** ఘటనా పూర్ణ జీవితం ముగిసింది. అతనికి పుత్రులు లేకపోవడంతో సోదరి పెద్దకొడుకైన జనార్దనుడు లేక జన్నిగదేవుడు గంగయ **సాహిణి** వారసుడయ్యాడు. జన్నిగదేవుడు కూడా మహావీరుడు. కాకతీయ రాజుల దక్షిణ జైత్రయాత్రలోను, నెల్లూరు జిల్లా ముత్తుకూరు దగ్గర పాండ్యులతో జరిగిన యుద్ధంలోను జన్నిగదేవుడు పాల్గొన్నాడు. పినాకిని నదిఒడ్డున ఉన్న సోమశిల దగ్గర పల్లవ నాయకుడూ, కాంచి పాలకుడూ ఐన సిద్ధమదేవ మహారాజుకు జన్నిగదేవునికి మధ్య జరిగిన యుద్ధాన్ని మైదుకూరు శాసనం విపులంగా వివరించింది.[28] **గణపతిదేవ దక్షిణ భుజాదండ**[29] (గణపతి దేవుని కుడిచెయ్యి) అని అతనికి లభించిన బిరుదును కారెంపూడి శాసనం పేర్కొంది.

క్రీ.శ. 1268 వరకు జన్నిగదేవుడు పరిపాలన చేశాడు. తర్వాత అతని తమ్ముడు మొదటి త్రిపురారి సింహాసన మధిష్ఠించాడు. మూడేళ్ళ రాజ్యం చేసిన మొదటి త్రిపురారి క్రీ. శ. 1272లో పరమపదించాడు. ఆ తర్వాత అతని తమ్ముడు రెండవ అంబదేవుడు అధికారంలోకి వచ్చాడు. ఈ వంశంలోని అత్యంత శక్తిమంతులు, పేరెన్నికగన్న నాయకుల్లో ఇతడొకడు. కాకతీయ చరిత్రలో సంభవించిన రెండు కీలక పరిణామాలకు ఇతనే బాధ్యుడు. రుద్రమదేవి ఆధిపత్యాన్ని ధిక్కరించి తనకు తాను గండికోట మనోరథపురం రాజధానిగా మార్జవాడి తదితర ప్రాంతాల సార్వభౌమ ప్రభువుగా ప్రకటించుకోవడం మొదటిదయితే, అతని తిరుగుబాటు దాడి రుద్రమదేవి మరణానికి దారితీయడం రెండో పరిణామం.

---

27. *Ibid*
28. గండికోట కైఫియత్.
29. *SII*. X, 402.

క్రీ. శ. 1290లో ఇతను వేయించిన త్రిపురాంతకం శాసనం[30] కాయస్థ వంశావళిని పేర్కొనడంతో పాటు రెండో అంబదేవుని విజయాలను కూడా ప్రస్తుతించి ఈ వంశానికి సంబంధించిన 'చారిత్రక ఆధారం'గా మిగిలింది. దీని ప్రకారం అంబదేవుడు శ్రీపతి గణపతి అనేవాడిని ఓడించి అతని బిరుదైన **రాయసహస్రమల్ల** (వెయ్యి మంది రాజులనణచిన మల్లుడు) బిరుదును తను గైకొన్నాడు. గుంటూరు జిల్లా పల్నాడులోని గురిందలను పాలించిన శ్రీపతి గణపతి అనే నాయకుడే, అంబదేవుని శత్రువని గుర్తించడం జరిగింది. అంతేకాక ఈ రెండవ అంబదేవుడు డెబ్బై ఐదు మంది రాజులను వధించి వారి శీర్షపద్మాలతో తన కళ్ళనుండి ఉద్భవించిన కోపదేవతకు పూజ చేశాడు. దీనిలో కొంత అతిశయోక్తి ఉన్నా అంబదేవుడు ఆ కాలంలో తన నెదిరించిన వారిలో పలువురిని హతమార్చాడన్నది మాత్రం నిజం. కాకతీయ రుద్రమదేవికి విశ్వాసపాత్రుడైన ఏఱువ చోళ నాయకుడు మల్లిదేవుని కూడా ఇతను వధించాడు. అలాగే **ఉత్తమగండ, గండరగండ, గండభేరుండ** బిరుదాంకితుడైన శత్రువుని కూడా రెండవ అంబదేవుడు చంపివేశాడని అతని బిరుదుల్ని తను స్వీకరించాడని శ్లాఘించటం జరిగింది. అంబదేవుని చేతిలో హతుడైన శత్రువు బహుశా కోట నాయకుడు అయి ఉండవచ్చు; అప్పుడతను త్రిపురాంతకం తూర్పు ప్రాంతాన్ని, పలనాడును పరిపాలిస్తున్నాడు. ఆ తర్వాత రెండవ అంబదేవుడు అనేక మంది శత్రువులను నిర్జించి వారి కపాలాలను భైరవదేవుని తీరుగా మాలగా చేసుకుని మెడలో ధరించే వాడని చెప్పటం జరిగింది. వైదుంబ రాజులయిన కేశవ, సోమిదేవ, అల్లు గంగులను పారదోలి వారి అశ్వదళాన్ని స్వాధీనం చేసుకున్నాడు. పానగల్లును ఏలుతున్న, బహుశా కాకతీయుల సామంతుడైన మల్లికార్జునపతిని బంధించాడనీ అతనిని చంపకుండా 'సప్తాంగాల'ను హరించాడని ఈ శాసనం పేర్కొంది. ఒక్క మాటలో చెప్పాలంటే రెండో అంబదేవుడు ఆంధ్ర రాజులందరినీ జయించాడు; విక్రమ సింహపురి (నెల్లూరు) సింహాసనంపై తెలుగు చోళుడైన మనుమగండ గోపాలుని పునః ప్రతిష్ఠించాడు. మనుమగండ గోపాలుడు గణపతి దేవుని మిత్రుడయిన రెండవ మనుమసిద్ధికి బద్ధ శత్రువు.

ఈ అంబదేవుడి విజయాలన్నీ కాకతీయ రాణి రుద్రమదేవి లక్ష్యంగానే సాగాయి; అతని శత్రువులు చాలామంది కాకతిరాణి రుద్రమదేవి సామంతులు, విధేయులు కావడం గమనార్హం. అలా అతను ఆమెపై బాహాటంగానే తిరుగుబాటు చేయటాన్ని మనం గమనిస్తాం. కాకతీయుల శత్రువులయిన సేవుణులు, పాండ్యులు యుద్ధాల్లో అంబదేవునికి సహకరించారన్న స్పష్టమైన వక్తవ్యం వల్ల రుద్రమదేవిపై తిరుగుబాటుకు ఈ ఇద్దరు కాకతీయ శత్రువులు మద్దతు పల్కారని నిర్ధారణ అవుతుంది.

నల్గొండ జిల్లాలో ఇటీవల వెలుగుచూసిన క్రీ. శ. 1289 నవంబర్ నాటి చందుపట్ల శాసనం అంబదేవుడితో జరిగిన యుద్ధంలోనే రుద్రమదేవి, ఆమె సేనాని మల్లికార్జున నాయకుడు మరణించి ఉండవచ్చన్న ఆలోచనకు కీలక సూత్రం అందిస్తుంది. పైన చెప్పిన అంబదేవుని త్రిపురాంతకం శాసన ప్రకటనకు కొద్ది నెలల ముందు ఈ సంఘటన

30. *Ibid.*, 465.

జరిగింది; కనుక రుద్రమదేవి, ఆమె సేనాని మల్లికార్జున నాయకుడు అందులో పేర్కొన్న యుద్ధంలో చనిపోయారని సహేతుకంగా భావించవచ్చు.

కాకతీయ సామ్రాజ్ఞి అయిన రుద్రమదేవిపై అఖండ విజయం సాధించిన అంబదేవుడు క్రీ. శ. 1290లో స్వాతంత్ర్యం ప్రకటించుకున్నాడు. తమ ఇష్ట కుల దైవమైన త్రిపురాంతకేశ్వరుడికి విస్తారమైన కానుకలు సమర్పించుకున్నాడు. తాను సాధించిన విజయాలు, వివరాలన్నిటితో త్రిపురాంతకం శాసనం వేయించాడు. అధికారికంగా స్వాతంత్ర్యాన్ని ప్రకటించుకోవడానికి ముందు కూడా అంబదేవుడు స్వతంత్రంగానే వ్యవహరించాడు. ఆ సమయంలో వేయించిన శాసనాల్లో ఎక్కడా కాకతీయ రాణి ప్రస్తావన చేయకపోవడమే దానికి నిదర్శనం. తాను వల్లూరి పట్టణాన్ని పాలిస్తున్నానని, గండికోట, ములికినాడు, రేనాడు, పెండేకల్లు, సకిలి, ఏఱువ, పొత్తపి మండలాలు తన పాలనలోవేనని క్రీ. శ. 1287లో వేయించిన అత్తిరాల శాసనంలో అంబదేవుడు చెప్పుకున్నాడు. రుద్రమదేవి విషాద మరణం తర్వాత కాకతీయ సింహాసనాన్ని అధిష్ఠించిన ప్రతాపరుద్రుడు తిరుగుబాటు దారుల్ని అణచివేసి తమ వంశ పరువు ప్రతిష్ఠల్ని పునరుద్ధరింపచేయడానికీ, అంబదేవుడు హస్తగతం చేసుకున్న ప్రాంతాలను తిరిగి సంపాదించటానికీ నడుం కట్టాడు; శత్రువుపై దండెత్తి క్రీ. శ. 1291లో త్రిపురాంతకాన్ని పట్టుకున్నాడు; అక్కడ అతని మంత్రి ఇందులూరి అన్నయ వేయించిన శాసనం తారీకది.[31] కేవలం ఎనిమిదేళ్ళలోపే ప్రతాపరుద్రుడు కాయస్థులను నిర్జించి, మొత్తం సామ్రాజ్యంలో కాకతీయ అధికారాన్ని పునః ప్రతిష్ఠించాడు.

క్రీ. శ. 1294 తర్వాత అంబదేవుడి శాసనాలు ఎక్కడా కనబడవు. అతని కుమారుడైన రెండవ త్రిపురారి వేయించిన శాసనాలు రెండు మాత్రమే లభించాయి.[32] అయితే ఈ శాసనాలు వేయించిన ఈ త్రిపురారి గుర్తింపు విషయంలో వివాదం వుంది. అంబదేవుని కుమారుడని కొందరు పండితులన్నారు; ప్రభుత్వ ఎపిగ్రఫిస్టు అతడు అంబదేవుని అన్న అనీ, అప్పటిదాకా అతను బతికే ఉన్నాడనీ అభిప్రాయపడ్డాడు.

ఏమైనా కాకతీయుల చరిత్రలో కాయస్థ నాయకులు కీలక భూమిక వహించారు. అటు కాకతీయుల కత్యంత విశ్వాస పాత్రులుగాను, ఇటు రాజద్రోహులుగాను కూడా వీరు వ్యవహరించారు.

VIII. ఇందులూరి నాయకులు:

ఇందులూరి వంశంలో తర్వాతితరం వాడైన కొలని గణపతి రాసిన **శివయోగ సారం**[33] అనే శైవమత గ్రంథమే ఇందులూరి రాజుల గురించి చెప్పే ఏకైక, ప్రధాన

---

31. *Ibid.,* 467.
32. *AR* 1935-36. No. 207.
33. **శివయోగ సారం** ఉపోద్ఘాతంలోని సంబంధించిన భాగాన్ని **కాకతీయ సంచికలో** అనుబంధంగా చేర్చారు.

ఆధారం. కొలని గణపతి క్రీ. శ. పదిహేనవ శతాబ్దంలో జీవించినట్టు చరిత్రకారులు భావిస్తున్నారు. తన పూర్వీకుల గురించి పేర్కొంటూ కొలని గణపతి ఈ గ్రంథంలో ఆసక్తి కరమైన సంగతులు చెప్పాడు. అతని రాతల ప్రకారం ఇందులూరి వారు కౌండిన్య గోత్రులు, ఆరాధ్యులు. ఈ వంశపు మూల పురుషుడు నానగౌరుడు; శివభక్తుడైన నానగౌరుడు ఇందులూరు గ్రామస్థుడు; ఆ గ్రామం పేరే ఆ కుటుంబపు ఇంటిపేరయింది. కొంత కాలానికి ఇతను కుటుంబంతో సహా అనుమకొండకు వలసపోయాడు. ఇతనికి పెదమల్ల, పినమల్ల అని ఇద్దరు కుమారులున్నారు. వీరిద్దరు కాకతిరాజు రుద్రదేవునికి మంత్రులుగా పనిచేశారు. రాజు తన రాజధానిని అనుమకొండ నుంచి ఓరుగల్లుకు మార్చి నప్పుడు పెదమల్లను సేనాని (నాయక) గాను చినమల్లను గణాంకాధిపతిగాను నియ మించాడు. పెదమల్లునికి సోమయ మంత్రి, పెదగన్నయ అని ఇద్దరు కుమారులున్నారు.

మహాదేవుడి తరవాత గణపతి దేవుడు కాకతీయ సింహాసనాన్ని అధిష్ఠించిన దరిమిలా రాజు ఆదేశానుసారం సోమయ మంత్రి తూర్పు ఆంధ్రదేశ ప్రాంతాలపై జైత్రయాత్రకు పూనుకున్నాడు; గోగులనాడు, కొలనివీడు, గోదావరి నదికి ఆవల ఉన్న రెండు మాడి యాలు, పన్నెండు మాన్యాలు, కళింగ సీమలోని కొన్ని ప్రాంతాలపైన దండయాత్ర జరి పాడు. వేంగి మండలంలోని కొలనివీడును కొలని కేశవదేవుడు పాలిస్తున్నాడు; వెలనాటి ప్రభువైన పృథ్వీశ్వరునికి ఇతను మిత్రుడు. పృథ్వీశ్వరునిపై దాడిలో భాగంగా కాకతీయ బలాలతో వెళ్ళి కొలని నాయకుడిని అణచివేయమని సోమయమంత్రికి గణపతిదేవుడు ఆదేశమిచ్చాడు. ఆ ప్రకారమే సోమయమంత్రి కేశవ దేవుడిని ఓడించి కొలనివీడును కాకతీయ సామ్రాజ్యంలో విలీనం చేశాడు. గణపతి దేవుడు సోమయ మంత్రిని కొలని వీడుకు పాలకునిగా నియమించాడు. అప్పటినుంచి సోమయ కొలని సోమయ అయ్యాడు. సోమయ కుమారుడు మనుమగన్న. ఇతను రుద్రమదేవి సైన్యాధిపతిగా పని చేశాడు. ఈ నాయకుని సైనిక విజయాలను ఓ పద్యం వర్ణిస్తుంది. వీరవనిత అయిన రాణి రుద్రమదేవి పర్యవేక్షణలో మనుమగన్న, అతని అనుయాయులు **బాహత్తర నియోగాధిపతి**, కాయస్థ ప్రభువు అయిన అంబదేవుని సైన్యాన్ని చెల్లాచెదురుచేసి, అతని కోటలన్నింటినీ స్వాధీనం చేసుకున్నారని ఆ పద్యం పేర్కొంది. అంబదేవుడు రుద్రమదేవి హయాం చివర్లో కాక తీయుల శత్రువులైన సేవుణులు, పాండ్యులతో చేతులు కలిపి కాకతీయులపై తిరుగుబాటు చేశాడు. అంబదేవుడి తిరుగుబాటును అణచివేయటానికి రుద్రమదేవి అన్ని రకాలుగాను ప్రయత్నించింది. క్రీ. శ. 1290లో కుమార రుద్రదేవుడి నాయకత్వంలో కాకతీయ సైన్యం అంబదేవుడిని ఓడించి అతనిని త్రిపురాంతకం ప్రాంతం నుంచి తరిమివేసింది.

మనుమగన్న కుమారుడు కొలని రుద్రుడు. అతను గొప్ప పండితుడే కాక సమర్థుడైన పాలకుడు కూడా. ప్రతాప రుద్రుడి ఆస్థానంలో ఇతను ముద్రాపకుడి (రాజముద్ర రక్షణాధి కారి)గా పని చేశాడు. కొలను రుద్రుడు కొలనివీడు రాజధానిగా ఓరుగల్లు, సింహాచలం, భద్రాచలంల మధ్య ప్రాంతాన్ని సామంతుని హోదాలో పాలించాడు. ఇతని రాజ్యంలో

చేబ్రోలు, ఉండి, పదినపురము, దేవపురం, జయవాడి, ఎనమదల, కంచర్ల, పొదిలి, పొడికనూరు, ఊలచర్ల, ఆదూరు, నూజెళ్ళ, సూరవరం, రాజమహేంద్రవరం, గోడికూరు, తురుకోట, చామలకోట, బోడసకుర్రు, బెండపూడి మొదలయిన కోటలున్నాయి. అయితే వీటిలో కొన్ని కోటలు సహజంగా అతని రాజ్యంలోనివి కావని, అతను పట్టుకున్న కోటలనీ భావించటం జరిగింది. పంచ పాండ్యులను ఓడించడం ఇతను సాధించిన ఘన విజయం. క్రీ. శ. 1316లో ప్రతాపరుద్రుడు పాండ్యులపై దండయాత్ర జరిపి పాండ్య సింహాసనంపై సుందర పాండ్యుడిని ప్రతిష్ఠించాడు; అప్పుడు కొలని రుద్రుడు కూడా ఆ యుద్ధంలో పాల్గొన్నాడు. కొలని రుద్రుడికి **రాయచౌహత్తమల్ల, మాండలిక చౌహత్తమల్ల, కళింగరాయ విభాళ, పంచ పాండ్యరాయ మానమర్ద** అనే బిరుదులున్నాయి.

ఈ బ్రాహ్మణ సేనానికి సంబంధించి మరో విశేషమేమంటే సంస్కృత వ్యాకరణం లోను, శైవ, వైష్ణవ సిద్ధాంతాల్లోను అపార పాండిత్యం సముపార్జించడం ద్వారా ఆయన తనకు తానే సాటి అనిపించుకున్నాడు. సంస్కృత వ్యాకరణానికి సంబంధించి **శ్లోక వార్తికం**పై **రాజరుద్రీయ** వ్యాఖ్యాన గ్రంథాన్ని రచించాడు. ఈ గ్రంథాన్ని వేరొక వ్యాఖ్యాన గ్రంథంలో ఉట్టంకించారని చెపుతారు. **శివయోగసార** గ్రంథం కొలని రుద్రునికి **వ్యాకరణ బ్రహ్మ** అన్న బిరుదుని **రాజరుద్రీయ** ప్రసాదించింది. గ్రంథాంత గద్యం అతన్ని ప్రతాప రుద్రుని ప్రధానిగా **ముద్రాపకుని**గా అభివర్ణించింది. ప్రతాప రుద్రుని ఖండవల్లి తామ్ర పత్రంలో **దాయగజ కేసరి** రాజముద్ర ఉంది. రుద్రుడి బంధువైన ఇందులూరి అన్నయ దేవుడు దాన్ని ముద్రతో జారీ చేశాడు.

కొలని సోముడి తమ్ముడు పెద గన్న. ఇతనికి ఇందులూరి అన్నయ అనే కుమారుడు ఉన్నాడు. అన్నయ గుణగణాలకు మెచ్చిన రాణి రుద్రమదేవి తన మూడో కుమార్తె అయిన రుయ్యమను అతనికిచ్చి వివాహం జరిపించింది. ప్రతాప రుద్రునికి అత్యంత విశ్వస నీయుల్లో ఇతను ఒకడు. లక్ష కాల్బలం, 12 వేల అశ్వాలు ఉన్న కాకతీయ సైన్యపు ఐదో దళానికి అన్నయ అధిపతిగా వ్యవహరించాడు. ముస్లింల దండయాత్రల సమయంలో ఓరుగల్లులోని రాతికోట రక్షణ బాధ్యతను ఇతనికే అప్పగించారు. కాయస్థ ప్రభువైన అంబదేవుడిపై దాడికి అన్నయే నాయకత్వం వహించాడు. అతని నాయకత్వంలో కాకతీయ సైన్యం అంబదేవుడిని చిత్తుగా ఓడించడమే కాకుండా అతనికి చెందిన డెబ్బై కోటలను కూడా స్వాధీనం చేసుకుంది. మార్జవాడిలో మోపూరు నాయకుడిని ఓడించిన అన్నయ **రాయ చౌహత్తమల్ల, ఇరువత్తు గండ** బిరుదులు గైకొన్నాడు. సూరవరము రాజధానిగా చేసుకుని వేంగి ప్రాంతాన్ని పాలించిన ఇందులూరి అన్నయ తన మేనల్లుడు పర్వత మల్లుకు రాజమహేంద్రవరం కోటను, మనుమగన్న అల్లునికి రాచర్ల కోటను కట్టబెట్టాడు. ఆ విధంగా ఇందులూరి నాయకులు కొంచెం అటు ఇటుగా మొత్తం వేంగి ప్రాంతాన్ని, గోదావరి అవల ప్రాంతాన్ని ఆక్రమించుకుని కాకతీయ సామ్రాజ్యాన్ని చిరకాలం పరిరక్షించారు.

ఇందులూరి రాజుల వంశావళిని ఇలా చూపించవచ్చు.

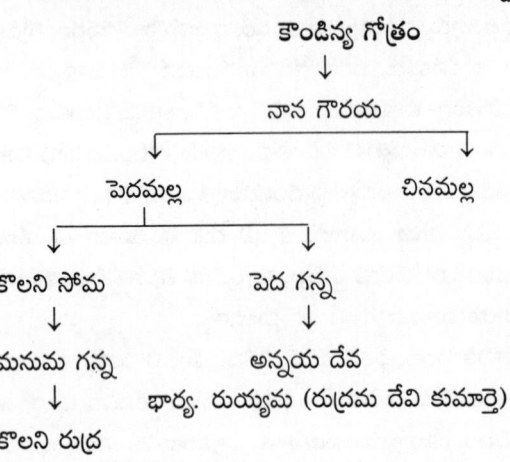

కౌండిన్య గోత్రం
↓
నాన గౌరయ
↓ పెదమల్ల ↓ చినమల్ల

పెదమల్ల
↓ కొలని సోమ ↓ పెద గన్న

కొలని సోమ
↓
మనుమ గన్న
↓
కొలని రుద్ర

పెద గన్న
↓
అన్నయ దేవ
భార్య. రుయ్యమ (రుద్రమ దేవి కుమార్తె)

IX. వెలమ నాయకులు

కాకతీయుల సామంతుల్లో రేచర్ల నాయకులైన పద్మనాయక కులస్థుల గురించి కూడా తప్పనిసరిగా తెలుసుకోవాలి. వీరిని రేచర్ల వెలమలు అంటారు. ఈ వంశపు మూల పురుషుడైన రేచడి పేరు మీదుగా వీరు రేచర్ల వారయ్యారు. ఈ వంశంలోని తొలి నాయకులు రుద్రమదేవి, ప్రతాపరుద్రుల దగ్గర పనిచేశారు. ఈ కుటుంబానికి చెందిన ప్రసాదాదిత్యుడు రుద్రమదేవిని కాకతీయ సింహాసనంపై కూర్చోపెట్టాడని, రుద్రమదేవి పట్టాభిషేకాన్ని వ్యతిరేకించిన వారందరినీ అణిచివేశాడని **వెలుగోటి వారి వంశావళి**[34] అన్న తెలుగు గ్రంథం పేర్కొంది. ఒక మహిళ సింహాసనాన్నధిష్ఠించడాన్ని ఆ రోజుల్లో కొందరు ప్రముఖులు వ్యతిరేకించి ఉండవచ్చునీ, ప్రసాదాదిత్యుడు వారిని నయానో, భయానో దారికి తెచ్చి ఉంటాడని భావిస్తున్నారు. ఇతనికి ఉన్న **కాకతిరాజ్య స్థాపనాచార్య, రాయపితమహాంక** బిరుదులు ఈ విషయాన్ని నిర్ధారిస్తున్నాయి కాకతీయ పాలనలో **నాయంకర** వ్యవస్థను ప్రవేశపెట్టిన ఘనత కూడా ఇతనికే దక్కుతుంది. కాకతీయ సామ్రాజ్య పరిరక్షణ బాధ్యత 72 మంది **నాయకులు** వహించే వారు. రుద్రమదేవి కాలం నుంచే కాకతీయ పాలనలో ఈ వ్యవస్థ మనకు కనబడుతుంది. రుద్ర నాయకుడి కుమారుడైన బిచ్చినాయకుడు విసునూరు ప్రాంతాన్ని **నాయంకర** హోదాలో పాలించాడని, అతనికి **కాకతి రాజ్యస్థాపనాచార్య** బిరుదు ఉందని విసునూరులో వెలుగు చూసిన, ప్రచురితం కాని క్రీ.శ. 1280 నాటి శాసనం పేర్కొంటుంది. ఈ గ్రామంలో ఇప్పుడు కూడా అత్యధికులు వెలమ కులస్థులే కావడాన్ని దృష్టిలో ఉంచుకుంటే ఆ శాసనంలో ఉన్న రుద్రనాయకుడు ప్రసాదాదిత్యుని తమ్ముడై ఉంటాడని భావించవచ్చు.[35]

---

34. ఈ తెలుగు గ్రంథాన్ని, ఆంగ్లంలో ఎన్.వెంకటరమణయ్య రాసిన ఉపోద్ఘాతంతో పాటు, మద్రాసు విశ్వవిద్యాలయం వారు 1939లో ప్రచురించారు.
35. **భారతి** (తెలుగు మాసపత్రిక), మే 1977, పే. 56, ఆ తరవాతి పేజీలు.

ప్రతాపరుద్రుడి కాలంలో తెలింగాణపై ఢిల్లీ సుల్తానులు ఏడుసార్లకు పైగా దాడి చేశారు. ప్రసాదాదిత్యుని కుమారుడైన వెన్నమాదిత్యుడు కాకతీయ సైన్యం తరపున ముస్లిం సేనను చీల్చి చెండాడాడని చెప్పటం జరిగింది. ప్రతాపరుద్రుడి సేనలో ఉన్న మరో వెలమ వీరుడు పోతుగంటి మైలి ఉప్పరపల్లి యుద్ధంలో వారిపై విజయం సాధించినట్లు చెప్పుకున్నాడు.[36] వెన్నుని కుమారుడు ఎఱ్ఱదాచ, అతని వరస సోదరుడు నల్లదాచలు పాండ్యులకు – కాకతీయులకు మధ్య జరిగిన యుద్ధంలో కాకతీయుల తరపున పోరాడారు. **వెలుగోటి వారి వంశావళి** ప్రకారం ప్రతాపరుద్రుడి ఆదేశాల మేరకు ఎఱదాచ పంచ పాండ్యుల – వీరపాండ్య, విక్రమ పాండ్య, పరాక్రమ పాండ్య, సుందర పాండ్య, కులశేఖర పాండ్య – పై దాడిచేసి, వారిని చిత్తుగా ఓడించాడు. ఈ విజయానికి సంతోషించిన ప్రతాపరుద్రుడు ఎఱదాచ, నల్ల దాచలకు **పాండ్యదళ విభాళ, పాండ్యగజకేసరి** అన్న బిరుదాలిచ్చి సత్కరించాడు. ఎఱదాచ నెల్లూరు యుద్ధంలో పలువురు మన్నె నాయకులను ఓడించాడు; నెల్లూరు సింహాసనంపై తెలుగు చోళుడైన తిరుకాలతి దేవుడిని ప్రతిష్ఠించాడు. **వెలుగోటి వారి చరిత్ర** వెలమ వీరులకు ఈ విజయాన్ని కట్టబెట్టినా వీరితోపాటు ఇందులూరి నాయకులు, ముప్పిడి నాయకుడు, మరికొందరు కూడా ఈ యుద్ధాల్లో పాల్గొని రాజుకు విజయాన్ని సాధించిపెట్టారు. వెలమ వీరులకున్న బిరుదులే వీరికీ ఉండడం ఈ విషయాన్ని ధ్రువపరుస్తుంది.

నారాయణవనం అటవీ ప్రాంతాన్ని అంకెకు తీసుకువచ్చే ప్రయత్నంలో కాకతీయ సేనానులు హోయసల రాజైన మూడవ వీర బల్లాళునితో తలపడాల్సి వచ్చింది. నారాయణ వనం దగ్గరున్న చంద్రగిరి కోట అప్పట్లో వీరబల్లాళుడి సామంతుడైన తిరువెంగళనాథ యాదవరాయుని అధీనంలో ఉంది. మూడవ వీర బల్లాళుడు స్వయంగా కాని, అతని సైన్యంకాని కాకతీయ సైన్యంతో పోరాడినట్టు కడప జిల్లా రాయచోటి సమీపంలోని జీల వారి పల్లెలో ఇటీవల బయల్పడిన బల్లాళుని శాసనం సూచిస్తుంది.[37] ఇందులూరి పెద రుద్రుడు, వెలమ నాయకుడు ఎఱదాచలు హోయసల సైన్యంతో యుద్ధం చేశారని, హోయసల సైన్యాన్ని ఓడించి మూడవ బల్లాళునికి చెందిన కొంత ప్రాంతాన్ని ఆక్రమించు కున్నారని ఆ శాసనాన్ని బట్టి తెలుస్తోంది. ఈ జైత్రయాత్రలో కాకతీయ సేనానులు చంగ ల్పట్టు, ఉత్తర ఆర్కాట్ జిల్లాల పాలకులైన శంబువరాయ నాయకుల్ని కూడా ఓడించారు. ఈ విజయాలిచ్చిన బలంతో కాకతీయ సైన్యం కాంచిపై దండెత్తింది. కూడగట్టుకున్న పాండ్యుల అదనపు బలగాలతో వీరు గట్టిగా పోరాడవల్సి వచ్చింది. ఎట్టకేలకు కాకతీయ సైన్యం పాండ్యులను ఓడించింది; కాంచీపురం కాకతీయ సేనాని ముప్పిడి నాయకుడి వశమయింది. ఈ యుద్ధంలో పెదరుద్రుడు, ఎఱదాచలు కీలక పాత్ర ధరించారు. ఆ విధంగా కాకతీయ సేనానులంతా కలిసి సమష్టిగా పాండ్యులపై విజయం సాధించారు.

నల్గొండ జిల్లాలోని రాచకొండ, దేవరకొండలు వెలమ నాయకుల కంచుకోటలు.

---

36. *EHD,* p. 645.
37. *APARE* 1965, No. 9.

కాకతీయ యుగానంతరం వీరు ఇక్కడి నుంచే పాలన సాగించారు. వెలమ వీరులు కాకతీయుల యుగంలో పేరొందడమే కాకుండా తదనంతర చక్రవర్తులైన విజయనగర, గజపతి రాజుల హయాంలో కూడా ప్రధాన భూమిక పోషించారు. తర్వాత వెంకటగిరి, పిఠాపురం, బొబ్బిలి, జటప్రోలు రాజులతోపాటు ఆంధ్ర దేశానికి చెందిన పలు వెలమ కుటుంబీకులు తాము కాకతీయుల కాలంనాటి ప్రాచీన వెలమ వీరుల సంతతి వారమని చెప్పుకొంటారు.

X. నిడదవోలు చాళుక్యులు:

కొలను ప్రాంతాన్ని జయించిన గణపతి దేవుడు నిడదవోలు చాళుక్యుల పైకి దండెత్తాడు. ఆ సమయానికి ఇందుశేఖరుడనే మాండలికుడు ఆ ప్రాంతాన్ని పాలిస్తున్నాడు. ఇందుశేఖరునితో రాజకీయ మైత్రి పొందాలన్న ఆలోచనతో గణపతి దేవుడు తన కుమార్తె అయిన రుద్రమ దేవిని, ఇందుశేఖరుడి కుమారుడైన వీరభద్రుడికిచ్చి వివాహం చేయాలన్న ప్రతిపాదన చేశాడు. వీరభద్రుడు కొంతకాలం కొల్లిపాకకు అధిపతిగా ఉన్నాడు. అతని సోదరుడు మహాదేవుడు, ఆయన కుమారుడు రెండో ఇందుశేఖరుడు రుద్రమదేవి, ప్రతాపరుద్రుల ఆశీస్సులతో నిడదవోలు రాజ్యానికి పాలకులుగా వ్యవహరించారు.

కాకతీయుల కాలంలో కొందరు మహిళలు మహామండలేశ్వర పదవుల్ని చేపట్టి తమ భర్తలు అంతకు ముందు పాలించిన రాజ్యాలను తాము పాలించినట్టు తెలుస్తోంది. గణపతి దేవుని కుమార్తె అయిన గణపాంబ భర్త కోట బేతరాజు క్రీ. శ. 1219లో మరణించాడు. ఆయన కోట మండలాన్ని పాలించేవాడు. భర్త మరణంతో గణపాంబ యనమదల రాజధానిగా కోట మండలపు దక్షిణ ప్రాంతాన్ని మహామండలేశ్వర హోదాలో పాలించింది.[38] అలాగే, చాగి కుటుంబానికి చెందిన ముప్పాళ్ళదేవి అనే ఆమె తన భర్త పాలించిన ప్రాంతాన్ని ఆయన మరణానంతరం పరిపాలించినట్టు క్రీ. శ. 1246 నాటి త్రిపురాంతకం శాసనం పేర్కొంటోంది.[39] అయితే, ఈమెకు మహా మండలేశ్వర పదవి లభించిందా లేక మహామండలేశ్వరుడికి రాణిగా ఉన్నందువల్ల తనకు తానే మహామండలేశ్వరిగా ప్రకటించుకుందా అన్నది నిర్ధారణ కావడం లేదు.

విరియాల కుటుంబానికి చెందిన ఒక మహిళ **మహాసామంత** పేరుతో వ్యవహరించినట్టు పమ్మి దగ్గర లభించిన శాసనంలో ఉంది.[40]

2. ఇతర అధికారులు

కాకతీయ రాజుల దగ్గర అనేక మంది మంత్రులుగా, సేనానులుగా, మండలాధీశులుగా వివిధ పదవుల్లో పని చేశారు. వారిలో కాకతీయ సామ్రాజ్యాన్ని శక్తిమంతం చేయడానికి శక్తివంచన లేకుండా కృషి చేసిన ప్రముఖుల్ని చెప్పుకోటం సముచితం.

---

38. *EA.* IV, pp 100 ff.
39. *SII.* X, 305.
40. *Carpus* III, p. 32.

1. గంగాధరుడు: బ్రాహ్మణుడైన గంగాధరుడి ఇంటి పేరు వెల్లకి. తాను చిన్న తనంలోనే కాకతి ప్రోలయ (రెండవ) ఆస్థానంలో చేరినట్టు క్రీ. శ. 1172 నాటి కరీంనగర్ శాసనం[41]లో గంగాధరుడు స్వయంగా పేర్కొన్నాడు. గంగాధరుడి గుణగణాలకు మెచ్చిన ప్రోలయ అతనిని అనుమకొండ పట్టణాధికారిగా నియమించాడు. అక్కడి నుంచి తన ప్రతిభా వ్యుత్పత్తులతో గంగాధరుడు క్రమంగా ఎదుగుతూ రుద్రదేవుడి హయాం నాటికి మంత్రి అయ్యాడు. పొలవాస రాజులయిన మేడరాజు, దొమ్మరాజులపై ప్రోలయ, రుద్ర దేవుడు జరిపిన యుద్ధాలలో గంగాధరుడు చురుకుగా పాల్గొన్నట్టు తెలుస్తోంది. రుద్ర దేవుడు గంగాధరుడిని నగునూరు రాజధానిగా గల సబ్బిమండలానికి (ఇది ప్రస్తుతం కరీంనగర్ సమీపాన ఉంది) పాలకునిగా చేసినట్టు పైన చెప్పిన కరీంనగర్ శాసనం తెలియజేస్తోంది. గంగాధరుడు తన కాలంలో వివిధ ప్రాంతాల్లో అనేక దేవాలయాలు కట్టించినట్టు చెపుతారు. వాటిలో అనుమకొండలోని ప్రసన్న కేశవాలయం ప్రసిద్ధి చెందింది. అయితే ఇప్పుడా ఆలయం లేదు. గంగాధరుడు నగునూరులో శివాలయాన్ని, అనుమకొండ సమీపాన ఉన్న పద్మాక్షి కొండపై, బుద్ధుని ఆలయాన్ని, జైన (బసది) సత్రాన్ని కట్టించాడు. ఈయన కొన్ని చెరువులు కూడా తవ్వించాడు.

2. జాయసేనాపతి: జాయప సేనానిగా పేరొందిన ఈయన వేంగి మండలంలో దివి (ద్వీపం) కి చెందిన అయ్య కుటుంబీకుడు. తన తూర్పు జైత్రయాత్రలో భాగంగా వెలనాటి రాజ్యపాలకుడు పృధ్వీశ్వరుడిని జయించిన గణపతి దేవుడు అక్కడి స్థానిక నాయకులనేకమందిని తన అధీనంలోకి తెచ్చుకున్నాడు. అప్పట్లో కృష్ణాడెల్టా ప్రాంతం అయ్యనాయకుడు పినచోడి పాలనలో ఉండేది. అతను వెలనాటి పృధ్వీశ్వరునికి విధేయుడు. తన తల్లి వెలనాటి ప్రభువు మేనకోడలని జాయ సేనాని తన చేబ్రోలు శాసనంలో పేర్కొన్నాడు; ఆ ప్రభువు బహుశా రెండవ రాజేంద్ర చోళుడు కాని, అతని కుమారుడు మూడవ గొంక కాని అయి ఉండవచ్చు. సుహృద్భావ సూచకంగా గణపతి దేవుడు పినచోడి కుమారుడైన జాయను తన కొలువులో చేర్చుకున్నాడు. పిన్న వయసులోనే తనను చేరిన జాయపట్ల అతను పితృవాత్సల్యాన్ని ప్రదర్శించే వాడు. గణపతి దేవుడు తనను విద్యాభ్యాసం కోసం గుండామాత్యునికి అప్పగించాడని జాయప సేనాని తన **నృత్త రత్నావళి**లో పేర్కొన్నాడు. చదువు పూర్తయిన తర్వాత జాయను **గజ సాధనిక** (గజదళ సేనాని) పదవిలో నియమించాడు. క్రీ. శ. 1209-10ల మధ్య జాయపుడు చందవోలు రాజధానిగా వెలనాడు ప్రాంతాన్ని పాలించినట్టు కొన్ని శాసనాలను బట్టి తెలుస్తోంది. ఆ తర్వాత జాయప కాకతీయుల ఆస్థానంలో (ఓరుగల్లు) మంత్రి అయ్యాడు. మంత్రి అయినా కూడా ఆయన జాయప సేనానిగానే ప్రసిద్ధుడయ్యాడు. జాయపసేనాని ప్రతిభ వల్లే గణపతి దేవుని దక్షిణదేశ జైత్రయాత్ర విజయవంతమయిందని గణపేశ్వరం,[42] చేబ్రోలులలో జాయపుడు

---

41. *IAP.* Kn., No. 25.
42. *EI.* III. pp 82-89.

వేయించిన శాసనాలు తెలియజేస్తున్నాయి. జాయపుడు ఏనుగులకు శిక్షణ ఇవ్వటంలోను, లలిత కళల్లోను ఎంతో ప్రావీణ్యం ఉన్నవాడని ఆ శాసనాలు పేర్కొన్నాయి.[43] నాట్య కళపై సంస్కృతంలో జాయపుడు రాసిన **నృత్త రత్నావళి** ఓ ప్రామాణిక గ్రంథం. జాయపుడు **గీత రత్నావళి** (సంగీత శాస్త్రం), **వాద్య రత్నావళి** (వాద్యశాస్త్రం) అన్న మరో రెండు గ్రంథాలు కూడా రచించాడంటారు. అయితే ఈ రెండు పుస్తకాలు ఇప్పుడు మనకి లభించడం లేదు.[44]

3. ఏకామ్రనాథ ఆలయంలో శాసనం వేయించిన సామంత భోజుడు కూడా కాకతి గణపతి దేవుడి హయాంలో పేరు పొందిన నాయకుడు. క్రీ. శ 1249లో గణపతి దేవుడు కాంచిని జయించడం వెనుక ఈ సామంత భోజుని సామర్థ్యం ఉంది.[45]

4. గణపతి దేవునికి సహాయసహకారాలు అందించిన వారిలో కొందరు యాదవులు కూడా కనిపిస్తారు. గణపతి దేవుడు వెలనాడుపై జరిపిన దాడిలో జైత్రపాల వంశానికి చెందిన విశ్వనాథ దేవుడనే యాదవ రాజు కూడా పాల్గొన్నాడని, అతని సేవకు మెచ్చి గణపతి దేవుడు విశ్వనాథ దేవుడిని **పృథ్వీశ్వర శిరఃకందుక క్రీడా వినోద** అన్న బిరుదుతో సత్కరించాడని నల్లగొండ జిల్లాలో బయల్పడిన (ప్రచురితం కాని) ఒక శాసనంలో ఉంది. ప్రస్తుతం నల్గొండ జిల్లాలో ఉన్న ఒక ప్రాంతాన్ని కూడా విశ్వనాథ దేవుడు పాలించినట్టు తెలుస్తోంది.[46]

చక్రనారాయణ కుటుంబానికి చెందిన సారంగదేవుడనే వ్యక్తి గణపతికి సామంతునిగా ప్రస్తుత ప్రకాశం జిల్లాలో పాలించినట్టు తెలుస్తోంది.[47]

అక్షయ చంద్ర దేవుడనే రాజు ప్రస్తుతం కరీంనగర్ జిల్లాగా ఉన్న ప్రాంతాన్ని పాలించాడని కరీంనగర్ జిల్లాలో బయల్పడిన క్రీ. శ.1246 నాటి తామ్ర శాసనం పేర్కొంటోంది.[48]

నల్గొండ జిల్లా పేరూరులో ఉన్న స్వయంభూ సోమనాథేశ్వరునికి మహామండలేశ్వర ప్రతాప చక్రవర్తి విజయ పెర్మాడి దేవరాజు భూములను మాన్యాలుగా ఇచ్చినట్టు పేరూ

---

43. *Ibid.* VI p. 142 ff, and VI pp. 38 ff
"మంత్రీ కార్య నిరూపణే ప్రియ సుహృద్ విస్రంభ సంభాషణే
కావ్యారంభ విధౌ కవి స్సహచర స్సంగీత సంపాదనే।
కర్తా శిల్ప కలాకలాప విషయే సంప్రేషణే కింకరో -
యుద్ధే యశ్చలమత్తిగండ నృపతేరగ్రేసరోవర్తతే॥"
44. V. Raghavan (ed) *Nrittaratnavali,* Madras Govt, Oriental Series No. C. VII.
45. *IA*. XXI, p. 197.
46. *APRE.* 1966, No. 273.
47. *NDI*- I. Cp. No. 17.
48. *IAP. Kn.*, Appendix.

రులో బయల్పడిన క్రీ. శ. 1260 నాటి శాసనం[49] తెలియజేస్తోంది. ఈ విజయ పెర్మాడి దేవరాజు జైతుగి కుమారుడైన యాదవ సింహుని కుమారుడని చెపుతారు. ఆసక్తికరమైన విషయం ఏమిటంటే ఈ యాదవ రాజు గణపతి దేవుని రాజ్యంలో అంతటా బ్రాహ్మణులకు, దేవాలయాలకు భూములు, ఇతర బహుమానాలు ఇవ్వడం.

రుద్రమ దేవి హయాంలో జైత్రపాల వంశానికి చెందిన సారంగపాణిదేవుడనే యాదవ రాజు పానగల్లు రాష్ట్రాన్ని పాలించినట్టు పానగల్లు శాసనం[50] చెపుతోంది. అలాగే, రుద్రమ దేవి రెండవ అల్లుడయిన ఎల్లణ దేవుడు ఇప్పటి గుంటూరు జిల్లాలో కొంత ప్రాంతాన్ని పాలించినట్టు ఆల్లపాడు తామ్ర పత్రాన్ని బట్టి తెలుస్తోంది.[51] సింద కుటుంబానికి చెందిన మహామండలేశ్వర భైరవుడు రుద్రమ దేవి సామంతునిగా బీదర్ ప్రాంతాన్ని ఏలినట్టు బీదర్ శాసనంలో ఉంది.[52]

5. **చోళ ప్రముఖులు:** చోడ వంశస్థుడయిన మనుమసిద్ధి తదనంతరం మన్మగండ గోపాల చోళుడు నెల్లూరు సింహాసనానికి వారసుడయ్యాడు. గణపతి దేవుని హయాంలో తిక్క ఆయన కుమారుడు మనుమసిద్ధిలను కాయస్థ సామంతుడు నెల్లూరు సింహాసనంపై కూర్చోపెట్టాడు. ప్రతాపరుద్రుని సేనాని అయిన ముప్పిడి నాయకుడు మనుమగండ గోపాలుడిని కాంచి పీఠంపై ప్రతిష్ఠించాడు; ప్రతాపరుద్రుని తరఫున ముప్పిడి నాయకుడు కాంచీలోని పాండ్యులను, వారి అనుయాయులను ఓడించి అక్కడ గోపాలుడిని నియమించాడు.

అప్పట్లో దర్శి తాలూకాలో (ప్రస్తుతం ప్రకాశం జిల్లాలో ఉంది) మల్లిదేవ మహారాజు పాలన సాగిస్తుండేవాడు. అతను తెలుగు చోడుల కుటుంబానికి చెందిన వాడు. కాకతీయులకు ఈయన సామంతునిగా ఉన్నట్టు ఆనాటి శాసనాలు పేర్కొంటున్నాయి.[53]

6. కాకతీయుల కాలంలో పేరొందిన మహా ప్రధానుల్లో బెండపూడి అన్నయామాత్యుడు ఒకరు. కంపిలిపై, మహమ్మదీయులపై కాకతీయులు జరిపిన పోరాటాల్లో అన్నయామాత్యుడు కీలక భూమిక పోషించాడు. కాకతీయుల గజదళానికి ఇతడు కూడా ఒక అధిపతి. **ఆంధ్ర రాయ స్థాపనాచార్య, వీర రుద్ర దక్షిణ భుజాదండ** అనేవి ఈయన బిరుదులు.[54]

7. **ముప్పిడి నాయకుడు:** కాకతీయుల మహాప్రధానులలో పలుకుబడి కలిగిన ప్రసిద్ధుడు ముప్పిడి నాయకుడు. ప్రతాపరుద్రుని సేనానిగా, అతని కార్యకర్త లేక ప్రతినిధిగా వ్యవహరించాడు.[55] పంచ పాండ్యులపైన, వారి సామంతుడైన కేరళ రాజుపైన సాధించిన

49. N.Venkataramanayya; *Perur Inscriptions,* No. 12.
50. *Corpus* II, p. 98.
51. N. Ramesan. C.P.*Inscriptions of Hyderabad Musuem* I, pp. 109 ff.
52. PVP Sastry; *Select Epigraphs of A.P.,* No. 19
53. *NDI.*, D. 6
54. *JDHC,* II - 1, p. 51.
55. *NDI,* K. 84. D. 35.

అద్భుత విజయంతో ముప్పిడి నాయకుడు గుర్తింపు పొందాడు. తెలుగు చోడులకు చెందిన మనుమగండ గోపాలుడిని కాంచి సింహాసనంపై పతిష్ఠించింది ముప్పిడి నాయకుడే.

8. **సోమయాజుల రుద్రయ్య:** కాయస్థ నాయకుడు అంబదేవునిపై ప్రతాపరుద్రుడు దాడికి వెడలినప్పుడు కాకతీయ సైన్యానికి సర్వసైన్యాధ్యక్షునిగా ఉన్నది ఈ సోమయాజుల రుద్రయ్య. ఆ యుద్ధంలో అడిదము మల్లు రుద్రయ్యకు సహాయకునిగా ఉన్నాడు.[56] రుద్రయ్య త్రిపురాంతకం ప్రాంతానికి పాలకునిగా ఉన్నట్టు ఆయన వేయించిన త్రిపురాంతకం శాసనాన్ని బట్టి తెలుస్తోంది.

9. **గొంకయ రెడ్డి:** పెదకల్లు తదితర దక్షిణ రాష్ట్రాలకు పాలకునిగా ఉన్న జుట్టయ లెంక కుమారుడు ఈ గొంకయ రెడ్డి. క్రీ. శ. 1314లో జరిగిన గండికోట యుద్ధంలో ఈయన కాకతీయ సైన్యానికి సర్వాధికారిగా ఉన్నాడు. తదనంతరం ఆ ప్రాంతానికి పాలకునిగా నియమితుడయ్యాడు. రాజంపేట, ఉప్పరపల్లిలలో ఆయన వేయించిన శాసనాలు ఈ సంగతిని వెల్లడిస్తున్నాయి.[57]

10. **మారయసాహిణి:** కాకతీయుల అశ్వదళాధిపతుల్లో ప్రముఖుడు **మారయ సాహిణి.** తెలుగులో **భాస్కర రామాయణం** రచించిన వారిలో ఇతని కుమారుడు కుమార రుద్రదేవుడొకడు.

11. **గోన విఠలుడు:** ప్రతాప రుద్రుడి సేనాధిపతుల్లో ప్రముఖుడీయన. సేవుణులపై జరిగిన దాడిలోను, రాయిచూరు, ఆదవాని, తుంబలం కోటల స్వాధీనంలోను గోన విఠలుడు కీలకపాత్ర వహించాడు. ఇప్పటి మహబూబ్‌నగర్ జిల్లాలో ఉన్న కందూరు నాడులోని వర్ధమాన పురాన్ని గోనవిఠలుడు పాలించాడు.

12. **దేవరి నాయకుడు:** ప్రతాప రుద్రుడి సైన్యాధిపతుల్లో మరో ముఖ్యుడీయన. పాండ్యులతో జరిగిన యుద్ధంలో దేవరి నాయకుడు ప్రముఖ పాత్ర వహించాడు. దేవరి నాయకుడు పంచ పాండ్యులను, వారి సామంతుడైన కేరళ రాజును ఓడించాడు. పాండ్య సింహాసనంపై సుందర పాండ్యుడిని ప్రతిష్ఠించాడు. దేవరి నాయకుడు కొచ్చెర్లకోట, మాచర్ల ప్రాంతాలను పాలించాడు.[58] ఇతనికి **కాకెత రాజ్య స్థాపనాచార్య** అనే బిరుదు ఉంది.

13. **లెంకలు:** ప్రతాప రుద్రుడి కాలంనాటి కొన్ని శాసనాలు **లెంక** పదవులు చేపట్టిన వారు కొందరున్నట్టు పేర్కొంటారు. వీరిలో జుట్టయ**లెంక** గొంకారెడ్డి ఒకడు. అతని సోదరుడు రుద్రయ **లెంక.**[59] ఈ కోవకు చెందిన మరికొందరిలో **మహారాయ సకల సేనాధిపతి** సోమయ **లెంక,** అతని కుమారుడు పోచు**లెంక** లున్నారు.[60] మాయిదేవ

56. *SII.* X. 469, 479, 480.
57. *Ibid,* 528, 536
58. *Ibid,* 505.
59. *AR* 1939. 40, No. 5.
60. *SII.* X, 522, 523.

లెంక నాయంకర హోదాలో కొండూరును పాలించాడు.[61] కొప్పరం ప్రాంతాన్ని నాయంకర హోదాలో నలుగురు **లెంకలు** – తిక్కయ రుద్రయ **లెంక,** మారయ **లెంక,** పిచ్చయ **లెంక,** రుద్రయ **లెంక** – పాలించినట్టు కొప్పరం శాసనం[62]లో పేర్కొన్నది.

14. **నాగయ గన్నయ:** ప్రముఖ తెలుగు కవి మారన తన **మార్కండేయ పురాణంలో** ప్రతాప రుద్రుడికి సేవలందించిన కొందరిని పేర్కొన్నాడు. వారిలో నాగయ గన్నయ ఒక అధికారి. **నాయక** హోదా పొందిన గన్నయ **కటక పాలుడిగా** (కాకతీయుల రాజధాని రక్షకుడు) పని చేశాడు. కాకతీయుల చరిత్ర రాసిన తరవాతి రచయితలు ఇతనిని 'కన్ను' లేక 'కత్తు' అధికారిగా గుర్తించారు. ముస్లిం చరిత్రకారుడు షమ్స్ – ఇ – సిరాజ్ అఫిఫ్ రచనల ప్రకారం ఢిల్లీ సుల్తాను ప్రతాప రుద్రుడిని బంధించి తనతో తీసుకు వెళ్ళినప్పుడు అతనితోపాటు గన్నయ కూడా ఉన్నాడు. మధ్య దారిలోనే ప్రతాప రుద్రుడు మరణించ డంతో గన్నయ ఇస్లాం మతం తీసుకున్నాడు. దాంతో మహమ్మద్ బీన్‌తుగ్లక్ గన్నయ పేరును మాలిక్ మక్బుల్ తిలింగిగా మార్చాడు.[63]

✪✪✪

61. *Ibid.,* 521.
62. *Ibid.,* 53.
63. *EHD,* p. 664.

అధ్యాయం-11

పరిపాలన

1. రాజధాని - కోట:

అనుమకొండ: అనుమకొండలో స్థిరపడిన మొదటి కాకతీయరాజు గరుడ బేతరాజు (మొదటి బేతరాజు). రాష్ట్రకూట రాజు మొదటి అమోఘవర్షుని 58వ రాజ్య సంవత్సరం (క్రీ. శ. 872)[1]లో వేసిన ఒక శాసనంలో అన్మకొండ ప్రసక్తి ఉంది. చాళుక్యరాజు సత్యాశ్రయ భీమరసుడు ఈ శాసనం వేయించాడు. ఇతను రెండవ తైలరాజు ముత్తాత అని రూగి శాసనం[2] వల్ల తెలుస్తున్నది. ఈ శాసనం వల్ల గణపతిదేవుని కాలపు బయ్యారం శాసనంలో చెప్పినట్లు మొదటి బేతరాజు తన శత్రువులయిన అనుమ, కొండలను చంపి అనుమకొండను తన రాజధానిగా చేసుకున్నాడనడం కేవలం కల్పన మాత్రమే. మొదటి బేతరాజు అనుమకొండను రాజధానిగా చేసుకోవడం మాత్రం వాస్తవం. ఈ పురాతన నగరం రాష్ట్ర కూటులకాలం నుండీ జైన కేంద్రంగా ఉండడమేకాక కాకతీయ రుద్రదేవుడు స్వతంత్రుడయ్యేదాకా కాకతీయుల రాజధానిగా విలసిల్లింది. వేయి స్తంభాలగుడి, ప్రసన్న కేశవాలయం, గుట్టమీద పద్మాక్షి దేవాలయం, బేతేశ్వర, ప్రోలేశ్వర దేవాలయాలు నాటివే. ఒక పాతకోట శిధిలాలు కూడా ఇక్కడ కనిపిస్తున్నాయి.

ఓరుగల్లు: తన రాజధాని రక్షణకోసం ఒక బలమైన కోట అవసరాన్ని రెండవ ప్రోలుడు వెంటనే గుర్తించాడు. అందువల్ల అనుమకొండకు సుమారు 5 కిలోమీటర్ల దూరంలో నూతన దుర్గ నిర్మాణానికి ఒక విశాలమైన స్థలాన్ని ఎంపికచేశాడు. ఇక్కడ ఒక పెద్ద బండరాయి వంటి గుట్ట ఉండడం చేత దీన్ని ఒంటికొండ, ఒరుంగల్లు అన్నారు. దీన్నే సంస్కృతీకరించి ఏకశిలానగరమని పిలిచారు. రెండవ ప్రోలరాజు రథంపై ప్రయాణిస్తూ ఒక **పర్శవేది** (స్పర్శవేది/ పరుసవేది)ని కనుక్కున్నాడనీ, దాని ప్రాధాన్యాన్ని గుర్తించి దాని మీద ఒక శివాలయాన్ని నిర్మించాడనీ చెప్తారు. అప్పటి నుండి ఈ దేవాలయాన్ని స్వయంభూ శివాలయమని పిలుస్తున్నారు. స్వయంభూదేవుడు కాకతీయుల కులదైవమయ్యాడు. ఈ దేవాలయం చుట్టూ కోట నిర్మాణాన్ని రుద్రదేవుడు ప్రారంభించాడు. తరువాత గణపతి దేవుడు చేపట్టి దుర్గ నిర్మాణాన్ని పూర్తిచేశాడు.

ఓరుగల్లు కోటకు మూడు గోడలున్నాయి. మొదటిది మట్టిగోడ. ఇది కర్వర్తి, కాజీపేట, అనుమకొండలను చుట్టుముట్టి ఉంటుంది. పది అడుగుల ఎత్తు ఉండే ఈ గోడ పలు ప్రదేశాలలో కూలిపోయి తేలికగా గుర్తించరాకుండా పోయింది. రెండో కోట ఓరుగల్లు వెలుపలి మట్టికోట. నాలుగు ముఖ్యమైన చోట్ల ఈ కోటకు నాలుగు ద్వారాలున్నాయి. ఈ కోట చుట్టూ లోతైన అగడ్త ఉంది. ఈ లోతైన అగడ్తను దాటి 20 అడుగుల ఎత్తు ఉన్న

---

1. *IAP. Wg.*, No. 1
2. *SII.* XX, 19.

వరంగల్లు కోట

(స్కేలు ప్రకారం గీయలేదు)

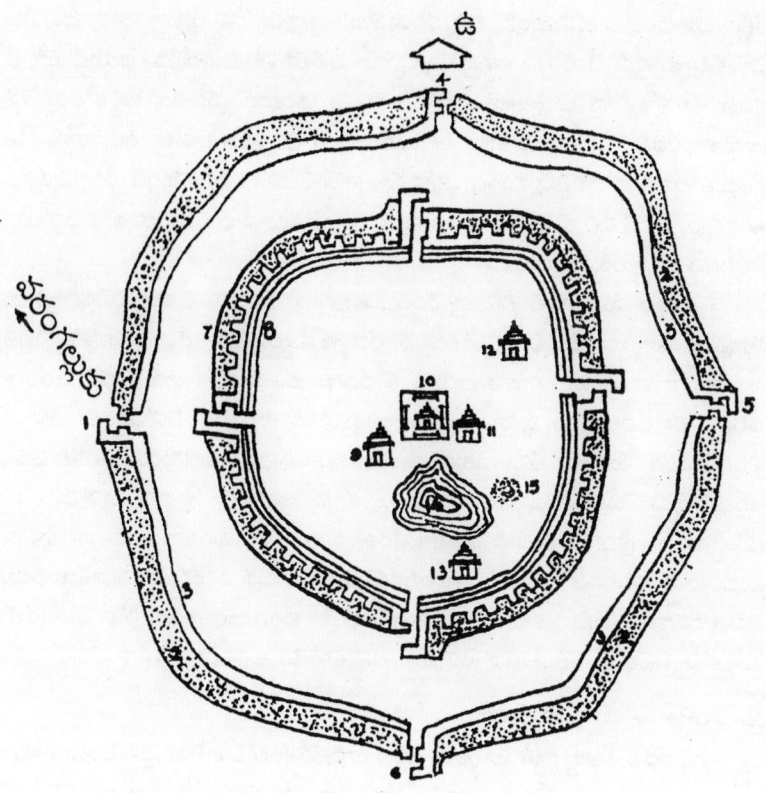

1. పశ్చిమద్వారం
2. వెలుపలి అగడ్త
3. మట్టికోట
4. ఉత్తర ద్వారం
5. తూర్పు ద్వారం
6. దక్షిణ ద్వారం
7. లోపలి అగడ్త, బురుజులు
8. లోపలి కోట (కంచుకోట) రుద్రమదేవి మెట్టు
9. శంభుని గుడి
10. స్వయంభూ శివాలయం, నాలుగు తోరణ ద్వారాలు.
11. విష్ణ్వాలయం
12. వెంకటేశ్వరాలయం
13. నేల శంభునిగుడి
14. చెరువు
15. ఒంటి కొండ (ఏకశిల)

మట్టికోటను దాటడం శత్రువులకు దుస్సాధ్యం. శత్రువులు కోటలోకి ప్రవేశించకుండా ఆనాడు ఇక్కడ మరెన్ని జాగ్రత్తలు తీసుకున్నారో మనకు తెలియదు. ప్రస్తుతం మట్టికోట లోపల పాత పట్టణం ఉంది. ఈ కోటనుండి ఒక ఫర్లాంగు లోపలికి వెళితే అక్కడ రాతితో కట్టిన మూడో కోట కనిపిస్తుంది. దీన్ని **కంచుకోట** అంటారు. దీని చుట్టూ కూడా మట్టికోట వెలుపలి అగడ్తకంటే లోతైన అగడ్త ఎల్లప్పుడూ నీటితో నిండి ఉండేది. బయటి కోటల కంటే ఈ కోటమీద బురుజులు ఎక్కువ. తెలుగు గ్రంథాల ప్రకారం ఈ కోటకు 72 బురుజులుండేవి. సేనా నాయకులు ఈ బురుజులకు ఎప్పుడూ కాపలా ఉండేవారు. ఈ కంచుకోటపైకి లోపలివైపు నుండి ఎక్కవచ్చు కాని వెలుపలి వైపు నుండి దీన్ని ఎక్కడం అసాధ్యం. ఈ లోపలి కోటలో రాజాంతఃపురం, స్వయంభూనాధ దేవాలయం, పరిపాలనా సంబంధ కార్యాలయాలు ఉండేవి.

ప్రస్తుతం మట్టి, రాతి గోడలు రెండు, అగడ్తలు, నాలుగు జతల ప్రవేశద్వారాలు మాత్రం ఉన్నాయి. లోపలికి ప్రవేశించిన తర్వాత స్వయంభూ దేవాలయానికి ప్రవేశ ద్వారాలుగా భావిస్తున్న నాలుగు అద్భుత **తోరణాలు** కన్పిస్తాయి. నాడు వైభవోపేతంగా ఉండిన ఈ దేవాలయం మహమ్మదీయుల ఆగ్రహానికి గురై నశించిపోయింది. శిల్పాల విరిగిపోయిన ముక్కలు తప్ప ఇక్కడ మరేమీ కన్పించవు. వీరభద్రుడు, వేంకటేశుడు, శంభుదేవుడు మొదలైన దేవతల ఆలయాలు కూడా ఉన్నాయి. శ్రీనాథ మహాకవి పేర ప్రసిద్ధమయిన **క్రీడాభిరామ**మనే వీధి నాటకంలో కోట వర్ణన వివరంగా ఉంది. వెలిపాలెం, మేదరివాడ, అంగడివీధి, అంగళ్ళు, అంగళ్లలో దొరికే వివిధ వస్తువులు, గజాశ్వశాలలు, వివిధ దేవళాలు, జనుల కట్టుబొట్టూ ఈ గ్రంథంలో వర్ణితమయ్యాయి. **ప్రతాపచరిత్ర**లో మరికొన్ని వివరాలు కూడా ఉన్నాయి కాని అవి కొంచెం అతిశయోక్తులుగా కనిపిస్తాయి.

2. రాజు - మాండలికులు:

పన్నెండవ శతాబ్ది ద్వితీయార్థంలో దక్షిణ భారతదేశంలోని బలీయమైన రెండు సామ్రాజ్యాలు చాళుక్యులు - చోళులు బలాన్ని కోల్పోతూ ఉన్నారు. ఆ సామ్రాజ్యాల స్థానంలో చిన్న రాజ్యాలు ఏర్పడుతున్నాయి. దీర్ఘకాలంగా ఈ రెండు సామ్రాజ్యాల అధీనంలో ఉన్న తెలుగు ప్రాంతాలు దాదాపుగా స్వతంత్రాధికారాన్ని చెలాయిస్తున్న మాండలిక ప్రభువుల అధికారంలోకి వచ్చాయి. కోస్తా ప్రాంతంలో గుర్తింపదగిన ఏకైక ప్రభువు వెలనాటి పృథ్వీశ్వరుడు. గణపతి దేవుడు తన తొలి పాలనా సంవత్సరాలలోనే ఈ బలవంతుడయిన మాండలిక ప్రభువును అంతంచేసి అతని రాజ్యాన్ని కాకతీయ రాజ్యంలో కలుపుకున్నాడు. తక్కిన మాండలికులంతా కాకతీయుల మిత్రులో బంధువులో అయ్యారు. ఒక విధమయిన స్వాతంత్ర్యాన్ని అనుభవిస్తున్న ఈ ప్రభువుల మీద గణపతిదేవుని సార్వభౌమత్వం నామ మాత్రమే. క్రీ. శ. 1070 - 1200 నడుమ చాళుక్య - చోళ కాలంలో ఈ మాండలికుల పరిస్థితి ఎలా ఉందో అలాగే కొనసాగనిచ్చాడు గణపతిదేవుడు. గణపతి దేవుని పరిపాలనా కాలంలో ఈ ప్రాంతంలో వేసిన శాసనాలెన్నిటిలోనో గణపతిదేవుని ప్రసక్తి లేదు. కాకతీయ రాజ్యం నడిబొడ్డున ఉన్న నతవాడి సీమను పాలించే చాగి వంశ ప్రభువులు తమ

శాసనాలలో ఏ కాకతీయ రాజునూ పేర్కొనలేదు. కోన మండలాన్ని పాలించిన హైహయులు, నెల్లూరు చోళులు, కొండపడమటి పరిచ్ఛేదులు ఈ తరగతిలోకే వస్తారు. కాకతీయులు తమ సార్వభౌమత్వాన్ని చాటుకోలేదు. వారి ప్రశస్తిలో ఆ రోజుల్లో మాండలికులు కూడా తమ శాసనాల్లో తగిలించుకునే **మహారాజాధి రాజ రాజపరమేశ్వరాది** బిరుదుల్ని పేర్కొనలేదు. కాకతీయ రాజులు తమ మాండలికులతో నెరపిన ఈ విశిష్ట సంబంధాన్ని పరిశీలించినప్పుడు వారు సామ్రాజ్యవాదానికి భిన్నమైన కొత్త రాజకీయ వ్యవస్థను ఏర్పరచడానికి ప్రయత్నించారేమోనన్న భావన కలుగుతుంది. సైన్య విషయాలలో తప్ప మాండలికులకు సర్వస్వాతంత్ర్యం ఉండింది. వీళ్ల అధికారం అవసరానికి మించి పెరగకుండా చూసుకోవడమే రాజు బాధ్యత. నియోగిత అధికారులు రాజ్యమంతటా ఉండేవారు. ఒక మాండలికుడు వెలుపలి శత్రువులతో కలసి రాజుపై తిరగబడ్డ సంఘటన ఒక్కటి మాత్రమే కనిపిస్తుంది. కాయస్థుడయిన అంబదేవుడు రుద్రమదేవికి ఎదురుతిరిగి క్రీ. శ. 1290లో స్వాతంత్ర్యం ప్రకటించాడు. ఆ విధంగా శాసనాలు, మాండలికులతో వారి సంబంధాల స్వభావమూ పరిశీలిస్తే కాకతీయులు పరిమితమయిన కేంద్ర అధికారాలతో ఒక వికేంద్రీకృత పాలనా వ్యవస్థ వైపు మొగ్గుచూపినట్లు తెలుస్తుంది. వాళ్లు **మహామండలేశ్వరులు**గానే ఉన్నారు తప్ప తమ సార్వభౌమాధి కారాన్ని నెరపుకొనే ప్రయత్నం చేయలేదు.

ఈ అభిప్రాయానికి కారణాలు: (1) వాళ్ల ప్రశస్తిలో సామాన్యమైన బిరుదులు మాత్రమే ఉన్నాయి. ఏమీ ప్రాధాన్యం లేని ఈ బిరుదులలో కూడా స్థిరత్వంలేదు. ఒకే ఒక స్థిరమైన బిరుదం **మహామండలేశ్వర.** (2) సామంత రాజులమీద సార్వభౌమాధికారాన్ని నెరపలేదు. తోటి రాజులుగా చూశారు. వారిలో కొందరు కాకతీయ రాజును తమ ప్రభువుగా కూడా శాసనాలలో ప్రకటించుకోలేదు. (3) కాకతీయులు తాము జయించిన ప్రాంతాలలో స్థానికాచారాలను తిరస్కరించలేదు. ఉదాహరణకు జాయప నాయకుడంతటి వాడు శా. శ. 1175కు సరి అయిన క్రీ. శ. 1253లో దాక్షారామ భీమేశ్వరునికి దీపారాధన కోసం దానం చేస్తూ త్రిభువన చక్రవర్తి రాజాధిరాజు[3] 37వ రాజ్య సంవత్సరాన్ని పేర్కొన్నాడు. వాస్తవానికి అది మూడవ రాజరాజు 37వ రాజ్యసంవత్సరం. అప్పుడు పరిపాలిస్తున్నది మూడవ రాజరాజే. అదే విధంగా కాకతీయ మంత్రి ఇందులూరి గన్నయ దాక్షారామంలోనే శాసనం[4] వేస్తూ శా. శ. 1215కు సరి అయిన క్రీ. శ. 1293ను రాజాధిరాజు 76వ రాజ్య సంవత్సరంగా పేర్కొన్నాడు. ఈ శాసనం నాటికి ఈ ఇద్దరు చోళరాజులూ జీవించి లేరు. అయితే ఈ కాకతీయ మంత్రి మాత్రమే ఈ సంప్రదాయాన్ని పాటించినట్లు కన్పిస్తుంది. తెలుగుదేశంలో చోళుల రాజ్యాధికారం అంతకు చాలా ముందే నశించిపోయింది. వాస్తవానికి కాకతీయుల అధికారంలో జాయప నాయకుడు ఆనాడు వెలనాడును పరిపాలిస్తున్నాడు. అప్పటికి దాక్షారామం మీద చోళుల అధికారం ఉందనడానికి ఎటువంటి ఆధారాలూ లేవు. అయితే ఈ సంప్రదాయానికి భిన్నంగా అనంతపాల

3. *SII.* IV, 1045.
4. *Ibid.,* 1307.

దండనాయకునితో సహా పశ్చిమ చాళుక్య సామంతులంతా దాక్షారామంలోని తమ శాసనాలలో చోళరాజుల రాజ్య సంవత్సరాలను పేర్కొనకుండా చాళుక్య విక్రమ శకాన్ని మాత్రమే పేర్కొన్నారు.

దీన్ని గణపతిదేవుని బలహీనతగా భావించకూడదు. ఎందుకంటే అంతకుముందే గణపతిదేవుడు కాంచిపై విజయం సాధించాడు. అతని మంత్రి సామంత భోజుడు కాంచీ నగరంలో శా. శ. 1172కు సరిఅయిన క్రీ.శ. 1249లో చోళరాజు రాజ్య సంవత్సరాన్ని పేర్కొనకుండానే శాసనం వేశాడు.[5] దాక్షారామంలో చోళరాజు రాజ్య సంవత్సరాల్ని పేర్కొనడానికి వేరొక కారణం ఉండి ఉండాలి. ఆ ప్రాంతంలోని **మాండలికులతో** గణపతి దేవుని రాజకీయ సంబంధాలు అంత సజావుగా ఉండి ఉండవు. హైహయ వంశానికి చెందిన కోన నాయకులు, పీఠాపురాన్ని పాలించే చాళుక్య ప్రభువులు గోదావరీ ప్రాంతంలో చోళ ప్రభువుల ఛాయామాత్ర ఆధిపత్యంలో ఇంకా అధికారాన్ని చెలాయించగలుతూ ఉన్నారు. తాము స్వాతంత్ర్యం ప్రకటించుకుంటే తూర్పున కళింగ రాజులతోగాని పడమట కాకతీయ చక్రవర్తితో గాని వైరం తలఎత్త వచ్చుననే భయం వారికి ఉండి ఉంటుంది. కాకతీయులు కళింగులతో వైరం పెట్టుకొనే బదులు కోన ప్రభువులను యథాప్రకారం కొనసాగనిచ్చారు. గణపతి దేవుడు కళింగదేశం మీద దండెత్తినట్లు ఉప్పరపల్లి శాసనం[6] చెప్తున్నప్పటికీ ఆ దండయాత్రవల్ల ఆయనకు రాజ్య లాభం కలిగిందని చెప్పడానికి ఆధారా లేమీ లేవు. పైగా గాంగ నరసింహరాజు చేతిలో ఓటమి పాలై ఉండవచ్చునన్న అనుమానం కూడా ఉంది. దాక్షారామానికి అవతల తూర్పున కాకతీయ శాసనాలు లభించకపోవడం దీనికి ఒక నిదర్శనం. ఈ పరిస్థితులలో **మాండలికుల** పట్ల ఉదారంగా వ్యవహరించడం గణపతిదేవుని తెలివైనపని. సామ్రాజ్య విస్తరణ కంటే భిన్నమైన కారణం ఉందనడానికి ఇది ఒక ఆధారం. వెలనాటి పృథ్వీశ్వరుని మీద విజయం అతను మరింత బలవంతుడై కాకతీయ రాజ్యానికే ముప్పుగా మారకుండా చేయడం. పృథ్వీశ్వరుని జయించి గోదావరి నుండి పెన్న దాకా కోస్తా ప్రాంతాన్ని గణపతిదేవుడు తన రాజ్యంలో కలుపుకున్నాడు. కాంచీపురం, కడపల మీద అతని దండయాత్ర నెల్లూరును పాలించే చోళరాజు మనుమ సిద్ధికి సహాయం చేయడం కోసం. ఈ జయించిన ప్రాంతాలలో కూడా **మాండలికుల** మీద ఆధిపత్యాన్ని నెరపడానికి గణపతిదేవుడు ప్రయత్నించ లేదు. వాళ్లకు స్వేచ్ఛనిచ్చాడు. కొలను, కోన ప్రాంత ప్రభువులు గణపతిదేవునికి ఎప్పుడయినా కప్పం కట్టారా అన్నది కూడా సందేహాస్పదమే. అప్పటికి బాగా నాటుకొనిపోయిన **మాండలిక** వ్యవస్థలో గణపతి దేవుడు జోక్యం చేసుకోలేదు.

ఈ విధంగా గతంలోని చాళుక్య, చోళుల సామ్రాజ్య విధానం వికేంద్రీకృత రాజరి కంగా తెలుగుదేశంలో రూపొందింది. దక్షిణ భారతదేశ చరిత్రలోనే ప్రప్రథమంగా కాక తీయరాజులు కావాలనో, మరో కారణంగానో ఆడంబరం, పెద్దపెద్ద బిరుదులు, ఆధి

---

5. *IA,* XXI, p. 197.
6. *IAP, Kn.,* No. 30.

పత్యాన్ని రుద్దడం లేని ఒక కొత్త రాజకీయ వ్యవస్థను ప్రోత్సహించారు. చివరికి ఎంతో విధేయులయిన సామంతులు కూడా కొందరు తమ శాసనాలలో చక్రవర్తి పేరును పేర్కొనడం మానివేశారు. ఉదాహరణకు చెరకు వంశ సామంతుల్ని తీసుకోవచ్చు. రుద్రదేవుని పరిపాలనా కాలం నుండి కాకతీయులను సేవిస్తున్న వీరు అమరాబాదులో వేసిన శాసనాలలో కాకతీయ ప్రభువుల పేర్లను పేర్కొనలేదు.[7] చాలా మంది సామంతులు, అప్పుడప్పుడు అధికారులు కూడా తమ శాసనాలలో తమ ప్రభువు పేరును పేర్కొనే ఆచారాన్ని పాటించలేదు. అయినా విధేయత చూపడంలో వారు ఎవరికీ తీసిపోయిన వారు కాదు. ఇటీవలే కరీంనగరులో లభించిన ఒక తామ్ర శాసనం గణపతిదేవుడు వేసినదే పరాభవ నామసంవత్సరం విక్రమ శకం 1303ను పేర్కొన్న తర్వాత ఆయన పాలన గురించి **కాకతీయ గణపతిదేవే మహీం శాసతి** (కాకతీయ గణపతిదేవుడు భూమిని పాలిస్తూండగా) అని అతిసాధారణంగా పేర్కొంది.[8] కనీసం **మహామండలేశ్వర** అన్న బిరుదం కూడా వాడలేదు. ఒక కాలువ గురించిన వివాదంలో తీర్పునిస్తూ రాజు స్వయంగా వేసిన శాసనం ఇది. అదే విధంగా ప్రతాపరుద్రుని ఉత్తరేశ్వరం దాన శాసనం కూడా ఓరుగల్లు పట్టణాన్ని వర్ణించిన తర్వాత రాజును **తస్యాం అస్తి స వీర రుద్ర నృపతిః ప్రత్యర్థి పృథ్వీపతి స్ఫూర్జద్రత్న కిరీటకోటి విలసత్పదార వింద ద్వయః**'[9] అని వర్ణించింది. మరోవైపున అతి సాధారణ మాండలికులు కూడా తమ ప్రశస్తిని సుదీర్ఘంగా చాటుకుంటూ చక్రవర్తిని **మహామండలేశ్వర** అన్న సామాన్య విశేషణంతో పేర్కొన్నారు.[10] దీన్నిబట్టి కాకతీయ ప్రభువులు **మాండలికుల** పైన తమ అధికారాన్ని రుద్దలేదని తెలుస్తుంది. కొన్ని సందర్భాలలో రాజాధికారులు కూడా తమ రాజు పేరును పేర్కొనక పోవడం గమనార్హం. **మహారాయ సకలసేనాపతి** రుద్రదేవుడు క్రీ. శ. 1297 నాటి దుర్గి శాసనంలో తన ప్రభువు అయిన ప్రతాప రుద్రుని పేర్కొనలేదు.[11] ఈ రుద్రసేనాపతి ప్రతాపరుద్ర చక్రవర్తికి విశ్వసనీయుడయిన సర్వసేనాని. త్రిపురాంతకానికి చెందిన అంబదేవుణ్ణి అణచి వేసినవాడు. అదేవిధంగా గణపతిదేవుని దండనాయకులయిన పెద్దయ, పోతయలు కృష్ణాజిల్లా కోలవెన్నులో వేసిన తమ శాసనంతో తమ ప్రభువును పేర్కొనలేదు.[12] ఇటువంటి సంఘటనలెన్నయినా చెప్పవచ్చు. అధికారుల ఈ నడవడి రాజుపట్ల అవిధేయత కాదు. రాజుకు వారిపైన దృఢమైన నియంత్రణ లేకపోవడం కాదు. వాస్తవానికి కాకతీయుల పతనానికి సామంత దండనాయకుల అంతర్గత తిరుగుబాట్లు, అవిధేయతలు కారణం కాదు. అడ్డుకట్ట వేయలేని మహమ్మదీయుల దాడులే ప్రధాన కారణం.

---

7. *Corpus* III, *Mn.* 4-9.
8. *IAP, Kn.*, Appendix
9. *EI.* XXXVIII, p. 36
10. *IAP. Kn.*, No. 39
11. *SII.* X,482, 483.
12. *Ibid.*, 351, 352.

ఈ విధంగా కాకతీయ పాలనా వ్యవస్థ సామంత భృత్యులతో సంబంధాల విషయంలో వికేంద్రీకృతమయిన అధికారాలకు ప్రాధాన్యం ఇచ్చింది. పాలనా యంత్రాంగాన్నంతా తమ నియంత్రణలోనే పెట్టుకొని భృత్యుల్ని అణచి ఉంచే పద్ధతిని కాకతీయులు విడనాడారు. ఈ కొత్త ప్రయోగం సరయినదేనని వాళ్లు నిరూపించారు. రుద్రమదేవి చివరి రోజుల్లో అంబదేవుని తిరుగుబాటు ఈ విధానానికి ఏకైక అపవాదం. ఎటువంటి పాలనా వ్యవస్థలోనయినా ఇటువంటి సంఘటనలు చెదురుమదురుగా జరుగుతూనే ఉంటాయి.

3. ప్రజలు – ప్రభుత్వం (స్థానిక స్వపరిపాలన):

మనువు, కౌటిల్యుల కాలం నుండి భారతదేశంలో మహర్షులు సూత్రీకరించిన నియమాలే సంప్రదాయానుసారంగా రాజులకు ప్రాథమిక మార్గదర్శక సూత్రాలు. ధర్మశాస్త్రాలలో వైవిధ్యం ఉన్నప్పటికీ నేటి రాజ్యాంగంలోని చట్టాల స్థానాన్ని ఆక్రమించి ఉండేవి. పాలకులూ పాలితులు కూడా ఈ ధర్మశాస్త్రాలను అనుసరించే వారు. రాజు కాని, అతని భృత్యులు కాని పరిపాలనకు సంబంధించిగాని, పౌర విషయాలకు సంబంధించి గాని తమ ఇష్టానుసారం నిర్ణయాలు చేయడానికి వీల్లేదు. రాజు, రాజ భృత్యులు ధర్మశాస్త్రాలు చెప్పిన రాజనీతిని పాటించవలసిందే. రాజు కేవలం ఈ చట్టాలను అమలు చేసేవాడే. తన భృత్యులు ధర్మ సూత్రాలను పాటించేట్లు చూడవలసిన వాడు. కాళిదాసు దిలీపుని పాలన గురించి వర్ణిస్తూ అతని భృత్యులు నలిగిన బాటనుండి రేఖామాత్రం కూడా పక్కకు జరగని బండి చక్రాలలాగా మనుధర్మ మార్గంలో సంచరిస్తున్నారని వర్ణించాడు.[13] రాజుకు చట్టబద్ధంగా నడచుకొనే భృత్యుల్ని దుర్మార్గుల నుండి రక్షించవలసిన గొప్ప బాధ్యత ఉంది. ఒక ఆదర్శ ప్రభువునకు శిష్టరక్షణ, దుష్టశిక్షణ ప్రధాన కర్తవ్యాలు. ప్రాచీన భారతదేశపు చట్టనిర్మాతలు రాజుల పాలనలో పౌరులకు అత్యంత రక్షణను కల్పించారు. రాజనీతి లేదా అర్థశాస్త్రానికీ, ధర్మశాస్త్రానికీ ఘర్షణ ఏర్పడ్డప్పుడు ధర్మశాస్త్రమే ఆదరణీయమని కూడా వాళ్లు చెప్పారు.[14]

రాజరిక వ్యవస్థ ఉన్న ప్రాచీన మధ్యయుగాలలో కూడా సమాజ జీవితంలో ప్రజలు గణనీయమయిన అధికారాన్ని కలిగి ఉండేవారు. కాకతీయ రాజులు, వారి ప్రజలు ఈ ప్రాచీన సూత్రాలను ఏ విధంగా పాటించారో, కాకతీయుల పాలనలో ఎంత ప్రజాస్వామ్యం ఉందో పరిశీలిద్దాం.

---

13. రఘువంశం I, V. 17
రేఖా మాత్రమపి క్షుణ్ణాదా మనోర్వర్త్మనః పరమ్
న వ్యతీయుః ప్రజాస్తస్య నియంతుర్నేమివృత్తయః

14. **యత్ర విప్రతిపత్తి స్స్యాద్ధర్మ శాస్త్రార్థశాస్త్రయోః।**
అర్థశాస్త్రోక్తమ్ ఉత్సృజ్య ధర్మశాస్త్రోక్తమ్ ఆచరేత్॥" నారద స్మృతి– I-39
అర్థశాస్త్రాత్తు బలవద్ధర్మ శాస్త్రమ్ ఇతి స్థితిః యాజ్ఞవల్క్య స్మృతి – II-21.

సమయాలు:

అనేక శాసనాలు ఆధారంగా నాటి సమాజం నాగరిక జీవనాన్ని గడుపుతున్నట్లు గుర్తించవచ్చు. బ్రాహ్మణ, క్షత్రియ, వైశ్య, శూద్ర అన్న ప్రధాన చతుర్వర్ణాలతో పాటు వృత్తి మీద ఆధారపడి విభాజితమయిన అనేక ఉపవర్ణాలు కూడా ఉండేవి. మొత్తం సమాజాన్ని **అష్టాదశ** ప్రజగా పేర్కొనవచ్చు. విజయనగర సామ్రాజ్య కాలానికి సంబంధించిన ఒక తామ్రశాసనం ప్రకారం చతుర్వర్ణాలతోపాటు **వ్యావహారికులు, పంచాణం** (లోహకారులు, వడ్రంగులు) వారు, **కుంభాలికులు, తంతువాయులు** (నేతపని వారు), **వస్త్రభేదకులు** (బట్టలకు రంగువేసేవాళ్లు), **తిలఘాతకులు** (నూనెతీసేవాళ్లు), **కురంటకులు, వస్త్రరక్షకులు** (దర్జీలు), **దేవాంగులు** (దారంతీసేవాళ్లు), **పెరికలు** (వస్తువులు రవాణా చేసేవాళ్లు), **గోరక్షకులు, కిరాతులు, రజకులు, క్షౌరకులు ఈ అష్టాదశ ప్రజలు.** [15] ఇది తర్వాతి కాలపు శాసనమే అయినా కాకతీయుల కాలపు శాసనాల్లో కూడా వీటిలో అనేక వర్ణాలను పేర్కొంటూ ఉండడం వల్ల నాడూ ఇటువంటి సామాజిక వ్యవస్థ నెలకొని ఉండిందని చెప్పవచ్చు.

ఈ పద్దెనిమిది వర్ణాలూ తమ సభ్యుల సంక్షేమం కోసం సంఘాలుగా ఏర్పడ్డాయి. వీటినే **సమయాలం**టారు. ఇవన్నీ **సమయాచారాలను** పాటించేవి. వాళ్లు తమ **సమయాలకు** బహుజనాంగీకారంతో ధర్మపరులయిన వారిని కులపెద్దలుగా ఎన్నుకొనేవారు. ఈ పెద్దలకు దేవాలయ నిర్మాణం, అఖండ దీపానికి నేయి ఇవ్వడం వంటి సామాజిక కార్యక్రమాలకోసం, **సమయ** నిర్వహణ కోసం సభ్యుల నుండి పన్ను వసూలు చేసే అధికారం కూడా ఉండేది.

వర్తకుల కోసం సరకులను రవాణాచేసే త్రిపురాంతకంలోని **పెరిక** వారి సంఘం క్రీ. శ. 1245 నాటి శాసనంలో గణపతిదేవుని **సుంకాధికారి** అయిన పోచన ప్రెగ్గడ గణపయ మంత్రి నుండి తమ ఎద్దులమీద పన్ను రాయితీ పొందింది. [16] దేవాలయ సరకులను ఉచితంగా రవాణా చేసినందుకు ఈ రాయితీ లభించి ఉంటుంది. పెరిక వారి **సమయం** మనకిక్కడ ముఖ్యం.

క్రీ.శ. 1228 నాటి గిర్మాజీపేట శాసనం మట్టియ **స్థలా**నికి చెందిన **ధర్మసాలీ**లు **సాలేశ్వర** దేవరను ప్రతిష్ఠించినట్లు, వ్యక్తుల చందాల ద్వారా దేవాదాయాన్ని కల్పించినట్లు చెప్తున్నది. [17] ఇది తప్పిన వారికి **సమయం** నుండి బహిష్కార శిక్ష విధించడం జరిగింది. కొన్ని గ్రామాలు ఒక **స్థలం.** ఇక్కడ అనుమకొండ, ఓరుగల్లు, మట్టెవాడలు కలిసి ఒక **స్థలం.** ఈ **స్థలా**నికి చెందిన **ధర్మసాలీ**లందరూ తమ వ్యవహారాల నిర్వహణకోసం ఒక **సమయాన్ని** ఏర్పరచుకున్నారు. తమ తరఫున మల్లిసెట్టిని, అతని కుమారుడు వెన్నిసెట్టిని దేవాలయంలో దేవతలను ప్రతిష్ఠించడానికి నియోగించినట్లు కూడా ఈ శాసనం చెప్తున్నది. దీన్నిబట్టి ఒక గ్రామం లేదా **స్థలం** లేదా **నాడు**కు చెందిన విభిన్న కులాల వారు తమ కుల

15. *AR.* 1918, p. 174.
16. *SII.* X, 304.
17. *IAP. Wg.*, No. 184.

వ్యవహారాల నిర్వహణ నిమిత్తం **సమయాలను** ఏర్పరచుకొనేవారని తెలుస్తున్నది. **స్థల** పాలనలో ఈ **సమయం** పెద్దలు తమ కులానికి ప్రాతినిధ్యం వహించేవారు.

12, 13 శతాబ్దాలకు చెందిన పాలకొల్లు శాసనం రామలింగేశ్వరాలయ నిర్మాణ బాధ్యతలు నిర్వహించిన కాశ సూరాచారికి **పంచాణంవారు** కులపన్నులో రాయితీ ఇచ్చి నట్లు చెప్తున్నది.[18] ఇది పూర్తిగా **సమయా**నికి సంబంధించిన విషయం. 15వ శతాబ్దానికి చెందిన అమరావతి శాసనం అమరావతి, ధరణికోటల **పంచాణం వారు** అమరావతిలోని కమతేశ్వర స్వామి వారికి తమ పన్నుల రాబడి నుండి దానం చేసిన విషయాన్ని తెలుపు తుంది.[19] ఈ రెండు సందర్భాలలోను **పంచాణం సమయం** ఒక గ్రామానికి సంబంధిం చింది కాదు. **నాడు**కు సంబంధించింది. దీన్నిబట్టి ఆనాడు **సమయాలు స్థల, విషయ, నాడు** స్థాయిల్లో ఉండేవని తెలుస్తుంది. **తెలికివేవురు సమయం** కూడా చాలా పలుకుబడి కలిగి ఉండేది. ఆలయ భృత్యులు కూడా **సానిమున్నూర్వురు, వైష్ణవ సమయం, శైవ సమయం** మొదలయిన విధంగా **సమయాలు**గా ఏర్పడ్డారు. దానాల నిర్వహణ బాధ్యతను ఈ **సమయాల**కు అప్పగించేవారు. కాకతీయ రుద్రదేవుని అకునూరు శాసనం **ఎక్కటిల సమయాన్ని** పేర్కొంది.[20] అట్లాగే ప్రతాపరుద్రుని కాలంనాటి మక్తల్ శాసనం కూడా ఈ విషయాన్ని నిరూపిస్తుంది.[21] ఈ **సమయాలన్నింటికీ** తమ అంతర్గత విషయాలలో మాత్రమే కాక దేవాలయ, గ్రామ పాలనా విషయాలలో కూడా కొన్ని అధికారాలుండేవి.

ఒక గ్రామంలోని బ్రాహ్మణ సమాజాన్ని **మహాజనులు** అనేవాళ్లు. శైవ పూజారులను **అసంఖ్యాతులు** అనేవాళ్లు. క్రీ. శ. 1320 నాటి ఉమామహేశ్వరం శాసనం మన్నలూరు స్థలానికి చెందిన **అసంఖ్యాత మహేశ్వరుల**నే శైవులు ప్రతాపరుద్ర ప్రభువు అనుమతితో దేవాలయానికి చేసిన దానాన్ని గురించి చెప్తున్నది.[22] ఈ శాసనంలో **అసంఖ్యాత మహేశ్వర సమయం** వారు తమ దానాన్ని ఆజ్ఞగా పేర్కొంటూ ఈ ఆజ్ఞను అతిక్రమించిన వారు రాజ శిక్షకే కాక **సమయదండన**కు కూడా పాత్రులని తెల్పారు. ఉమామహేశ్వరాలయానికి సంబంధించిన 72 **నియోగాల వారు, పూజారి** గనఖి వీరయ ప్రార్థన మీద ఆలయ ముఖ మండపంలో **అసంఖ్యాత మహేశ్వర సమయం వారు** సమావేశమై ఈ నిర్ణయానికి వచ్చారు. దీన్నిబట్టి ఆనాడు తమ వ్యవహారాల నిర్వహణలో **సమయాలు** ఎలా వ్యవహ రించేవో తెలుస్తుంది. శ్రీశైల మల్లికార్జున స్వామి దేవాలయ నిర్వహణకు సంబంధించి శ్రీశైలంలో వీరభద్రుని దేవాలయ ముఖ మండపంలో **అసంఖ్యాత సమయం వారు** సమావేశమైనట్లు తెలుస్తున్నది.[23] తమ అంతర్గత వ్యవహారాల నిర్వహణలో ఈ సమయాలు సంపూర్ణమైన స్వయం ప్రతిపత్తిని కలిగి ఉన్నాయి.

---

18. *SII.* V, 158.
19. *Ibid.,* VI, 219.
20. *IAP.* Wg., 37.
21. *Corpus* III, *Mn.,* 19 and 20.
22. *Ibid.,* pp. 80-81.
23. *SII,* X, 504.

తూర్పుగోదావరి జిల్లా సర్పవరంలోని భావనారాయణ స్వామి దేవాలయ శాసనాలలో వైష్ణవ పూజారుల **సమయం** ప్రసక్తి ఉంది.[24] కాకతీయుల అనంతర కాలం నాటిది ఈ శాసనం. శైవ జంగమాలు ఆలయ స్థలాన్ని ఆక్రమించి నిర్మించిన నంది స్తంభాలను తమ ఆజ్ఞ మేరకు కూల్చిన వారికి వైష్ణవ **సమయం** దానం చేసిన భూములను గురించి ఈ శాసనంలో ఉంది. అందువల్ల రాజునుగాని, రాజ ప్రతినిధులను గాని పేర్కొనకుండానే కొన్ని విశేషాధికారాలను నిర్వహించే హక్కు **సమయానికి** ఉంది. ఆలయ నిర్వహణలో ఇటువంటి సందర్భాలనేకం కనిపిస్తాయి. మహబూబునగరు జిల్లా పాలెంలోని ఒక శాసనం వసంతపురం, వెల్లంగోడు గ్రామాల సరిహద్దు విషయంలో తలెత్తిన వివాదాన్ని రెండు గ్రామాల **మహాజనులు** పరిష్కరించినట్లు తెలుపుతూ ఉంది. చిన్న చిన్న సర్దుబాట్లకు అనుకూలంగా సహజ సరిహద్దులుగా వాగులు, కొండలు మొదలయిన వాటిని గుర్తించే టప్పుడు ఒక పక్షానికి కలిగిన నష్టాన్ని మరోవైపు భూములను కేటాయించడం ద్వారా పూడ్చుడాన్ని ఈ శాసనాల్లో గమనించవచ్చు.[25]

కాకతీయుల కాలానికి సంబంధించి మరొక **సమయం** క్రీ. శ. 1321 నాటి మక్తల్ శాసనంలో దర్శనమిస్తుంది. వైష్ణవ **సమయంతో** పాటు గ్రామంలోని అన్ని **సమయాల** వారి అంగీకారంతో దేవాలయ నిర్మాణం చేసిన స్థపతికి చేసిన దానాన్ని ఈ శాసనంలో పేర్కొన్నారు.[26] ఈ శాసనంలో వైష్ణవ **సమయం** వారిని పేర్కొనడానికి ఒక కారణం ఉంది. తాము ఆలయ పూజారులు కాబట్టి దేవాలయ నిర్మాణంలో తక్కిన **సమయాల** వారి మాదిరిగా తమ వంతు భాగాన్ని ఇవ్వవలసిన అవసరంలేదని వారు తప్పించుకోవ డానికి వీల్లేదన్న విషయాన్ని ఇది చెప్తున్నది.

అయినూర్వురు, నకరులు, ఉభయనానాదేశి పెక్కండ్రు, స్వదేశి – పరదేశి బేహారులు అన్నవి ముఖ్యమైన వర్తక సంఘాలు. **సమయాలన్నింటిని** కలిపి **అయ్యావళి** అంటారు. జైన మతానికి చెందిన వీరబణంజ తెగ కాకతీయులకు పూర్వం అన్ని శ్రేణుల కన్నా బలంగా ఉండినప్పటికీ రెడ్లు, కుమ్మర్లు, సాలీలు, తెలికవారు, కాపులు మొదలయిన వాళ్లు కాకతీయుల కాలంలో ఈ **సమయాలలో** సభ్యులవుతూ ఉండడం మనం గమనించవచ్చు. వీరి **సమయాలు** బలపడి ప్రత్యేక అధికారాలను సంతరించుకోవడం గురించి 'వర్తకం' అన్న అధ్యాయంలో చూడవచ్చు.

గ్రామ సభలు

మధ్య కాలీన కర్ణాటకలో నగరాల్ని **నాగరులు,** గ్రామాలను **ఊర్లు,** అగ్రహారాలను **మహాజనులు** అనే స్థానిక సంస్థలు పాలించేవని జి.ఎస్.దీక్షిత్ అభిప్రాయపడ్డాడు.[27] కొద్ది తేడాలతో ఇదే వ్యవస్థ కాకతీయ యుగంలోని ఆంధ్రదేశంలో కూడా ఉండింది. ప్రతాప

---

24. *SII.* V, 26.
25. *Copus* III, p. 69.
26. *Ibid.*, p. 51.
27. G.S.Dikshit: *Local Self Government in Medieval Karnataka,* p.58.

రుద్రుని కాలానికి చెందిన కటకూరు, మాటేడు శాసనాలు అష్టాదశ ప్రజలతోపాటు **సమయాలుగా నగరము, మహాజనులు, కాంపులు, బలింజ**సెట్టులను పేర్కొన్నాయి.[28] ఈ అన్ని **సమయాలూ** స్థానిక దేవాలయానికి ఉమ్మడిగా దానం చేయడానికి అంగీకరించినట్లు ఈ శాసనాలు చెప్తున్నాయి. **నగరు**కు వ్యక్తి చెల్లించే సుంకంలో మాడకు ఐదు వీసాలు చొప్పున దేవాలయానికి చెల్లించాలని మాటేడు శాసనం చెప్తూన్నది. అన్ని వర్గాలకు చెందిన ప్రజలనుండి సుంకం వసూలు చేసే అధికారం **నగరు**కు ఉన్నట్లు ఇది తెలుపుతుంది. ఇక్కడ **నగర** శబ్దాన్ని **నకర** శబ్దంగా భ్రమించకూడదు. **నకరం** అన్నది ఒక వర్తక సంఘం. కటకూరు, మాటేడు శాసనాల్లోని దానాలు వర్తకుల వర్తకం మీద విధించిన సుంకాలు కావు, భూ ఆదాయం మీద విధించినవి. ఇక్కడ **నగరు** అన్నమాట నగరానికి మాత్రమే సంబంధించింది కాదు, ఒక సాధారణ గ్రామానికి సంబంధించిన సంస్థకూడా. తెలుగు దేశంలో **ఊరు** అన్న సంస్థకూడా ఉంది. దీక్షిత్ చెప్పినట్లు **మహాజనులు** అన్న సంస్థ ఒక్క అగ్రహారాలకే పరిమితమయింది కాదు. ఏ గ్రామానికి చెందిన బ్రాహ్మణ సమాజాన్నయినా **మహాజనులు** అనేవారు. శాసన సాక్ష్యాలను బట్టి ఆంధ్రదేశంలోని అగ్రహారాలు, సాధారణ గ్రామాలు గ్రామ పంచాయితీల పాలనలోనే ఉండేవి. క్రీ. శ. 1269 నాటి దుర్గి గోపాలస్వామి ఆలయంలోని శాసనం దాత అయిన **కరణం** నామయ అనే విప్రుడు కాశ్యప గోత్రుడనీ, నందాపురాగ్రహార ప్రభుముఖ్యుడనీ పేర్కొంది.[29] జుత్తిగ శాసనం అగ్రహార **ప్రభువ**యిన పోతన దానం చేసినట్లు తెలుపుతున్నది.[30] మొదటి ప్రోలరాజు కాలంనాటి శనిగరం శాసనం ఆ గ్రామ **ప్రభువ**యిన నాగరాజు అనుమతితో ప్రోలరాజు గ్రామంలోని ఆలయానికి భూమిని దానం చేసినట్లు తెలుపుతున్నది.[31] అదే విధంగా ఆ గ్రామంలో మొదటి బేత రాజు, రెండవ బేతరాజులు స్థానిక **గావుండ్ల, రడ్ల** అనుమతితో భూదానాలు చేశారు.[32] గ్రామాలు గ్రామ పంచాయితీల పాలనలో ఉన్నాయనడానికి ఇది నిదర్శనం. క్రీ. శ. 1148కి చెందిన నాగర్ కర్నూలు సమీపంలోని ఎండంబెట్ట గ్రామంలోని ఒక అప్రచురిత శాసనం **ఊరు**కు **ప్రభువ**యిన భీమ నాయకుని పేర్కొంటున్నది. ఈ శాసనాన్ని వేసింది కందూరు చోడుడయిన ఉదయుడు.

అష్టాదశ ప్రజల **సమయాలు** రెండు రకాలుగా ఉండేవి. **స్థల సమయం** కొన్ని ఊళ్ల సముదాయానికి, **ఊరు సమయం** ఒక ఊరికి సంబంధించినవి. తంగెడ శాసనం మొదటి రకపు **సమయాన్ని** పేర్కొంది.[33] రుద్రమదేవి కాలం నాటి మహబూబాబాదు శాసనంలో **ఊరు సమయం** కనిపిస్తుంది.[34] **ఊరు**కు చెందిన 18 **సమయాల** వారి అంగీకారంతో

28. *Corpus* III, pp 16 and 146.
29. *SII.* X, 422.
30. *Ibid.*, 147.
31. *IAP. Kn.*, p. 41
32. *Ibid.*, p. 51.
33. *SII.* X, 495.
34. *IAP, Wg.*, No. 84.

ఒక మాండలికుడు చేసిన దానాన్ని ఈ శాసనం పేర్కొన్నది. ఇటువంటి ఉదాహరణలు ఊరు లేదా ఊళ్లకు చెందిన సమయాలు ప్రజలకు ప్రాతినిధ్యం వహించే పాలక సంస్థలుగా ఉన్నట్లు నిరూపిస్తాయి. ఉన్నతాధికారులయినా సరే భూమినిగాని, డబ్బునుగాని దేవుడికి సమర్పించుకోవాలంటే ఈ పాలక సంస్థల అనుమతిని పొందవలసి ఉంటుంది.[35] దీన్ని బట్టి **సమయం** వైష్ణవ **సమయం,** సాలె **సమయం** లాగా ఒక కులానికి సంబంధించింది మాత్రమే కాక **నగరు** లాగా ఒక పాలక సంస్థ కూడా అని తెలుస్తుంది. కాకతీయుల కాలంలో గ్రామ పంచాయతీలను పేర్కొనడానికి **సమయం** అన్న మాటతో పాటు **అశేష ప్రజ, అష్టాదశప్రజ, సమస్తప్రజ** అన్న మాటలను కూడా ప్రచురంగా ఉపయోగించారు.

ఈ గ్రామ సభల అధికారానికి ఉదాహరణగా నల్గొండ జిల్లా భువనగిరి తాలూకా ఇంక్రియాల గ్రామంలోని ఒక శాసనాన్ని పరిశీలించవచ్చు. శా. శ. 1214కు సరిఅయిన క్రీ. శ. 1292లో వేసిన ఈ శాసనంలో ప్రతాపరుద్రుడూ, అతని మహామండలేశ్వరుడయిన పెండ్లికొడుకు మల్లిదేవ మహారాజు పేర్కొనబడ్డారు. తన ప్రభువు మాండలిక మల్లిదేవ మహారాజు ప్రతిష్ఠించిన మల్లినాథదేవునికి ఒక దానం చేస్తూ **లెంక** అయిన ఎల్లు రౌతు వేసిన శాసనం ఇది. ఇక్కడ అతను అనుసరించిన విధానం ఆసక్తికరమైనది. అతను ఇరుగు పొరుగు గ్రామాలయిన వెనకరేవుల, రేవురేల, రుద్రవరం అన్న మూడు గ్రామాల **అశేష** ప్రజను, కాపులను సమావేశపరిచాడు. ఆలయ సభామండపంలో వారందరినీ సమావేశపరిచిన తర్వాత బహుశా దేవునికి దానం చేయడం కోసం వారికి దండంపెట్టి విన్నపం చేసికొన్నాడు. అప్పుడు పెక్కండ్రు (**అశేష** ప్రజ – మూడు గ్రామాల సభలు) ఒక ఆజ్ఞ జారీ చేశారు. దీని ప్రకారం కాపులంతా ఒక్కొక్క మర్తురు మాగాణి భూమికి ఒక్కొక్క చిన్నం చొప్పున మల్లినాథదేవుని అర్చన, అంగరంగ భోగాలకోసం చెల్లించాలి. ఈ ఆనతిని తప్పిన కాపులు, అధికారులు పాపం పొందుతారని కూడా ఈ శాసనం చెప్తున్నది. దీన్ని బట్టి మాండలిక ప్రభువులకుగాని, వారి అధికారులకు గాని ప్రజలపై ప్రత్యక్షంగా ఎటువంటి అధికారాలూ లేవనీ, ప్రజలతో వారి వ్యవహారాలన్నీ గ్రామ సభల ద్వారానే జరగాలనీ గ్రహించవచ్చు. అందుకే మాండలిక ప్రభువయిన మల్లిదేవుడు తన అధికారి అయిన ఎల్లు రౌతు ద్వారా గ్రామ సభలను సమావేశపరిచి ఒక చిన్న అదనపు పన్ను విధించడానికి వారినుండి అనుమతికోసం వినయంగా ప్రార్థించాడు. గ్రామ సభలు నేరుగా రాజుకే బాధ్యులు తప్ప మాండలికులకుగాని అధికారులకుగాని కాదు.

గ్రామస్థుల నుండి అదనపు ద్రవ్యం సేకరించడానికి మాండలికులు గ్రామ సభల అనుమతిని కోరిన సందర్భాలెన్నో కనిపిస్తున్నాయి. నల్లగొండ జిల్లా తాడువాయిలో జగడాలు అన్నయరెడ్డి వేసిన శాసనం తాడువాయి మైలారు దేవునికి అతను చేసిన దానాన్ని తెలుపుతూ దానికోసం గ్రామస్థుల నుండి వివిధ వస్తువులపై అదనపు సుంకాన్ని విధించడానికి తాడువాయి **సమస్త** ప్రజనుండి అనుమతి తీసుకోవడాన్ని తెలుపుతుంది.[36] ఈ

35. *Ibid., Ng.* I; **భారతి,** జనవరి 1978, పు. 40
36. *SII* X, 508.

ఉదాహరణలన్నీ మాండలిక ప్రభువులపైన గ్రామ సభలకున్న అధికారాలను నిరూపిస్తు న్నాయి. ప్రజలు తమ **సమయాల** పరిధిలోనే ఉన్నట్లు తెలుస్తుంది. విజయనగర రాజుల కాలంలో లాగా ఆనాడు ప్రజలు మాండలికుల దయాధర్మాల మీద ఆధారపడవలసి లేదు. కాకతీయ యుగంలో రాజు, అతని పాలనాధికారులు, మాండలికులు, వారి భృత్యులు, గ్రామ సభలు, వారి ప్రజలు రాజ్యంలోని ఈ విభాగాలన్నీ ఒక దానితో ఒకటి ఘర్షణ లేకుండా మనుగడ సాగించాయి.

తమ ప్రయోజనాలకు విరుద్ధంగా నడిచినట్లయితే మాండలికులనుగాని, అధికారు లనుగాని తమ సభలద్వారా సరిచేయగలిగిన అధికారం ప్రజలు అనుభవించారు. ఇరవై రెండు గ్రామాల **స్థలా**నికి **నాయంకరు**డూ, **శ్రీవాకిలి** కాపలాదారూ అయిన ఎఱ్ఱలెంక ఆ గ్రామాలలోని దేవ వృత్తి భూముల మీద అన్యాయంగా అదనపు సుంకాలను విధించి నందుకు పినపాడు గ్రామానికి చెందిన దొడ్డపోతిపెద్ది తిట్టాడని (**తిడితేను**) తెనాలి తాలూకా పెనుమూలి శాసనం చెప్తున్నది. అనంతరం ఆ అధికారి ప్రతాపరుద్ర మహారాజు ప్రీత్యర్థం అన్యాయాన్ని సవరించాడు.[37] ఈ అధికారిని పరుషంగా దూషించడమేకాక మరెవరూ అటువంటి చర్యలకు పాల్పడకుండా దీన్ని శాసనస్థం చేసిన సాహసం గ్రామ పెద్దలది. ఇటువంటి పౌర హక్కులను అనుభవించిన నాటి ప్రజలు, నేటి పంచాయతీలలో కంటే ఎక్కువ స్వేచ్ఛగా జీవించినట్లు చెప్పవచ్చు. గుంటూరు జిల్లా తంగెడ గ్రామంలోని రామనాథదేవుని ఆలయంలో వేసిన ఒక శాసనం ఆ స్థలంలోని పద్ధెనిమిది **సమయాల** వారు, **ఉభయ నానాదేశి** పెక్కండ్రు అనే వర్తక సంఘం వారు దేవరినాయక దండ నాయకుని సమక్షంలో ప్రతిమాడ అమ్మకం మీద ఒక వీసం దారి సుంకంగా తంగెడ గంటల రామనాథ దేవునికి కానుకగా ఇచ్చారు.[38] ఇటువంటి వ్యవహారాలలో స్థానిక ప్రజల పాత్రను కూడా ఈ శాసనం తెలుపుతుంది. ఈ దాన శాసనంలో మూడు పక్షాలను పేర్కొన్నారు.

1. **దాత:** పన్ను అమ్మకం మీదే కాబట్టి వర్తక సంఘం, రైతుల వంటి స్థానిక ఉత్పత్తిదారులు తమ ఉత్పత్తులను అమ్మేవారు కనుక ఈ వర్గంలోకి వస్తారు.

2. **స్థలా**నికి చెందిన, పద్ధెనిమిది **సమయాల** వారు: **స్థలపెంట**కు అంటే **స్థలం**లో వారం వారం జరిగే సంతకి సరుకులు కొనడానికి వచ్చే సాధారణ ప్రజలు. వారికి వారి పెద్దలు ప్రాతినిధ్యం వహిస్తారు. ఆ రోజుల్లో అంగళ్లలో కొనేవారు కూడా పన్ను కట్టవలసి ఉండేది. కాని వాళ్లు ఇక్కడ **విల్చుసుంకం** (కొనడం మీద పన్ను) చెల్లించవలసిన అవసరం లేదు. ఇక్కడ దానం సొమ్మును **అమ్ముబడి సుంకం** ద్వారానే సేకరించారు.

3. **దండ నాయకుడు:** ఈ సుంకాన్ని వసూలు చేసే అధికారం కలిగిన రాజప్రతినిధి ఇతడే కాబట్టి ఇతని సమక్షంలో దానం చేయడం జరిగింది. ఆ మొత్తాన్ని దేవాలయానికి చెల్లించడానికి అనుమతించవలసిన వాడు అతను.

---

37. *SII* X, 509
38. *SII*. X., 495.

సాధారణ ప్రజలు అంటే స్థలంలోని పద్దెనిమిది **సమయాల** వారు తమ ప్రాంతంలోని దేవాలయం కోసం స్థలపెంటలో అమ్మే వస్తువులపైన ఒక స్థానిక పరిపాలనా సంస్థగా వర్తకుల నుండి పన్ను వసూలు చేసే తమ అధికారాన్ని నిర్వహించారు. వీళ్లే నిర్వాహకులు, పన్నులు వసూలు చేసే అధికారం వాళ్లకు ఉంది. ఈ వ్యవహారంలో ప్రభుత్వ ప్రతినిధి పాత్ర వసూలు చేసిన సుంకం ప్రభుత్వ కోశాగారానికికాక దేవాలయానికి సరిగా చేరేట్లుగా చూడడం.

ఆ రోజుల్లో రాజు అనుమతితో ప్రజా ప్రయోజనం కోసం సుంకాలు వసూలు చేసే అధికారం స్థానిక **సమయాల**కు ఉండేదని దీన్నిబట్టి తెలుస్తుంది. **సమయాలు** జోక్యం చేసుకోకపోయినట్లయితే వర్తకులు రాజాధికారి అయిన దేవరి నాయకునికి సుంకం చెల్లించవలసి ఉండేది. వాళ్లు అటు గుడికయినా, ఇటు రాజుకయినా సుంకం చెల్లించవలసిందే. నేడు కూడా గ్రామాలలో పంచాయతీ సమితులు వ్యాపార వస్తువుల మీద సుంకాలను, గ్రామ భూములలో పచ్చిక మేపుకున్నందుకు పుల్లరిని వసూలు చేస్తున్నాయి.

న్యాయవ్యవస్థ

గుంటూరు జిల్లా దుగ్గిరాలలో లభించిన ఒక శాసనం గ్రామ హద్దుల వివాదాన్ని పరిష్కరించింది.[39] శా. శ. 1136కు సరిఅయిన క్రీ. శ. 1214లో దుగ్గిరాల పూండి, మొరమపూండి, ఈవని గ్రామాల ప్రజలు తమ గ్రామ సరిహద్దుల విషయంలో వచ్చిన తగాదాను పరిష్కరించవలసిందిగా వెలనాడును జయించి ఆ ప్రాంతంలో విడిది చేసి ఉన్న గణపతిదేవ మహారాజును ప్రార్థించారు. గణపతిదేవుడు తన మంత్రులైన మల్లప రాజు, రుద్రప రాజులను ఈ వివాదాన్ని పరిష్కరించడం కోసం పంపాడు. మూడు గ్రామాల వారూ తమ తమ వాదాలను మంత్రులకు నివేదించారు. ఈ విషయంపై మంత్రులు **మహాజనుల** అభిప్రాయాన్ని అడిగారు. ఈవని గ్రామానికి చెందిన సూరప రాజును ఎంపికచేసి సరిహద్దుపై నడవమన్నారు. సరిహద్దు రక్షకుడు ముందు నడుస్తూ ఉండగా సూరపరాజు హద్దును గుర్తిస్తూ గీతగీశాడు. ఈ పద్ధతిని అనుసరించి సరిహద్దు రేఖను గుర్తించి అన్ని ముఖ్యమైన స్థలాలలోనూ రాళ్లు పాతించారు.

ఈ శాసనాన్ని బట్టి రాజుకూడా తన మంత్రుల ఆధ్వర్యంలో స్థానిక **మహాజనులతో** ఒక న్యాయ సంస్థను ఏర్పాటుచేసినట్లు తెలుస్తుంది. ధర్మ విషయంలో పరమ ప్రామాణికులుగానూ అత్యంత ధర్మపరులుగానూ భావించబడే **మహాజనులను** మంత్రులు సరిహద్దును నిర్ణయించవలసిందిగా నియోగించారు. **మహాజనులు** సరిహద్దు రక్షకుడితో పాటు బహుశా కరణమయిన సూరపరాజును ఎన్నుకున్నారు. ఎందుకంటే సాంప్రదాయిక సరిహద్దును వీరికంటే బాగా తెలిసిన వారు ఉండరు. ఈ అధికారులు మంత్రులు, **మహాజనుల** సమక్షంలో ఎటువంటి తప్పూచేయరు. ఒక వేళ చేసినా వారి నిర్ణయాన్ని అంగీకరించవలసిన అవసరం లేదు. అందువల్ల వాళ్లు సహజమయిన సాంప్రదాయిక సరిహద్దు మీదే నడుస్తారు తప్ప తప్పు తోవననడిచి ప్రజాగ్రహానికి గురికారు. ఈ విధంగా స్థానిక **మహా**

39. *SII*. X., 261.

జనులే, స్థానిక అధికారులే తీర్పు చెప్పాలి, మంత్రులు కేవలం పర్యవేక్షించి **మహాజనుల** నిర్ణయానికి రాజు తరఫున ఆమోదముద్ర వేస్తారు.

వివాదాల పరిష్కారంలో **రాజనీతి రత్నాకరం**వంటి రాజనీతి సంబంధమైన శాస్త్రాలు **ప్రతిష్ఠిత, అప్రతిష్ఠిత, సుముద్రిత, శాసిత** అని నాలుగు రకాల న్యాయ సభలను పేర్కొంటు న్నాయి. ఈ ధర్మ శాస్త్ర గ్రంథాలే ఈ సభల స్వరూపాన్ని నిర్ణయిస్తున్నాయి. **పురం** లేదా రాజధాని నగరంలో తాత్కాలికంగా ఏర్పాటుచేసిన న్యాయస్థానం **ప్రతిష్ఠిత సభ.** ఇతర గ్రామాలలో ఏర్పాటుచేసిన న్యాయస్థానాలు **అప్రతిష్ఠిత సభలు.** ఈ రెండూ **సుముద్రిత, శాసిత** అని మళ్లీ రెండు రకాలు.[40] ప్రాడ్వివాకులు, మంత్రుల వంటి అధికారులు ఆధ్యక్షం వహించే న్యాయస్థానాలు **సుముద్రిత సభలు.** రాజు స్వయంగా తీర్పుచెప్పే సభలు **శాసిత సభలు.** దుగ్గిరాలలో జరిగిన ఈ సభ రాజధాని కాని ఒక గ్రామంలో మంత్రుల ఆధ్యక్షంలో జరిగింది కాబట్టి దీన్ని **అప్రతిష్ఠిత సుముద్రిత సభ** అనవచ్చు. మంత్రుల పర్యవేక్షణలో స్థానిక **మహాజనులే** నిర్ణయాధికారులు. ఈ ఉదాహరణ కాకతీయుల పాలనలో వివాదాల పరిష్కరణ పద్ధతులను, ఈ విషయంలో ప్రభుత్వం స్థానిక ప్రజలకిచ్చిన ప్రాముఖ్యాన్ని తెలుపుతుంది.

కరీంనగర్ జిల్లాలో వెలికి వచ్చిన క్రీ. శ. 1246 నాటి ఒక తామ్రశాసనం ఒక కాలువ వివాదంలో గుణపతి దేవుడిచ్చిన తీర్పును గురించి వివరిస్తున్నది.[41] నేధవూర అనే గ్రామంలో గొనుగు కాల్వమీద హక్కు గురించి వివాదం తలెత్తింది. రవిదత్తుడు, నాథదేవుడు, హింగదేవుడు అనేవారు ఇక్కడి స్థానిక అధికారులు. ఈ వివాదాన్ని గణపతిదేవుని దృష్టికి తీసుకువెళ్లగా ఆయన జాయపదేవుని మంత్రి అయిన మంచిరాజును నియమించాడు. రాజాజ్ఞననుసరించి మంచిరాజు ఈ గ్రామాన్ని దర్శించి, సంబంధిత గ్రామాలయిన చామనపల్లి, కుమ్మరికుంట, దేవనపల్లి, కట్యకోలపల్లి గ్రామాల **మహాజను లను,** పెద్దలను సమావేశపరిచి వారి అభిప్రాయాలను సేకరించాడు. ఈ అభిప్రాయాలను తీసికెళ్లి ఓరుగల్లులో గణపతిదేవునికి నివేదించాడు. రాజు ఆ ప్రాంత రాజప్రతినిధి అయిన మహారాజు అక్షయ చంద్రదేవుని సమక్షంలో మంచిరాజు నివేదికను ఆధారం చేసుకొని తన తుది తీర్పును ప్రకటించి, స్థానికాధికారులకు, గ్రామం ప్రజలకు ఈ తీర్పును తెలియ జేయడానికి ప్రాడ్వివాకుడయిన **శ్రీపాతకు**ని మేనల్లుళ్లయిన నారాయణ, మహారూక అనే అధికారులను చామనపల్లికి పంపాడు.[42] అయితే ఈ అధికారులు మళ్లీ విచారణ జరిపి మంచిరాజు నివేదిక సరయినదని నిర్ధారించుకొని రాజు తీర్పును తామ్ర శాసన రూపంలో ప్రకటించారు. కాలువ మీద అధికారం చామనపల్లి **మహాజనుల**దేననీ, ఇతర గ్రామాల వారికి దానిపై ఎటువంటి హక్కూ లేదని ఈ తీర్పు ప్రకటించింది.

---

40. **రాజనీతి రత్నాకరం,** సభ్య నిరూపణ, 5
41. *IAP. Kn.,* Appendix.
42. **శ్రీకరణ** అన్నమాట ఉన్నతాధికారిని తెలుపుతుంది. యాదవరాజు ఆస్థానంలో సుప్రసిద్ధ ధర్మశాస్త్రవేత్త హేమాద్రి శ్రీకరణాధిపుడుగా ఉన్నాడు. ఈమాటలాగే **శ్రీ పాతక** కూడా న్యాయ వ్యవహారాలకు సంబంధించిన ఉన్నతాధికారిని తెలుపుతుంది. (ఉదా: **శ్రీభండారు, శ్రీవాకిలి**).

ఈ వివాదంలో కూడా రెడ్లు, మంగళ్లు, సెట్లు, పూజారులు, జైన పూజారులు మొదలయిన అన్నివర్గాల గ్రామ ప్రజల అభిప్రాయాలకు ప్రాధాన్యం ఇచ్చారు. బహుశా వీరంతా ఆయా **సమయాల** పెద్దలయి ఉంటారు. ఈ వివాదంలో తీర్పును చెప్పింది స్వయంగా రాజే కాబట్టి ఈ సభను **శాసిత అప్రతిష్ఠితసభ** అనవచ్చు.

ఆనాడు న్యాయసంబంధమైన వివాదాల పరిష్కారం ఎలా జరిగేదో ఈ ఉదాహరణలు తెలుపుతాయి. ఇప్పటిలాగా తాలూకా కోర్టులు, సెషన్స్ కోర్టులు, హైకోర్టులు వంటి శాశ్వత న్యాయస్థానాలు ఆనాడు ఉండేవికావు. న్యాయ ధర్మశాస్త్ర కోవిదులయిన ప్రాడ్వివాకులే రాజధానిలో స్థిరంగా ఉండి రాజుకు సహాయపడే వారు. అనేక వివాదాలు పైన చెప్పిన విధంగా **మహాజనులు,** ఒకరిద్దరు రాజాధికారులతో తాత్కాలికంగా ఏర్పాటుచేసిన సభల్లో పరిష్కారమయ్యేవి. ఈ పరిష్కారమైన వెంటనే సభ రద్దయ్యేది. ఇంతకు ముందే చెప్పినట్లు ఆయా తెగల్లో వివాదాలను **సమయాలే** పరిష్కరించేవి.

న్యాయం విషయంలో కూడా సామాన్యులు తమ అభిప్రాయాలను వెల్లడించడానికి ఎంత అవకాశం ఉండేదో ఈ ఉదాహరణలు తెల్పుతున్నాయి. న్యాయ విరుద్ధంగా లేనప్పుడు రాజులు ప్రజాభిప్రాయానికి ఎంతో విలువనిచ్చే వారు. న్యాయమూర్తులు స్థానిక **మహాజనులే.** దీన్ని బట్టి ప్రజలు సాధారణంగా న్యాయబద్ధంగా వ్యవహరించే వారనీ రాజు తేలికగా తన ప్రజలకు న్యాయం ఇవ్వగలిగే వాడనీ చెప్పవచ్చు.

4. పాలనా విభాగాలు - అధికారులు

నాడులు: పరిపాలనా సౌలభ్యం కోసం రాజ్యం అనేక **నాడులు**గా విభాజితమయింది. క్రీ. శ. 1313 నాటి ప్రతాపరుద్రుని శ్రీశైల శాసనంలో పేర్కొన్న కొన్ని ముఖ్యమైన **నాడులు** కన్నాడు, పెదకల్లు, కమ్మనాడు, ఐజనాడు, మింగలనాడు, సెద్దంనాడు, కూసలనాడు, సబ్బినాడు, కొండకర్నాడు, పల్లినాడు, నరవాడి, మారటనాడు, మోటవాడి, పాకనాడు, రేనాడు, ములికినాడు, ఆరెభూమి, కందూరునాడు.[43]

ఇవికాక వేంగినాడు, వెలనాడు, నతవాడి, కోనమండలం, విసురునాడు, ఏరువనాడు, మార్జవాడి, కొండపల్లినాడు, సకలిసీమ, ప్రోలినాడు ప్రసిద్ధమైన **నాడులు.**

స్థలాలు: నాడులు స్థలాలుగా విభాజితాలు. **స్థలం** సుమారుగా ఇరవై గ్రామాల సమూహం. అందువల్ల రాజ్యంలో **స్థలాల** సంఖ్య చాలా ఎక్కువ. వరంగల్లు శాసనాలలో ఒక దానిలో అనుమకొండ, మట్యవాడ, ఓరుగల్లులు ఒక **స్థలం**గా పేర్కొనబడ్డాయి.[44] కింద పేర్కొన్నవి కొన్ని **స్థలాలు:**

గురిందాలస్థలం, పింగలిస్థలం, తంగెడస్థలం, మగతలస్థలం, కైలాసం కోట స్థలం, నాదెండ్లస్థలం, కొండూరిస్థలం, మన్ననూరిస్థలం, కొచ్చెర్లకోట స్థలం, గంగాపురస్థలం.

---

43. *SII.* X, 504.
44. *IAP.* Wg., p. 184.

అధికారులు:

పరిపాలనలో రాజుకు తోడ్పడే అధికారులలో మొదట వచ్చేది **మహాప్రధానులు.** వీరు కొద్దిమందే. **ప్రధానులు, ప్రెగ్గడలు, అమాత్యులు, మంత్రులు** తరువాతి స్థాయి వారు. వీరిలో అంతరాలు మనకు తెలియవు.

పరిపాలన డెబ్బై రెండు **నియోగాలు**గా విభాజితమయింది. ఈ నియోగాధికారు లంతా **బాహత్తర నియోగాధిపతి** అనే ఉన్నతాధికారి కింద పనిచేస్తారు. గణపతి దేవుని కాలంలో కాయస్థ నాయకుడు గంగయ **సాహిణి**[45] ఈ పదవిలో ఉండేవాడు. తరువాత ఇందులూరి గన్నయ మంత్రి,[46] పోంకల మల్లయ ప్రెగ్గడ ఈ స్థానాన్ని అధిరోహించారు. శాసనాలలో ఈ మాట కనిపిస్తున్నప్పటికీ ఈ అధికారి నిజంగా అసాధారణమయిన అధికారం కలిగి ఉన్నాడో లేదా ఇది కేవలం నామమాత్రపు బిరుదో చెప్పడం కష్టం. అయితే **మహాప్రధానులు** మాత్రం పాలనా వ్యవస్థలోని ఈ డెబ్బై రెండు **నియోగాల**మీద అధికారం కలిగి ఉన్నారని మాత్రం చెప్పవచ్చు.

ఒక **స్థలం**లో ఇరవై కాని అంతకంటే తక్కువ గాని గ్రామాలుంటాయి. పెదకొండూరు స్థలంలో పద్దెనిమిది గ్రామాలు, మానూరు స్థలంలో పన్నెండు గ్రామాలు ఉన్నాయి. గురిందాల స్థలంలో మాత్రం అరవై గ్రామాలున్నాయి.[47] **నాడు**ల పరిపాలనా బాధ్యత **అమాత్య, ప్రెగ్గడ** స్థాయి అధికారుల చేతిలో ఉండగా **స్థలాధి**కారులుగా సాధారణంగా కింది స్థాయి **స్థలకరణాలు, స్థలసుంకర్లు, స్థలతీర్పర్లు** ఉండేవారు.

గ్రామం అన్నిటి కంటే చిన్న పరిపాలనా విభాగం. గ్రామ పరిపాలన **ఆయగార్ల**నే అధికారుల చేతిలో ఉండేది. పన్నుల వసూళ్లు, వివిధ రకాల భూముల లెక్కల నిర్వహణ వీరి విధులు. ఈ **ఆయగార్ల**లో **తలారి** కూడా ఒకడు. అదే విధంగా **నీరుకట్టు** అనే అధికారి కూడా ఆయగారే. రైతులకు చెరువు నీటిని అందించడం ఇతని బాధ్యత. ఈ **ఆయగార్లు** రైతుల నుండి **మేర**గా కొంత ధాన్యాన్ని వసూలుచేసుకోవడంతో పాటు, కొంత భూమిని **వృత్తి**గా కలిగి ఉంటారు.

మరి కొందరు అధికారులు

1. కొప్పరం శాసనంలో **తంత్రపాల** ప్రోల రౌతును పేర్కొన్నారు.[48]
2. ఘంటసాల శాసనంలో శాసనాధికారి, **సంధివిగ్రహి** దేవనామాత్యుని పేర్కొన్నారు.[49]
3. త్రిపురాంతకం శాసనాలలో ఒకదానిలో మహాప్రధాని పొదుకమూరి అన్నల దేవుని **పదాలు**గా ఎఱగన్నయ నాయకుని ప్రసక్తి ఉంది.[50] సైన్యంలో ఒక చిన్న అధికారి **పదాలు.**

---

45. *SII.* X, 332.
46. *Ibid.*, 465.
47. *SII,* X, 521.
48. *Ibid.*, 263, 271.
49. *Ibid,* 264.
50. *Ibid,* 266.

4. **శ్రీకరణం:** పై శాసనం **శ్రీకరణాన్ని** కూడా పేర్కొన్నది. కరణం బాధ్యత గ్రామానికి సంబంధించిన లెక్కలు నిర్వహించడం. వేరు వేరు లెక్కలకు వేరు వేరు కరణాలుండే వారు. ఉదాహరణకు స్థల **కరణాలు స్థలం** లెక్కలు చూసేవాళ్లు. **సుంక కరణాలు** దారి సుంకాల లెక్కలు చూసేవాళ్లు.[51]

5. **తీర్పర్లు** చేలో పండిన పంటలో ప్రభుత్వ భాగాన్ని నిర్ణయించే అధికారులు; విపణిలో సుంక ఆదాయాన్ని నిర్ణయించేవాళ్లు.[52] పూర్వం వీరిని **ఫలాధికారులనే** వారు.

6. **శ్రీ భండారు** రాజధానిలో రాజకోశాగారానికి ప్రధాన కోశాధికారి. మొదటి హరిహర రాయల కొదుమూరు శాసనంలో ఈ మాట ఉంది. **విద్యారణ్య వృత్తాంతం,** తదితర ఆధారాలు విజయనగర సామ్రాజ్య స్థాపకులయిన హరిహర, బుక్కరాయలు కాక తీయ ప్రతాపరుద్రుని **శ్రీభండారులని** చెప్తున్నాయి.

7. **సర్వాధికారి:** కొందరు విద్వాంసుల అభిప్రాయం ప్రకారం అన్ని పాలనా విషయాల లోనూ రాజుకు ప్రతినిధిగా వ్యవహరించేవాడు **సర్వాధికారి.**

8. **సుంకాధికారి:** స్థలం, గ్రామం, విపణి ఎక్కడయినా **సుంకాలు** వసూలుచేసే అధి కారులు **సుంకాధికారులు.**

9. **అడపము:** తాంబూలానికి అవసరమయిన వస్తువుల సంచిని మోసేవాడు.

10. **ఆలవట్టము:** రాజుగారి చామర గ్రాహి.

11. **కొట్టారువు:** రాజాంతఃపుర వస్తుభాండారాధ్యక్షుడు.

12. **అంగరక్షకుడు:** రాజుగారి అంగరక్షకుడు.

13. **నగరి శ్రీవాకిలి:** రాజప్రాసాద ద్వారపాలకుడు.[53] క్రీ.శ. 1314లో కాకతి ప్రతాప రుద్రుని శ్రీ వాకిలి ఎఱ్ఱయ లెంక.

14. **నగరి - అధికారి:** రాజప్రాసాద పాలనాధ్యక్షుడు. క్రీ. శ. 1320 నాటి రొంపిచర్ల శాసనంలో కొండపెద్దిమంచి **నగరి అధికారిగా** పేర్కొనబడ్డాడు.[54]

15. **తలారి:** సాధారణంగా గ్రామ కావలిగాడు. రాజభవనపు **తలారి** ఆనాడు ప్రతిష్ఠ గలిగిన అధికారి.

16. **సావాసి: అంగరక్షకుడు, తంత్రపాలుడు** వంటి సైనికాధికారి **సావాసి.** గణపతి దేవునికి ధర్మువుగా కవ్వభట్టు అనే **సావాసి** ఒక దానం చేసినట్లు చినకందుకూరు శాసనం తెలుపుతూ ఉంది.[55]

వీరిలో కొందరు **అమాత్యుల** తరువాత ఉన్నతాధికారులు. మరికొందరు ఉన్నత, నిమ్నస్థాయి ఉద్యోగులు. **తలారి** గ్రామ కావలిదారు, రాజాంతఃపుర కావలిదారు కూడా. **తలారి** భైరయ నాయకుడు ప్రతాపరుద్రుని కటక రక్షపాలకుడు.[56]

---

51. *Ibid,* 480.
52. *SII,* X, 480.
53. *Ibid.,* 509.
54. *AR.* 1915, No. 298.
55. *Corpus* III, p. 4.
56. *IAP, Wg.,* 91.

5. సైన్యపాలన - నాయంకర విధానం

సైన్యపాలనలో **నాయంకర** వ్యవస్థను రుద్రమదేవి ప్రారంభించింది, ప్రతాపరుద్రుడు దీన్ని మరింత పటిష్ఠంగా వ్యవస్థీకరించాడు. **నీతిసారాన్ని** అనుసరించి రాజు తన ఉప యోగంకోసం కొంత సైన్యాన్ని నిర్వహించడానికి జీతానికి బదులుగా **నాయకులకు** కొన్ని గ్రామాలను ఇస్తాడు.[57] అప్పటివరకు సామంతులుగా ఉన్న వారంతా ఈ వ్యవస్థలో యుద్ధ సమయంలో రాజుసేవకు తప్పనిసరిగా కొంత సైన్యాన్ని పోషించవలసి ఉంటుంది. వారి కిచ్చిన మాన్యం ఆధారంగా వారు పోషించవలసిన ఏనుగులు, గుర్రాలు, కాల్బలాన్ని నిర్ణయిస్తారు. రాజుకు సైన్యాన్ని సరఫరా చేయడమేకాక వీరు క్రమబద్ధంగా కప్పంకూడా కట్టాలి. ఈ విధంగా రాజుకు యుద్ధ సమయంలో లభ్యమయ్యే సైన్యం నిర్ణీతమవుతుంది. ఒక పద్యం ప్రతాపరుద్రుని నవలక్ష ధనుర్ధరాధినాథునిగా వర్ణిస్తున్నది. ప్రతాపరుద్రుడు తన కోటకు ఉన్న డెబ్బై ఏడు బురుజులకు డెబ్బై ఏడు మంది వెలమ **నాయకులను** నియో గించాడనీ, అతని రాజ్యంలో నాలుగో వంతు భూమిని నిర్ణీత సైన్యం నిర్వహణార్థం ఈ వెలమ నాయకులకు మాన్యంగా ఇచ్చాడనీ **ప్రతాపచరిత్ర** చెప్తున్నది. అయితే అందరూ వెలమ నాయకులేనన్న మాట వాస్తవం కాకపోవచ్చు. శాసనాలలో ఇతర కులాలకు చెందిన నాయకులు కూడా కనిపిస్తున్నారు. **నాయకులకు** సమాన హోదా కలిగినట్లు కనిపిస్తున్న **లెంక**లలో రెడ్లు, ఇతరులు కూడా ఉన్నారు. జుట్టయ **లెంక** గొంకారెడ్డి, రుద్రయ **లెంక,** సోమయ **లెంక,** మాదయరెడ్డి, దేచయ **లెంక,** పిన్నయ **లెంక**లు వెలమలు కాదు.

ఉదాహరణకు మాయిదేవ **లెంక**కు ప్రస్తుత తెనాలి తాలూకాలోని పద్దెనిమిది గ్రామాల కొండూరి **స్థలాన్ని** మాన్యంగా ఇచ్చారు.[58] ఈ **స్థలా**నికి చెందిన వీరుల పాలెం ఇప్పటికీ ఉంది. ఈ గ్రామాలూ, దీని చుట్టుపట్ల ఉన్న రెండు మూడు గ్రామాలలో గ్రామస్థు లంతా రెడ్లే కావడం గమనార్హం. ఈ గ్రామాల పరిధిలో కొన్ని వీరగల్లులు కూడా ఉన్నాయి. ఆరోజుల్లో మాయిదేవ లెంక ఒక శాశ్వత సైనిక శిబిరాన్ని నిర్వహించినట్లు ఇది స్పష్టీక రిస్తుంది. స్థానిక ఆనందేశ్వరాలయ శాసనాలు దేవాలయ భూముల మీద **బంటుల ఆయం** పన్నులో తగ్గింపును తెలుపుతున్నాయి. అంటే తక్కిన అన్ని భూములనుండి **బంటుల** పోషణార్థం ప్రత్యేక సుంకాన్ని వసూలు చేసేవారన్నమాట. అదే విధంగా మహబూబునగర్ జిల్లా మక్తలలో గుండయ నాయకుడు ఒక పెద్ద సైన్యాన్ని నిర్వహించే వాడు. ఈయనను గుండయ **సాహిణి** అనికూడా అన్నారు.[59] గుంటూరు జిల్లాలోని కొప్పారం ఒక **నాయం కరస్థలం.** దీన్ని తిక్కయ రుద్రయ **లెంక,** మారయ **లెంక,** పిచ్చయ **లెంక,** రుద్రయ **లెంక** అనే నలుగురు **లెంక**లు నిర్వహించే వారు.[60] కాకతీయ రాజులు ప్రవేశపెట్టిన నాయంకర విధానం విజయనగర రాజుల పాలనలో ప్రముఖస్థానం వహించింది.

---

57. **సకలనీతి సమ్మతము:** I, 248
58. *SII.* X, 521.
59. *Corpus* III, pp. 52-53.
60. *SII.* X, 533.

నాయకులు పోషిస్తున్న సైన్యంతోపాటు రాజు పెద్ద సంఖ్యలో రథ, గజ, తురగ, పదాతి దళాలను కలిగి ఉండేవాడు. చారిత్రకాధారాలు ప్రతాపరుద్రుని సైన్యంలో 100 ఏనుగులు, 20,000 గుర్రాలు, 9,00,000 కాల్బలం ఉండేవని చెప్తున్నాయి. వీటి అధిపతులను **గజసాహిణి, అశ్వసాహిణి, సేనాధిపతి** అనేవారు. నల్లగొండలో లభించిన ఒక శాసనం గణపతిదేవుడు తన అశ్వదళానికి శిక్షణనివ్వడం కోసం కాయస్థ నాయకుడయిన గంగయ **సాహిణి**ని ఉత్తరదేశం నుండి తీసుకొని వచ్చినట్లు తెలుపుతూ ఉంది. కాయస్థ నాయకులు బహుకాలం కాకతీయ రాజుల అశ్వసైన్యాధ్యక్షులుగా పనిచేశారు. అయ్య వంశానికి చెందిన జాయ గణపతి దేవుని **గజసాహిణి.**

యుద్ధ సమయంలో రాజులే స్వయంగా సైన్యాలను నడిపేవారు. రాజు తరువాతి హోదా **సకల సేనాధిపతి**ది. అంబదేవునితో జరిగిన యుద్ధంలో ప్రతాపరుద్రుని సకల **సేనాధిపతి** సోమయాజుల రుద్రదేవయ.[61] అదేవిధంగా అడిదము మల్లు, సోమయ **లెంక**లు కూడా ఈ పదవిని నిర్వహించారు.[62] సాధారణ **బంట్ల**కు జీతాలకు బదులుగా **వృత్తులు** ఇచ్చేవారు. సేనా నాయకులను **నాడుల**కు రాజ ప్రతినిధులుగా నియమించేవారు.

✪✪✪

61. *SII.* 461, 471.
62. *SII,* 479.

అధ్యాయం -12

ఆర్థిక పరిస్థితులు

I. వ్యవసాయం

1. భూపునస్సంపాదన - స్వామ్యం:

ప్రాచీన మధ్యయుగాల జనాభా నేటి అంత సాంద్రంగా లేదు. ముఖ్యంగా మధ్య దక్కను, రామాయణ కాలం నాటి దండకారణ్యం; తక్కువ వర్షపాతమూ రాతినేల కారణంగా ఈ ప్రాంతాల్లో తక్కిన దక్షిణ భారతం కంటే జనాభా తక్కువ. తగినంత నీటి వసతి ఉన్న ప్రాంతాల్లో గ్రామాలుండేవి. తక్కిన ప్రాంతమంతా నిరుపయోగమయిన పొదలతో నిర్మానుష్యంగా ఉండేది. ప్రాచీన స్థలాలు మెదక్ జిల్లా కొండాపూరు, కరీంనగర్ జిల్లా కోటిలింగాల, పెదబంకూరులు, నిజామాబాదు జిల్లా బోధన్ శాతవాహనుల అధీనంలో ఉండేవి. అదే విధంగా బాదామి చాళుక్యుల, విష్ణుకుండినుల శాసనాలు తెలింగాణా చరిత్ర గురించి కొంత తెలుపుతున్నాయి. గోదావరీ తీరంలోని నేటి నిజామాబాదు, కరీంనగరు జిల్లాలకు సరిఅయిన పోతననాడు, సబ్బినాడులను వేములవాడ చాళుక్యులు పరిపాలించారు. కల్యాణకి చెందిన పశ్చిమ చాళుక్యుల కాలంలో తెలింగాణాలో మరిన్ని జనావాసాలూ, ఒక క్రమబద్ధమైన పరిపాలనా ఏర్పడ్డాయి. పశ్చిమ చాళుక్యుల అధికారంలో బలవంతులైన సామంతులు, రాజప్రతినిధులూ ఈ ప్రాంతాన్ని పరిపాలించారు. విశాల అటవీ భూములను ఏ విధంగా వ్యవసాయ భూములుగా మార్చినదీ అనేక శాసనాలు తెలుపుతున్నాయి. గ్రామాలలో అధిక భాగం తమ పాలకుల సమర్థనతో సాధ్యమైనంత భూమిని సేద్యయోగ్యం చేసిన రైతుల ఆవాసాలు. ఈ భూభాగమంతా అనేక పెద్దా చిన్నా నదులూ వాగులూ వంకలతో నిండి ఉంది. వీటికి ఆనకట్టలు కట్టి సాగునీటికోసం చెరువులు నింపారు.

తక్కిన కోస్తా ప్రాంతంలాగా కాక ఆంధ్రదేశంలో తెలింగాణా ప్రాంతంలో పాలకులూ పాలితులూ అడవులను కొట్టి వ్యవసాయ భూములుగా మార్చే క్లిష్టమైన కార్యాన్ని నిర్వహించవలసి వచ్చింది. రాష్ట్రకూటుల, పశ్చిమ చాళుక్యుల విశాల సామ్రాజ్యాల కాలంలో కంటే కాకతీయుల కాలంలో నీటివనరులున్న ప్రాంతాలలో కొత్త గ్రామాలను నిర్మించే అవసరం మరింత పెరిగింది. కాకతీయులు తరతరాలుగా స్థానిక పాలకులు కాబట్టి అన్ని సహజవనరులనూ ఉపయోగించి భూమిని అభివృద్ధి చేయడంకోసం శక్తి వంచనలేకుండా ఎంతో కృషిచేశారు. స్వయంగా కాకతీయ ప్రభువులు, వారి సామంతులూ ఎన్నో గ్రామాలను నిర్మించారు. ప్రస్తుత మంథెన, కాళేశ్వరం, చెన్నూరు, నర్సంపేట, అచ్చంపేట, ఖమ్మంమెట్టు, కొత్తగూడెం అటవీ ప్రాంతంలోని గ్రామాలలో ఎక్కువభాగం కాకతీయుల కాలంలోనే ఏర్పడినట్లు శాసనాలు చెప్తున్నాయి.

కాకతీయులు, వారి సామంతులు కట్టించిన గ్రామాలు, తవ్వించిన చెరువుల

గురించిన వివరాలెన్నో ఉన్నాయి. గణపతిదేవుని ప్రథమరాజ్య సంవత్సరంలో చెన్నూరు దేశాన్ని పరిపాలిస్తున్న అల్లం ప్రోలరాజనే సామంతుడు ఒక గ్రామాన్ని నిర్మించడానికీ, ఒక చెరువును తవ్వించడానికీ రాజ పురోహితుడయిన బ్రాహ్మణుడు మంచిభట్టుకు రాజానుమతితో ఒక విశాలభూమిని దానం చేసినట్లు మంథెన శాసనం తెలుపుతూ ఉంది.[1] దాన స్వీకర్త శాసనానుగుణంగా ఒక గ్రామాన్ని, తటాకాన్ని నిర్మించి మంత్రకూటానికి చెందిన బ్రాహ్మణులకు ఇళ్ల స్థలాలిచ్చాడు. గణపతిదేవుని కాళేశ్వరం శాసనం రుద్రుని కుమారుడయిన బుద్ధయదేవ ప్రభువు బుద్ధపురంలోని చెరువు పక్కన కాళేశ్వరదేవునికి నాలుగు **నివర్తనాల** భూమిని దానం చేసినట్లు తెల్పుతున్నది.[2] ఇక్కడ కూడా బహుశా నతవాడి వంశానికి చెందిన రుద్రుని కుమారుడు బుద్ధుడు అడవిని కొట్టించి తన పేర బుద్ధపురమనే గ్రామాన్ని, తటాకాన్ని, వ్యవసాయ భూముల్ని ఏర్పరచి ఉంటాడు. వీరబలంజ కులానికి చెందిన బైరిసెట్టి ప్రతాపరుద్రుని పరిపాలనా కాలంలో పెద్ద పరియాల గ్రామ సమీపంలో ఒక తటాకాన్ని, తవ్వించి దాని కింది సాగుభూమిలో మూడింట ఒక వంతును దేవునికి దానంచేసి, మిగిలిన రెండు వంతుల భూమిని రాజు భాగానికి అర్పించినట్లు చిత్తాపూరు శాసనం తెల్పుతున్నది.[3] ఆనకట్ట ఎత్తుతో కాని, సాగుభూమి పరిమాణంతో కాని సంబంధం లేకుండా మొత్తం భూమి 1:2 నిష్పత్తిలో ఆలయానికీ, రాజుకూ చెందుతాయని ఈ శాసనం చెప్తున్నది. దాత తన భక్తి కారణంగా చెరువును తవ్వించాడు. దాని ప్రయోజనం మొత్తం గుడికీ, రాజుకూ చెందుతూ ఉండడం గమనార్హం. ఈ చెరువు కింద సాగయ్యే భూమి అంతా రాజుదే కాబట్టి రెండు వంతుల భూమి ఆయనకే చెందుతుంది. చెరువు తవ్వించిన ఖర్చు కింద దాత అయిన వర్తకుడు మూడో వంతును భగవంతునికి అర్పించాడు. రాజ్యంలోని సాగుభూమి కాని, సాగుచేయని భూమి కాని ముఖ్యంగా సాగుచేయని భూమి అంతా రాజుకు చెందినదేనని ఇది పరోక్షంగా సూచిస్తున్నది.

గణపతి దేవుని పేర వెలసిన గణపవరం, ఘన్‌పూర్, మహాదేవుని పేర వెలసిన మహాదేవపురం, రుద్రదేవుని పేర వెలసిన రుద్రవరం, బయ్యలదేవి పేర వెలసిన బయ్యారం, ముప్పమాంబ పేర వెలసిన ముప్పవరం మొదలయిన అనేక గ్రామాలు కాకతీయ వంశానికి చెందిన రాజులు, రాణులు బీడుభూములు, అటవీ భూములను వ్యవసాయ యోగ్యం చేయగా ఏర్పడిన గ్రామాలే. గణపతిదేవుని సోదరి కుందమాంబ నేటి ఆదిలాబాదు జిల్లా చెన్నూరు తాలూకాలోని కుందవరం గ్రామాన్ని నిర్మించి **కుందసముద్ర**మనే తటాకాన్ని తవ్వించినట్లు ఈ గ్రామంలోని శాసనం తెల్పుతున్నది, ఖమ్మం, ఇతర జిల్లాలలోని బయ్యారం పేరుతో ఉన్న గ్రామాలు గణపతిదేవుని తల్లి బయ్యలదేవి పేర కాకతీయులు నిర్మించినవే. గ్రామాన్ని నిర్మించడం ఆనాడు ఒక పుణ్యకార్యం. చెరువు తవ్వించడం కూడా అటువంటి పుణ్యకార్యమే. గణపతి దేవుని గురువు విశ్వేశ్వర

---

1. *EI.* XXXIV, pp. 65-8 and *IAP. Kn.*, No. 28.
2. *Ibid.*, No. 32.
3. *Ibid.*, No. 38.

శివాచార్యుడు 850 **గద్యాణాలకు** కొంత అటవీ భూమిని కొని అడవి నరికించి తన పేర విశ్వనాథపురమనే గ్రామాన్ని, ఒక తటాకంతో సహా నిర్మించి భగవంతుని అంగరంగ భోగాలకు అర్పించినట్లు త్రిపురాంతకంలోని ఒక శాసనం తెల్పుతున్నది.[4] నల్లగొండ జిల్లా పరద గ్రామంలో లభించిన క్రీ. శ. 1144 నాటి ఒక శాసనం పరద **అగ్రహారాన్ని** నిర్మించి భూమిని పలువురు బ్రాహ్మణులు, సెట్లు, బోయలకు, దేవాలయానికి పంచినట్లు, దాన స్వీకర్తలెవ్వరూ గ్రామాన్ని విడిచి పెట్టరాదనీ, తమవంతు భూములను అమ్మరాదనీ, గ్రామంలోనే ఉండి అభివృద్ధి పరచాలనీ ప్రత్యేకంగా షరతు విధించినట్లు చెప్తున్నది.[5] గ్రామ భూముల మీద **సిద్ధాయం, అరి, కోరు**ల పరిహారం ఇవ్వడం జరిగింది. కొత్త జనా వాసాలను ప్రోత్సహించడానికి ఇటువంటి ప్రోత్సాహకాలు కల్పించేవారు.

స్వామ్యం:

భూ యాజమాన్యం: రాజ్యంలోని భూమిపై స్వామ్యం రాజుదా లేక ఆయా వ్యక్తులదా అన్నది విద్వాంసుల మధ్య చాలా కాలంగా జరుగుతున్న చర్చ. హైందవ స్మృతికారులు మనువు, నారదుడు, కౌటిల్యుడు రాజే భూమికి స్వామి అని చెప్తున్నారు.[6] అయితే రాజుకు భూమి మీద సంపూర్ణస్వామ్యంపట్ల అభిప్రాయ భేదాలున్నాయి. ప్రాథమిక స్వామ్యం రాజు దనీ ద్వితీయ స్వామ్యం వ్యక్తిదనీ అనడం ఈ సమస్యకు సమంజసమయిన సమాధానం. అయితే సాగుచేయని భూమి, అడవుల భూమి మొత్తం రాజ్యానిదే అనడంలో సందేహం లేదు. ఇటువంటి భూమిలో కొత్తగా గ్రామాన్ని నిర్మించినప్పుడు అక్కడ నివాసం ఏర్పరచు కున్న వారికి చెరువులు తవ్వడం, ఇళ్ల స్థలాలను ఉచితంగా పంపిణీ చేయడం, కొన్ని సంవత్సరాల పాటు కొన్ని పన్నులను రద్దు చేయడం వంటి రాయితీలు ఇవ్వడం రాజు బాధ్యత. క్రీ. శ. 1311లో నల్లగొండ జిల్లా మేళ్లచెరువులో వేసిన ఒక శాసనం ఆ గ్రామం లోని **రాచపొలం** అది **రేగడు** కాని, **వెలిగడు** లేక ఇసుక నేల కానీ దానిపై అన్ని రకాల పన్నులకూ పరిహారం ఇచ్చినట్లు తెలుపుతున్నది.[7] గ్రామంలోని భూమి అంతా రాజుదేననీ ఆయన ఇచ్ఛానుసారం దాన్ని రైతులకు పంచుతాడనీ దీనివల్ల స్పష్టమవుతుంది. ఇప్పుడు కూడా బీడు భూముల్ని ప్రభుత్వం పేదలకు పంచడం మనం చూస్తూనే ఉన్నాం. రైతుల స్వంత భూమిలో ఏదైనా నిధిగాని, విలువయిన ఖనిజంగాని లభించినట్లయితే తగిన పరిహారం ఇచ్చి ప్రభుత్వం ఆ భూమిని స్వాధీనం చేసుకోవచ్చు. అయితే ఏ సాధారణ కారణం చేతనయినా రాజు ఒక వ్యక్తి పారంపరిక భూమిని స్వాధీనం చేసుకోడు. ప్రభు త్వానికి సంబంధించినంతవరకు ఆ భూమి ఆదాయంపై ప్రభుత్వ భాగం తీసుకోవడం వరకే ప్రభుత్వ బాధ్యత. ఆ వ్యక్తితో దానికి సంబంధం లేదు. ఆ భూమిని ఎవరు సేద్యం చేసినా ప్రభుత్వానికి పట్టింపులేదు. తన వార్షికాదాయం క్రమబద్ధంగా కోశాగారానికి

4. *SII.* X, 340.
5. *IAP. Ng.*, I.
6. **మనుస్మృతి** VII-39 "భూమేరధి పతిర్హి సః"
7. *Corpus* II, p. 38.

చేరినంత వరకూ రాజు వ్యవసాయదారుల విషయంలో జోక్యం కల్పించుకోడు. అందువల్ల రైతు తన భూమిని అమ్ముకోవచ్చు, దానం చేయవచ్చు, కుదువబెట్టవచ్చు. ఈ హక్కులన్నీ అతనికి ఉంటాయి. ఇటువంటి లావాదేవీల వల్ల ప్రభుత్వానికి కలిగే నష్టమేమిలేదు. పూర్వ యజమాని కాని, కొత్త యజమాని కాని ప్రభుత్వానికి చెల్లించవలసిన పన్ను చెల్లించ వలసిందే. వ్యక్తికి చెందిన ద్వితీయ స్వామ్యం అంటే అర్థం ఇదే. ఒక వేళ రాజు భూమిని తీసుకోదలిస్తే యజమానికి పరిహారం చెల్లించవలసిందే.

దేవవృత్తులు - అగ్రహారాలు: **దేవవృత్తులు** లేదా **అగ్రహారాల**కు సంబంధించి ఒక ప్రత్యేక పద్ధతికి చెందిన స్వామిత్వం ఉంటుంది. **మాన్యం, సర్వమాన్యం, అష్టభోగతేజ స్వామ్యం**[8], **సర్వకరపరిహారం, సర్వబాధాపరిహారం** వంటివి శాసనాలలో సాధారణం. ఈ పరిభాషను సరిగా అర్థంచేసుకోవాలి. కొన్ని సందర్భాల్లో **దేవవృత్తులు, అగ్రహారాలు** కూడా ప్రాథమిక సుంకాలయిన **సిద్ధాయం** వంటివి చెల్లించవలసి ఉంటుంది. అగ్రహారికు లకు, దేవాలయాలకు ఇతర భూస్వాముల కంటే తమ భూములమీద ఎక్కువ అధికారా లుంటాయి.

సేవాభృతులు: సైనికులు, **నాయకులు,** మంత్రులు, సేనానులు, **అంగరక్షాతంత్ర పాలురు, కరణాలు,** ఇతర ఉద్యోగులకు జీతానికి బదులుగా ఇచ్చిన భూములపై అన్ని రకాల పన్నులూ వసూలు చేసేవాళ్లు. జీతానికి బదులుగా ఈ ఉద్యోగులకు **వృత్తులు**గా వారి సేవను బట్టి కొన్ని గ్రామాలనో, భూములనో ఇచ్చేవారు. వారికి ఈ గ్రామాల మీద సంపూర్ణ హక్కు ఉండేదికాదు. ఉదాహరణకు ప్రతాపరుద్రుని కాలంలో పాండ్యులను జయించిన దేవరి నాయకుడు తన **నాయంకరం**లోని సలకలవీడు గ్రామాన్ని కావేరీ శ్రీరంగనాథునకు దానం చేయడానికి రాజు అనుమతిని తీసుకున్నాడు.[9] దీన్నిబట్టి ఆయ నకు తన కింద ఉన్న గ్రామాలను **అగ్రహారాలు**గా గాని, **దేవవృత్తులు**గా గాని దానం చేసే హక్కులేదని తెలుస్తున్నది.

ఈ భూముల మీద రాజుకు ఉన్న హక్కును రైతులను మార్చకుండానే దానస్వీకర్తకు సంక్రమింపజేయడం కూడా ఉంది. గణపతిదేవుని కుమార్తె గణపాంబ మొగలుట్ల గ్రామంలో వేసిన శాసనం దీనికి మంచి ఉదాహరణ.[10] కమ్మర్లు, కుమ్మర్లు, చాకళ్లు మొద లైన గ్రామ సేవకులంతా **అర్ధసీరులు** తాము రాజుకు కట్టవలసిన పన్నులను దాన స్వీకర్తకు మాత్రమే చెల్లించాలని ఈ శాసనం చెప్తుంది. **అర్ధసీరులం**టే ప్రభుత్వ భూమిని సేద్యం చేస్తూ ఆదాయంలో సగం భాగాన్ని రాజుకు, ఇక్కడ దాన స్వీకర్తకు చెల్లించవలసిన రైతులు. రైతుల కౌలుమీద దీని ప్రభావం ఏమీ ఉండదు. వాళ్లు చేయవలసింది - అర్ధభాగంతో

---

8. అష్టభోగాలు: నిధి, నిక్షేపం, అక్షిణ, ఆగామి, సంచిత, సాధ్య, తరు, జల, పాషాణాలు (*JAHRS.* X, p. 124)
9. Apendix -5
10. *EA* IV, p. 97. అర్ధ = సగం, సీరి = దున్నేవాడు. ప్రభుత్వ భూమిని ఉత్పత్తిలో సగభాగానికి సేద్యం చేసే రైతు.

పాటు పన్నులను రాజుకు బదులు దానస్వీకర్తకు చెల్లించడమే. ఇదే మార్పు. దీనికి మరో ఉదాహరణ కూడా ఉంది. శీ. శ. 1192కు సరిఅయిన క్రీ. శ. 1270 నాటి రుద్రమదేవి కాలపు పెదగంజాం శాసనం ఆ గ్రామంలోని దేవాలయానికి ఒక సెట్టి ఒక గ్రామాన్ని, ఉప్పుమళ్లను, **అడ్డ వట్ట** సుంకాన్ని దానం చేసిన విషయాన్ని తెల్పుతున్నది.[11] బహుశా ఈసెట్టి పన్నులు వసూలుచేసే రాజ్యవర్తకులలో ఒకడు కావచ్చు. ఈ శాసనంలో కొంత తోటను, పంటలో సగం దేవాలయానికి ఇచ్చే షరతుమీద కొమ్మిరెడ్డి అనే వ్యక్తికి దానం చేసినట్లు కూడా ఉంది. ఈ ఉదాహరణలను బట్టి అన్ని ప్రభుత్వ భూములూ, **దేవవృత్తులూ** మరో విధంగా పేర్కొనకపోయినట్లయితే రైతులకు శాశ్వతంగా కౌలుకిచ్చినవి. రైతులు పంటలో సగం ప్రభుత్వానికో, గుడికో చెల్లించాల్సి ఉంటుంది. ఇతర భూముల విషయంలో ప్రభుత్వం వస్తు రూపంలోగాని, ధన రూపంలోగాని **పంగము** వసూలు చేస్తుంది.

రాజు భూములు: అగ్రహారాలుగాగాని, **వృత్తులు**గాగాని ఇవ్వని భూములన్నీ రాజువే. మేళ్ల చెరువు శాసనంలో ఇటువంటి భూమిని **రాచపొలము** అని పేర్కోవడం ముందే చూశాం. ఇటువంటి భూములను రైతులకు శాశ్వతంగా కౌలుకిచ్చేవారు. భూమి రకాన్ని బట్టి రైతు సగం, లేదా మూడోవంతు లేదా నాలుగోవంతు లేదా ఆరోవంతు పంటను సుంకంగా చెల్లించేవాడు. కొత్తగా సాగుచేసిన భూమిని **పోడు** అనేవారు. **పోడు** భూమి సేద్యంలో రైతులకు కొన్ని రాయితీలిచ్చేవారు.

2. సాగునీరు:

రాజ్యంలోని మొత్తం వ్యవసాయ భూమి స్థూలంగా రెండు రకాలుగా విభాజితమై ఉండేది. (1) నదులు, వాగులు, చెరువులు, కాలువలు, చెలమలు, బావుల కింద సాగు చేసే భూములు **నదీ మాతృకలు** (2) కేవలం వర్షాధారం మీద సేద్యం చేసే భూములు **దేవమాతృకలు.** బీడుభూములు ఈ రెండింటి కంటే ఎక్కువగా ఉండేవి. ఆనాడు దక్కనులో జనసాంద్రత తక్కువగా ఉండేది. విశాలమైన భూమి కొండలు, గుట్టలు, అడవులు, రాతి నేలలతో కూడి ఉండినదయినప్పటికీ తెలంగాణాలో నదులు, వాగుల తీరాలలో తేలికగా వ్యవసాయం చేయదగిన భూమి ఎంతో ఉండింది. సగటు వర్షపాతం మరీ తక్కువ కాదు కాబట్టి వర్షాకాలంలో నదులు, వాగులలో తగినంత నీరు ప్రవహించేది. అయితే వర్షాలు పడినప్పుడే చేరిన నీరు కొద్దిరోజుల్లోనే వృధా అయిపోయేది. నదీ గర్భాలలోని చెలమలు తీరంలోని చిన్న చిన్న కాలువలు మాత్రమే నదీ జలాన్ని వినియోగించుకోవడానికి ఉపయోగపడేవి. ఇది అనాదిగా సాగుతున్న స్థితి.

ఈ విషయంలో తెలంగాణా మీద తగినంత శ్రద్ధచూపడం కాకతీయుల కాలంలోనే జరిగింది. సరిపోయినంత సాగునీరు లభ్యం కానందువల్లే సారవంతమైన భూమి ఎంతో సాగుకావడం లేదని వాళ్లు గ్రహించారు. తగిన చోట్ల ఈ ప్రవాహాలకు అడ్డు కట్టలు కట్టి పెద్ద తటాకాలను నిర్మించి విశాలమైన భూములను సాగుచేయడానికి అవసరమైన నీటిని నిలువ చేసే పద్ధతిని వీళ్లు కనిపెట్టారు. ఆ రోజుల్లో పెద్ద తటాకాలను నిర్మించడం ఒక

11. *SII*, X, 427.

గొప్ప విద్య.[12] తటాక నిర్మాణానికి హిందూ ధర్మశాస్త్రాలలో ఎంతో పవిత్రత ఉంది. అనేక స్మృతులు తటాక నిర్మాణం **సప్త సంతానాలలో** ఒకటిగా పేర్కొంటున్నాయి. రుద్రదేవుని మంత్రి అయిన గంగాధరుని కరీంనగర శాసనం[13], గణపతిదేవుని గణపేశ్వర శాసనం[14], ఇంకా అనేక ఇతర శాసనాలు **సప్తసంతానాలను** పేర్కొంటున్నాయి. అవి కుమారుడు, గుడి, తోట, చెరువు, అగ్రహారం, కావ్యం, నిధి. చెరువు తవ్వేముందు వరుణదేవుని ప్రతిష్ఠి స్తారు. జలదేవత అయిన ఆయన కరుణవల్ల చెరువుకు నిండుగా నీళ్లు రావాలన్న ఉద్దేశంతో ఈ ప్రతిష్ఠ జరుగుతుంది. నదీమార్గంలో నది రెండు కొండల మధ్యగా ప్రవ హిస్తున్న చోట మట్టి, రాళ్లతో ఆనకట్టకట్టి ఒక పెద్ద తటాకాన్ని ఏర్పాటు చేసేవారు. ఈ తటాక జలంతో సాగయే భూమి కూడా సారవంతమైందిగా ఉండాలి; అలాటి చోటును ఎంపిక చేసుకొనేవారు.

కాకతీయ పాలనా వ్యవస్థలో సాగునీటి పనులను చూడడానికి ఒక ప్రత్యేక శాఖ కాని, అధికారి కాని లేదు. ఈ పనులన్నీ గుళ్లూ, చెరువులూ, భవనాల నిర్మాణంలాగే సాధారణంగా మంత్రి, సామంతుల పర్యవేక్షణలో ఉండేవి. కాకతీయ రాజులు స్వయంగా కొన్ని చెరువులు తవ్వించారు. మోటుపల్లి[15], బయ్యారం శాసనాల ప్రకారం మొదటి ప్రోలరాజు **అరిగజకేసరి**[16] అన్న తన ప్రఖ్యాత బిరుదు మీదుగా ఒక తటాకాన్ని తవ్వించి దానికి కేసరితటాకం అనిపేరుపెట్టాడు. వరంగల్లు జిల్లా మహబూబాబాదు తాలుకాలోని కేసముద్రం (**కేసరి – సముద్రం**) గ్రామ సమీపంలో దీన్ని గుర్తించవచ్చు. మొదటి ప్రోల రాజు కుమారుడు రెండవ బేతరాజు **సెట్టికెరెయ, కేసరి సముద్రం** అనే రెండు చెరువుల తవ్వకం ఆరంభించాడనీ, ఈ రెండవ చెరువును తవ్వించే సందర్భంలో వరుణదేవుని ప్రతిష్ఠించాడనీ హన్మకొండ శాసనం తెల్పుతున్నది.[17] ఇదే శాసనం రెండవ ప్రోలరాజు కూడా కొన్ని సాగునీటి చెరువులను తవ్వించాడనీ, వాటికింది భూముల్ని దానం చేశాడనీ తెల్పుతున్నది. రుద్రదేవుడు ఉదయచోడుని పట్టణాన్ని జయించి అక్కడ ఒక పెద్ద చెరువును తవ్వించినట్లు అనుమకొండ శాసనం తెలుపుతున్నది. ప్రస్తుత హనుమకొండ బస్టాండు వద్ద కనిపించే చెరువును రుద్రదేవుని మంత్రి గంగాధరుడు నిర్మించినట్లు హన్మకొండ శాసనం తెలియజేస్తున్నది.[18] తెలుగుచోడుల రాజధాని అయిన నెల్లూరు, కృష్ణాజిల్లాలోని గణపురం వంటి ప్రాంతాలలో గణపతిదేవుడు పలు తటాకాలను నిర్మించినట్లు **ప్రతాప చరిత్ర** చెప్తున్నది. ఈ కాలపు శాసనాలలో **గణప సముద్రమనే** పేరుతో గణపతిదేవుడు

---

12. *EI.* XIV, p. 108. శా. శ. 1291 (క్రీ. శ. 1369)కి చెందిన పోరుమామిళ్ళ తటాక శాసనం ఈ ప్రక్రియను వివరంగా తెలిపింది.
13. *IAP. Kn.*, p. 71.
14. *EI.* III, pp. 88 ff
15. *Ibid.*, XII, p. 193.
16. *EA.* I, p. 72.
17. *IAP. Wg.*, p. 85.
18. *JAHRS.* XXXVI-1, Appendix 4.

స్వయంగా నిర్మించినవి కాని, అతని సామంత మండలీకులు నిర్మించినవి కాని అనేక తటాకాలు కనిపిస్తాయి. ఈ మహారాజు కాలంలో అనేక పెద్ద చెరువులు నిర్మితమయ్యాయి. వాటి కింద నేడు కూడా తెలంగాణాలో వేలాది ఎకరాలు సాగవుతున్నాయి. అటువంటి కొన్ని చెరువుల వృత్తాంతాలు నేటి ఆంధ్రప్రదేశ్‌లో సాగునీటి వనరుల విషయంలో ఈ చెరువుల మహత్తర పాత్రను గురించి తెల్పుతాయి.

1. **పాకాలచెరువు:** వరంగల్లుకు తూర్పున 50కి.మీ. దూరంలో నర్సంపేట తాలూకాలో మానేరు బేసిన్‌లో పాకాలచెరువు ఉంది. చెరువుకు నాలుగువైపులా విశాలమైన అడవి ఉంది. మొత్తం చెరువు డ్రైనేజ్ ఏరియా ఎనభైచదరపు మైళ్లు. ఈ బేసిన్‌లో సగటు వర్షపాతం 40". వచ్చేనీరు 2,987 ఎం.సి. అడుగులు. చెరువు గరిష్ఠ నీటినిలువస్థాయి 2,452 ఎం.సి. అడుగులు. 17,258 ఎకరాల భూమి సాగుకు ఈ నీరు సరిపోతుంది. ప్రస్తుతం ఈ చెరువుకింద 9,037 ఎకరాల భూమి సాగవుతూ ఉంది. ఈ పెద్ద ఆనకట్ట ఎర్రమట్టి గులక రాళ్లతోనూ, ఎర్రమట్టితోనూ నిర్మితమయింది. ఆనకట్ట పొడవు ఒక మైలు. 40 కాలువలున్నాయి. ఆనకట్ట వెడల్పు 30 నుండి 50 అడుగులవరకు ఉంది. ఈ చెరువు ఎండిపోయిన సందర్భాలులేవు. మొసళ్లుకూడా ఉన్నాయంటారు. ఈ చెరువు కట్టమీద వేసిన శాసనం గణపతిదేవ మహారాజు కాలంలో ఆయన మంత్రి బయ్యన నాయకుడు, బాచమాంబల కుమారుడయిన జగదాలు ముమ్మడి నిర్మించినట్లు తెలుపుతున్నది.[19]

2. **రామప్పచెరువు:** వరంగల్లుకు 65కి.మీ. దూరంలో ములుగు తాలుకా పాలంపేట సమీపంలో ఈ చెరువు ఉంది. శా.శ. 1135కు సరిఅయిన క్రీ.శ. 1213లో ఈ చెరువును గణపతిదేవుని సేనాని రేచర్ల రుద్రుడు నిర్మించినట్లు సమీపంలోని శివాలయంలో వేసిన శాసనం తెల్పుతూ ఉంది. ఈ చెరువు పక్కనే ఉన్న సుప్రసిద్ధమయిన రామప్పదేవాలయాన్ని కూడా చెరువుతో పాటే నిర్మించి ఉంటారు. చెరువు కట్ట పొడవు 2,000 అడుగులు, ఎత్తు 56 అడుగులు, లోతు 35 అడుగులు. సాగు అయ్యే భూమి 4,350 ఎకరాలు. ఐదు మైళ్ల నాలుగు ఫర్లాంగులు, రెండు మైళ్ల ఐదు ఫర్లాంగులు, రెండు మైళ్ల ఏడుఫర్లాంగులు, ఐదుమైళ్ల నాలుగు ఫర్లాంగులు పొడవున్న నాలుగు కాలువలున్నాయి.

3. **ఘన్‌పూర్ చెరువు:** రామప్ప చెరువు నిర్మించిన కాలంలోనే దీని నిర్మాణమూ జరిగింది. సాగయ్యేభూమి 350 ఎకరాలు.

4. **లక్నవరం చెరువు:** కాకతీయయుగానికి చెందిన పెద్ద తటాకాలలో లక్నవరం చెరువు ఒకటి. లక్నవరం, పాకాల, ఖమ్మం జిల్లాలోని బయ్యారం చెరువులకు మూడు పెద్ద వాగుల నుండి నీరు చేరుతుంది. ఒక పెద్ద పీఠభూమి ఆయకట్టుగా ఈ వాగులు మూడు దిక్కులకు ప్రవహిస్తున్నాయి. గణపతిదేవుని సోదరి, నతవాడి రుద్రుని భార్య అయిన మైలాంబ బయ్యారం చెరువు తవ్వించింది. కుందవరం గ్రామసమీపంలో తన పేర గణపతిదేవుని మరో సోదరి కుందమాంబ కుంద సముద్రమనే చెరువును తవ్విం

19. *Itihas* (Journal of A.P.Archives, A.P), I, pp. 61-62 (Y.G.Reddy)

చింది. గణపతిదేవుని సేనాని మల్యాల చౌండ సేనాపతి వరంగల్లుకు 12 కి.మీ దూరంలో కొండపర్తి గ్రామంలో **చౌండ సముద్ర**మనే చెరువును నిర్మించాడు. అతని భార్య మైలమ కరీంనగర్ జిల్లా కటుకూరులో ఒక చెరువును తవ్వించింది. రేచెర్ల వంశానికి చెందిన పిల్లలమర్రి సామంతులు తమమాన్యమయిన నేటి నల్లగొండ జిల్లా ప్రాంతంలో ఎన్నో చెరువులు తవ్వించారు. మాడపల్లికి చెందిన బొల్లయనాయకుడు వివిధ ప్రాంతాలలో ఏడు చెరువులను తవ్వించినట్లు తెలుస్తున్నది.[20] వాస్తవానికి తెలంగాణాలోని వరంగల్లు, ఖమ్మం, కరీంనగరు, నిజామాబాదు, నల్లగొండ జిల్లాలలో చెరువు లేని గ్రామం లేదంటే అతిశయోక్తి కాదు. కొన్ని గ్రామాలలో ఒకటికంటే ఎక్కువ చెరువులుకూడా ఉన్నాయి. తెలంగాణాలోని ఇతర ప్రాంతాల కంటే ఈ జిల్లాలలో వర్షపాతం ఎక్కువ. సేద్యం కోసం వాగులకు తగిన చోట్ల చెరువులు నిర్మించడం వ్యవసాయాభివృద్ధికీ, తద్వారా రాజ్య ఆర్థిక పరిస్థితి మెరుగు పడడానికీ తోడ్పడింది.

చెరువులతోపాటు **ఊటకాలువలు** మరొక సాగునీటి వనరు. శాసనాలలో అనేక **ఊటకాలువ**ల ప్రస్తావన ఉంది. కరీంనగరు జిల్లాలోని రెండు గ్రామాల మధ్య గొనుగు **కాలువ** విషయంలో తలెత్తిన వివాదాన్ని గురించి ఒక తామ్ర శాసనం తెలుపుతూ ఉంది.[21] మూసీనది నుండి మూసెటి - **కాలువ,** ఆలేరు నదినుండి కొలనుపాకసమీపంలో ఆలేటి **కాలువ**[22], కూచినేని - **కాలువ**[23], రావిపాటి - **కాలువ**[24], బొమ్మకంటి - **కాలువ**[25], ఉత్తమ గండ - **కాలువ**[26], ఉటుం **కాలువ**[27], చింతల - **కాలువ**[28] **ఊటకాలువల**కు మరికొన్ని ఉదాహరణలు.

ఏతం, మోట ద్వారా నీరు చేదటం వాడుకలో ఉండేది. వీటిని **రాటనాల**నేవారు. లోతైన బావులనుండి నీరు చేదడానికి ఎద్దుల్ని ఉపయోగించేవారు. శా.శ. 1176 చెందిన దోసపాడు శాసనం ఒక **రాటనా**న్ని అవసరమయిన కలపతోనూ, ఎద్దులతోనూ దానం చేసిన విషయాన్ని ప్రస్తావిస్తున్నది.[29] బావులు కాని, కాలువలు కాని లోతుగా లేనపుడు నీళ్లు మనుషులే చేదటం కూడా ఉంది. కప్పీ సాధనంతో నీటిని పైకి చేదే **రాట్నాల** ప్రసక్తి అనేక శాసనాలలో ఉంది. సొంత బావులు లేని వ్యవసాయదారులకు బావుల యజ మానులు **రాట్నాల**ను అద్దెకిచ్చే వారు. దేవాలయాలకు ఆదాయం తెచ్చే సాధనాలుగా

---

20. *SII.* X, 472.
21. *IAP. Kn.,* Appendix.
22. *Corpus* II, *Pillalamarri inscriptions and Select Epigraphs of A.P., Kolanupaka inscriptions* 8-9.
24. *Ibid.,* p. 96
25. *Ibid.,* p. 133.
26. *Ibid.,* p. 105
27. *Ibid.* III, Kn., 10.
28. *Ibid.,* Kn. 9.
29. *Corpus* III, p. 111

దానం చేయడం ఈ విషయాన్ని నిరూపిస్తుంది. యుద్ధమల్ల జినాలయానికి[30], మధుపే శ్వరాలయానికి[31] కాకతీయ ప్రథమ బేతరాజు, ప్రథమ ప్రోలరాజులు **రాట్నా**లను దానం చేయడం శనిగరం శాసనాల నుండి తెలుస్తున్నది. అక్కడే భీమేశ్వరునికి దండనాయకుడు కొండమయ్య **రాట్నా**లను దానం చేసినట్లు మరో శాసనం చెప్తున్నది.[32] **రాట్నాల** ద్వారా నీటిని సరఫరా చేయడానికి అయ్యే ఖర్చుకు డబ్బు లేదా ధాన్యాన్ని సేకరించి పై దేవతలకు దానం చేసినట్లు ఈ శాసనాలు స్పష్టీకరిస్తున్నాయి. అయితే **రాట్నా**నికి రోజుకింత అనో లేదా దానివల్ల సాగయ్యే భూమినిబట్టో ఏది ప్రమాణంగా అద్దె వసూలు చేసేవారో మనకు తెలియదు. **రాట్నా**లను, నీటిని బావుల యజమానులు అద్దెకిచ్చే సంప్రదాయం ఆనాడు ఉందని మాత్రం ఖచ్చితంగా చెప్పవచ్చు. అదే విధంగా చిన్న **కుంట**లను దేవతలకు దానం చేయడం కూడా ఉంది. క్రీ.శ.1108 నాటి వేములవాడ శాసనం మహామండలేశ్వర జగద్దేవరసు ఇల్లెందు-**కుంట** అనే చెరువును హరికేశ్వర దేవునికి దానం చేసినట్లు తెలుపుతూ ఉంది[33]. మగతల శాసనం బద్దిరాజు చెరువును స్వయంభూ మల్లినాథ దేవునికి దానం చేసిన విషయాన్ని తెలుపుతూ ఉంది[34]. క్రీ.శ. 1290 నాటి మహబూబునగరు జిల్లా అమరాబాదులోని ఒక శాసనం పొగసిరివాగునుండి తవ్విన ఒక కాలువను ఆ గ్రామానికి చెందిన మైలారుదేవునికి **వృత్తి**గా ఇచ్చిన విషయాన్ని చెప్తున్నది.[35] ఇరుగు పొరుగు పొలాలకు కాలువద్వారా నీటిని సరఫరాచేయడంపై వచ్చే ఆదాయాన్ని దేవుడికి దానంగా ఇవ్వడాన్ని ఇది సూచిస్తుంది. ఈ విధంగా కాలువ నిరంతర ఆదాయానికి ఆధారమయింది. ఈ ఆధారాలను బట్టి సాగునీటిబావులు, చిన్న చెరువులు, కాలువలను వ్యాపారంగా కూడా ప్రైవేటు వ్యక్తులు వినియోగించుకొంటున్నట్లు గ్రహించవచ్చు. ఒక బావినో, చెరువునో తవ్వుకోలేని చిన్న రైతులు బావులు, చెరువుల యజమానులనుండి నీరు కొనుక్కొనేవారు. తమ భూమిలో నీరు పడనప్పుడు కూడా రైతులు ఈ పద్ధతిని అనుసరించడం సహజమే.

పదమూడో శతాబ్దానికి చెందిన మరొక అమరాబాదు శాసనం మల్లిసెట్టి అనే వ్యక్తి స్వయంభూ దేవాలయానికి సంబంధించిన చెరువు కట్ట ఎత్తు పెంచి నీటి నిలువ సామర్థ్యాన్ని వృద్ధిచేసినట్లు చెప్తున్నది. ఆ విధంగా కొత్తగా సాగులోకి వచ్చిన భూమికి భూమి ధరకుగాను 30 **మాడలు,** చెరువు నుండి నీటిని వినియోగించుకుంటున్నందుకు **నీటి ముడి**గా 25 మాడలు, పునః వార్షిక నీటి పన్నుగా ఏడాదికి 10 **వీసా**లు దేవాలయ నిధికి జమచేశాడు.[36] ఒక వ్యక్తి తనకు తానుగా చెరువుకట్ట ఎత్తుపెంచి భూమిని సాగు

30. *IAP. Kn.*, p. 36.
31. *Ibid.*, p. 38.
32. *Ibid.*, p. 49.
33. *Ibid.*, p. 54.
34. *Corpus* III, p. 50.
35. *Ibid.*, p. 40.
36. *Ibid.*

లోనికి తెచ్చుకొని దాని కోసం దేవాలయానికి డబ్బు చెల్లించడం ఆసక్తి కరమయిన విషయం. ఆ వ్యక్తీ, చెరువు యజమాని అయిన గుడీ కూడా దీనివల్ల లాభపడడం జరిగింది. ఆ నాడు సాగునీటి పనులు ఏ విధంగా జరిగిందీ తెలుసుకోవడానికి ఇది ఒక మంచి ఉదాహరణ.

చెరువులు కాలువల నిర్వహణ: చెరువులు, కాలువల నిర్వహణలో ప్రభుత్వం తగినంత శ్రద్ధ తీసుకుంది. ప్రతి సంవత్సరం చెరువుకట్టలకు మరమ్మతులు, పూడికలు తీయడం, కాలువలు తూములకు మరమ్మతులు నిర్వహణలో ముఖ్యమైన అంశాలు. ఈ పనికి ఆయా వ్యక్తులను నియమించిన సందర్భాలెన్నో శాసనాలలో కనిపిస్తున్నాయి. పండిన ప్రతి **పుట్టి** ధాన్యానికీ ఒక **కుంచం** చొప్పున సాధారణంగా రైతులు ఈ వ్యక్తులకు చెల్లిస్తారు. దీన్ని **దశవంధ** అంటారు.[37] దీన్ని **పుట్టి కుంచం**, **చెరువు కుంచం** అని కూడా వ్యవహరించేవారు. **దశవంధమాన్యం** అనే మరోపద్ధతి చెల్లింపు కూడా ఉండేది. ఆ చెరువు కింద సాగయ్యే కొంతభూమిని చెరువు నిర్వహణ దారుకు **మాన్యం**గా ఇచ్చేవారు.

వ్యవసాయం:

వ్యవసాయ భూమిని మాగాణి, మెట్ట అని రెండు రకాలుగా విభజించవచ్చు. మాగాణి **నీరునేల**, **తోంట** అని మళ్లీ రెండు రకాలు మెట్ట భూమిలో వర్షాధార పంటలు - మొక్కజొన్న, నీలిమందు, ఆవాలు, ఆముదాలు, నువ్వులు మొదలైనవి పండుతాయి. అడవులు, పచ్చిక బయళ్ళను పశువుల మేతకు వదిలేవారు. సేద్యభూములను **అచ్చుకట్టు** భూములనేవాళ్లు.[38] ఇందులో మాగాణి, మెట్టభూములు రెండూ చేరతాయి. **అచ్చుకట్టు** భూములంటే ప్రభుత్వానికి **అరి** అంటే పన్ను చెల్లించవలసిన భూములు. **అచ్చుకట్టు** భూమిలో చేరిన ప్రతి **మఱ్ఱురు** భూమికీ **రూక**లో పదహారోవంతు అంటే ఒక **వీసం** చొప్పున దేవుని భాగంగా చేసిన దానాన్ని శా.శ. 1225 నాటి కటకూరు శాసనం తెల్పుతున్నది. ఈ పన్ను ఒక్కొక్క **కారు**కు - అది కార్తీకం కానీ - వైశాఖం కానీ విధిస్తారు. దీన్ని బట్టి **అచ్చుకట్టు** భూములంటే పన్ను వసూళ్లకు క్రమబద్ధంగా సర్వేచేసిన సేద్యభూములని తెలుస్తోంది. ఇటువంటిదే **అడపగట్టు** అనే మరో మాటకూడా ఉంది. దీని అర్థం స్పష్టంకాదు. క్రీ.శ. 1124కు చెందిన గూడూరు శాసనంలోనూ[39], పదమూడవ శతాబ్దానికి చెందిన ఉప్పునూతల శాసనంలోనూ[40] ఈ మాట కనిపిస్తుంది. ఈ రెండు సందర్భాలలోనూ ఆ విధంగా వచ్చిన ఆదాయాన్ని దేవుడికి దానంగా ఇవ్వడం జరిగింది. వరంగల్లు జిల్లా కొండపర్తి శాసనంలో **తాంబూల స్రవ** ప్రసక్తి ఉంది. భూమిని కౌలు కిచ్చేటప్పుడు భూమియజమాని కౌలుదార్ల మధ్య ఒప్పందం తాంబూలాలు మార్చుకోవడం ద్వారా జరిగేదని ఇది తెలుపుతుంది. బహుశా ఆ సమయంలో కౌలుదారు భూమియజమానికి ఏమైనా చెల్లించేవాడు

---

37. *NDI.* II, K. 47, 50
38. *Corpus* III, p. 17.
39. *IAP. Wg.*, p. 82.
40. *Corpus* III, p. 94.

కావచ్చు. **అడపము** అంటే తాంబూలం. **అడపగట్టు** అంటే ప్రభుత్వం కౌలుకిచ్చిన భూమి కావచ్చు.

వ్యవసాయ సంబంధమైన పండుగలు:

ఆధునిక కాలంలో యంత్రాలను వినియోగించడం మొదలు పెట్టడానికి ముందు వ్యవసాయ పద్ధతులు తరతరాలుగా పెద్దమార్పులేకుండానే ఉండేవి. స్థానిక పరికరాలను, ఎద్దులను ఉపయోగించేవారు. పంటకోత సమయాన్ని బట్టి భూములను కార్తీక, వైశాఖాలుగా పిలిచేవాళ్లు. మొదటి తరిపంట నైరుతి ఋతుపవనాలపై ఆధారపడి కార్తీక మాసంలో కోతకువచ్చేది. రెండో తరి పంట చలికాలంలో విత్తబడి వైశాఖమాసంలో కోతకు వచ్చేది. కొన్ని భూములు మొదటి పంటకు, కొన్ని భూములు రెండో పంటకు అనుగుణంగా ఉంటే మరికొన్ని భూముల్లో రెండుపంటలూ పండేవి. ఈ భూముల్ని **ఇరుగారు, ఇరూపు** భూములనేవాళ్లు. కూచిమంచి, గోవిందాపురం ఇంకా ఇతర శాసనాలనేకం ఈ మూడు రకాల భూములనూ పేర్కొంటున్నాయి.[41] మాగాణి భూముల్లోకాని, మెట్టభూముల్లోకాని పంటవేసే తరుణంలో పండుగచేయడం అనాదినుండి వస్తున్నది. క్రీ.శ. 935 నాటి కొరవి శాసనం[42] వరిపంట, మెట్టపంట వేసే సమయంలో, ఆమని పున్నమ సందర్భంలో వేసిన కొన్ని సుంకాలను పేర్కొంటున్నది. ఆమని పున్నమ వైశాఖ పౌర్ణమి. వరి, మెట్ట పంటలు వేయడం సాధారణంగా ఏరువాక పున్నమి రోజున జరుగుతుంది. జ్యేష్ఠపౌర్ణమి ఏరువాక పున్నమి. అప్పుడే నైరుతి ఋతు పవనాలు ప్రారంభమై విత్తనాలు చల్లడానికి సరైన సమయం ఏర్పడుతుంది. కొత్త సంవత్సరం ప్రారంభంలో రైతులకు ఇది చాలా ముఖ్యమైన పండుగ. ఒక చెరువుకట్ట మీదో, కొండమీదో, దేవాలయం దగ్గరో అందరూ కలిసి ఉమ్మడిగా పూజచేస్తారు. గణపతిదేవుని పరిపాలనా కాలానికి చెందిన క్రీ.శ. 1235 నాటి ఉప్పరపల్లి శాసనం గ్రామస్థులు ఏరువాక పూజ చేసే ఏరువాక గుబ్బలి అనే గుట్టను పేర్కొంటున్నది.[43] రైతులు తమ ఎద్దులు, నాగళ్లను అలంకరించి, విత్తనాలు తీసుకొని ఆలయంలో పూజలు చేసి నేరుగా పొలాల్లో విత్తనాలు చల్లడానికి వెళ్తారు.

అట్లాగే ఆగ్రహాయణం మార్గశిరమాసంలో పౌర్ణమి రోజున మొదలవుతుంది. అప్పుడే కొత్త పంటను ఇంటికి తీసుకువస్తారు. ఈ సందర్భంలో కూడా ఒక పూజ చేస్తారు. కోతల సమయంలో నామమాత్రపు పూజ జరిగినప్పటికీ ఈ పండుగ ఆంధ్రదేశంలో ఉత్తరాయణ - సంక్రాంతిన పెద్ద ఎత్తున జరుగుతుంది.

పంటలు:

కాకతీయుల కాలంలో ఆంధ్రదేశంలోని అన్ని ప్రాంతాల్లోనూ ఇప్పటి లాగానే వరి ప్రధానమైన పంట. ఇప్పటిలాగా గోదావరి, కృష్ణా, పెన్నా నదులపై పెద్ద ఆనకట్టలూ, కాలువలూ లేక పోయినప్పటికీ, అసంఖ్యాకమైన చెరువులూ, వాటి నుండి తవ్విన చిన్న

---

41. *IAP. Wg.*, 26.
42. *Ibid.*, No. 6.
43. *Ibid.*, *Kn.*, p. 92.

కాలువలూ, ఊటకాలువలూ అందించినసాగునీరు ఏ విధంగా చూసినా గణనీయమైనదే. వాస్తవానికి ప్రతిగ్రామమూ ఆహార ధాన్యాల విషయంలో వరి, మొక్కజొన్న, రాగులు, సజ్జలు, ఆళ్లు మొదలయినవాటితో స్వయం సంపూర్ణమే. వరి సమృద్ధిని ఆ కాలపు శాసనాలెన్నో నిరూపిస్తున్నాయి. పేరు తెలియని ఒక కవి రచించిన ఒక అసంపూర్ణ కావ్యంలో ఆంధ్రదేశపు భూములు పండిన వరిచేలతో బంగారు రంగులో ఉండి మేరుపర్వతంలాగా కనిపిస్తున్నాయని వర్ణించాడు.[44] హనుమకొండకు సమీపంలో ఒక గుట్టమీద ఈ కావ్యం లభించింది. **వెలి** పొలంలో అన్ని రకాల చిరుధాన్యాలూ పండించే వారు. గోధుమలు, పెసలు, మినుములు, ఉలవలు ఇంకా ఇతర **బుసిభండాలు**[45] (పొట్టు ధాన్యాలు) పొలాల్లో పండించేవారు. నూనెగింజలలో ముఖ్యమైనవి నువ్వులు. ఆవాలు, పోకలు, కొబ్బరి, తమలపాకులు, చెరకు ఆ రోజుల్లో ముఖ్యమైన వ్యాపారపంటలు. నేత పరిశ్రమ ప్రధానంగా విస్తృతప్రాంతంలో పండించే పత్తి పంటమీద ఆధారపడి ఉండడం అనాది నుండీ ఉన్నదే. వ్యాపార వస్తువులలో పసుపు ప్రసక్తి కూడా ఉంది.[46] దుంపలతో సహా కూరగాయల ప్రసక్తి శాసనాలలో కనిపిస్తుంది. అంగళ్లు జరిగే పట్టణాలలో బెల్లం, చక్కెరలమీద విధించిన సుంకాలను బట్టి నాడు వీటి ఉత్పత్తి అధికంగా ఉండేదని తెలుస్తుంది.[47] నీలి మందు మరొక ముఖ్యమైన వ్యవసాయ ఉత్పత్తి - ఉల్లి, అల్లం కూడా పండించేవారు.

II. పన్నుల విధానం

ఏ ప్రభుత్వానికయినా ఆదాయం పన్నుల రూపంలోనే లభిస్తుంది. భారతదేశ చరిత్రలో మధ్యయుగాలలో ఈ పన్నుల విధానం చాలా సంక్లిష్టంగా కనిపిస్తుంది. సుస్థిర మయిన చాళుక్యుల పాలనావిధానానికి వారసులయినా కాకతీయుల కాలంలో గమనార్హ మైన అనేక భేదాలు కనిపిస్తాయి. తమ పూర్వ పరిపాలకులకంటే కాకతీయులు మరిన్ని పన్నులు విధించారు. బీడుభూముల్ని సాగేచేసే ప్రయత్నంలో ఇది అవసరమై ఉండవచ్చు. శాసనాలలో ఎన్నో పన్నుల పేర్లు కనిపిస్తున్నాయి. వాటన్నిటికీ సరయిన అర్థం చెప్పడం కష్టమే. ఉదాహరణకు కొన్ని జంటపదాలను పరిశీలించవచ్చు. **సుంకము - పన్ను, సుంకము - సుంకకానిక; తలారిపన్ను - తలారికానిక.** ఒకే శాసనంలో రెండు పదాలూ కనిపించినపుడు వాటికి అర్థం వేరే అన్నది చెప్పక్కరలేదు. క్రీ.శ. 1317 నాటి సలకలవీడు శాసనంలో ఈ అన్ని మాటలూ ఉన్నాయి.[48] దీన్ని తర్వాత పరిశీలిద్దాం. పన్నుల -

---

44. *Ibid., Wg.* p. 268.
"ఆంధ్రాస్సంతి గరీయాంసః కాంచనఛాయ శాలయః
యథాహాటక స్యూతస్య కోటరారత్న శాలినః"
45. *Ibid.,* p. 189.
46. *Ibid.*
47. *Ibid.*
48. Appendix-5; *EA.* IV, p. 123.

ముఖ్యంగా భూమి పన్నుల కచ్చితమైన విలువను తెలుసుకోవడానికి ప్రత్యక్ష ఆధారాలేమీ లేవు. బ్రాహ్మణ **వృత్తు**లకు, దేవాలయభూములకు ఇచ్చిన రాయితీలను బట్టి వీటి విలువను గ్రహించాలి. ఇక్కడ ఈ విషయానికి సంబంధించి సాధ్యమైనంత సమాచారం సేకరించి విశ్లేషించే ప్రయత్నం చేద్దాం.

కాకతీయుల పరిపాలనకు సంబంధించిన ఇతర అంశాలలో లాగానే వారి పన్నుల విధానాన్ని గురించి కూడా శాసనాలలో లభించే అసమగ్రమైన, అనిర్వచనీయమైన మాటలమీదే ఆధారపడవలసి ఉంటుంది. పైగా కన్నడపదాల స్థానంలోవాడిన తెలుగు మాటలు ఏకరీతిగా ఉండక కొన్ని సందర్భాలలో సందిగ్ధతతో ఉండడం మన పనిని మరింత క్లిష్టం చేస్తుంది.

కాకతీయుల కాలంలో స్థూలంగా పన్నులు ఐదురకాలు.

I. భూమి పన్నులు

II. పారిశ్రామిక, ఆస్తి పన్నులు

III. వృత్తి పన్నులు

IV. వ్యాపార పన్నులు

V. ఇతర పన్నులు

I. **భూమి పన్నులు:**

అన్ని భూములూ ప్రైవేటు వ్యక్తులకుగాని, దేవాలయాలకు గాని, బ్రాహ్మణులకుగాని, సామంత మాండలికులకుగాని ఇచ్చిన భూములన్నీ సుంకం చెల్లించవలసినవే. ఎవరికీ ఇవ్వని భూములు, గ్రామాల్లోని **రాచభూమి**, బీళ్లు, అడవులు, గుట్టలు, నదీ ప్రవాహాలు మొదలయినవి పన్నులు చెల్లించవలసిన వాటిలోకిరావు. **బ్రాహ్మణాగ్రహారాలు, దేవవృత్తులు** సర్వమాన్యం కిందికి వచ్చేవాటికి పన్నుల రాయితీ ఉండేది. కొత్తగా సేద్యంలోకి తెచ్చిన భూముల్లో నివాసాలు ఏర్పరచుకోవడాన్ని ప్రోత్సహించేందుకు ఆ ప్రాంతపు రాజుకాని, సామంతప్రభువుకాని కొన్ని రాయితీలిచ్చేవారు. భూమి తరహాని బట్టి, దానికున్న వనరులను బట్టి వ్యవసాయ దారులు మూడు లేదా అంతకంటే ఎక్కువ సంవత్సరాలు వాళ్లు దున్నుకోగలిగినంత భూమిని పన్నులేకుండా దున్నుకోవడానికి అనుమతించేవారు. వ్యవసాయకుటుంబాలు చక్కగా స్థిరపడిన తర్వాత సేద్య భూమిని పన్ను విధించడానికి అనుగుణంగా విభజించేవారు. ఇటువంటి భూమిని **అచ్చుకట్టు** లేదా **ఆయకట్టు** భూమి అనేవాళ్లు. ఈ భూమినుండి **ఆయా**న్ని ధనరూపంలోగాని, వస్తురూపంలోగాని వసూలుచేసే అధికారం ప్రభుత్వానికి ఉంటుంది. భూమి యజమానులు, కౌలుదార్ల నుండి ధన రూపంలో కాని, వస్తురూపంలో గాని ప్రభుత్వభాగాన్ని వసూలు చేసేందుకు **ఆయగాండ్రు** అనే అధికారులుండేవారు. వీరు **కరణాల** వంటివారు. విజయనగర రాజ్యకాలంలో రైతుల నుండి వస్తురూపంలో వార్షికాదాయాన్ని పొందే కరణం, తలారి వంటి ఉద్యోగులను **ఆయగాండ్రు** అనేవారు. అయితే కాకతీయుల కాలంలో ప్రభుత్వభాగమైన ధాన్యాన్ని వసూలు చేసే వారిని **ఆయగాండ్ర**నేవారు. శాసనాలలో కొలతను బట్టి, తూకాన్ని బట్టి

ధాన్యరూపంలో పన్నువసూలుచేసే అధికారులను **తూమున్యాయగాండ్రు, త్రాసున్యాయ గాండ్రు** అని పేర్కొనడం జరిగింది. **ఆయగాడు, న్యాయగాడు** అనేమాటలు ఒకే అధికారిని సూచిస్తూ ఉండడం వల్లా, ఈ మాటలు అటు సాహిత్యంలోనూ[49], ఇటు శాసనాల్లోనూ[50] నాడు కనిపిస్తూ ఉండడంవల్లా **ఆయగాండ్రు, న్యాయగాండ్రు కరణాలు, తీర్పర్ల** వంటి అధికారులని భావించవలసి ఉంటుంది.

మధ్య యుగంలో **సిద్ధాయం** అన్నమాటను వస్తు, ధనరూపంలో వసూలు చేసే పన్నులకు వాడేవారు. రేనాటి చోళుల శాసనాలు[51] ధనరూపమైన పన్నులను **సిద్ధాయంగా** పేర్కొంటున్నాయి. వరంగల్లుకు సమీపంలో కొండపర్తిలో లభించిన పదవ శతాబ్దానికి చెందిన ఒక శాసనం[52] ధాన్యపు **పుట్టిని సిద్ధాయంగా** పేర్కొన్నది. చాళుక్య శాసనాలలో కూడా **సిద్ధాయం** అంటే ధన, వస్తురూపాలలో వసూలుచేసే పన్ను అని చెప్పడానికి వీలున్న సందర్భాలున్నాయి.[53] కాకతీయకాలానికి సంబంధించి ఈ మాటను భూమి పన్నుగా ధనరూపంలో వసూలు చేసే పన్నుకే వాడేవారనడానికి స్పష్టమైన సాక్ష్యం ఉంది. శా.శ. 1232కు సరి అయిన క్రీ.శ. 1310కి చెందిన వరంగల్లుజిల్లా మాటేడులోని ఒక శాసనం **సిద్ధాయాన్ని మాడల** రూపంలో లెక్కించింది.[54] వస్తురూపంలోని పన్నుకు ఈ మాటను వాడలేదు. అయితే ఈ స్థానంలో **పంగము, పంగ** అన్నమాట కనిపిస్తుంది. భూమి పన్నులకు సంబంధించి శాసనాలలో ఈ కింది పరిభాష కనిపిస్తుంది.

1. **పన్ను:** ఏమి పంటలు పండిస్తున్నారన్న భేదంలేకుండా అన్నిరకాల భూములమీద విధించే ప్రాథమిక సుంకం ఇది. రాజ్యంలోని భూమి అంతా రాజుకు చెందిందే కాబట్టి భూయజమాని సేద్యం చేసినా చేయకపోయినా భూమి పన్ను చెల్లించవలసిందే. ఏ ఆధారంగా పన్ను నిర్ణయమవుతుందో తెలుసుకోవడానికి తగిన సాక్ష్యం లేదు. భూమి కాక ఇతర ఆస్తులమీద కూడా **పన్ను** ఉండేది. కొద్ది భేదంతో **అరి** అన్న ఆస్తి పన్నుకూడా ఉండేది. **పన్ను, అరి** రెండూ సాధారణంగా ధనరూపంలోని పన్నులు.

2. **పంగము లేదా పంగ:** కాకతీయుల కాలంలో **సిద్ధాయం** అనేమాటకు బదులుగా **పంగము** అన్నమాటను వాడారు. దీని అర్థం ఎక్కడా స్పష్టంగాలేదు. శాసనాల్లో దాని ప్రయోగాన్నిబట్టి అర్థం గ్రహించే ప్రయత్నం చేస్తున్నాం. డి.సి. సర్కార్ ఈ పదాన్ని గురించి విపులంగా చర్చించి **పంగము** అనేది ఒక సాధారణ పరిభాష అనీ, ఇది అనేక రకాలుగా

---

49. **నీతిసారం: "చనవరులున్ ఆయగాండ్రును**
    బెనచిన చెడకున్నయట్టి బేహారంబుల్"
50. పాతర్లపాడు శాసనం **"తూమునాయగాండ్రును, కరణాలును"** మొదలైన (క్రీ.శ. 1291), *IAP. Ng.* I.
51. *Cf. SII.* X, 644
52. *IAP. Wg.*, No. 142
53. *Ibid., Kn.*, No. 13
54. *Ibid., Wg.*, No. 86.

ఉందనీ అభిప్రాయపడ్డాడు.[55] ఇక్కడ ఆయన బ్రౌణ్య తెలుగు - ఇంగ్లీషు నిఘంటు నుండి "**దేవబ్రాహ్మణ వృత్తుల మీద పూర్వపు సర్కారువారు తీసికొనే చతుర్థాంశం అయిన కప్పము**" అన్న అర్థాన్ని ఉటంకించాడు. కొన్ని సార్లు ఈమాటను **పంగతప్పు** అని కూడా వాడారు. దీని అర్థమూ స్పష్టంకాదు. తెలుగులో తప్పు అంటే నేరం. ఈ అర్థం ఇక్కడ పొసగదు. ఈ **పంగ, పంగతప్పు** వాడిన చోట రాజుభాగాన్ని తెలిపే **సిద్ధాయం** కాని, దాని పర్యాయపదాలుకాని ఏవీ కనిపించవు.

రుద్రమదేవి పరిపాలనా కాలం నాటి క్రీ.శ. 1269కి చెందిన దుర్గి శాసనం[56] కొంతభూమిని గోపీనాథ దేవునికి దానంగా **దేవవృత్తిగా** ప్రకటిస్తూ **పంగతప్పు, పంగ సుంకము,** పన్ను, **కానిక, దరిశనము** ఆ భూమిని సేద్యంచేసే కాంపులకు విధించింది. ఇక్కడ ఈ **దేవ వృత్తి** ముందుగానే సేద్య భూమిగా ప్రకటితమై ఉంది. కాంపులకు సేద్యానికి అదనపుభూమి లేదు కాబట్టి వారు దీన్ని సేద్యం చేసినందుకు **పంగతప్పు**ను చెల్లించవలసి ఉంది. ప్రతాపరుద్రుని సేనాని దేవరినాయకుడు వేయించిన క్రీ.శ. 1310 నాటి కొచ్చెర్ల కోట శాసనం[57] దేవునికి ఒక భూదానాన్ని పేర్కొంటూ '**పంగ తప్పం సేసి పన్ను సర్వ మాన్యముగా ఇచ్చిన వృత్తి**' అంటే పంగ, పన్నులు సర్వమాన్యంగా పరిహరించిన **వృత్తి** భూమి అని పేర్కొన్నది. **పంగ** అన్నమాట వస్తురూపంలో వసూలుచేసే సిద్ధాయానికి పర్యాయంగా ప్రయుక్తమయింది. ఇది విధించిన పన్ను కాబట్టి **పంగతప్పు.**[58] **పంగ** అన్న తెలుగు మాటకు శాఖ అనికూడా అర్థం. ప్రస్తుత సందర్భంలో పంటలో రాజుభాగం అని అర్థం. ఈ మాట తీరాంధ్ర జిల్లాలలో ఎక్కువగా వాడడమూ తక్కిన ప్రాంతాల్లో దీనికి బదులు **కొలుచు** అన్న మాట వాడుకలో ఉండడమూ గమనార్హం. కేవలం ధనరూపమైన పన్నుకు ఈ మాటను అక్కడక్కడా వాడినా **కొలుచు** లేదా **కొలుగు**ను వస్తురూపమైన పన్నుకే సాధారణంగా వాడేవారు. క్రీ.శ. 1317 నాటి దేవరనాయకుని సలకలవీడు శాసనం అనేక రాయితీలను పేర్కొంటూ **పంగతప్పు, కొలుచు** అన్న రెండు మాటలనూ ప్రయోగించింది. రెండోమాట ధాన్యరూపమైన **సిద్ధాయాన్ని** సూచిస్తున్నది. గుంటూరు జిల్లా ఎడ్లపల్లిలోని ఒక శాసనం[59] **పంగము, పుట్టిమాడ**ల రాయితీని ప్రకటించింది. మొదటిది ధాన్యరూపమూ, రెండవది ధనరూపమూ అన్నది స్పష్టం. దుర్గి శాసనంలోని **పంగ సుంకము** అన్న మరొక ప్రయోగం మన గందరగోళాన్ని మరింత పెంచుతుంది. అందువల్ల **పంగ** లేదా **పంగము** అన్నమాటతో **పంగతప్పు, పంగసుంకము, కొలుచు** అనే మాటలను కూడా పరిశీలించాలి. సేద్యభూమిలో పండిన పంటలో రాజు భాగాన్ని ఈ మాటలు సూచిస్తున్నాయి. మాగాణి, మెట్టభూములన్నిటి మీదా దీన్ని పంటరూపంలోనే వసూలు చేస్తారు. స్వల్ప అర్థభేదంతో **పఱ** అన్న మాటకూడా కనిపిస్తుంది. నేలటూరి

55. *EI*. XXXIII, pp. 54-56.
56. *SII*. X, 422.
57. *NDI*-I, p. 340.
58. దండన (సం) - తప్పు.
59. *SII*. X, 499.

వెంకటరమణయ్య, మల్లంపల్లి సోమశేఖరశర్మలు[60] ఈ పదాన్ని వివరించారు. అయితే చాలా అరుదైన ఈమాట **పంగము**లో కలిసిపోయినట్లు తోస్తుంది.

మొత్తం పంటలో ఆరోవంతు రాజుభాగమని శాస్త్రాలు చెప్తున్నాయి.[61] కాని రాజులు ఆయాసందర్భాలలో నాలుగోవంతు, మూడోవంతు, సగభాగం కూడా తీసుకున్నట్లు చరిత్రచెప్తోంది. **ముక్కోరు, సంగోరు** వంటి మాటలు దీన్ని నిరూపిస్తున్నాయి. శాసనాలను పరిశీలిస్తే కొన్ని ఆసక్తికరమయిన విషయాలు వెల్లడౌతాయి. వరంగల్లు జిల్లా ఆకునూరులో వేసిన క్రీ.శ. 1172 నాటి ఒక శాసనం[62] ఆ గ్రామంలోని **ఎక్కట్లు** తన పేరిట రుద్రేశ్వర దేవరకు గుడి కట్టించినందుకు ప్రశంసా పూర్వకంగా రుద్రదేవుడు **రాసితూము, కొలుచు** పన్నులను తొలగించినట్లు తెల్పుతున్నది. శా.శ. 1232కు సరి అయిన క్రీ.శ. 1310 నాటి ప్రకాశం జిల్లా కొచ్చెర్ల కోటలోని ఒక శాసనం[63], శా.శ. 1243 నాటి కర్నూలు జిల్లా పాణ్యంలోని శాసనం[64] **రాసితూము, సంతరాసి తూము**లు అన్ని రకాల పంటల లోనూ ప్రభువుల భాగంగా పేర్కొంటున్నాయి. దీన్ని బట్టి **పుట్టి** ధాన్యానికి **తూము** పన్నుగా మనం గ్రహించవచ్చు. ఇది **పుట్టిమానిక, పుట్టికుంచము**గా శాసనాలలో కనిపించే చెరువుల నిర్వహణ కోసం విధించే **దశవంధ** వంటిదే. **పుట్టికి తూము** అంటే ఇరవయ్యో వంతు. దీన్నే **కొలుచు** అంటారు. **తూము నాయగాండ్రు** లేదా **ఆయగాండ్రు** అనే అధికారులు పంటకోతల సమయంలో పంట భూమిని దర్శించి ప్రభుత్వ భాగాన్ని నిర్ణయిస్తారు. క్రీ. శ. 9వ శతాబ్దానికి చెందిన కొండపర్తి శాసనం[65] ధనంజయ **ఫలధారు** అనే అధికారిని ప్రభువు **కొలుచు** వసూలుకు నియమించినట్లు ఉంది. ఫలసాయాన్ని అంచనా వేసి రాజు భాగాన్ని నిర్ణయించే అధికారి **ఫలధారు**. ధారణ, నిర్ధారణ అన్న సంస్కృత పదాలకు నిర్ణ యించడమని, అంచనా కట్టడమని అర్థం.

ధన రూపంలోని **పంగము**కు సలకలవీడు శాసనం ఉదాహరణ.[66] పైన ఉదాహ రించిన ఎడ్లపల్లి శాసనం **పంగము, పుట్టిమాడ**లు అంటే ధాన్యరూప, ధనరూప సుంకాలు రెండింటినీ పరిహరించింది. ధన రూపంలో పన్ను **పుట్టి** ధాన్యానికి ఒక **మాడ**. దీన్ని **పుట్టి పహిండి** అని కూడా అనే వారు. అంటే పుట్టికి ఒక బంగారు నాణెం (**మాడ**). **ఆయగాండు** పన్నును నిర్ధారించిన తర్వాత కరణం దాన్ని వసూలుచేసి లెక్కలు నిర్వహిస్తాడు. ఈ చర్చను బట్టి **పంగ** లేదా **పంగతప్పు** ఆపైన **కొలుచు** కూడా ధాన్యరూపంలో వసూలు చేసే పన్ను, **పుట్టిమాడ**లు ధనరూపంలో వసూలుచేసే పన్ను అన్న రెండు రకాలని తేలుతుంది.

---

60. *EHD.* p. 684.
61. చూడండి: మనుధర్మశాస్త్రం VII-130-1.
62. *IAP. Wg.,* No. 37.
63. *NDI.* I, p. 340.
64. *SII.* X, 528.
65. *IAP, Wg.,* No. 142.
66. Appendix-5; *EA.* IV. p. 123

క్రీ. శ. 1317 నాటి దేవరినాయకుని సలకలవీడు శాసనం, దాదాపు అదే కాలానికి చెందిన యెల్గేడు శాసనం[67] దీన్ని **కరికొల్చు** అని పేర్కొన్నాయి. ఇక్కడ **కరి** అన్న మాటకు అర్థం తెలియదు. ప్రస్తుతానికి దాన్ని **కొలుచు**గానే తీసుకుందాం.

రెండు పద్ధతుల్లోనూ సాధారణంగా మొత్తం పంటను ఆధారంగా తీసుకొనేవాళ్లు. భూ వైశాల్యం, స్వభావం, పంటరకం అన్నవి కొన్ని ప్రత్యేక, అదనపు పన్నుల విషయంలో ఆధారా లుగా గ్రహించేవాళ్లు.

పంగ సుంకపు మూడో కోణాన్ని అర్థం చేసుకోవడం అంత తేలికకాదు. **పంగతప్పు**తో పాటు ఈ మాట వస్తున్నది కాబట్టి ఇది దాని కంటే భిన్నమై ఉండాలి. సుంకం అన్నమాట ఇది అమ్మకపు పన్ను అని సూచిస్తుంది. ఆ రోజుల్లో ప్రభుత్వం అన్ని రకాల పంటలనూ నిల్వ చేయడానికి తగిన ధాన్యాగారాలను నిర్వహించినట్లు కనిపించదు. కాబట్టి ఏ గ్రామంలో వసూలు చేసిన పంటను ఆ గ్రామంలోనే అమ్మేవారు. ఏ రోజు వసూలయిన ధాన్యాన్ని ఆ రోజే అక్కడే స్థానిక అంగళ్లలోని ధరలకు అమ్మేవారు. గణపతిదేవుని సామంతుడు గోన గణపయ వేసిన క్రీ. శ. 1224 నాటి వర్ధమానపుర శాసనం **కొలుచు**ను అమ్మిన చోట దేవునికి రెండు **మానికల** ధాన్యాన్ని దానం చేసిన విషయం తెల్పుతుంది.[68] **కొలుచు** ధాన్యాన్ని స్థానిక అంగళ్లలోనే అమ్మేవారనడానికి ఇది స్పష్టమైన ఆధారం. ఈ అమ్మకం మీదే **సుంకం.** ఈ **సుంకాన్ని** ఎవరు చెల్లించాలి? ప్రభుత్వం తరఫున రైతే చెల్లించవలసి ఉంటుంది. కొన్న వాడు కూడా కొంత **సుంకం** చెల్లించాలి. **దేవ వృత్తుల** నుండి కొన్ని సందర్భాలలో **పంగము**గా వసూలయ్యే ధాన్యం అమ్మకం మీద రైతులకు **సుంకం** చెల్లించవలసిన అవసరం లేకుండా మినహాయింపు ఇచ్చేవారు. **దేవ వృత్తి** భూముల మీద **సుంకానికి** రాయితీ ఇచ్చిన సందర్భా లన్నిటిలో మనం ఈ విషయాన్ని గుర్తుంచుకోవాలి. లేకపోతే ఇటువంటి భూములమీద **సుంకానికి** అర్థమే లేదు. **పన్ను, కానికలు** కూడా రైతులు వస్తురూపంలో చెల్లించే ఆనవాయితీ ఉండేది. ఆ ధాన్యమంతా స్థానిక అంగళ్లలో అమ్మేవారు. వివిధ పన్నుల రూపంలో వసూలయ్యే మొత్తం ధాన్యం మీద **సుంకం** వదులుకోవడం ప్రభుత్వానికి సాధ్యంకాదు. రైతే ఆ భారం మోయాలి. దీనికి నిదర్శనంగా రుద్రమదేవి సామంతుడు రేచెర్ల బొప్పరాయడు క్రీ. శ. 1287లో వేసిన గార్ల శాసనా[69]న్ని ఉదాహరణగా చూపించవచ్చు. ఈయన భగవంతునికి ఈ గ్రామ **శుల్కం**తో పాటు 15 **నివర్తనాల** మాగాణిని దానం చేశాడు. ఆయన దానభూమి మీద ఇచ్చిన రాయతీలలో **అమ్మడికాలు** పన్నుకూడా ఉంది. **అమ్మడికాలు** అంటే పంట మీద వస్తురూపంలో వసూలుచేసే **పన్ను, కొలుచు,** కానిక, **దరిశనముల** మీద అమ్మకపు పన్ను, వ్యావసాయిక **పంగసుంకం, అమ్మడికాలు** ఒకటే. అధికారులు ధాన్యాన్ని డబ్బు రూపంలోకి మార్చుకోవడం కోసం అన్యాయంగా విధించిన పరోక్ష సుంకమే **అమ్మడికాలు.**

దుర్గి శాసనంలో పేర్కొన్న మరి రెండు భూమి పన్నులు **కానిక, దరిశనములు.**

---

67. *IAP, Kn.*, No. 37.
68. *Corpus* III, p. 97, పంక్తులు 70, 71
69. *Ibid.*, II, p. 6.

3. **కానిక:** ప్రాథమికంగా భూమి స్వామ్యం రాజుదే కాబట్టి రాజుకు చెల్లించే పన్ను **కానిక.** రాజుకు లేదా రాజప్రతినిధికి తమ విధేయతను తెల్పడానికి రైతులు కానుక చెల్లించే వారు. **దేవవృత్తి** భూములమీద **కానిక**ను పరిహరించడం అనేక శాసనాలలో కనిపిస్తుంది. ఇతర భూములమీద ఇది తప్పనిసరి పన్ను. భూమి సామంతునిదైతే రైతునుండి అతనే వసూలు చేసుకొని రాజుకు ఏకమొత్తంగా చెల్లిస్తాడు. రైతులమీదే కాక ఇతరుల మీద కూడా **కానిక**ను విధించేవారు.

4. **దరిశనము:** రైతు రాజును కాని, సామంత మాండలికుని గాని దర్శించడానికి వెళ్లినప్పుడు చెల్లించవలసిన తప్పనిసరి పన్ను. అతను రాజ దర్శనానికిపోక పోయినప్పటికీ **దరిశనము** చెల్లించవలసిందే. లేకపోతే దేవాలయ భూముల మీద దీన్ని చెల్లించవలసిన అవసరం ఉండదు. దీన్ని కూడా **కానిక** లాగానే సామంత ప్రభువే వసూలుచేసి **దరిశనకానిక** రూపంలో నిర్ణీత ధనాన్ని రాజుకు చెల్లిస్తాడు. సలకలవీడు శాసనం రాయితీలలో **దరిశన కానిక**ను కూడా పేర్కొంది.

సలకలవీడు, దుర్గి శాసనాలే కాక అనేక ఇతర శాసనాలు కూడా ఈ విధమయిన భూమి పన్నులను పేర్కొన్నాయి. ప్రతాపరుద్రుని **నగర కావిలి** ఎర్రయ**లెంక** వేసిన పెనుమూలి శాసనం **మహాజనుల** భూములమీద **పుట్టిపహిండి, పుట్టి కొలుపు, ఉపక్షితి, సుంకము,** కానికలనూ, దేవభూములమీద **కానిక, గడ్డుగమాడ**లను పరిహరించింది.[70] క్రీ. శ. 1311 నాటి ఎడ్లపల్లి శాసనంలో కూడా **ఉపక్షితి** ప్రసక్తి ఉంది.[71] **క్షితిపతి** రాజు కాబట్టి ఈ **ఉపక్షితి** అన్న పన్ను భూయజమానుల ద్వితీయ స్థాయి స్వామ్యాన్ని సూచిస్తుంది. **ఉపక్షితి** అంటే భూమిమీద ప్రాథమిక పన్ను లేదా **అరి.** అందువల్ల **ఉపక్షితిపతి** అయిన రైతు రాజుకు లేదా రాచప్రతినిధికి **ఉపక్షితి** చెల్లించాలి. **ఉపక్షితి** మనం మొదట పేర్కొన్న పన్నే. మాండలికుడు ఎర్రయ **లెంక మహాజను**లకు బదులుగా తానే **ఉపక్షితి**ని చెల్లించినట్లు పెనుమూలి శాసనం తెల్పుతున్నది. **గడ్డుగమాడ**కు అర్థం తెలియదు. క్రీ. శ. 1317 నాటి పెదకొండూరు శాసనంలో కూడా దేవాలయ భూములమీద ఒక రాయితీగా దీన్ని పేర్కొన్నారు.[72] కన్నడ పదం **గద్దె** లేదా **గడ్డువ** తెలుగులో **నీర్నేల** లేదా మాగాణిని తెలుపుతుంది. ఈ పన్నుకు దీనికేమైనా సంబంధముందో లేదో తెలియదు.

ప్రకాశం జిల్లా గిద్దలూరు తాలూకా సలకలవీడు గ్రామంలో లభించిన శాసనం కాకతీయ కాలానికి సంబంధించిన పన్నుల బాహుళ్యాన్ని తెలుసుకోవటంలో తోడ్పడుతుంది. పాండ్యరాజులను ఓడించి తిరిగి వచ్చిన కాకతీయసేనాని దేవరినాయకుడు ఈ సందర్భాన్ని పురస్కరించుకొని ప్రతాపరుద్రుని ఆజ్ఞననుసరించి ఏఱువ **భూమి**లోని సలకలవీడు గ్రామాన్ని కావేరీ నదీ ద్వీప పట్టణ స్వామి అయిన శ్రీ రంగనాథ దేవరకు దానం చేశాడు. ఈ దానంలో **పంగతప్పు, కరికొల్చు, పన్ను, కానిక, పుల్లరి, సాదము, సుంకము, తలారి కానిక,**

70. *SII.* X, 509.
71. *Ibid.*, 499.
72. *Ibid.*, 521.

సుంకకానిక, **పుల్లరి** కానిక, దరిశనకానిక, పవిత్రకానిక, **అష్టభోగతేజ స్వామ్యతలు, సకలాయాలు** ఉన్నాయి. ఈ గ్రామాన్ని సర్వమాన్యవృత్తిని చేసి ఆలయ ప్రతినిధులైన చిట్టరు, తిరుకూర పెరుమాళ్లకు అప్పగించడం జరిగింది. ఈ శాసనంలో పన్నెండు రకాల పన్నులను పేర్కొన్నారు. వీటిలో **పంగతప్పు, కరికొల్చు, పన్ను, కానిక, దరిశనములను** భూమి పన్నులుగా పైన వివరించాం. కాని **పన్ను, సుంకం, కానిక** అన్నవి కేవలం భూమి పన్నులు కావు. అవి ఇతర వస్తువులమీద కూడానని చూడవచ్చు.

5. **భూమి మీద అదనపు పన్నులు:** తప్పనిసరి అయిన పైపన్నులు కాక తాము ప్రభుత్వ వనరుల నుండి పొందే ప్రయోజనాల కోసం రైతులు మరికొన్ని అదనపు పన్ను లను కూడా చెల్లించవలసి ఉండేది. కింద పేర్కొన్నవి అటువంటివి.

(అ) **నీరువిడి:** క్రీ.శ. 1172 నాటి రుద్రదేవుని ఆకునూరు శాసనంలో **నీరువిడి** మరికొన్ని ఇతర ఆదాయాలను దేవబ్రాహ్మణ వృత్తులుగా దానం చేసిన విషయం ఉంది.[73] ఈ బ్రాహ్మణులు బహుశా దేవునికి పూజలు చేసే అర్చకులు కావచ్చు. ఇదే విధంగా ముందు పేర్కొన్న గార్ల శాసనం కూడా **దేవవృత్తుల** మీద ఇచ్చిన రాయితీలలో **నీరుడిని** పేర్కొన్నది.[74] **రాటనాల** ద్వారా, కాలువలద్వారా చెరువులు, బావులు, నదులనుండి నీరు తీసుకున్నందుకు చెల్లించే పన్ను **నీరుడి.** తరచుగా నీటి అవసరమున్న మాగాణి భూములకే ఇది వర్తిస్తుంది. ముందటి అధ్యాయంలో సాగునీటి గురించిన సందర్భంలో రైతులకు సాగునీటిని అమ్మే ప్రధాన లక్ష్యంతో ప్రైవేటు వ్యక్తులు చెరువులను, **రాటనాలతో** కూడిన బావులను నిర్వహించే వారని చెప్పడం జరిగింది. లేకపోతే చెరువుల్నీ, రాటనపు బావుల్నీ దేవుడికి దానం చేయడంలో ప్రయోజనమేమీ ఉండదు. ఆకునూరు శాసనం తెలిపినట్లుగా చెరువుగాని, కాలువగాని రాజుకు చెందినట్లయితే ఆదాయం రాజుకే చేరుతుంది. అది ప్రైవేటు వ్యక్తికి చెందినదయితే పన్ను అతనికే చేరుతుంది. అతను చెరువును కలిగి ఉన్నందుకు రాజుకు ఒక నిర్ణీత మొత్తాన్ని చెల్లిస్తాడు. చెరువు దేవాలయానికి చెందినప్పుడూ ఇంతే. మాగాణి రైతు చెరువు యజమానికి అదనపు పన్ను చెల్లించవలసి ఉండడమే ప్రస్తుతాంశం. మహబూబునగర్ జిల్లా అమరాబాదులోని ఒక శాసనం ఒక **సెట్టి** చెరువుకు మరమ్మతు చేయించి తద్వారా సాగయ్యే భూమిలో కొంతభాగాన్ని 25 **మాడలు** చెల్లించి **నీరుముడిగా** పొందినట్లు చెప్తున్నది. నీటి పన్ను ఏడాదికి 10 **వీసాలని** చెప్పబడింది. భూమి పరిమాణాన్ని తెలపలేదు.[75] ఈ శాసనంలో కాలం పేర్కొనలేదు కాని కాకతీయుల నాటిదే అని చెప్పవచ్చు.

(ఆ) **వెన్నుపన్ను లేదా ఎన్నుపన్ను:** యెల్గేడు శాసనంలో ఈ మాట ఉంది. ప్రతాప రుద్రుని దేవేరి లక్ష్మాదేవి వేసిన క్రీ. శ. 1301 నాటి యెల్గేడు శాసనంలో ఆమె స్థానిక దేవునికి ఎన్ను పన్ను దానం చేసినట్లు చెప్పడం జరిగింది.[76] క్రీ.శ. 1291 నాటి నల్గొండ

73. *IAP. Kn.*, No. 37.
74. *Corpus* II, p. 6.
75. *Ibid.*, III, p. 40.
76. *IAP. Kn.*, No. 37.

జిల్లా పాతర్లపాడు శాసనంలో కూడా ఆలయ భూములమీద ఇచ్చిన రాయితీలలో **ఎన్నుపన్ను** కనిపిస్తుంది. పంటకోతకు వచ్చిన సమయంలో వేసే పన్ను **ఎన్నుపన్ను**. వరి వెన్నుమీద ఆధారపడి నిర్ధారణ చేసే పన్ను. మంచి పంట పండితే రైతు సాధారణంగా చెల్లించే పన్నుకు అదనంగా చెల్లించే పన్ను ఇది. నెల్లూరు జిల్లాలోని పూర్వ వెంకటగిరి రాజ్యంలో ఇది అమలులో ఉన్నట్లు నేలటూరి వెంకట రమణయ్య ఈ రచయితకు తెలియ జేశాడు. మహారాజుగారి అధికారులు కోతలకు ముందు పొలాలను దర్శించి ఈ అదనపు పన్నును నిర్ణయించేవారు. ఇరవయ్యో శతాబ్దంలో కూడా స్థానిక రాజ్యాలలో ఇటువంటి పన్ను ఉందన్న విషయం నిజంగా ఆశ్చర్యాన్ని కలిగిస్తుంది.

(ఇ) **బంటెల ఆయము:**[77] పద్దెనిమిది గ్రామాల సమూహమయిన కొండూరి **స్థలం**లోని ఆలయ భూముల మీద పన్నులకు ప్రతాపరుద్రుని సేనాని మాయిదేవ **లెంక** క్రీ. శ. 1317లో ఇచ్చిన రాయితీలలో ఇది కనిపిస్తుంది. **బంటె**ల అని ఉన్నందున ఇది **బంట్ల**ను పోషించడం కోసం విధించిన పన్ను అయి ఉండవచ్చు. యుద్ధ సమయంలో రాజసేవ నిమిత్తం ఈ సేనాని నిర్ణీత సంఖ్యలో బంటులను పోషించాలి. ఇటువంటి సైన్య నిర్వహణ కోసం తన అధీనంలోని ప్రాంతం నుండి అధిక నిధులు సమకూర్చుకోవడం సహజమే. కచ్చితమయిన ఆదాయ వనరు భూమి పన్ను మాత్రమే. సేనానులు రాజుకోసం ప్రత్యేక దళాలను పోషించవలసిన సందర్భంలోనే వారి మాన్యాల్లో ఈ అదనపు పన్ను విధిస్తూ ఉండవచ్చు. ఈ శాసనం గుంటూరు జిల్లా పెదకొండూరులో లభించింది. ఇక్కడ వీరులపాలెమనే పల్లె, కొన్ని వీరగల్లులు ఇప్పటికీ ఉండడం ఆ నాడిక్కడ సైనికులుండే వారని తెలుపుతుంది. ఇంకో విశేషమేమంటే పెదకొండూరు గ్రామంలో అన్ని కులాల వారూ నివసిస్తూ ఉండగా ఈ వీర్లపాలెంలో అన్నీ రెడ్డి కుటుంబాలే ఉన్నాయి. మాయిదేవ **లెంక** కుమారుడయిన రుద్రదేవనింగారు వేసిన యెడ్లపల్లి శాసనం ఆ రోజుల్లో కొండూరు ఒక **నాయంకర** గ్రామమని తెలుపుతున్నది. రాజ్యంలోని అన్ని **నాయంకర** గ్రామాలలోనూ రైతులమీద **బంటెల ఆయ**మనే పన్ను విధించే వారని నిశ్చయంగా చెప్పవచ్చు.

(ఈ) **అర్థాయం:** ప్రభుత్వ భూముల్ని పంటలో సగం రాజుకు చెల్లించే షరతు మీద రైతులకు కౌలుకిచ్చేవారు. ఈ వ్యవస్థను **కోరు** అని అంటారు. క్రీ. శ. 1219 నాటి గణపతిదేవుని ఒక తామ్రశాసనం గుంటూరు జిల్లాలోని మొగలుట్ల గ్రామాన్ని ఒక బ్రాహ్మ ణునికి దానం చేస్తున్నట్లు పేర్కొంటూ రాజుకు చెల్లించవలసిన **అర్ధసీరి**ని దాన స్వీకర్తకు చెల్లించవలసిందిగా శాసించింది.[78] శాశ్వత ప్రాతిపదికన పంపకం చెయ్యని భూములన్నీ **ఈ అర్థాయం** కిందకే వస్తాయి. రాజుకు మూడింట రెండు వంతుల పంట చెల్లించే భూములు కూడా ఉన్నాయి. ప్రతాపరుద్రుని కాలం నాటి కరీంగనరు జిల్లా చిత్తాపూరు శాసనం ఒక సెట్టి ఒక చెరువును నిర్మించి దాని కింద సాగయిన భూమిలో పండిన పంటలో మూడింట ఒక భాగాన్ని స్థానిక దేవరకు దానంచేసి తక్కిన రెండు వంతుల

---

77. *SII.* X, 521.
78. *EA.* IV, p. 97.

భాగాన్ని రాజుకు చెల్లించినట్లు తెలుపుతున్నది.[79] **అర్ధాయం** పద్ధతి కిందికి వచ్చే భూముల నుండి రాజు కోశాగారానికి పెద్దమొత్తంలో ఆదాయం లభించేది. ఇటువంటి భూములమీద కూడా రైతులు పన్ను చెల్లించవలసి ఉండేదో, ఉంటే అది ఎంత పరిమాణంలో ఉండేదో మనకు తెలియదు.

(ఉ) **పుల్లరి: పుల్లు అరి** అనే రెండు మాటల సమాసం ఇది. పుల్లు అంటే గడ్డి. అరి అంటే పన్ను. రాజుకు చెందిన అడవిలోనూ, పచ్చిక బయళ్లలోనూ మేకలు, గొర్రెలు, ఎద్దులు, ఆవులు, గేదెలు ఇతర పెంపుడు జంతువులను మేపుకున్నందుకు చెల్లించే పన్ను **పుల్లరి.** సలకలవీడు శాసనం ప్రకారం ఇది రెండు స్థాయిల్లో ఉండేది. ఒకటి **పుల్లరి.** పశుసంవర్ధకులు మాండలికులకు చెల్లించేది. రెండు **పుల్లరి కానిక.** మాండలికుడు ఏక మొత్తంగా రాజుకు చెల్లించేది. మాండలికుడు ఎక్కువ మొత్తం వసూలు చేసి దాంట్లో కొంత భాగాన్ని రాజుకు చెల్లిస్తాడు. ప్రస్తుత ప్రజాస్వామ్య యుగంలో కూడా ఈ పద్ధతి ఇంకా సాగుతూనే ఉంది. గ్రామ **పంచాయతీలు** ప్రభుత్వం నుండి గ్రామంలోని బీళ్లను కౌలుకు తీసుకొని ఎక్కువ రేట్లకు వాటిని పశు పోషకులకు కేటాయిస్తుంది.

స్థూలంగా నాటి భూమి పన్నులను గురించి మనం చర్చించినప్పటికీ ఈ పన్నుల ద్రవ్య విలువ గాని, వాటిని రాజు, అతని మాండలికులు ఏ నిష్పత్తిలో పంచుకునే వారన్నది గాని కచ్చితంగా తెలియదు. దేవాలయాలకు పన్నుల రాయితీల గురించి శాసనాలనుండి తెలుస్తున్న విషయాలే తప్ప ఈ విషయంలో ప్రత్యక్ష సాక్ష్యమేమీలేదు. మొదటి కులోత్తుంగ చోళుని 47వ రాజ్య సంవత్సరానికి సరి అయిన క్రీ.శ. 1117 నాటి ఒక దాక్షారామ శాసనం ఈ విషయంలో స్థూలంగా కొన్ని వివరాలనందిస్తున్నది. ఇది కాకతీయుల కాలానికి కొంచెం ముందటిది. అందులోని కొన్ని వివరాలిక్కడ పేర్కొనడం అసంబద్ధం కాదు. మొదటి కులోత్తుంగచోళుని కుమారుడు యువరాజ పరాంతకుడు వేంగిదేశ రాజ ప్రతినిధిగా దేవాలయాధికారులకు ఈ శాసనాన్ని జారీ చేశాడు.[80]

	పన్ను విధించిన వస్తువు		రాజు భాగం
1.	ఒక **పుట్టి** వడ్లకు		1 **తూము** వడ్లు
2.	**పుట్టి**రూకలకు		1 చిన్నం
★3.	భీమేశ్వరాలయంలో అఖండ దీపాలకు	ఒక్కంటికి	3 చిన్నాలు
4.	వడ్ల గృహవినియోగానికి	**పుట్టి**కి	3 చిన్నాలు
★5.	శ్రీమంగళ్ల మీద	తలకు	6 చిన్నాలు
6.	**పోడు** భూములకు	ఒక్కంటికి	6 చిన్నాలు
7.	పెసలు, మినుములు మొ॥ పప్పుధాన్యాలమీద	**పుట్టి**కి	6 చిన్నాలు

79. *IAP. Kn.*, No. 38.
80. *SII.* IV, 1384.

★8.	మాలాకారుల మీద	తలకు	4 చిన్నాలు
9.	కుమ్మరి చక్రం మీద	ఒక్కంటికి	8 చిన్నాలు
10.	నువ్వులు	పుట్టికి	4 చిన్నాలు
11.	ఎరకత్తి (అర్థం తెలియదు)	తలకు?	4 చిన్నాలు
12.	దాక్షారామంలోని సేద్యభూమికి	పుట్టికి	5 చిన్నాలు
★13.	దేవిలి (అర్థం తెలియదు)	ఒక్కంటికి	5 చిన్నాలు
14.	కొఱ్ఱలు, ఆరెలు, వరిగెలు వంటి చిరుధాన్యాలకు	పుట్టికి	6 చిన్నాలు
15.	మాగాణి నేలల్లో ఇతర పంటలకు	పుట్టికి	8 చిన్నాలు
16.	జొన్న	పుట్టికి	8 చిన్నాలు
17.	ఇతర భూములకు	పుట్టికి	8 చిన్నాలు
18.	మెట్ట వరి భూమికి	పుట్టికి	10 చిన్నాలు
19.	100 పోక చెట్లకు		అంకెలు కనపడడం లేదు
20.	పన్నస (దానభూముల మీదపన్ను)		మొత్తం
21.	**అర్ధాయం**		మొత్తం
22.	ఇతర వృత్తులకు సంబంధించిన వివరాలు తగిన చోట వివరించటం జరుగుతుంది.		

పై పట్టికలో వివిధ అంశాలపై వసూలయిన పన్నులో రాజు వంతు చూపించబడింది. ఆలయ కోశంలో చేరే మిగతా భాగమెంతో తెలియదు. ఆలయభూముల మీద వచ్చే పన్నుల్లో రాజు భాగం దీన్ని బట్టి తెలుస్తుంది. మాండలికుల విషయంలో ఇది మరింత అధికంగా ఉంటుందని ఊహించవచ్చు. రైతు అన్ని రకాల పన్నుల రూపంలో - ధాన్య రూపంలో కాని, ధన రూపంలో కాని - చెల్లించే మొత్తం ఎంతో తెలుసుకోవడానికి ఆధారం లేదు.

II. పారిశ్రామిక పన్నులు:

తెలిక, నేతగాళ్లు మాత్రమే చిన్నస్థాయిలో అయినప్పటికీ నాటి ప్రధాన పారిశ్రామికులు. పన్ను చెల్లించే వారుగా తరచూ శాసనాలలో కనిపించేది వీరే. పరిశ్రమ స్థాపించడానికీ, నడపడానికీ, అంగట్లో సరుకును అమ్ముకోడానికీ, స్థానిక దేవరకు, తమ సమయానికీ వీళ్లు పన్నులు చెల్లించాలి. ఇంకా ఇతర పన్నులు కూడా ఉంటాయి. రుద్రమదేవి కాలంనాటి శా. శ. 1191కి చెందిన గుంటూరు జిల్లా దుర్గిలోని ఒక శాసనం దేవుడికి ఒక నూనె **గానువు** దానాన్ని పేర్కొంటూ ఆ గానువు మీద **అరి, సుంకము, పన్ను, కానిక** మొదలయిన పన్నులను **మేరలు (సర్వమాన్యం)**గా ఇచ్చినట్లు చెప్తున్నది.[81] ఈ **నాయంకరానికి నాయంకరపు వారైన** బాలనాయని మల్లికార్జునునికి చెందే ఈ

81. *Ibid.*, X, 422.

పన్నులను పరిహరించడం జరిగింది. ఈ పరిహారం **సర్వమాన్యం.** పైన పేర్కొన్న నాలుగు రకాల పన్నుల్లో **అరి** ఆస్తి పన్ను, **పన్ను** పరిశ్రమ మీది పన్ను. దీన్ని రెండు రకాలుగా విధించేవారు. ఒకటి అనుమతి రూపంలో, రెండవది నిర్ణీత కాలావధిలో ఆవర్తమయ్యేది. శా. శ. 1169 నాటి గణపతిదేవుని వేల్పూరు శాసనం నూనె గానుగల మీద వేసే **ముద్ర సుంకం, వరుసరూకలను** రామేశ్వరాలయానికి దానం చేసిన విషయాన్ని తెల్పుతుంది. గానుగను ఏర్పరిచేటప్పుడు చెల్లించే అనుమతి సుంకం **ముద్రసుంకం. వరుసరూక** తరువాత నిర్ణీత కాలావధి ప్రకారం చెల్లించేది. **సుంకం** అన్నమాటకు అర్థం స్పష్టంకాదు. బహుశా గానుగలో తయారయిన నూనెను అంగట్లో అమ్మినందుకు సుంకం కావచ్చు. సాధారణంగా నూనె గానుగలను దేవాలయాలకు దానం చేయడంలో లక్ష్యం ఆలయానికి నిరంతరం నూనె సరఫరా కావడానికి. తెలిక వాడు ఈ గానుగ మీద తన ఉపాధిని కూడా సంపాదించుకోవాలి. అందువల్ల గుడికి అవసరమయిన దానికంటే ఎక్కువ నూనెను ఉత్పత్తి చేసి అంగట్లో అమ్ముకోవలసి ఉంటుంది. ఇటువంటి అమ్మకం మీద అమ్మకపు పన్ను పరిహరిస్తారు. **కానిక** అంటే రాజుకు లేదా అతని ప్రతినిధికి, ఈ శాసన సందర్భంలో బాలనాయని మల్లికార్జుననికి చెల్లించవలసిన పన్ను. ఈ నాలుగు పన్నులూ ప్రభుత్వం వైపునుండి. ఇవి కాక **తెలికివేవురు** అన్న తమ **సమయానికి** చెల్లించవలసిన పన్నూ, స్థానిక దేవరకు చెల్లించవలసిన పన్నూ ఉన్నాయి. **సమయసుంకం** బహుశా ఏడాదికొక సారి కులపెద్దకు చెల్లించవలసింది.

గానుగు మీదలాగే తక్కిన ఏ కుటీర పరిశ్రమ మీద అయినా పన్నుల విధానం ఉండేది. నేత, ఉప్పుచేలు, రాటనాలు, కల్లుగీత, కుమ్మరం మొదలయిన వాటన్నిటి మీద అనేక పన్నులుండేవి.

ఆస్తి పన్ను:

పశువులమంద మీద పన్ను: ఆ రోజుల్లో గొర్రెలు, మేకలతో సహా వివిధ పశువులు కలిగి ఉండడం అన్ని వర్గాల ప్రజల సంపదకూ తార్కాణంగా ఉండేది. పాలకులు వీటిమీద తప్పనిసరిగా పన్ను విధించేవారు. గృహవినియోగానికి పెంచుకొనే పశువులమీద ఒక్క సారిగా, వ్యాపారం కోసం పెంచే జంతువుల మీద అనేక సార్లుగా పన్ను ఉండేదేమో మనకు తెలియదు. క్రీ. శ. 1192కు చెందిన రుద్రమదేవి కాలం నాటి పెదగంజాములో వేసిన ఒక శాసనం దేవాలయానికి నేయి సరఫరా చేసిన ఒక గొల్లవాని గొర్రెల మంద మీద **అరి, అప్పనము, పుల్లరి** పన్నులను పరిహరించింది.[82] ప్రభుత్వ బీళ్లలో పశువులను మేపుకున్నందుకు చెల్లించే పన్ను **పుల్లరి** అని మనకు తెలుసు. **అరి** ఆస్తి పన్ను, **అప్పనము** కానిక వంటిది కావచ్చు. **అప్పనము** సంస్కృత అర్పణ శబ్దం నుండి ఏర్పడింది. అదే విధంగా త్రిపురాంతకంలోని ఒక శాసనం ఒక గొల్లకు 50 ఆవులను దానంచేస్తూ అతను నిత్యం దేవాలయంలో అఖండ దీపానికిగాను **మానెడు** నేయి పోయాలనీ బహుశా ఏడాదికి

82. *Ibid.*, 427.

2 గద్యల 5 రూకలను పన్నుగా చెల్లించాలనీ నిర్దేశించింది.[83] ఇరవై ఐదు ఆవుల నేయి ఒక రోజు దీపానికి సరిపోతుంది. ఇది సాధారణ గణనం. మరో 25 ఆవులు **అరి** చెల్లించ డానికీ, తన భృతికి. ఆలయానికి చెందిన ఆవులు, గొర్రెల మీదకూడా ఆస్తి పన్ను ఉండేది. కొన్ని సందర్భాలలో ఇటువంటి పశువులమీద పన్నును పరిహరించడం కూడా ఉంది. దీన్ని బట్టి 50 ఆవులమీద **అరి 2 గద్యల 5 రూకల**ని అంటే 25 **రూకల**ని తెలుస్తున్నది. అంటే ఆవు ఒక్కంటికి ఏడాదికి **అర్ధరూక. అరి**ని పరిహరించనప్పుడు ప్రభుత్వానికి చెల్లించ వలసిన **అరి**ని చెల్లించేందుకు అనుగుణంగా పశువులదానం పెద్ద సంఖ్యలో ఉండేది.[84] దాత గొల్లకు అటువంటి సదుపాయం కలిగించాలి. అదే స్థలంలోని మరో శాసనం 25 ఆవులకు **అరమానిక** లేదా **తవ్వ** నేయిని మాత్రమే విధిస్తున్నది. సాధారణంగా **అరమానిక** నేయి పోయడానికి 12 ఆవులు చాలు. దాక్షారామంలోని ఒక శాసనం కాకతీయులకు కొంచెం పూర్వపుది **కిలారము** అనే పన్నును పేర్కొన్నది.[85] ఆవులు, గొర్రెల మందల మీద ఇది ఒక ప్రత్యేకమైన పన్ను.

ఇంటిపన్ను:

ఇంటి పన్నును శాసనాలలో **ఇల్లరి**[86] (ఇల్లు + అరి), **ఇల్లడి**[87], **ఇలుదెర**[88] అని పేర్కొన్నారు. **తెర** అంటే కన్నడంలో పన్ను. ఏ ప్రమాణంతో ఇంటి పన్నును నిర్ధారించే వారో తెలుసుకోవడానికి ఆధారాలు లేవు. వ్యాపారులు, సాలె వాండ్రమీద గొల్లలు ఇతర గ్రామ సేవకులమీద కంటే ఎక్కువ పన్నును విధించినట్లు కనిపిస్తుంది. ఇంటి పన్నును దేవాలయాలకు దానం చేసిన దాన శాసనాలనుబట్టి ఈ అభిప్రాయానికి వచ్చాం. ఇది వృత్తి పన్ను కాదు. **మడిగసుంకం** దుకాణం మీద, దుకాణంలో జరిగే వ్యాపారం మీద కూడా ఉంటుంది. ఇంటి యజమాని ఆర్థిక హోదామీద ఆధారపడి కూడా పన్ను నిర్ధా రించిన సందర్భాలు కనిపిస్తున్నాయి. ఉదాహరణకు కందూరి భీమచోదుని పేరూరు శాసనం స్థానిక వర్తకుల **నకరం** మీద మూడు తరగతులుగా విభజించి పన్ను నిర్ధా రించారు[89] సాధారణ స్థాయికి మించిన ఇళ్లమీద ఇంటికి **రెండు రూకలు,** సాధారణస్థాయి ఇంటికి ఒకటిన్నర **రూకలు,** సాధారణ స్థాయికి కింది రకపు ఇంటిమీద ముక్కాలు **రూక** నిర్ణయించారు. క్రీ. శ. 1314 నాటి ప్రతాపరుద్రుని అధికారి వేసిన కృష్ణాజిల్లా కొక్కిరేని శాసనం స్థానిక దేవుడికి గ్రామంలోని ఇళ్లమీద పన్నును దానం చేసిన విషయాన్ని పేర్కొన్నది.[90] శాసనం పాక్షికంగా చెడిపోవడం వల్ల వివరాలు తెలియవు.

---

83. *Ibid.,* 311.
84. *Ibid.,* 329.
85. *Ibid.,* IV, 1226.
86. *Ibid.,* X, 507.
87. Nelaturi Venkataramanayya: *Peruru inscriptions,* p. 10.
88. *IAP. Wg.,* No. 37.
89. Nelaturi Venkata Ramanaiah., *Op. Cit,* p. 9.
90. *SII.* X, 507.

III. వృత్తి పన్ను:

కాకతీయుల కాలంలో వివిధ వృత్తులమీద పన్నులు విధించే పద్ధతి ఉన్నట్లు తెలిపే సాక్ష్యాధారాలెన్నో లభిస్తున్నాయి. ఇక్కడ వృత్తి అంటే కులపరమైన జీవనోపాధి మాత్రమే కాక, కొన్ని చిన్న పరిశ్రమలు కూడా. ఆనాడు పెద్ద పరిశ్రమలు లేవని చెప్పవలసిన అవసరం లేదు. దారం, వస్త్రం వంటి సార్వజనిక వినియోగం ఉన్న వస్తువు కూడా కుటీర పరిశ్రమకే పరిమితమయింది. నూనె ఉత్పత్తి కూడా అంతే. కులం వారీగా పన్నుల విధానం విజయనగర రాజులు ప్రవేశపెట్టారని చాలామంది చరిత్రకారులు నమ్ముతారు. శా. శ. 1141కి సరిఅయిన క్రీ. శ. 1219 నాటి గణపతిదేవుని కుమార్తె గణపాంబ రుద్రపెద్ది అనే వ్యక్తికిచ్చిన తామ్రదాన శాసనం ఈ విషయంలో కొన్ని వివరాల నందిస్తున్నది.[91] పల్నాటి సీమలో మొగలుట్ల గ్రామాన్ని పై దాన స్వీకర్తకు దానంచేస్తూ ఈ శాసనం రెండు ముఖ్యమైన విషయాలను ప్రస్తావించింది. 1. ఈ శాసనం వేసే సమయంలో అక్కడే ఉన్న గణపతిదేవ మహారాజు గ్రామంలో తన భాగం ఆదాయాన్ని కూడా స్వీకర్తకు దానం చేశాడు.[92] 2. **తక్షక** (వడ్రంగి), **అయస్కార** (కమ్మరి), **కుంభకార** (కుమ్మరి), **సువర్ణకార** (కంసాలి), **రజక** (చాకలి), **నాపిత** (మంగలి), **చండాల**, **అర్ధసీరి** (భూయజమానితో సగపాలు పంచుకొనే రైతు) మొదలైన వారు చెల్లించే పన్నులను కూడా రుద్రపెద్దికి దానం చేయడం జరిగింది.[93] ఈ రెండు అంశాలూ మహామండలేశ్వరుల గ్రామాలలోనే కాక తన కుమార్తె స్వంత గ్రామాల మీదకూడా ఆరింట ఒక వంతు పన్ను, వృత్తులమీద పన్నులు గణపతి దేవునికే చెందుతాయని తెల్పుతున్నాయి. సలకలవీడు శాసనంలో కూడా ప్రతాపరుద్ర మహారాజు అనుమతి మేరకే గ్రామ ఆదాయం మొత్తాన్ని శ్రీరంగనాథ దేవరకు దానం చేసినట్లు ఉంది.

వృత్తిమీద పన్ను విధించే పద్ధతి ఉందని నిశ్చయంగా చెప్పగలిగినప్పటికీ అది ఎంత అన్నది చెప్పడానికి తగినంత ఆధారం లేదు. శా. శ. 1236కు సరి అయిన క్రీ.శ. 1314 నాటి కృష్ణాజిల్లా కొక్కిరేని శాసనంలో ముందు భాగం కొంత చెడిపోయినప్పటికీ చివరి భాగంలో వివిధ కులాలకు చెందిన వారి ఇళ్లమీద నిర్ధారించిన పన్ను గురించి కొన్ని వివరాలు లభిస్తున్నాయి.[94]

కోమటి ఇంటికి	1	**రూక**
కాంపు ఇంటికి	½	**రూక**
బ్రాహ్మణుని ఇంటికి	1	**రూక** ఒక మర్తురు భూమి ఉంటే
	1	**రూక** ఒక పుట్టి ధాన్యానికి

91. *E.A.* IV, p. 97.
92. *Ibid.*, "**గణపద్దేవుడున్ను తన అంశము ధారవోసె**"
93. "**తక్షకాయస్కర, కుంభకార, సువర్ణకార, రజక, నాపిత చండాల, అర్ధసీర్యాదిభ్యోయత్కరాదికం తదాపి రుద్రదేవార్యాయైవ దత్తమ్**"
94. *SII.* X, 507.

బహుశా తమకు దానంగా ఇచ్చిన భూములమీద ఆదాయం తప్ప బ్రాహ్మణులకు మరో ఆదాయం లేదేమో.

సాలెవారి ఇంటికి	½	రూక
కరణం ఇంటికి	1	గద్య

ఈ పన్నులు ప్రభుత్వానికో, లేదా ఏదైనా దేవాలయానికో మనకు తెలియదు. ప్రభుత్వానికి చెల్లించవలసిన ఈ పన్నులను ఒక గుడికి స్థానిక మాండలికుడు దానం చేసినట్లుగా కనిపిస్తుంది. దురదృష్టవశాత్తు శాసనం బాగా దెబ్బతిన్నది. శా. శ. 1095కు సరి అయిన క్రీ.శ. 1172నాటి రుద్రదేవుని ఆకునూరు శాసనం కూడా ఈ విషయంలో ఒక మంచి ఉదాహరణ. **రాట్నాల**వంటి పరిశ్రమలనుండి, వృత్తి కారులనుండి తనకు రావలసిన పన్నులను రాజు దేవుడికి దానం చేశాడు.[95]

1.	రాట్నాల యజమానులు	4 **మాడలు**
2.	తోట యజమానులు	3 **చిన్నాలు**
3.	తమ్మళ్ళు (గుడి పూజారులు)	8 **గద్యలు**
4.	గొల్లలు	2 **గద్యలు**
5.	అనామికులు (రకరకాలవారు)	4 **గద్యలు**
6.	కుమ్మర్లు	1 **గద్య**
7.	మంగలి	5 **రూకలు**
8.	వసది - వాసులు (జైనులు)	5 **రూకలు**
9.	సంకటీలు (?)	5 **రూకలు**
10.	మాలాకారులు	5 **రూకలు**
11.	**ఇల్లడి** (ఇంటి పన్ను)	?
12.	చాకలి **రూకలు** (చాకలిపై పన్ను)	?
13.	**అంగడాలమందలు** (గ్రామం వెలుపలి పశువుల చావిళ్లు) 2 మందలకు	2 **రూకలు**

అమ్మకపు పన్నులు, అంగడిపన్నులు, నీటి పన్ను వంటివాటిని దేవ, బ్రాహ్మణులకు వృత్తులుగా దానం చేసేవారు. ఈ పన్నులకు మారుగా **తూము న్యాయా**నికి పరిహారం రాజు ఇచ్చాడు. అంటే పంటల మీద వస్తురూపంలోనూ ధనరూపంలోనూ చెల్లించే పన్నులన్నీ. అందుకే ఈ శాసనంలో వృత్తిపన్నులు కొక్కిరేని శాసనంలో పేర్కొన్న దానికంటే చాలా ఎక్కువగా ఉన్నాయి. కొక్కిరేనిలో ఇతర రాయితీలు లేవు. వాళ్లు కుల, వృత్తి పన్నులతో పాటు **సుంకం, కానిక** మొదలైన ఇతర పన్నులను కూడా చెల్లించవలసి ఉంది.

క్రీ. శ. 1290 నాటి ప్రతారుద్రుని ఖండవల్లి తామ్రశాసనం, ఉత్తరేశ్వర దానశాసనం అష్టాదశ వర్ణాల వారు రాజుకు చెల్లించవలసిన పన్నులన్నిటినీ దాన స్వీకర్తకు చెల్లించాలని చెప్తున్నాయి.[96]

95. *IAP. Wg.*, No. 37.
96. *EI.* XXXVIII, pp. 76 ff; *EA.* IV, p. 117, l. 110.

ప్రతాపరుద్రుని మక్తల శాసనం సైనికులమీద కూడా వృత్తిపన్ను విధించినట్లు చెప్తున్నది. దాని ప్రకారం ప్రతి **రౌతు** $1\frac{1}{2}$ **రూక, తమిగాడు** (కాలిబంటు?) $1\frac{1}{2}$ **రూక, ఒంటెబంటు** $\frac{1}{4}$ **రూక, పలమ్‌పలము** (?) $1\frac{1}{4}$ **రూక** చెల్లించాలి.[97] అదే చోట అదే సమయంలో వేసిన మరో శాసనం ఏడాదికి ప్రతి సైనికుడూ $\frac{1}{2}$ **చిన్న**, ప్రతిదొర (కొందరు సైనికుల యజమాని) 2 చిన్నాలు చొప్పున చెల్లించాలని చెప్తున్నది.

వేతనం మీద పనిచేసే వాళ్లుకూడా వృత్తిపన్ను చెల్లించాలి. గుంటూరు జిల్లా కొప్పరం గ్రామంలోని కొందరు ఉద్యోగులు ప్రతాపరుద్ర మహారాజునకు ధర్మువుగా తమ వేతనాల నుండి స్థానిక దేవరకు కానుక లర్పించారు.[98] క్రీ. శ. 1404 నాటి అంటే కాకతీయుల అనంతర కాలంనాటి తూర్పుగోదావరి జిల్లా సర్పవరంలో వేసిన ఒక శాసనం వృత్తి పన్ను గురించి స్పష్టంగా పేర్కొంది.[99] సోమారెడ్డి అనే వ్యక్తి భావనారాయణ స్వామి ఆలయంలో గడియారాన్ని ఏర్పరచి దాని నిర్వహణ కోసం కొందరు బ్రాహ్మణులను నియమించి భృతిగా వారికి కొన్ని భూములను దానం చేశాడు. ఈ సందర్భంలో వారి మీద వృత్తి పన్ను, **పర ఆయం** (భూమి పన్ను) వేయకూడదని చెప్పబడింది. ఈ ఆధారాలను బట్టి కాకతీయుల కాలంలో అన్ని జీవన రంగాల పైనా పన్ను ఉందని మాత్రం చెప్పవచ్చు.

క్రీ. శ. 1117 నాటి పరాంతకుని దాక్షారామ శాసనం గ్రామంలోని వృత్తికారులమీద కింది విధంగా పన్నులను పేర్కొంది.[100]

శ్రీమంగలి	తలకు	6 **చిన్నాలు**
మాలాకారుడు	తలకు	4 **చిన్నాలు**
కుమ్మరి	చక్రానికి	8 **చిన్నాలు**
వడ్డరి	తలకు	8 **చిన్నాలు**
కమ్మరి	తలకు	8 **చిన్నాలు**
కంసాలి	తలకు	8 **చిన్నాలు**
కమ్మాచారి (వడ్రంగి?)	తలకు	8 **చిన్నాలు**
కొండమంగలి (?)	తలకు	8 **చిన్నాలు**
చాకలి	తలకు	8 **చిన్నాలు**

శా. శ. 1212 నాటి ప్రతాపరుద్రుని నల్లగొండ జిల్లా పాతర్ల పాడు శాసనం కూడా దేవుడికి ఈ పన్నుల దానాన్ని చెప్తున్నది.

గొల్లవారు	ఇంటికి	1 చిన్నం
నేతవారు	మగ్గానికి	1 చిన్నం
ప్రెగడ	ఇంటికి	1 చిన్నం
శ్రీ మంగలి	ప్రదేశానికి	1 చిన్నం

97. *Corpus* III, p. 51.
98. *SII.* X, 533.
99. *Ibid.,* V, 28.
100. *Ibid,* IV, 1384.

కుమ్మరి	ఇంటికి	1 చిన్నం
సైనికులు	తలకు	1 అద్దుగ
పట్టలవారు	పేటకు	1 అద్దుగ
ఆయగాండ్రు	తలకు	2 చిన్నాలు
కరణాలు	తలకు	1 చిన్నం

IV. వాణిజ్య పన్నులు

పన్ను లాగానే **సుంకం** వాణిజ్య వస్తువులనుండి వివాహాలదాకా అనేక రకాల పన్నులను సూచించే సాధారణ పదం. స్థూలంగా వాణిజ్యవస్తువులపై పన్నును **సుంకం** అంటారు. చాళుక్యుల పరిపాలనా కాలంలో దీన్ని **వడ్డరావుల సుంకం** అనేవారు. ఇది ఒక ప్రధానమైన ఆదాయ వనరు. అనంత పాల దండనాయకుని వంటివారు **సుంకహెగ్గెడ** పదవిలో ఉండి ఈ శాఖకు ఆధిపత్యం వహించారు. కాకతీయులు కూడా అన్ని రకాల వాణిజ్య వస్తువుల మీద చాళుక్యుల పన్నుల విధానాన్నే అవలంబించారు. **వడ్డరావుల** పదానికి బదులుగా **అడ్డవట్టు, అడ్డ** అన్న మాటల్ని వాడారు. **అడ్డ** అంటే అంగడి లేదా **మజిలీ. అడ్డవట్టు, అడ్డపట్టు** అంటే ఒక **అడ్డ**లో పన్నులు వసూలు చేసే అధికారాన్ని కౌలుకు తీసుకోవడం.[101] ఈ గుత్తదారులను **సుంకమాన్యగాండ్రు** అనేవారు. కౌలు రుసుమేకాకుండా రాజుకు లేదా ఆయన ప్రతినిధికి వీరు తమ ఆదాయంలో కొంత భాగాన్ని నియతంగా చెల్లించాలి. అమ్మకపు పన్ను నిర్ణయించడానికి ప్రమాణం ఏమిటో మనకు తెలియదు. అంగడిలో వసూలయ్యే సుంకాలను భగవంతునికి దానం చేసిన సందర్భాల నుండే మనం ఏమైనా తెలుసుకోవాలి. దాదాపు అన్ని రకాల వాణిజ్యవస్తువులపైనా సుంకం ఉండేది. అంగడికి తీసుకువచ్చాక, అమ్మకం కాని వస్తువులకు కూడా **పెంట** (అంగడి) కిరాయిగా పాక్షికంగా కొంత పన్ను చెల్లించవలసి ఉండేది. **పెంట** ప్రభుత్వానికి చెందింది. ఎంత వసూలు చేసేవారో, అందులో ఎంత దేవుడికి దానం చేసేవారో చెప్పడం కష్టం. **కోమట్ల సమయం** లేదా మాండలికులు లేదా రాజుగారి భృత్యులు **పెంట**లోని వస్తువుల మీద వసూలుచేసిన సుంకాలనుండి డబ్బు లేదా ధాన్యం లేదా నూనెను దానం చేసినట్లు మాత్రమే కొన్ని శాసనాలు పేర్కొంటున్నాయి. కొన్ని సందర్భాలలో ఈ దానాలు పన్నుల దానానికి అదనంగా వ్యక్తిగతంగా చేసినవిగా కూడా కనిపిస్తున్నాయి. అమ్మకపుదారులు తాము ఏ అంగడికి సరుకులు తీసుకుపోయినా అక్కడ **పెంట సుంకం** చెల్లించవలసిందే. సరుకు అమ్ముడుకాక అనేక అంగళ్లకు తిరగ వలసివస్తే అది అమ్ముడు పోయేదాకా ప్రతి అంగట్లోనూ కొంత పన్ను చెల్లించవలసిందే. **సుంకం**లో అంగడికీ అంగడికీ తేడా ఉంటుంది.

---

101. అడ్డ సంస్కృత **హట్ట** శబ్దం నుండి వచ్చి ఉంటుంది. (**హట్ట - అంగడివీథి**, అమరకోశం-III, 453): **అడ్డవట్టు, అడ్డపట్టు** అంటే అంగడి స్థలం. ఈ మాటకు ప్రభుత్వం అంగడిలో పన్నుల వసూళ్ళను కౌలుకివ్వడం కూడా కావచ్చు. దీన్ని **అడ్డవట్టు సుంకం** అంటారు.

అంగడి అధికారులు:

సుంక పరిమాణాన్ని నిర్ణయించడంలో అన్ని శాసనాలూ పనికి వచ్చేవికావు. అయితే అమ్మకపు సుంకాన్ని నిర్ణయించడానికి ఏదో పద్ధతి ఉందనీ, దానికి ప్రభుత్వం ప్రత్యేకాధికారులను నియమించేదనీ చెప్పవచ్చు. వీరిలో మొదట పేర్కొనదగిన వాడు **పెంట** లేదా **అడ్డలో సుంకం** వసూలు చేసే హక్కును కొనుక్కున్న **సుంకమాన్యగాడు.** అతడు ప్రభుత్వం వంతును అక్కడికక్కడే **కరణానికి** చెల్లించాలి. ప్రభుత్వానికి చెల్లించవలసిన చెల్లింపులన్నిటినీ స్వీకరించడం, అన్ని లావాదేవీలకూ క్రమబద్ధంగా లెక్కల్ని నిర్వహించడం **కరణం** విధి. మూడో అధికారి **తీర్పరి**. వస్తువు విలువను దానిమీద చెల్లించవలసిన సుంకాన్ని నిర్ధారించేవాడు. సుంక నిర్ణయంలో ఎక్కువ తక్కువలు లేకుండా అటుప్రభుత్వానికి గాని, ఇటు అమ్మకం దారుకుగాని నష్టం కలుగకుండా చూసేవాడు. సుంకం వసూలులో **సుంకరి, తీర్పరి** ఇద్దరూ ప్రధానపాత్రలు. నాలుగో అధికారి **కొలగాడు.** సరుకుల్ని కొలిచేవాడు, తూచేవాడు. ఈ విధంగా సుంక నిర్ధారణ, వసూలు జరిగేది. **కరణం, తీర్పరి** ప్రభుత్వాధికార్లు. **సుంకరి, కొలగాడు** ప్రైవేటు గుత్తదార్లు. **సుంకరి** ప్రతి సంవత్సరమూ **సుంకం** వసూలుచేసే హక్కును కొనుక్కోవాలి. ఆ సంవత్సరం **అడ్డలో** అమ్ముడయిన సరుకుల పరిమాణంమీద అతని లాభం ఆధారపడి ఉంటుంది. తన వంతు సుంకం తప్ప అతనింకేమీ వసూలు చేయడానికి వీల్లేదు. **అడ్డవట్టు సుంకం** వసూలులో ఇది సాధారణ ప్రక్రియ. శా. శ. 1218కి సరి అయిన క్రీ. శ. 1296 నాటి త్రిపురాంతకం లోని ఒక శాసనం ఈ విషయంలో మంచి ఉదాహరణ.[102]

ప్రతాపరుద్ర మహారాజు, ఆయన సేనాని రుద్రదేవుడు, మహాప్రధాని పోచిరాజులకు ధర్మువుగా **నానాదేశి** ఉప్పు వ్యాపారులు, స్థానిక అధికారులయిన **కరణాలు, తీర్పర్లు, కొలగాండ్రు** త్రిపురాదేవికి ఒక దానం చేశారు. ఈ దానం ప్రకారం అన్ని అంగళ్ల (దుకాణాల)లోని ఉప్పును విలువ నిర్ధారణ చేయడానికి ఐదేసి **పెరికల** విభాగంగా తీసుకొని దాని ధరలో **మాడ**కు ఒక **చిన్నం** చొప్పున **సుంకమాన్యగాండ్రు** త్రిపురాదేవికి చెల్లించవలసి ఉంటుంది. **సుంకంలో** ఇక్కడ ప్రభుత్వం వంతును మాత్రమే పేర్కొన్నారు. లేకపోతే ఈ అధికారులు సుంక మొత్తాన్ని నిర్ధారించవలసిన అవసరం ఉండేదికాదు. శాసనంలో **ధరణముసేసి** అని ప్రత్యేకంగా పేర్కొనడం జరిగింది. క్రీ. శ. 9వ శతాబ్దంనాటి వరంగల్లు సమీపంలోని కొండపర్తి శాసనంలో ధనంజయుడనే అధికారిని **ఫలధారు**గా నియమించిన ఉదంతం ఆసక్తికరమైనది.[103] **ఫలధారు** అంటే సుంక నిర్ధారణకోసం వ్యవసాయోత్పత్తి విలువను అంచనా వేసేవాడు.[104] అస్పష్టమైనదే అయినప్పటికీ **ధరణముసేసి** అన్న

102. *SII.* X, 480.

103. *IAP. Wg.*, No. 142.

104. ఫలధారు అన్న మాట నేటి ఆరబిక్ మూలానికి చెందిన తహసీల్దారు, జమీందారు, సుబేదారు మొదలైన వాటిలాగా అనిపించినా వాటి వర్గానికి చెందింది కాదు. ఇది ఫల – ధారణ అన్న సంస్కృత పదాల నుండి ఏర్పడింది. ఫలసాయాన్ని నిర్ధారణ చేసేవాడు.

ప్రయోగం ఇక్కడ చాలా ఉపయోగకరమైనది. ప్రస్తుత సందర్భంలో అటు సరుకు ఉత్పత్తి దారు లేదా యజమానికీ, ఇటు **సుంకరి**కీ నష్టదాయకం కాకుండా సుంక నిర్ధారణ చేసే **తీర్పరి** బాధ్యతను ఇది తెలుపుతుంది.

గణపతిదేవుని పరిపాలనా కాలంనాటి ఒక శాసనం గుద్రార ప్రాంతానికి ముఖ్య పట్టణమైన గుడివాడలోని కుందేశ్వర దేవరకు గుద్రారము, వెలనాడు మండలాలకు అధికారి అయిన ఒక **తీర్పరి** చేసిన దానాన్ని పేర్కొంటున్నది.[105] దీన్నిబట్టి ప్రస్తుతం గ్రామం, ఫిర్కా, తాలూకా, జిల్లా స్థాయిల్లో రెవిన్యూ అధికారులున్నట్లే ఆనాడు కూడా గ్రామ, **స్థల, నాడు** స్థాయిల్లో **తీర్పరు**లుండేవారని తెలుస్తుంది. వీళ్లు నేటి మార్కెటింగ్ అధి కారుల వంటివారు. కాకతీయుల పాలనలో చాలా బాధ్యతాయుతమయిన అధికారులు. దీని ప్రాధాన్యం ఏమిటంటే ప్రభుత్వం అటు సరుకుల ఉత్పత్తిదారు లేదా యజమాని ప్రయోజనాలు **సుంకరి** వల్ల దెబ్బతినకుండా చూడడంలోనూ, ఇటు ప్రభుత్వాదాయానికి గండి పడకుండా చూడడంలోనూ చాలా శ్రద్ధ వహించినట్లు తెలుస్తుంది. ప్రతి **స్థలా**నికి ఒకరికంటే ఎక్కువ **కరణాలు, తీర్పర్లు, కొలగాండ్రు** ఉన్నట్లు తెలుస్తుంది. గుడివాడ శాస నాన్ని బట్టి ఒకటి లేదా అంతకంటే ఎక్కువ **నాడు**లకు ఉన్నత స్థాయి **తీర్పర్లు**న్నట్లు గ్రహించవచ్చు.

కొలగాని విధి అంగడికి అమ్మకానికి వచ్చిన ధాన్యాన్ని (**బుసిభండాలు, కొల్చు భండాలు**) కొలవడం. **త్రాసు**తో తూచే సరకుల తూకం భారం కూడా అతనిదే. మామిడి పండ్ల వంటి వాటిని బండ్ల వారీ, సంచులవారీగా లెక్కించేవారు. ఈ బాధ్యత కూడా **కొల గాండ్ర**దే. ఈ ఉద్యోగానికి సాధారణంగా సెట్టి కులం వారినే ఎంపిక చేసేవారు. కొలతలు తూనికలలోని మోసాలను చక్కగా కనిపెట్టగలిగిన వారు వారే. శా. శ. 1200 నాటి రెండు ఈపూరు శాసనాలు **త్రాసు న్యాయం** ద్వారా తనకు లభించిన ఆదాయాన్ని బచ్చు నారప సెట్టి అల్లాడ నాధస్వామికి దీపాల నిమిత్తం దానం చేసిన విషయాన్ని తెల్పు తున్నాయి.[106] ఈ దానం రుద్రమదేవి మహారాజులకు ధర్మువుగా జరిగింది. **సెట్టి కొల గాడు**గా నియమితుడయిన సందర్భంలో తన వృత్తిపరమైన ఆదాయం నుండి **మహారాణి** గారికి ధర్మువుగా ఈ దానం చేశాడు. ఈ కొలత, తూకం ఉద్యోగం కూడా వేలం ద్వారా అమ్మేవే. అందరి కంటే ఎక్కువ పాడిన వాడికి ఉద్యోగం లభించేది. కృష్ణాజిల్లా నడిగూడెం గ్రామంలోని ఒక పగిలిపోయిన శాసనం దీనికి ఉదాహరణ.[107] ఈ వేలంవల్ల లభించిన ఆదాయాన్ని దేవుడికి దానం చేయడం జరిగింది. అయితే ఈ పద్ధతే అంతటా వాడుకలో ఉందనడానికి ఈ సాక్ష్యం సరిపోదు. ఈ పద్ధతినే అవలంబించినట్లయితే **కరణం, తీర్పరి** మాత్రమే ప్రభుత్వాధికారులు, **కొలగాడు**, సుంకరి గుత్త దార్లు.

---

105. *SII.* V, 211.
106. *Ibid.* X, 443 & 445.
107. *Ibid.,* 508.

సుంకాలు:

అమ్మబడి సుంకం సాధారణ రేటు మొత్తం అమ్మకం మీద **మాడకు** ఒక **వీసం.** దీన్ని **మాడవీసాలు** అనడమూ, కొనుగోలు ఆధారమయినప్పుడు **విల్చువీసమ**నడమూ ఉంది.[108] ఒక సరుకు అమ్మకం, కొనుగోలు రెండింటిపై ఒకేసారి పన్నువేసేవారా అన్న అనుమానం కొన్ని శాసనాలవల్ల కలుగుతూ ఉంది. శా. శ. 1191కి సరి అయిన క్రీ.శ. 1269 నాటి దుర్గి శాసనం ఏ వస్తువయినా అమ్మినప్పుడూ కొన్నప్పుడూ **గద్యాణానికి వీసం** చొప్పున సుంకం చెల్లించాలని స్పష్టంగా చెప్పింది.[109] ప్రతాపరుద్రుని పరిపాలనా కాలం నాటి ప్రకాశం జిల్లా కరవది శాసనం కూడా ఈ ఉభయ సుంకాన్ని పేర్కొన్నది.[110] చాళుక్య భూలోకమల్లుని అయిదవ రాజ్య సంవత్సరంలో నల్లగొండ జిల్లా పెరూరులో వేసిన ఒక శాసనం ముప్పైసంచుల ఉప్పుమీద **రెండు సుంకములుంబరిహారము** ఇచ్చినట్లు తెలుపుతున్నది.[111] చాలా సందర్భాలలో ఉభయ సుంకం ఉన్నట్లు స్పష్టమవుతూ ఉంది. భూమి పన్నులకు సంబంధించి ప్రభుత్వం వంతు ధాన్యం అమ్మకం మీదకూడా సుంకం ఉన్నట్లు ఇంతకుముందే చూశాం. ఈ రెండు సుంకాల వసూలు టోకు వ్యాపారులు లేదా వారి సంఘాల విషయంలోనే తప్ప చిల్లర కొనుగోళ్లకు వర్తించదు. దుర్గిశాసనం **చాలుమూల ఉభయ నానాదేసి** పెక్కంద్ర ఇచ్ఛాపూర్వక సుంకాన్ని తెలుపుతుంది. కొన్ని సందర్భాలలో కొనుగోలు మీద మాత్రమే **సుంకం.** ఉదాహరణకు గణపతి దేవుని పరిపాలనా కాలపు వేల్పూరు శాసనం **అడ్డలో కొనుగోళ్ల** మీద **సుంకాన్ని** మాత్రమే పేర్కొంటున్నది.[112] ఈ శాసనంలోనే గొర్రెల విషయంలో **సుంకం** అమ్మకం, కొనుగోలు రెండిటిమీదా అని చెప్పడం ఆసక్తిదాయకం. ఈ శాసనంలో పన్నువేసే సరుకులను పరిశీలిస్తే నాటి **సుంకం** గురించిన కొన్ని వివరాలు తెలుస్తాయి. వేల్పూరు **అడ్డవట్టమేర**లో ఈ **సుంకాల**ను శా. శ. 1169లో గణపతిదేవ మహారాజులకు ధర్మువుగా దోచనపెగ్గడ రామేశ్వర మహాదేవరకు దానం చేశాడు.

1. **కొనుగోలు మీద పన్ను:** గుర్రం, ఎద్దు, బండి, కళ్లాలు
2. **కొనుగోలు, అమ్మకం రెండిటి మీదా పన్ను:** గొర్రెలు
3. వివాహం చేయడం మీద పన్ను
4. నువ్వుల కొనుగోలు మీద పన్ను
5. **కొల్చు** ధాన్యం (ప్రభుత్వ వస్తురూప పన్ను) కొనుగోలు మీద పన్ను. దీని మీద అమ్మకపు పన్నును రైతునుండి వసూలు చేస్తారు.
6. నూనె గానుగలమీద **ముద్ర సుంకం, వరుసరూకలు.**

---

108. *Ibid,* 495, 527.

109. *Ibid.,* 422.

110. *NDI,* II, p. 995.

111. N.Venkataramanayya; *Perur Inscriptions,* 9.

112. *SII.* X, 314.

ఇక్కడ ఆసక్తిదాయకమైన విషయమేమంటే దోచనపెగ్గడ కొత్తగా మంత్రి హోదాతో సమానమయిన **అడ్డవట్ట సుంకాధికారి**గా నియమితుడయిన సందర్భంగా తన పదవీ నిర్వహణ ఆరంభిస్తూ చేసిన పవిత్రకార్యం కావడం.

సాధారణంగా **సుంకాల** రాయితీలు, దేవుడికి **సుంకాల** దానాలు చేసే వారు ఉన్నత స్థాయి అధికారులు. వేల్పూరు శాసనంలో దోచన పెగ్గడ సుంకాలను దానంచేశాడు. సలకలవీడు శాసనంలో ప్రతాపరుద్రుని సేనాని **నాయంకరుడు** దేవరి నాయకుడు దాత.[113] కోల వెన్ను శాసనంలో **సర్వాధికారి** అయిన సివిరి అన్నయ దాత.[114]

ప్రభుత్వం **అడ్డ**లను నిర్వహించే చోట్ల **అడ్డసుంకం** విధించే వారు. పెద్ద గ్రామాలలో వాణిజ్యం పెద్దఎత్తున జరిగేచోట ప్రభుత్వం **అడ్డ**లు ఏర్పరిచేది. ఈ చోటులను **పెంట**లు అని కూడా పిలిచేవారు. ఇక్కడ వారం వారం అంగడి జరిగేది. **సుంకాలు** క్రమబద్ధంగా వసూలయ్యే, అన్ని లావాదేవీలు ప్రభుత్వాధికారుల పర్యవేక్షణలో జరిగే **పెంట**లను **సుంక పెంట**లనే వారు. శా. శ. 1232 నాటి కొచ్చెర్లకోట శాసనం ఇటువంటి **సుంకపెంట**లను పేర్కొన్నది.[115] **అంగడి ముద్ర సుంకం** అని మరొక పన్ను ఉంది. **అంగడి** లేదా **అడ్డ**కు సరుకును తీసుకుపోవడానికి నమోదు చేసుకొనే సందర్భంలో చెల్లించే పన్ను ఇది. ఇది అమ్మకపు, కొనుగోలు పన్నులకంటే భిన్నం.

సుంకం రేట్లు:

కందూరి తొండయ చోదుని రాణి మైలాంబ క్రీ. శ. 1122లో పానుగల్లులో ఒక పెద్ద శాసనం వేసింది.[116] వాణిజ్య వస్తువుల మీద కొన్ని పన్నులను ఈ శాసనం పేర్కొన్నది. దురదృష్టవశాత్తు ఈ శాసన శిల పగిలిపోయి అసమగ్రంగా ఉంది. ఇందులో పేర్కొన్న వివరాలు:

	వస్తువు	నగదు సుంకం	వస్తు రూపసుంకం
1.	ఉప్పు	¼ **నిబరవ**	–
2.	ఒకబండి జొన్నలు	2¼ **పడిక**	1 గిద్ద
3.	ఒక **పెరిక** లేదా రెండు		
	సంచుల వడ్లు	2 **వీసాలు**	1 కుంచం
		¼ **నిబరవ**	–
4.	1 **పెరిక** తమలపాకులు లేదా		
	రెండు బరువులు	2½ **రూకలు**	5 కట్టలు
	తమలపాకులు ఒక బరువు	2 **పడికలు**	2 కట్టలు

113. Appendix - 5.
114. *SII*, X, 317.
115. *NDI*. I, p. 340.
116. *Corpus* II, pp. 106 ff

5.	వక్కలు/పోకలు ఒక బండి	8 **రూకలు**	500 వక్కలు
	వక్కలు/పోకలు ఒక **పెరిక**	4 **రూకలు**	200 వక్కలు
6.	మిరియాలు ఒక బండి	6 **రూకలు**	1 గిద్ద
	మిరియాలు ఒక **పెరిక**	3 **రూకలు**	2 కుంచాలు
7.	అల్లం ఒకబండి	$2\frac{1}{2}$ **రూకలు**	2 వీసెలు
	ఒక **పెరిక**	1 **రూక**	1 వీసె
8.	పసుపు		
9.	పత్తి	$\frac{1}{4}$ **నిబరవ**	–
10.	బెల్లం		
11.	చీరలు	$2\frac{1}{2}$ **రూకలు**	

ఉప్పు, వడ్లు, పసుపు, పత్తి, బెల్లం తప్ప తక్కిన అన్ని వస్తువుల మీద నగదుగాను, వస్తురూపంలోనూ సుంకం వసూలు చేస్తున్నట్లు పై పట్టిక తెలుపుతూ ఉంది. వీటిపై $\frac{1}{4}$ **నిబరవ సుంకం**. ఈ మాటకు అర్థం తెలియదు. మొత్తం లాభంలో నాలుగోవంతు కావచ్చు. పన్నును ధన రూపంలోనూ, వస్తురూపంలోనూ వసూలు చేయడంవల్ల ధరలు అనూహ్యంగా హెచ్చుతగ్గులకు లోనయినా ప్రభుత్వ ఆదాయానికి నష్టం ఉండదు.

ఈ సందర్భంగా ప్రత్యేక వాణిజ్య పన్నుకు నిదర్శనంగా మరో శాసనాన్ని కూడా ఉదాహరించవచ్చు. గణపతిదేవ మహారాజు వేసిన సుప్రసిద్ధమైన ఓడరేవు మోటుపల్లి శాసనం కొన్ని వస్తువులమీద ఎగుమతి, దిగుమతి సుంకాల రేట్లను పేర్కొన్నది.[117]

1. అన్ని ఎగుమతులు దిగుమతుల మీద సుంకం రేటు – $\frac{1}{30}$
2. ఒక **పగోడా** విలువగలిగిన ఒక తులం గంధం మీద – $\frac{1}{4}$ **ఫణం**
3. ఒక **పగోడా** విలువ గలిగిన దేశవాళీ కర్పూరం, చైనాకర్పూరం, ముత్యాల మీద – $\frac{3}{4}+\frac{1}{16}$ **ఫణం**
4. ఒక **పగోడా** విలువగలిగిన మిరియాల మీద – $\frac{3}{4}+\frac{1}{16}$ **ఫణం**
5. అన్ని రకాల పట్టు వస్త్రాలు స్వరూపానికి (బేలుకు) – $5\frac{1}{2}$ **ఫణాలు**
6. లక్ష పోక/వక్కలకు – 1 **పగోడా** $3\frac{1}{4}$ **ఫణాలు.**

కొన్ని శాసనాలలో **సుంకం** రేటు గురించి స్పష్టమైన వివరాలున్నాయి. శా. శ. 1180కి సరి అయిన క్రీ. శ. 1258 నాటి గణపతి దేవుని నాదెండ్ల శాసనం బండిలాగే గుర్రాలు, ఇతర పశువుల మీద **మాడ**కు రెండు **వీసాలు** చెల్లించాలని పేర్కొంది.[118]

ఒక **మాడ**కు 160 **వీసాలు**

2 వీసాలు అంటే $\frac{1}{80}$వ వంతు సుంకం = $1\frac{1}{4}$ శాతం

అదే విధంగా దుర్గి శాసనం **ఉభయ నానాదేశి బేహారులు** అన్ని కొనుగోళ్లు, అమ్మకాల

117. *EI.* XII. p. 188 ff
118. *Ibid.*, 473.

మీద **మాడకు వీసం** పన్ను చెల్లించినట్లు చెప్తున్నది.[119] కొనుగోలుమీద ఒక వీసం, అమ్మకం మీద ఒక వీసం చొప్పున $\frac{5}{8}+\frac{5}{8}=$ 1¼ శాతం **సుంకం** చెల్లించినట్లయింది.

కొన్నిచోట్ల ఒక **మాడ** అమ్మకం మీద 1 **మానిక** సుంకాన్ని పేర్కొనడం జరిగింది. దీన్ని కచ్చితంగా నిర్ణయించడం కష్టం. శా. శ. 1214 నాటి త్రిపురాంతకం శాసనం మొత్తం అమ్మకం మీద ఒక **మాడకు** ఒక **మానిక** సుంకాన్ని పేర్కొంది.[120] ఈ పద్ధతి ఎలా ఉంటుందో స్పష్టంగా తెలియదు.

V. ఇతర పన్నులు

అనేక ఇతర **సుంకాలు** కూడా కనిపిస్తున్నాయి.

1. **బుర్ర సుంకము**[121]: శా. శ. 1180 నాటి కటుకూరు దాన శాసనం ఈ సుంకాన్ని గోపీనాథ దేవునికి దానం చేసినట్లు తెల్పుతున్నది. శా. శ. 1200 నాటి పామాపురం శాసనంలో కూడా ఈ మాట కనిపిస్తుంది. అర్థం స్పష్టం కాదు. కొన్ని సందర్భాలలో నూనె కొలిచే కుండను **బుర్ర** అన్నారు. బహుశా ఒక **బుర్ర** నూనె అమ్మకం మీద సుంకం కావచ్చు.

2. **మడిగసుంకము**[122]: జడ్చర్ల శాసనంలో దేవుడికి దానంగా పేర్కొనబడింది. అంగడి లేక దుకాణం మీద పన్ను.

3. **పుట్టు పేరు సుంకము**[123]: దీన్ని కన్నడ శాసనాలలోని పెర్జుంక లేదా హెర్జుంక గాభావించకూడదు. పుట్టిన బిడ్డకు నామకరణం మీద ఈ పన్ను వేసినట్లు కనిపిస్తుంది. ఈ అర్థంలో కొన్ని శాసనాలలో కనిపిస్తున్నది.

4. పెళ్లిపన్ను[124]: గణపతిదేవుని కాలంనాటి వేల్పూరు శాసనంలో ఇది కనిపిస్తుంది. ఇదే కాలానికి చెందిన గుడివాడ శాసనం **కోమట్ల** పెండ్లిండ్లలో పెళ్లి కొడుకు తరఫువారు ఒక **రూక** చెల్లించాలని నిర్దేశించింది.[125] శా. శ 1077 నాటి పైడిపాడు శాసనం, శా. శ. 1187 నాటి రొంపిచర్ల శాసనం కూడా పెళ్లి పన్నును పేర్కొన్నాయి.

5. **గాండి సుంకము**[126]: ఈ మాట శాసనంలో పూర్ణంగా లేదు. **గాండి** అంటే తెలుగులో రాతితో కాని, కర్రతో కాని చేసిన పశువులు నీళ్లుతాగే తొట్టి. ఇక్కడ **బారుగాండి** అంటే మోట మీద పన్ను వేసినట్లుగా కనిపిస్తుంది.

---

119. *Corpus* III, pp. 14-70
120. *Ibid.,* 44.
121. *SII.* X, 119.
122. *Ibid.,* 358.
123. *Ibid,* 422; *EA.* IV, p. 92.
124. *SII.* X, p. 314.
125. *Ibid.,* 135, 406.
126. *Corpus* III, p. 70.

6. **రేవుసుంకము**[127]: గణపతి దేవుని కాలానికి చెందిన కొణిదెనలోని ఒక శాసనం చెరుకూరులోని చెన్నకేశవ స్వామికి దోచిరాజు గణపయ అనే వ్యక్తి. బంగేరు మీద **రేవుసుంకాన్ని** దానం చేసినట్లు చెప్తున్నది. నది దాటించడానికి పడవలకు అనుమతి సుంకం కావచ్చు.

7. క్రీ.శ 12వ శతాబ్ది నాటి ఒక దాక్షారామ శాసనం అందమూరు గ్రామానికిచెందిన (అ) **అలము,** (ఆ) **సిద్ధాయం,** (ఇ) **సమస్తాయం,** (ఈ) **అంతరాయం,** (ఉ) **అభినవాయం** (ఊ) **సల్విసంపద,** (ఋ) **గంటు** మొదలైన సుంకాలను భీమేశ్వరస్వామి ఆలయానికి దానం చేసినట్లు తెల్పుతున్నది.[128]

అలము[129] అంటే నైఘంటికార్థం కాయగూరలు. ఇది కాయగూరల మీద పన్ను కావచ్చు. కులోత్తుంగుని 49వ రాజ్య సంవత్సరంలో వేసిన ఒక శాసనంలో **అలము, పన్నస, అంతరాయము, కిళరము** పేర్కొనబడ్డాయి. **సల్వి సంపద, గంటు** అంటే ఏమిటో తెలియదు.

దాన భూములమీద రాయితీ పన్ను **పన్నస.**

అంతరాయము పోకతోటల మీద పన్ను.[130]

కిళరము గొర్రెల మందల మీద పన్ను.

ఈ ప్రత్యేక సుంకాలు భీమేశ్వరాలయానికే పరిమితమేమో తెలియదు.

ఒక భీమవరం శాసనంలో సంవత్సరానికి 27½ **మాడల** కౌలుమీద **అంతరాయము, వెన్నాయము, సమస్తాయములను** కొనుగోలు చేసినట్లు చెప్పబడింది.[131] రాజుకు చెందవలసిన ఈ ఆదాయాలన్నిటినీగాని, కొన్నిటిని గాని సుంకరైతులకు కౌలుకిచ్చేవారు.

8. **మధ్యకం** అన్నమాట ప్రతాపరుద్రుని ఉత్తరేశ్వర దానశాసనంలోనూ, ఖండవల్లి తామ్రశాసనంలోనూ కనిపిస్తుంది.[132] ఉమ్మడిగా గ్రామస్థుల మీద విధించే అత్యవసర కాలపు ప్రత్యేక పన్నుకు ఇది వర్తిస్తుంది.

9. **అవనాయము**[133]: **రాచాయముతో** పాటు ఈ మాట పలివెల శాసనంలో లభిస్తుంది. శా. శ. 1236 నాటి కాకతీయుల పెనుమూలి శాసనంలో **సుంకము, పుల్లరి,**

---

127. *SII.* VI, 652.
128. *Ibid.,* IV, 1268.
129. *Ibid.,* V, 59.
130. *SII,* IV, 1214. **అంతరాయము** నిర్వచనం: **'భీమేశ క్రముక వనాళి పాలకైర్యోదేయస్స్యాత్ ప్రతిసమమ్ స అంతరాయః'** (భీమేశ్వరుని పోకతోటల పాలకులు ప్రతి సంవత్సరం చెల్లించవలసిన సుంకం **అంతరాయము**) పోకతోటల మీద **మంత్రాయము,** *SII,* XVI, pp. 183, 269.
131. *Ibid.,* V, 59.
132. *EA.* IV, 117 & 110.
133. *SII.* X, 509.

కానికలతోపాటు దీన్ని పేర్కొన్నారు. రాజుకు చెందే **రాచాయము** కంటే భిన్నమైంది కాబట్టి ఇది సామంత ప్రభువుకు చెందే ఆదాయం కావచ్చు.

III. వాణిజ్యం

శ్రేణులు:

వ్యవసాయం లాగే వస్తువు ఉత్పత్తి జరిగిన స్థలం నుండి వినియోగదారుని వరకు చేరవేయడానికి ఉపయోగపడే వాణిజ్యం కూడా చాలా ప్రాచీనమైనది. పూర్వంలాగే కాకతీయుల కాలంలో కూడా వాణిజ్యం పటిష్ఠమైన వర్తక శ్రేణుల ద్వారానే జరిగేది. రాజ్యంలో అనేక రకాలయిన వర్తక శ్రేణులు వాణిజ్యాన్ని నిర్వహించేవని శాసనాలు చెప్తున్నాయి. వర్తకుని **బేహారి** అనీ వ్యాపారాన్ని **వ్యవహారమనీ** పిలిచేవాళ్లు. **వ్యవహారం** నుండే **బేహారి** అన్నమాట ఏర్పడింది. వ్యాపారులు **స్వదేశి, పరదేశి** అని రెండు రకాలు. మొదటి వర్గం వారిని **నకరము** అనీ, రెండో రకం వారిని **నానాదేశి పెక్కంద్రు, ఉభయ నానాదేశి పెక్కంద్రు** అని కూడా పిలిచేవారు. ఇది అంత కచ్చితమైన విభాగమేమీ కాదు. కనీసం కాకతీయుల కాలంలో దీనికి కొంత భేదం ఉండేది. పూర్వం దక్షిణాపథం మొత్తంలో వాణిజ్యాన్ని నియంత్రించిన సుప్రసిద్ధ **అయ్యావళి** – 500 శ్రేణి కాకతీయుల కాలంలో తెలుగు దేశంలో నామమాత్రంగా ఉండేది. వర్తకులు ఈ శ్రేణితో సంబంధం కలిగీలేరు. జైనమతానికి కట్టుబడీ లేరు.[134] **వీరబణంజ, వీరబలంజ** అరుదుగా కనిపిస్తున్నాయి. ఇతర శ్రేణుల వర్తకులెందరో వాణిజ్యంలో దిగారు. వీరు సాంప్రదాయిక **వీరబణంజలు** కానీ వైశ్యులు లేదా కోమట్లు కాని కాదు. శా. శ. 1214కు సరి అయిన క్రీ.శ. 1292 నాటి త్రిపురాంతకం శాసనం మొదటి భాగంలో స్థానిక శ్రేణి ప్రశస్తిని తెలుగులోనూ, **అయ్యావళి – 500** ప్రశస్తిని తరువాతి భాగంలో కన్నడంలోనూ పేర్కొన్నది.[135] త్రిపురాంతక దేవునికి వ్యాపారుల శ్రేణి ఇచ్చిన కొన్ని దానాలను ఈ శాసనం పేర్కొన్నది. ఈ శ్రేణిలో **సెట్లతో**పాటు **రెడ్లు, నాయుళ్లు, బోయలు,** దాసర్లు కూడా ఉన్నారు. వీరిని **నానాదేశి** పెక్కంద్రు అని పేర్కొన్నప్పటికీ వీరు తెలుగుదేశంలోని గ్రామాలకు చెందినవారే. దీన్నిబట్టి **అయ్యావళి** సంప్రదాయం దాని ప్రాధాన్యాన్ని కోల్పోయిందని చెప్పవచ్చు. అయితే వారు నిస్సందేహంగా పెద్ద ఎత్తున వివిధ ప్రాంతాలలో వివిధ వస్తువుల వ్యాపారాన్ని సాగిస్తున్నారు. **బలంజసెట్లు** కాలక్రమంలో తాము జైనులు కాబట్టి కొన్ని వాణిజ్య శ్రేణులతో తమ సంబంధాలను ఉపసంహరించుకొని ఉంటారు. ప్రతాపరుద్రుని కాలంనాటి కటుకూరు శాసనం **మహాజనులు, నకరము, కాంపులు, బలంజ సెట్లను** విడివిడిగా పేర్కొంది.[136] అంటే **నకరములో బలంజసెట్లు** లేరనే అర్థం కదా. రాజధాని ఓరుగల్లులో వివిధ కులాల వారి ఇండ్ల గురించి చెప్తూ ప్రతాపచరిత్ర **వైశ్యులను, బలంజలను** వేరు వేరుగా పేర్కొంది.

---

134. P.Desai; *Jainism in South India,* pp. 122-23.
135. *SII.* X, 473.
136. *Corpus* III, p. 16.

తెలంగాణాలో కాకతీయుల పాలనతో వర్తక శ్రేణుల నిర్మాణంలో ఒక మార్పు వచ్చింది. అవి ఒక కులానికి, వర్గానికి పరిమితం కాలేదు. ఈ కాలంలో **నకరము, స్వదేశి, పరదేశి, ఉభయ నానాదేశి పెక్కంద్రు** అన్న వాణిజ్య సంస్థలుండేవి. ఈ నాలుగు రకాల శ్రేణుల ప్రత్యేక వాణిజ్య కార్యకలాపాలు స్పష్టంకావు. ప్రతి **పెంట** స్థానిక వర్తక శ్రేణితో పాటు ఇతర వర్తక సంఘాలను కూడా కలిగి ఉండేది. క్రీ.శ. 1269 నాటి ఒక శాసనం ప్రకారం గుంటూరు జిల్లాలోని ఎనమదల స్థలానికి చెందిన **వీరబణంజ సమయం** పాకనాడు - 21000, వేంగి - 16000, అనుమకొండ - **పట్టణ స్థలాలలో** వాణిజ్యానికి అనుమతి కలిగి ఉన్నట్లు తెలుస్తుంది.[137] ఈ **సమయాన్ని** ఎనమదల **స్థల ఉభయ నానాదేశి పెక్కంద్రు** అని పేర్కొన్నారు. **సమయ** సభ్యులను ఈ వ్యాపార ప్రాంతాలకు **ప్రభుముఖ్యులుగా** పేర్కొన్నారు. బహుశా **సమయ** కార్యనిర్వాహక సంఘం స్థానిక వర్తకుల **సమయాల ప్రభువులతో** కూడింది అయి ఉండవచ్చు. ఈ ప్రశస్తిలో **'పంచశత వీరశాసన లబ్ధానేక గుణ గణాలంకృత .... వీరబలంజ'** అని పేర్కొన్నప్పటికీ **అయ్యావళి అయినూరరు** ఆది ప్రసక్తి లేదు. తాము వర్తకం చేసే ప్రాంతాలు, వస్తువులకు సంబంధించి వర్తక **సమయాలు** ప్రభుత్వం నుండి అనుమతి పొందే సంప్రదాయం ఉన్నట్లు మనం తెలుసుకోవచ్చు. ఈ **సమయం** వారికి పోకలు, నువ్వులు, ధాన్యం, పత్తి, తమలపాకులు, నూనెల వ్యాపారం చేసే అధికారం ఉంది. ఈ వస్తువుల మీదే వారు దేవుడికి దానాలు చేశారు. క్రీ.శ. 1228 నాటి గణపతిదేవుని వరంగల్లు కోట శాసనం వివిధ వస్తువుల వ్యాపారం చేసే **బేహారుల** దానాలను పేర్కొన్నది. వస్త్ర వ్యాపారులలో **స్వదేశి, పరదేశి** లిరువురూ ఉన్నారు. నీలి మందు, పోకల వ్యాపారులు కూడా **స్వదేశి, పరదేశి** అనుమతులు కలిగిన వారే. పోకల వ్యాపారంలో **నకరము** వారూ ఉన్నారు. **శాసిర్బరు సమయానికి** చెందిన వారు తమల పాకులు, కాయగూరలు, కొబ్బరి, మామిడి, చింతపండు, ఇతర పండ్లు, పచ్చళ్లు అమ్మే వారుగా పేర్కొనబడ్డారు. ఈ **శాసిర్బరు** (వేయి) త్వరగా పాడైపోయే అనేక వస్తువులను అమ్మే చిల్లర వ్యాపారులు కావచ్చు. నువ్వుల వర్తకులు కూడా **స్వదేశి, పరదేశి** వారు. ఈ వ్యాపారులే గోధుమ, పెసలు, వడ్లు, జొన్న, ఇతర ధాన్యాలు, ఉప్పు, నూనె, నేయి, మిరియాలు, ఆవాలు, తేనె, తుత్తునాగం (జింకు), తగరం, రాగి వంటి లోహాలు, కర్పూరం, కస్తూరి, పట్టు, రత్నాలు, ముత్యాలు, పూసలు పసుపు, ఉల్లిగడ్డలు, అల్లం, దుంపలు, నూలు మొదలైన వాటి వ్యాపారం చేసేవారు.[138] **సమయాల** పేర్లే కాక అవి చేసే వ్యాపారాలను కూడా పేర్కొనే ఈ శాసనం చాలా ముఖ్యమైంది. అంగడి స్వరూపాన్నీ, అంగడిలో జరిగే వ్యాపార కార్యకలాపాల్నీ ఈ శాసనం తెల్పుతుంది.

పైన పేర్కొన్న ఎనమదల శాసనం ఈ **సమయానికి** ముఖ్యంగా పాకనాడు - 21000 (నేటి నెల్లూరు జిల్లా, ప్రకాశం జిల్లాలో కొంత భాగం)లో వ్యాపారం చేసుకొనే అనుమతి ఉన్నట్లు పేర్కొంది. తెలంగాణా ప్రాంతంలోని అనుమకొండ పట్టణంలో మొత్తం వ్యాపారం

---

137. *SII.* IV, 935.
138. *IAP, Wg.,* No. 63.

చేసే అనుమతిని ఈ **సమయం** పొందింది. రాజ్యంలోని అన్ని **సమయాల** వ్యాపారులూ తమ వాణిజ్య ప్రాంతాలతోపాటు పట్టణ వ్యాపారులతోనూ నిరంతర సంబంధాలు కలిగి ఉండేవారు.

వివిధ వృత్తికారులు, వివిధ వస్తువుల ఉత్పత్తిదారులు స్వంత **సమయా**లను ఏర్పరచుకొని వస్తువులను ఉత్పత్తి చేయడమేకాక తమ గ్రామాలకు సమీపంలోని సంతలలో అమ్మేవారు. నేత పనివారు, నూనె గానుగలవారు, కుమ్మర్లు, కంసాలులు, మేదర్లు మొదలయినవారు ఈ వర్గంలోకి వస్తారు. వీరు తమ వృత్తి **సమయా**లను ఏర్పరచుకొని తమ కుల కార్యాలనే కాక తమ పరిశ్రమ, వ్యాపారాలను కూడా నిర్వహించుకొనే వారు. చెల్లించవలసిన సుంకం చెల్లించి **అడ్డ**లలో తమ వస్తువులు అమ్ముకొనే వారు. ధాన్యం, బెల్లం, చక్కెర, నువ్వులనూనె, ఆవనూనె ఉత్పత్తి చేసే రైతులూ అంతే. వాణిజ్యానికి సంబంధించినంత వరకూ ఈ ఉత్పత్తిదారులూ వర్తకులూ కూడా అయిన వారు తమ **సమయా**లను ఏర్పరచుకున్నప్పటికీ దూర ప్రాంతంలోని **పెంట**లకు తమ సరుకులను తీసుకువెళ్లేవారు కాదు. వాణిజ్యపరంగా ఈ **సమయా**లన్నీ **స్వదేశి బేహారు**లలో చేరతాయి. వాస్తవానికి వీరు అనేక రకాల వస్తువులమ్మే వృత్తిపరమైన వ్యాపారులు కాదు. అయినా వీరికి **అడ్డ**లో చోటు ఉంది. దేశ వాణిజ్యంలో ఉత్పత్తిదారులుగా వీరిది ముఖ్యమైన స్థానమే.

వర్తకులు:

వర్తక **సమయా**లలో వివిధ కులాలవారు సభ్యులుగా ఉన్నప్పటికీ మధ్యయుగాలలో వర్తకం ప్రధానంగా **వైశ్యుల** చేతిలోనే ఉండేది. తెలుగుదేశంలో వీరిని **కోమట్లు** అంటారు. వీరిలో కొందరు జైనమతం అవలంబించడం వల్ల జైన దేవుడైన గోమటేశ్వరుని పేరు నుండి కోమటి శబ్దం పుట్టిందని కొందరు విద్వాంసుల అభిప్రాయం.[139] అయితే ఆంధ్ర దేశంలోని కోమట్లలో ఎక్కువమంది జైనులు కాకపోవడం వల్ల ఈ వాదాన్ని విశ్వసించడం కష్టం. **కోమట్ల**ను **సెట్లు** (శ్రేష్ఠులు), **చెట్టులు** అని కూడా అంటారు. **నీతిశాస్త్ర ముక్తావళి, సుమతీ శతకాలు** రచించిన బద్దెన మాటలను బట్టి నాటి సామాజిక, ఆర్థిక జీవనంలో **కోమట్ల** ప్రాధాన్యం వ్యక్తమవుతుంది.

"పురికిని బ్రాణము కోమటి
వరికిని బ్రాణంబు నీరు వసుమతిలోనన్
గరికిని బ్రాణము తొండము
సిరికిని బ్రాణంబు మగువ సిద్ధము సుమతీ"[140]

అన్నాడు, బద్దెన. ఇప్పుడు కూడా చిల్లర **కోమట్లు** మారుమూల గ్రామాలలో ప్రజల అవసరాలన్నీ తీరుస్తున్నారు. దేశం మూలమూలలకూ వీళ్లద్వారానే ఆర్థిక వ్యవస్థ విస్తరిస్తున్నది. వ్యవసాయోత్పత్తులుండే ప్రతిచోటా, ప్రతి పట్టణంలో వీరి కార్యకలాపాలుండేవి.

---

139. P.B.Desai, *Op. Cit.*, pp. 13-14.
140. బద్దెన: **సుమతీశతకం,** ప. 54.

అన్ని సరుకుల చిల్లర వ్యాపారమూ, చాలా వరకు గుత్త వ్యాపారమూ **కోమట్లు, సమయాల** వారు నిర్వహించే వారు. తెలికలు, పద్మసాలీలు, వ్యవసాయదారుల వంటి ఉత్పత్తిదారుల పాత్ర వాణిజ్యంలో కోమట్ల తరువాతిదే.

నాటి రాజులు, సామంతులు అనేక శాసనాలలో రాజ్య సెట్లను పేర్కొన్నారు. క్రీ.శ. 1268 నాటి కాకతి రుద్రమదేవి మహబూబాబాదు శాసనంలో దారం గోవిందు **సెట్టి,** అతని **పెగ్గడల** ప్రసక్తి ఉంది.[141] కులోత్తుంగ గొంకరాజు సెట్టిగా సూరప **సెట్టి**ని ఒక దాక్షారామ శాసనం పేర్కొంది.[142] ఈ రాజుకు అయ్యప రెడ్డి కుమారుడైన రెడ్డి నూంకన కూడా సెట్టిగా ఉన్నట్లు తెలుస్తున్నది.[143] రాజుకు సెట్టిగా రెడ్లను కూడా నియమిస్తున్నట్లు దీనివల్ల తెలుస్తున్నది. ఈ రాజుకు మరెందరో రాచ**సెట్లు**న్నట్లు తెలుస్తూ ఉంది. ప్రతి పట్టణంలో వాణిజ్య కేంద్రంలో ప్రభుత్వం రైతుల నుండి సుంకంగా వసూలు చేసిన ధాన్యాన్ని అమ్మడానికి ఈ సెట్లను నియోగిస్తున్నట్లు భావించవచ్చు. **అడ్డ**లో సుంక నిర్ణయం కోసం సరుకులకు విలువ కట్టే **తీర్పరులు**గా కూడ కొన్నిచోట్ల ఈ **రాచసెట్లు** ఉండి ఉండవచ్చేమో పరిశీలించవలసి ఉంది.

వాణిజ్య అనుమతి:

ఒక పట్టణంలో లేదా **అడ్డ**లో వ్యాపారం చేసుకోవడానికి వర్తకుల **సమయాలు అనుమతి** కొనుక్కోవలసి ఉంటుంది. తమ రాజుకో, సామంత ప్రభువుకో ధర్మువుగా దేవాలయాలకు వీరు చేసిన దానాలను తెలిపే శాసనాలు ఈ విషయాన్ని నిరూపిస్తున్నాయి. ప్రతాపరుద్రుని కాలానికి చెందిన చిత్తాపూరు శాసనం[144] ఈ విషయానికి మంచి ఆధారం. వీర బలంజ కులానికి చెందిన బైరిసెట్టి పెద పరియాల అనే గ్రామంలో చెరువు తవ్వించినట్లు, ఆ చెరువు కింద సాగయిన భూమివల్ల వచ్చిన పంటలో మూడోవంతు దేవుడికి, తక్కిన రెండు వంతులు రాజుకు వదిలినట్లు ఈ శాసనం పేర్కొన్నది. తాను ప్రభుత్వం నుండి వాణిజ్యానికి **అనుమతి** పొంది ఆ **అనుమతి** విలువను చెరువు తవ్వడానికి సెట్టి ఉపయోగించాడు. వాణిజ్యం **అనుమతి**ని పొందడమేకాక ఈ చెరువు తవ్వకం వల్ల మూడో వంతు పంటను దేవుడికి దానంచేసి భగవత్కార్యం చేసిన పేరు పొందాడు. వర్తకుని వ్యాపార, దైవసేవాతత్పరతల మూలంగా రాజు కొంత బీడుభూమిని సాగుభూమిగా పొందగలిగాడు. వ్యాపార, మత సంబంధంగా ఈ వ్యవహారం ఆసక్తి దాయకమయింది.

క్రీ. శ. 1282 నాటి త్రిపురాంతకంలోని ఒక శాసనం కూడా **నానాదేశిపెక్కంద్రు** అన్న **సమయం** వాణిజ్య **అనుమతి** కొనుక్కోవడాన్ని తెల్పుతుంది.[145] **అయ్యావళి అయివత్తు అయినూర్వర** ప్రశంసతో ప్రారంభమయిన ఈ శాసనం **సమయ** సభ్యులందరి

---

141. *IAP. Wg.*, No. 84.
142. *SII.* IV. 1135.
143. *Ibid.*, 1139.
144. *IAP. Kn.*, No. 38.
145. *SII.* X, 473.

పేర్లూ పేర్కొన్నది. వీరిలో కొందరు **రెడ్లు**, కొందరు **నాయుళ్లు**, కొందరు **సెట్లు**, ఇతరులూ ఉన్నారు. వారక్కడకు తమ **సమయకార్యం** మీద వచ్చినట్లు తెలుస్తున్నది. మరో విధంగా వారంతా అక్కడ సమావేశం కావలసిన అవసరం లేదు. **సమయం**లోని అందరు సభ్యుల పేర్లు పేర్కోనవసరం లేదు. దానాలు **నకరము** పేరు మీద జరిగేవి. దైనందిన వ్యవహారాలు కూడా అంతే. ఇక్కడే క్రీ.శ. 1270లో వేసిన మరో శాసనం త్రిపురాంతకం **పెంట**లో అమ్మకం మీద వచ్చిన ప్రతి **మాడ**కూ ఒక **కేసరి వీసం** చొప్పున **నకరము** వారు దానం చేసినట్లు చెప్తున్నది.[146] ఇది కేవలం దానం మాత్రమే. ప్రస్తుత శాసనంలో **సమయ** సభ్యులంతా **సమయ కార్యా**నికై వచ్చినట్లు పేర్కొనబడింది. అంటే వాణిజ్య **అనుమతి**ని కొనడం కోసం వచ్చారు. ఈ **అనుమతి**నిచ్చే అధికారి నందశివుడనే **స్థానపతి.** త్రిపురాంతకం పట్టణంతో సహా ఆలయ **దేవవృత్తు**లన్నిటి మీదా పాలనాధికారి ఇతడు. ఈ విషయంలో అతడు ఒక మంత్రి, లేదా సామంత ప్రభువుతో సమానం. దేవునికి కానుకలేకాక దోరణాల, వెలిగండ్ల పట్టణాల అంగళ్లలో ఈ **సమయం** వారికి లభించే ఆదాయంలో కొంత ఆలయ కోశంలో చేరేటట్లుగా ఒప్పందం కుదిరింది. అక్కడక్కడా చెడిపోయిన ఈ శాసనంలో కొన్ని వివరాలు లభించడంలేదు. స్పష్టంగా పేర్కొనక పోయినప్పటికీ ఈ ఒప్పందం వాణిజ్య **అనుమతి**కి సంబంధించినదేననడంలో సందేహం లేదు. ఈ శాసనంలో పేర్కొన్న **సమయ సభ్యు**లంతా త్రిపురాంతకం **అడ్డ**లో వాణిజ్యం జరుపుకొనే హక్కును సంపాదించారు.

శాసనాలను జాగ్రత్తగా పరిశీలిస్తే **సమయా**నికి గాని, **వ్యక్తి**కిగాని నగదు లేదా వస్తు రూపంలో వ్యాపార స్వభావాన్ని బట్టి వ్యాపారంచేసే హక్కును విక్రయించే వారని స్పష్టమవుతుంది.

అయితే **సమయ** సభ్యులు ఉమ్మడిగా, వ్యక్తిగతంగా లేదా రెండు రకాలుగా ఎటువంటి సహకారంతో వాణిజ్యం జరిపేవారో స్పష్టంకాదు. వ్యాపార సరుకుల విషయమూ అంతే. అయితే అందరూ కాకపోయినా కొందరు **సమయ** సభ్యులయినా ఉమ్మడిగా వాణిజ్యం చేసి లాభాలను పంచుకొనే వారనడానికి కొంత ఆధారం ఉంది. **సమయ** నియమాలను **సమయం** చేసిన వివిధ దానాలను కచ్చితంగా పాటించేవారు. ఆయా **సమయాల** వారి వాణిజ్య వస్తువులు కూడా యథావిధిగానే ఉన్నాయి. గణపతిదేవుని వరంగల్లు కోట శాసనం వివిధ **సమయాల** వ్యాపారులనూ, వారు వర్తకం చేసే సరుకులనూ అంగళ్లనూ పేర్కొన్నది.[147]

అంగడి		సమయం	సరుకులు
1.	**చీరె మళేయ**	**స్వదేశి-పరదేశి**	అన్ని రకాల వస్త్రాలు
2.	....	**వాడలవారు**	**నీలి**
3.	**పోక మళీయ**	**స్వదేశి-పరదేశి**	**పోకలు**

146. *Ibid.*, 429.
147. *IAP. Wg.*, No. 63.

4.	ఆకుపెంట	శాసిర్బరు	తమలపాకులు
5.	కూరగాయల అంగడి	స్థానిక బేహారులు లేదా శాసిర్బరు	అన్నిరకాల కాయగూరలు, కొబ్బరి, అన్ని రకాల పండ్లు, పచ్చళ్లు.
6.	నూవుల పెంట	స్వదేశి-పరదేశి	నువ్వులు, గోధుమలు, పప్పులు, ధాన్యం, జొన్న, నూనెలు.
7.	ఉప్పుపెంట	స్వదేశి-పరదేశి	ఉప్పు
8.	లోహ పనిముట్లు	తగరంవారు	తగరం, రాగి, సీసం, ఇతరలోహాలు
9.	సుగంధద్రవ్యాలు	ఉభయ-నానాదేశి	గంధపుచెక్క, కర్పూరం, కస్తూరి, ఇతర సుగంధ ద్రవ్యాలు
10.	రత్నాలు, దంతం మొ॥	ఉభయ-నానాదేశి	ముత్యాలు, గాజు పూసలు మొ॥
11.	నూలు మళిగ (నూలు, ఉన్ని?)	ఉభయ-నానాదేశి	పత్తి, నూలు, ఉన్ని మొ॥

సంతలు

గుత్త వ్యాపారం కాని, చిల్లర వ్యాపారం కాని **పెంట, అడ్డ, సంత**లలో జరిగేది. నేడు మొదటి రెండు మాటలు వాడుకలో లేవు. **సంత** ఆంధ్రదేశమంతటా వాడుకలో ఉంది. చాలామంది చిల్లర వ్యాపారులు నెత్తిమీద గంపలతోనూ, సంచులతోనూ, **కావళ్ల**తోనూ సరుకులను ఇంటింటికీ తిరిగి అమ్ముకొనేవారు. పన్నులు విధించడానికి అనుకూలంగా ఎంపిక చేసిన స్థలాలలో వ్యాపారం జరిగేది. అమ్మేవాడికీ, కొనేవాడికీ ఇది అనుకూలంగా ఉండేది. కొన్ని పెద్ద గ్రామాలలో ఇప్పటికే ఈ **పెంట**లున్నాయి. వీటిని **స్థల పెంట**లంటారు. ఇప్పుడు ఆంధ్రదేశంలోనూ, కర్ణాటకలోనూ ఊళ్ల పట్టణాల పేర్ల చివర పేట, పెంట అన్న మాటలున్నవన్నీ పూర్వం వ్యాపార కేంద్రాలే. ఈ కేంద్రాల్లో వారానికొక రోజు సంత జరిగేది. కొన్ని గ్రామాల సమూహం **స్థలం**. పరిపాలన, రాజస్వాల కోసం చేసిన విభాగం. ఒక ముఖ్యమైన గ్రామం **స్థల** ముఖ్య కేంద్రంగా ఉండేది. ఇక్కడే **స్థలకరణం, స్థలతీర్పరి, స్థల సుంకరి** వంటి అధికారులుండే వారు.

క్రీ. శ. 1310 నాటి కాకతీయ సేనాని దేవరినాయకుని కొచ్చెర్ల కోట శాసనం నాటి **పెంట**ల స్వరూపాన్ని తెల్పుతుంది.[148] **పెంట**లలో వర్తకులు తమ సరుకులను పెట్టుకోవడానికి **పాక**లను ఏర్పరిచేవారు. ఈ **పాక**కు వారానికి **అద్దె** ఒక **గద్యాణం**. సరుకును **పాక** నుండి బయటకు తీసి అంగట్లో అమ్మకానికి పెట్టేటప్పుడు మరో **గద్యాణం** చెల్లించాలి. అంగడిలో అమ్మకానికి సరుకులను నమోదు చేసుకొనే సందర్భంలో **ముద్ర - సుంకం** చెల్లించవలసి ఉండేది. అన్ని సరుకుల మీదా సమానంగా వర్తించే ఈ **సుంకం** చాలా

148. *NDI.* I, p. 340.

స్వల్పంగా ఉండి ఉంటుంది. **ముద్రసుంకం** వసూలు చేసే **బచ్చులు** లేదా **కోమట్లు** దాన్ని **సర్వమాన్యంగా** దేవాలయానికి చెల్లించాలని కొచ్చెర్లకోట శాసనం చెప్తుంది. అమ్మకపు సరకుల చేతి సంచుల మీద, ఇతర సరకుల మీద **సుంకాన్ని** కూడా దేవాలయానికే దానం చేయడం జరిగింది. **పెంట** లేదా **అడ్డ**ల నిర్మాణమూ, నిర్వహణా ప్రభుత్వమే చేసేదని ఈ శాసనాన్నిబట్టి తెలుసుకోవచ్చు. పాకలు, అంగళ్ల అద్దె, **ముద్రసుంకం** రూపంలో ప్రభుత్వానికి ఆదాయం లభించేది. వాణిజ్య **అనుమతి** విక్రయం వల్ల లభించే ఆదాయం కూడా రాజుకో, సామంత ప్రభువుకో లభించేది. **అమ్ముబడి సుంకం, విల్చు సుంకా**లను సరుకుల విలువ, పరిమాణాలు ఆధారంగా **సుంకరి** లేదా **సుంకమాన్యగాడు** వసూలు చేసుకొనే వాడు. ఇతను ఈ సుంకాలు వసూలు చేసే అధికారాన్ని నిర్దిష్ట కాలానికి కౌలుకు తీసికొనే వాడు. **అడ్డ**కు లేదా **పెంట**కు తీసుకు వచ్చిన సరుకు అమ్ముడయ్యే లోపల అనేక పన్నులు చెల్లించవలసి ఉండేది.

కొచ్చెర్లకోట శాసనం ఆ ప్రాంత ప్రభువు అధీనంలో ఉన్న అన్ని **సుంకపెంట**ల నుండి దేవాలయానికి దానాన్ని పేర్కొన్నది. దీన్ని బట్టి చిన్న గ్రామాలలో చిల్లర వ్యాపారులు, తిరిగి సరుకులు అమ్ముకొనే వీధి వ్యాపారులూ ఇన్ని రకాల సుంకాలు చెల్లించవలసిన అవసరం లేదని తెలుస్తుంది. అయితే ప్రాథమిక పన్నుల నుండి వీరికి పరిహారం లేదు. సరుకుల గంపలు తలమీద పెట్టుకొని వీధివీధికీ తిరిగి అమ్ముకొనే వ్యాపారుల నుండి లభించే సుంకాన్ని కాకతీయ సామంతులు గుండరాజు, హరిహరదేవులు స్థానిక దేవుడికి దానం చేసినట్లు ఇటికాల శాసనం తెల్పుతున్నది.[149] బహుశా వీరికి ఏడాది కింత అని సుంకం ఉండి ఉంటుంది. వారు ఎంత అమ్మారన్న దానితో సంబంధంలేదు. **అడ్డ**లలోని గుత్త వ్యాపారులు సరుకులను అమ్మినప్పుడే **అమ్ముబడి సుంకం** చెల్లించవలసి ఉంటుంది. క్రీ.శ. 1317 నాటి గుంటూరు జిల్లా పెదకొండూరు శాసనం 18 గ్రామాలలో **దేవవృత్తుల** మీద **అమ్ముకడ సుంకాల** పరిహారాన్ని తెలుపుతున్నది.[150] దీన్నిబట్టి ఏదో రూపంలో ఉత్పత్తిదారుని మీద **అమ్ముబడి సుంకం** ఉండేదనీ, ప్రభుత్వ ఆదాయంలో అది ప్రధానమైందని తెలుస్తుంది.

వాణిజ్య వస్తువులు:

ఆహారం, వస్త్రాలకు సంబంధించినంత వరకు నాటి గ్రామాలు స్వయం సంపూర్ణాలు. వ్యవసాయోత్పత్తుల వంటి వివిధ వస్తువులను ఒకచోటి నుండి మరో చోటుకు రవాణా చేయవలసి ఉండేది. అదనపు ఉత్పత్తిని ఇతర ప్రాంతాలకు తీసుకెళ్లవలసి వచ్చేది. ఉప్పు, ఖనిజాలు, అటవీ ఉత్పత్తులు ప్రతి గ్రామానికీ అవసరం. సుగంధ ద్రవ్యాలలో మిరియాలు, అల్లం (పచ్చి, ఎండు), లవంగాలు బయటనుండి దిగుమతి చేసుకొనే వారు. జంతువుల్లో గుర్రాలు, ఒంటెలు, ఆవులు, ఎద్దులు, గేదెల వ్యాపారం సర్వసాధారణం. పశువులకోసం

149. *Studies in Indian Epigraphy* IV, pp. 56 ff.
150. *SII.* X, 521.

ప్రత్యేకంగా పెంటలుండేవి. ఎన్నో సరుకుల పేర్ల నిస్తున్న వరంగల్లు శాసనంలో పశువులు లేకపోవడం వాటికి ప్రత్యేకంగా పెంటలుండేవనడానికి ఒక నిదర్శనం. క్రీ. శ. 1247 నాటి దోచన పెగ్గడ గణపయ వేల్పూరు శాసనం గుర్రాలు, ఎద్దులు, గొర్రెలు, బండ్లు, తాళ్లు అమ్మకపు వస్తువులుగా పేర్కొంది.[151]

వాణిజ్య మార్గాలు, రవాణా:

ప్రసిద్ధమైన **అయ్యావళి సమయం** వారు చాళుక్యవంశ పాలన కాలంనుండీ తమ సరుకులను గాడిదలు, గుర్రాలు, ఎద్దులు, బండ్లమీద కొన్ని నిర్దిష్ట అంతర్ రాజ్య మార్గాల గుండా రవాణా చేసేవారు. ఇవి చాలా దీర్ఘమైన మార్గాలు. ఇటువంటి మార్గాలు - ఆంధ్ర, కర్ణాటక ప్రాంతాలలోని పట్టణాలను కలుపుతూ ఇప్పుడు కూడా జాతీయ రహదారులున్నాయి. బళ్లారి - నెల్లూరు, బళ్లారి - చిత్తూరు, రాయచూరు - కొలనుపాక, బీదరు - కొలనుపాక, కల్యాణి - కొలనుపాక - అనుమకొండ రహదారులు నాటి అంతర్ రాజ్య వాణిజ్య మార్గాలలో కొన్ని ముఖ్యమైన మార్గాలు. కొప్‌బల్ - రాయచూరు (కర్ణాటక) నుండి ఆంధ్రలో కొలనుపాకకున్న రహదారి అనంతర చాళుక్యుల కాలంలో చాలా ఎక్కువగా వాడుకలో ఉండేది. దీన్ని **దండుబాట** అనేవారు. సుదీర్ఘమైన చాళుక్య చోళ యుద్ధాలలో ఇది సైనిక మార్గంగా ఉండేది. ఆంధ్ర కర్ణాటకల మధ్య ఇది ఒక ముఖ్యమైన జాతీయ రహదారిగా ఉంది. బీదరు - పటం చెరువు - వరంగల్లులను కలిపే మార్గం చాలా ప్రాచీనమైనది. పెద గంజాము వంటి ఉప్పును ఉత్పత్తిచేసే కోస్తా పట్టణాలు, మోటుపల్లి రేవు కూడ త్రిపురాంతకం, కర్నూలులగుండా బళ్లారితో కలిపి ఉండేవి. రాజధాని అనుమకొండ రాజ్యంలోని అన్ని పెంటలతోనూ జోడించి ఉండేది. కొద్ది మార్పులతో ఆ మార్గాలన్నీ నేడు జాతీయ రహదారులుగానో రాష్ట్ర రహదారులుగానో ఉన్నాయి. రెండు జీవనదులూ కృష్ణా, గోదావరులు ఆంధ్రదేశంలో బహుదూరం ప్రవహిస్తు న్నాయి. గణపతిదేవుని కొణిదెన శాసనం పేర్కొన్న **రేవు సుంకం** నాడు మనుషుల్ని నదులు దాటించడానికే కాక, పడవలను నదిలో వాణిజ్య వస్తువుల రవాణాకు కూడా వాడేవారని నిరూపిస్తుంది. సరుకులను పడవ ఎక్కించినపుడూ, దించినపుడూ కూడా సాధారణ **రేవుసుంకం**తోపాటు సరుకుల యజమాని పన్ను చెల్లించవలసి ఉండేది. అదేవిధంగా తూర్పుతీరంలో ముఖ్యమైన పట్టణాలన్నీ జలమార్గంతో జోడించి ఉండేవి. ప్రసిద్ధమైన మోటుపల్లి రేవు గురించి తర్వాత చెప్పుకుందాం.

నేటిలాగే నాడు కూడా వాణిజ్య సరుకుల రవాణా అద్దె సాధనాలమీద ఆధారపడి ఉండేది. వర్తకులు, సమయాలకు కూడా తమ స్వంత బండ్లు, ఎద్దులు, గుర్రాలు ఉండేవి. కాని, అవి పరిమిత సంఖ్యలో ఉండి ఎల్లవేళలా సరిపోయేవి కావు. అందువల్ల అన్ని అంగడి స్థలాలలోనూ బండ్లు, ఎద్దులు, గుర్రాలు, గాడిదలు అద్దెకిచ్చే వాళ్లు ఉండేవారు. వారి బండ్లు, ఎద్దులు మొదలయిన వాటి సంఖ్యనుబట్టి వారు రాజుకు, లేదా స్థానిక

---

151. *Ibid.*, 314.

ప్రభువుకు **సుంకం** చెల్లించే వారు. శా. శ. 1167కు సరిఅయిన క్రీ. శ. 1245 నాటి గణపతి దేవుని పాలన కాలానికి చెందిన ఒక త్రిపురాంతకం శాసనంలో ఒక ఆసక్తికరమైన ఉదంతం ఉంది.[152] త్రిపురాంతకం పట్టణంలో ఆలయానికి చెందిన **పెరికలు** మోసే 300 ఎద్దుల పైన **సుంకాన్ని** పరిహరించడం జరిగింది. అద్దె ఎడ్ల యజమానులైన **కాంపులను పెరికవారు** అనీ ఎద్దులను **పెరిక** ఎడ్లనీ పిలిచేవారు. ఈ దానం చేసిన వాడు రాజుగారి **సర్వాధికారి** అయిన పోచన ప్రెగ్గడ గణపయ. ఆలయానికి సంబంధించిన సరుకులను ఈ ఎడ్లు ఉచితంగానే మోసేవి. ఈ ఎడ్ల **కాంపులు** తమ ఎడ్లను ఇతర వ్యాపారులకు అద్దెకివ్వడం ద్వారా పొట్టపోసుకొనే వారు. దీన్నిబట్టి **పెరిక** వారు ఆనాడు వాణిజ్య పట్టణాలలో రవాణా వ్యాపారంపై జీవించే వారని తెలుస్తూంది. క్రీ. శ. 1680 నాటి లేపాక్షి తామ్ర శాసనంలో పేర్కొన్న అష్టాదశ వర్ణాల్లో **పెరికలెత్తు** వారుగా వీరిని పేర్కొనడం జరిగింది.[153] వాణిజ్య సరుకులను రవాణా చేసే వృత్తిని అవలంబించిన ఈ **పెరికవారు కాపులే** తప్ప ప్రత్యేక కులం కాదు. వారిమీద వృత్తి, ఆస్తి పన్నుల వంటి పన్ను లుండేవి. ఈ శాసనంలో వాటికి పరిహారం ఇచ్చారు. ఆలయానికి కలిగిన ప్రయోజనం మరొకటి. ఆలయానికి కావలసిన సరుకులన్నీ ఉచితంగా వీరు రవాణా చేసేవారు. మూడోది పోచన ప్రెగ్గడ గణపయకు దీనితో ఉన్న సంబంధం. బహుశా అతను ఆ **సుంకరి** పదవిలో కొత్తగా నియమితుడయి ఉంటాడు. రాజుకు కృతజ్ఞత తెలుపుకోవడానికి అతడు రాజుకు ధర్మువుగా, తన ఉద్యోగాన్ని ఈ పుణ్యకార్యంతో ప్రారంభించి ఉంటాడు. మధ్యయుగాలలో ఆలయ ప్రాధాన్యం అటువంటిది. ఇక్కడ **ఆలయమూ, పెరికవారూ** ఇద్దరూ లాభపడ్డారు.

ముఖ్యమైన వాణిజ్య కేంద్రాలు:

1. రాజధాని పట్టణమైన ఓరుగల్లును మొదట పేర్కొనాలి. ఆ రోజుల్లో ఇక్కడి అంగడిని **మఠియ** అనిపిలిచే వాళ్ళు. గణపతిదేవుని వరంగల్లు శాసనంలో చాలాసార్లు ఈ మాట కన్పిస్తుంది. రాజధాని పట్నానికి చెందిన **సంత** లేక **పెంట** ఉన్నచోటును **మఠియ** అని పిల్చేవాళ్ళు. పాత పట్టణమైన అనుమకొండకూ ఓరుగల్లు కోటకూ నడుమ ఉన్న ఈ స్థలాన్ని ఇపుడు మట్టెవాడ అంటున్నారు. ఆధునిక వరంగల్లుకు హృదయస్థానంగా ఉన్న ఈ మట్టెవాడ ఇప్పటికీ వాణిజ్య కేంద్రమే.
2. నల్లగొండకు సమీపంలోని పానుగల్లు కందూరు చోళుల రాజధాని. ఇది పెద్ద వాణిజ్య కేంద్రం.
3. మహబూబునగరు జిల్లాలో జడ్చెర్ల అప్పుడూ ఇప్పుడూ కూడా వాణిజ్య కేంద్రంగా తన స్థానాన్ని నిలబెట్టుకుంది.
4. తుంగభద్రాతీరంలో అలంపురం మరో పెద్ద వాణిజ్యకేంద్రం.
5. కృష్ణకు ఎడమ ఒడ్డున రాయచూరుకు సమీపంలోని మగతల సైనిక శిబిరమేకాక

152. *Ibid.*, 304.
153. *AR.* 1918, p. 174.

వాణిజ్య కేంద్రం కూడా.

6. కరీంనగరు జిల్లాలోని మంథెన
7. నల్లగొండ జిల్లా పేరూరు.
8. గుంటూరు జిల్లా వేల్పూరు.
9. నేటి ప్రకాశం జిల్లాలోని త్రిపురాంతకం
10. పశ్చిమగోదావరి జిల్లాలోని పెనుగొండ
11. ప్రకాశం జిల్లాలోని కొచ్చెర్లకోట
12. ప్రకాశం జిల్లాలోని పెదగంజాం ఉప్పు మళ్లు
13. నెల్లూరు
14. కృష్ణాజిల్లాలోని ఘంటసాల (ఇక్కడి **నకరము**లో 120 మంది సభ్యులున్నారు)
15. కృష్ణాజిల్లాలోని గుడివాడ
16. గుంటూరు జిల్లాలోని దుర్గి
17. గుంటూరు జిల్లాలోని మాచెర్ల
18. గుంటూరు జిల్లాలోని తంగెడ
19. గుంటూరు జిల్లాలోని కొప్పరం
20. గుంటూరు జిల్లాలోని ఎనమదల
21. కడపజిల్లాలోని లేబాక
22. కడపజిల్లాలోని నందలూరు
23. కడపజిల్లాలోని ఉప్పరపల్లె
24. కడప జిల్లాలోని మోపూరు
25. కర్నూలు జిల్లాలోని దోర్నాల

కాకతీయుల కాలంలోని ముఖ్యమైన వాణిజ్య కేంద్రాలివి.

రాజు తీసుకోవలసిన చర్యలు:

కాకతి ప్రతాపరుద్రుడు రచించినట్లుగా ప్రసిద్ధమైన **నీతిసార**మనే రాజనీతి శాస్త్ర గ్రంథం రాజ్యంలో సక్రమంగా వాణిజ్యం జరగడానికి రాజు చేపట్టవలసిన బాధ్యతలను తెలుపుతూ ఉంది. వాణిజ్య సరుకులను రాజు సొంతానికి వాడుకున్నా, **సుంకం** పెంచినా, వ్యాపారం చేసుకోవడానికి **పరదేశి** వ్యాపారులకు అనుమతి ఇవ్వకపోయినా వ్యాపారులు తమ ఇష్టం వచ్చినట్లు ధరలు పెంచినా చూస్తూ ఊరుకున్నా, బరువులు, కొలతలలో మోసాలు జరగనిచ్చినా, దొంగతనాలు, కల్తీలు, మోసపు తక్కెడలు సాగనిచ్చినా ప్రజలకు వినాశమేనని ఈ గ్రంథం చెప్తున్నది. ఒక వ్యాపారి మొత్తం సరుకును తన అధీనంలో పెట్టుకొని ధరపెంచే ప్రయత్నం చేస్తే దాన్ని అతి తక్కువ ధరకు రాజు స్వాధీనం చేసుకోవాలని కూడా నీతిశాస్త్రం చెప్తున్నది.[154] సరుకులను దాచి అక్రమ వ్యాపారం చేసే వారిపట్ల రాజు ప్రవర్తించవలసిన విధానమిది.

---

154. మడికిసింగన: **సకలనీతి సమ్మతము,** VV. 218, 219.

విదేశ వాణిజ్యం:

గణపతిదేవుని మోటుపల్లి శాసనం గురించి మాట్లాడకుండా విదేశ వాణిజ్యం గురించి మాట్లాడడం సాధ్యంకాదు. కాకతీయుల కాలంలో గణపతిదేవుడు తన రాజ్య ఆర్థిక పురోగతికి ఎలా కృషి చేశాడో ఈ శాసనం వల్ల తెలుస్తుంది. శా. శ. 1166కు సరి అయిన క్రీ. శ. 1244లో దేశుయక్కొండ పట్టణమనబడే మోటుపల్లిలో గణపతిదేవుడు ఈ శాసనం వేయించాడు.[155] కలియుగంలో ప్రబలుతున్న అధర్మాన్ని అణచి ధర్మప్రతిష్ఠాపన చేస్తూ సముద్ర వర్తకులకు కొన్ని రాయితీలనిస్తున్నట్లుగా ఈ శాసనం చెప్తున్నది.

"మహాప్రశస్తి వహించిన గణపతిదేవ మహారాజు వివిధ ఖండాలనుండి, ద్వీపాల నుండి, దేశాలనుండి సముద్రం మీదుగా వచ్చే వర్తకుల భద్రతకుగాను ఈ శాసనం వేశారు.

"పూర్వం ఒక దేశంనుండి మరో దేశానికి సరుకులు తీసికొనిపోతూ తుఫాన్లవల్ల నౌకలు దెబ్బతిని తీరానికి కొట్టుకొనివస్తే ఆ నౌకలోని సరుకులన్నీ బంగారు, ఏనుగులు, గుర్రాలు, వజ్రవైఢూర్యాలన్నిటినీ రాజులు బలవంతంగా లాక్కొనే వారు.

"ప్రాణం కంటే సంపదనే ఎక్కువగా భావించి తమ ప్రాణాలను పణంగా పెట్టి సముద్రయానం చేసే వర్తకులపై దయతో మా కీర్తి కోసం, ధర్మం కోసం నిర్ణీత సుంకం తప్ప మొత్తాన్నీ ఇచ్చివేస్తున్నాము.

1. అన్ని ఎగుమతులు దిగుమతులపై సుంకం $\frac{1}{30}$.
2. ఒక తులం లేదా ఒక **గద్యాణం** విలువ గలిగిన చందనం మీద ¼ **రూక.**
3. కర్పూరం, చైనాకర్పూరం, ముత్యాల మీద **గద్యాణం** ఒకటికి ¾, $\frac{3}{8}$ **రూక.**
4. పన్నీరు, దంతం, కస్తూరి, కర్పూరతైలం, రాగి, యశదం, పాదరసం, సీసం, పట్టుదారం, పగడాలు, అత్తర్లమీద **గద్యాణానికి** 1¼, $\frac{1}{8}$ **రూక.**
5. మిరియాల మీద **గద్యాణానికి** ¾, $\frac{1}{8}$ **రూక.**
6. అన్ని పట్టు వస్త్రాలమీద స్వరూపానికి (మూటకు) 5½ **రూకలు**
7. పోకలపై - ఒక లక్షపోకలకు లేదా ఒక **గద్యాణం** విలువగల పోకలకు 3¼ **రూకలు."**

ఈ శాసనం నుండి కింది విషయాలు తెలుస్తున్నాయి.

1. పూర్వరాజులు వర్తకుల నిస్సహాయత్వం ఆధారంగా విపరీతమైన పన్నులు వేసి హింసించే సమయంలో గణపతిదేవుడు కరుణతో వారికి ఈ సౌకర్యం కలిగించాడు.
2. గణపతి దేవుడు కృపతో, కీర్తికోసం, ధర్మం కోసం (**కృపయా, కీర్త్యా, ధర్మాయ**) వర్తకులకు ఈ ప్రయోజనాన్ని కలిగించాడు. హిందూ ప్రభువుల గొప్ప ఆదర్శాలివి.
3. ఎగుమతి దిగుమతుల సుంకం అల్పం (**క్లుప్తం**)గా ఉంటుందని ఆయన మాట ఇచ్చాడు.
4. వర్తకులు వివిధ దేశాలనుండి మోటుపల్లికి రావడం, మోటుపల్లి నుండి వివిధ దేశా

155. *EI.* XII, pp. 183 ff.

లకు వెళ్లడం జరుగుతూ ఉంది. అందువల్ల ఆనాడు మోటుపల్లి అంతర్జాతీయ వాణిజ్యానికి ఒక ముఖ్యమైన రేవుపట్టణం.

5. అన్ని రకాల ఎగుమతి దిగుమతులమీద సాధారణసుంకం 1/30 వంతు.
ఉదాహరణకు 30 ఏనుగులు ఎగుమతి చేస్తే ఒక ఏనుగును సుంకంగా ఇవ్వాలి. అక్కడికక్కడ విలువ కట్టడం సాధ్యంకాని వస్తువులన్నిటి విషయంలో సుంక నిర్ణయం ఈ విధంగానే ఉండేది.
కనక, కరి, తురగ, రత్నాదుల ఎగుమతి దిగుమతులు జరిగేవని స్పష్టంగా పేర్కొన్నారు.
6. **చందనం** మీద 1 **గద్యాణానికి** ¼ **రూక** సుంకం సమంజసమే. కాని ఒక తులం చందనం మీద ¼ రూక సుంకం సమంజసంగా కనిపించదు. ఏ విధంగానైనా అంచనా కట్టేట్టు కన్పిస్తున్నది.
7. పోకలమీద ఒక లక్షకు అంటే బహుశా కొలుస్తూ ఉండవచ్చు లేదా **పెరికల** లెక్కకావచ్చు. **గద్యాణాల** ప్రకారం విలువమీద కూడా సుంకాన్ని నిర్ణయించవచ్చు.
8. తక్కిన అన్ని వస్తువులమీద మొత్తం విలువ ఆధారంగా సుంకం నిర్ధారితమవుతుంది.
9. వస్త్రాల విషయంలో మూటల లెక్క. మూటకు 5 **రూకలు.**
10. యశదం, రాగి, సీసం, పాదరసం సాధారణ పట్టికలో ఉన్నాయి కాబట్టి తక్కిన లోహాల ఎగుమతి దిగుమతులు ఈ రేవులో తక్కువగా ఉండేవని చెప్పవచ్చు.
11. ఈ రేవులో వాణిజ్యమంతా విదేశీ వ్యాపారులదేనని కే. ఏ. నీలకంఠశాస్త్రి అభిప్రాయం.[156] ఇది అంత సమంజసంగా కన్పించదు. వలస రాజ్యమయితే తప్ప, పరాయిపాలనలో ఉంటే తప్ప వ్యాపారం ఒకే దిశగా ఉండదు. బ్రిటిషు కాలంలో భారతదేశ సముద్ర వ్యాపారమంతా పాశ్చాత్యుల చేతిలోనే ఉంది.
12. సాధారణ దాన శాసనాలకంటే భిన్నంగా ఈ శాసనం సాధారణ సుంకం రేటును తెలుపుతోంది. ప్రత్యేకంగా పేర్కొన్న వస్తువులు తప్ప తక్కిన వాటిపై 1/30 వంతు సుంకం విధించే వారు.

ఈ విధంగా తమకు పూర్వం ఉన్న చాళుక్యచోళ రాజుల నిర్లక్ష్యం కారణంగా దెబ్బతిన్న సముద్ర వ్యాపారాన్ని కాకతీయ చక్రవర్తి గణపతిదేవుడు పునరుద్ధరించాడు. రుద్రమదేవి పరిపాలనా కాలం చివరిలో ప్రసిద్ధి చెందిన వెనీసు యాత్రికుడు మార్కోపోలో మోటుపల్లి రేవును సందర్శించాడు. అతని మాటల ప్రకారం ఈ రేవునుండి ఎగుమతి అయ్యే వస్తువులలో ముఖ్యమైనవి వజ్రాలు, సాలెపురుగు జాలవలె ఉండే అతివిలువయిన సన్నని వస్త్రాలు. "వీటిని ధరించనొల్లని రాజుకాని రాణికాని ప్రపంచంలో ఉండరు."[157] ప్రకాశం జిల్లాలోని మోటుపల్లే కాక మరికొన్ని తీర పట్టణాలు కూడా ఆనాడు రేవు పట్టణాలుగా ఉండేవి. నెల్లూరు జిల్లాలోని కృష్ణపట్నం కూడా 12, 13, 14 శతాబ్దాలలో

---

156. *JORS,* VIII, p. 320.
157. *Ibid.*

ఒక ముఖ్యమైన రేవు పట్టణంగా ఉండేదని **నకరము, పరదేశి** వర్తకులు చేసిన అనేక దానాలను వర్ణించే ఒక శాసనాన్ని బట్టి తెలుసుకోవచ్చు. కాకతీయుల సామంతులైన నెల్లూరును పాలించిన తెలుగుచోడులు ఈ రేవు పట్టణంలో వాణిజ్యాన్ని ప్రోత్సహించినట్లు కనిపిస్తుంది.[158] అదే విధంగా నేటి ప్రకాశం జిల్లాలోని చినగంజాము శాతవాహనుల కాలంనుండి రేవు పట్టణంగా ఉంది. కృష్ణానదీ ముఖంలో ఉన్న దివి లేదా హంసలదీవి వెలనాటి రాజుల అధీనంలోని రేవుపట్టణం. దీన్ని గణపతిదేవుడు జయించాడు. కృష్ణా ప్రాంతంలో బందరు కూడా ఒక ముఖ్యమైన రేవు పట్టణమే. ఈ చిన్న రేవు పట్టణాలలో జరిగిన వ్యాపారాన్ని గురించిన ఆధారాలు మనకు లభించనప్పటికీ కాకతీయుల కాలంలో సముద్ర వ్యాపారంలో వీటి పాత్ర గణనీయమే. ఎగుమతి దిగుమతి సుంకాలు వసూలుచేసే రేవు పట్టణాలను **కరపట్టణా**లనేవారు. ఇక్కడ ప్రభుత్వ గిడ్డంగులుండేవి.

ఆంధ్ర వర్తకులు ఏయే దేశాలతో వాణిజ్య సంబంధాలు నెలకొల్పుకున్నారో మోటుపల్లి శాసనంవల్ల తెలుస్తున్నది. అన్ని దేశాలూ, ద్వీపాలూ, ఖండాలూ, నగరాలను మామూలుగా పేర్కొనడంతో పాటు ప్రత్యేకంగా **'చీని'** ప్రస్తావనను గమనించవచ్చు.[159] దీన్నిబట్టి ఈ మార్గంలో ఉన్న ఇండోనీషియా, జావా, సుమత్రా, జపాను, మలయా, బర్మాలను ఈ వర్తకులు దర్శించే వారని చెప్పవచ్చు. మిరియాలు, సుగంధ ద్రవ్యాల ప్రసక్తి భారతదేశపు దక్షిణ, నైరుతి ప్రాంతాలను సూచిస్తుంది. గుర్రాలను ఎక్కడి నుండి దిగుమతి చేసుకొనేవారో తెలియదు. యుద్ధాల్లోనూ, సరుకుల రవాణాలోనూ గుర్రాలను విస్తృతంగా ఉపయోగిస్తున్నట్లు నాటి శాసనాలూ, సాహిత్యమూ తెల్పుతున్నాయి.

ఆనాడు ఆంధ్రదేశం ఏయే దేశాలతో వాణిజ్య సంబంధాలను ఏర్పరచుకొన్నదో, ఎక్కడి నుండి వస్తువులను దిగుమతిచేసికొన్నదో పదిహేనవ శతాబ్ది ప్రథమార్ధానికి చెందిన శ్రీనాధుని **హరవిలాసము** వర్ణిస్తున్నది. మల్లంపల్లి సోమశేఖర శర్మ వీటిలో పెక్కింటిని సరిగ్గా గుర్తించాడు.[160] కాకతీయుల కాలానికీ దీనికీ ఎక్కువ దూరం లేదు కాబట్టి నాడు కూడా ఈ ప్రాంతాలతోనే వాణిజ్యం జరుగుతూ ఉండేదని ఊహించవచ్చు.

IV. నాణాలు - కొలతలు

కాకతీయనాణాల భ్రాంతి:

ఇటీవలి కాలంలో లభించిన కాకతి ప్రతాపరుద్ర వంటి మాటలు నాగరి లిపిలో ముద్రించిన నాణాలను బట్టి అప్పటివరకు అసలు కాకతీయులు తమ పేరిట నాణాలు ముద్రించారా అన్న అనుమానం పట్టి పీడిస్తున్న చరిత్రకారులు కొద్దిగా ఊపిరి పీల్చుకున్నారు. కాని నేలటూరి వేంకట రమణయ్యగారి సూక్ష్మదృష్టి వల్ల అవి ఒరిస్సాకు చెందిన ప్రతాపరుద్ర గజపతి మహారాజువని తేలింది.[161] నాణెం మీద ఉన్న **అంక** గణనం వల్లా

158. *NDI*-I, G. 29, 45
159. M.S.Sarma: *The Reddi Kingdoms,* pp. 407 ff.
160. *Ibid.*
161. *JNSI.* XXX, pp. 213-14

ఒరిస్సా ముఖ్య పట్టణమైన **కటక** ప్రసక్తి ఆధారంగా ఆయన ఈ నాణాలు క్రీ. శ. 1497 నుండి 1516 వరకు ఒరిస్సాతో పాటు మొత్తం తీరాంధ్రాన్ని పరిపాలించిన ప్రతాపరుద్ర గజపతివని తేల్చాడు. ప్రతాపరుద్ర గజపతి మహారాజు వేసిన ఒక తామ్రదాన శాసనంలోని ప్రశస్తి ఆధారంగా ఆయన ఈ నిర్ణయానికి వచ్చాడు. ఆయన ఉట్టంకించిన ప్రశస్తి ఇది:

"వీర శ్రీ గజపతి గౌడేశ్వర నవకోటి కర్నాంత కలుబరిగేశ్వర కాకెత రుద్ర వేంకట రాయ శ్రీప్రతాపరుద్రదేవ మహారాజాంకరు విజయ రాజ్యే సమస్త 19 శాంక శ్రాహి మకర" మొ॥

ఈ గజపతి మహారాజు వేంకటాద్రి వరకు జయించి **వేంకట** బిరుదాన్నీ, ఓరుగల్లును జయించి **కాకతి** బిరుదాన్నీ ధరించి ఉండవచ్చు. ఈయన కుమారుడైన వీరభద్ర గజపతిని కాకతి ప్రతాపరుద్రదేవుని కుమారునిగా భావించేంత వరకూ ఇది పోయింది. నాణాల విషయమూ అంతే. పై శాసన సాక్ష్యం ఈ వాదాన్ని తప్పుగా నిరూపించింది. ఇటువంటి సాక్ష్యమే నిజమైన కాకతీయ నాణాల ఉనికిని నిరూపించింది.

నిజమైన కాకతీయ నాణాలు:

కొన్నేళ్ల కిందట ఆంధ్రవిశ్వవిద్యాలయ చరిత్రశాఖ ప్రతాపరుద్రుని కాలానికి చెందిన ఒక తామ్ర శాసనాన్ని సంపాదించింది. ఒక కడియానికి తగిలించిన ఐదు రేకుల తామ్ర శాసనం ఇది. దీని మీద రాజముద్ర ఉంది. పదమూడవ శతాబ్దానికి చెందిన తెలుగులిపిలో **దాయగజకేసరి** అన్నమాట ఈ ముద్రలో స్పష్టంగా ఉంది. ఈ శాసనంపై రచించిన ఒక వ్యాసాన్ని సరిచూస్తూ ఈ గ్రంథకర్త ఈ ముద్ర స్వంతదారును, **దాయగజకేసరి** బిరుదును పరిశీలించవలసి వచ్చింది.[162] ఈ శాసనంలో రెండు దానాలున్నాయి. మొదటిది ప్రసిద్ధ కాకతీయసేనాని ఇందులూరి అన్నయ క్రీ.శ. 1289లో చేసిన దానం. రెండోది కాకతీయ సామంతుడు చాళుక్య ఇందు శేఖరుడు చేసింది. నాడు పరిపాలిస్తున్న రాజు కాకతీయ కుమార రుద్రదేవుడని పేర్కొంటున్నప్పటికీ **దాయగజకేసరి** అన్న బిరుదం అతనికి ఉన్నట్లు ప్రసిద్ధం కాదు కాబట్టి సరయిన ఆధారం లేకుండా ఈ ముద్రలోని వాడు అతడేనని చెప్పడం అంత తేలిక కాదు.

సామంత ప్రభువులూ, రాకుమారులూ దాన శాసనాలలో తమ స్వంత పేర్ల ముద్ర వేసుకొనే అధికారం కలిగి ఉండడం కూడా దీనికి ఒక కారణం. ప్రథమ కులోత్తుంగ చోళుని కాలానికి చెందిన మల్లవరం దాన శాసనంలో ప్రథమ కులోత్తుంగచోళుని మహారాజుగా పేర్కొంటున్నప్పటికీ దాత అయిన పరాంతక రాకుమారుని ముద్రయే ఉంది.[163] అదేవిధంగా కోట గణపాంబ వేసిన మొగలుట్ల దానశాసనంలో సూర్యుడు, చంద్రుడు, వరాహం, గండభేరుండం కలిగిన ముద్ర ఉంది. ఈ చిహ్నాలు కోట ప్రభువులవి.

దాయగజకేసరి అన్న బిరుదం ఎక్కడా ప్రచురంగా లేకపోవడమే ప్రధాన సమస్య. సమకాలీన అలంకార శాస్త్ర రచన ప్రతాపరుద్రీయంలోనూ దీన్ని పేర్కొన లేదు. తరువాతి

162. *EA.* IV. p. 103.
163. N.Ramesan: *Studies in Medieval Deccan History,* p. 82.

ప్రతాపచరిత్ర, సిద్ధేశ్వర చరిత్రల్లోనూ ఇది కనిపించదు. అరుదయిన దీని వాడుక ఇది నిజంగా ప్రతాపరుద్రుని బిరుదమేనా అన్న అనుమానాన్ని కలిగిస్తుంది. అయితే శాసనాలను జాగ్రత్తగా పరిశీలిస్తే కాకతీయ రాజుల బిరుదాలలో **గజకేసరి**తో ముగిసేవి ఉన్నాయి. కాకతీయ రాజుల్లో ఇటువంటి బిరుదం **అరిగజకేసరి** అన్నది మొదటి ప్రోలరాజుకు ఉంది. బయ్యారం చెరువు శాసనంలో అతని వర్ణన ఇలా ఉంది.

తస్మాత్ ప్రోలక్షితీశోభూత్ ఖ్యాతారి గజకేసరీ।

యః కేసరి తడాగంతమ్ చక్రే భూచక్రవల్లభః॥

(అను: అతనికి (మొదటి బేత రాజుకు) **అరిగజకేసరి** అని ప్రఖ్యాతుడయిన ప్రోలక్షితీశుడు జన్మించాడు. భూనాథుడయిన అతడు ప్రఖ్యాత కేసరి తటాకాన్ని తవ్వించాడు.)

శా. శ. 1097కు సరి అయిన క్రీ.శ. 1176లో రుద్రదేవుని సామంతుడు వ్రెక్కంటి మల్లిరెడ్డి వేయించిన బెక్కల్లు శాసనంలో రుద్రదేవుని **దాయగజకేసరి** బిరుదాన్ని పేర్కొనడం జరిగింది. రాజ ప్రశస్తి **త్రిపుర మాహేశ్వర పరాక్రమ కిశోర కేసరి దాయ గజకేసరి** అని సాగుతుంది.[164] పాకాల శాసనంలో గణపతి దేవుని వర్ణిస్తూ **రాజగజకేసరి** అని ప్రయోగించారు.

ఏ తన్మాద్యన్మహారాజ గజకేసరి విక్రమమ్।

గణపత్యవనీంద్రస్య శాసనమ్ చక్రవర్తినః॥[165]

ఈ ప్రసక్తి యాదృచ్ఛికమే అయినా దీనికి ఎంతో ప్రాధాన్యం ఉంది. **రాజగజకేసరి** అన్న సమాసాన్ని **శాసనమ్, చక్రవర్తినః** అన్న పదాలతో జోడించడం వల్ల ఈ బిరుదు ద్వారా గణపతి దేవుని సార్వభౌమత్వం వ్యక్తమవుతున్నది. భూమి కొలతలకు సంబంధించి దీని ప్రాధాన్యాన్ని మరింత వివరిద్దాం.

సింద వంశానికి చెందిన భైరవుడనే రుద్రమదేవి సామంతుడు వేసిన బీదరు శాసనంలో **రాయ గజకేసరి** మూడు సందర్భాల్లో కనిపిస్తున్నది.[166] ఓరుగల్లు రాజధానిగా పరిపాలిస్తున్న గణపతిదేవునికి ఈ విశేషణాన్ని రెండుసార్లు వాడారు. **రాయగజేంద్రకేసరి** అని శ్లోకంలోనూ, **రాయగజకేసరి** అని తరువాతి వచనంలోనూ ప్రయోగించారు. దురదృష్టవశాత్తు శాసన శిల కొంత భాగం విరిగిపోయింది.

1) **".... రాయ గజేంద్రకేసరి ధరిత్రి పాలన రాజనీతి నిధానమ్"**
మొ॥ (శాసన పాఠం 7వ పంక్తి)

2) **"(సే) ఉణ బల జలధి బడవానల। శరణాగత రాయ రక్షామణి। రాయగజకేసరి। శ్రీ స్వయంభూనాథ దేవ శ్రీపాద పద్మ"**
(శాసన పాఠం, 10వ పంక్తి)

పై (2)లో **రాయగజకేసరి** అన్న సమాసాన్ని రెండు నిలువుగీతల మధ్య పేర్కొనడం

---

164. *IAP. Wg.*, No. 38.
165. *Ibid.*, No. 67.
166. P.V.P.Sastry: *Select Epigraphs of Andhra Pradesh*, pp. 61 ff.

అది ఒక ప్రత్యేక బిరుదు అని సూచిస్తుంది. గతంలో చూసినట్లు ఇది **అరిరాయ గజకేసరి** కాదు.

తరువాతి చంపకమాల వృత్తంలో రుద్రమదేవికి ఇదే బిరుదాన్ని వాడారు.

(3) **"అదిరదె వైరి రాయ గజకేసరి రుద్రమదేవి ధీరేయేం"**

(శాసన పాఠం, 14వ పంక్తి)

సూచన ప్రాయమయిన పై ఆధారాలకంటే ప్రతాపరుద్రుని విషయంలో మనకు బలమైన సాక్ష్యం ఉంది. గుంటూరు జిల్లా తేరాలలోని సిద్ధేశ్వరాలయంలో ప్రతాపరుద్రుని సకలసైన్యాధిపతి సోమయాజుల రుద్రదేవుని బావమరిది రుద్రయపెద్ది శా. శ. 1213కు సరి అయిన క్రీ. శ. 1292లో వేసిన శాసనంలో రాజప్రశస్తి ఈ విధంగా ఉంది:

"స్వస్తి సమధిగత పంచమహాశబ్ద .... దాయగజకేసరి లాంఛన భ్రాజి (తుందును) సకల దేశాధిపతియును (నరేంద్ర చ) క్రవర్తియునుం ఐన శ్రీ కాకతి కుమార రుద్రదేవ మహారాజు"

కుమార రుద్రదేవ మహారాజు **దాయగజకేసరి లాంఛనంతో** అలంకృతుడై ఉండడం స్పష్టం.[167] ఈ అధ్యాయం టైపింగులో ఉన్న సమయంలో ఈ గ్రంథకర్త ఓరుగల్లు కోట శిల్పాల శిధిలాలలో రెండు ఆసక్తికరమైన **గజకేసరి** శిల్పాలను గుర్తించాడు. ఒక ఏనుగు తొండం మీద నిలిచిన సింహాన్ని స్వారీ చేస్తున్న ఒక స్త్రీ శిల్పం మొదటిది. సాధారణంగా పురుషుడు సింహం మీద స్వారీ చేయడమే శిల్పాలలో అరుదు. ఒక మానవ స్త్రీని సింహం మీద చూపడం మరీ అరుదు. కేవలం దుర్గామాతను మాత్రమే సింహంపై చిత్రిస్తారు. అందువల్ల ఈ శిల్పం రుద్రమదేవిని **రాయగజకేసరి**గా చిత్రిస్తున్నట్లు భావించాలి. మరో శిల్పంలో ఏనుగుమీద సింహం, ఆ సింహం మీద ఆడుకుంటున్న ఒక బాలుని చిత్రాన్ని చెక్కారు. యువకిశోరంగా ఇక్కడ ప్రతాపరుద్రుని శిల్పించి ఉంటారు. అనుమకొండ, పాలంపేటలలోని కాకతీయ దేవాలయాలు తొలి కాకతీయ రాజులకు సంబంధించినవి. వీటిలో ఇటువంటి **గజకేసరి** శిల్పాలు లేకపోవడం గమనార్హం. గజకేసరి శిల్పాలున్న స్తంభాలను సేవుణులమీద తన విజయానికి గుర్తుగా స్వయంభూదేవ ఆలయంలో రుద్రమ దేవి నెలకొల్పి ఉండవచ్చు. ఈ విజయం క్రీ.శ. 1265 ప్రాంతపుది.

కాకతీయ రాజులకు **గజకేసరి** శబ్దంతో అంతమయ్యే బిరుదులున్నట్లు నిరూపించే శాసనాధారాలు, శిల్ప ఆధారాలను మనం చూశాం.

మొదటి, రెండవ ప్రోలరాజులకు **అరిగజకేసరి** బిరుదం.

రుద్రదేవునకు **దాయగజకేసరి** బిరుదం

గణపతిదేవ, రుద్రమదేవిలకు **రాయగజకేసరి** బిరుదం

ప్రతాపరుద్రునికి **దాయగజకేసరి** బిరుదం ఉన్నాయి.

దీన్నిబట్టి ఈ బిరుదులతో ఉన్న నాణాలను ఆయా రాజుల నాణాలుగా గుర్తించవచ్చు. ఈ గ్రంథ రచయిత 1975లో **కాకతీయ కాయిన్స్ అండ్ మెజర్స్** అన్న పేర రచించిన **మోనోగ్రాఫ్‌లో ఈ ఫలితాలు** చూడవచ్చు.

---

167. P.V.P.Sastry: *Kakatiya Coins and Measures* - Appendix.

1963లో మారేమండ రామారావు రచించిన **సెలెక్ట్ గోల్డ్ అండ్ సిల్వర్ కాయిన్స్ ఇన్ద ఆంధ్రప్రదేశ్ గవర్నమెంట్ మ్యూజియం, హైదరాబాద్** అన్న గ్రంథంలో వరాహ లాంఛనమూ **రాయగజకేసరి** లేదా **దాయగజకేసరి** అన్న అక్షరాలూ ఉన్న కొన్ని బంగారు నాణాల నకళ్లను ముద్రించారు. ఇది పురావస్తుశాఖ ప్రచురణ. అతను ఈ నాణాలు కళ్యాణానికి చెందిన పశ్చిమచాళుక్యులవని చెప్పాడు. కాని కాకతిప్రతాపరుద్రుని **దాయగజకేసరి** ముద్ర ఆధారంగా ఇవి కాకతీయుల నాణాలని చెప్పవచ్చు.

వివిధ విలువల నాణాలు:

శాసనాలను బట్టి **కేసరిగద్యాణం** అన్నా **కేసరిమాడ** అన్నా ఒకటేనని మనం గుర్తించ వచ్చు. దీన్నే సంస్కృతంలో **నిష్కం** అన్నట్లు కనిపిస్తుంది. ప్రతాపరుద్ర మహారాజు విద్దనా చార్యుడనే విద్వాంసునికి 100 **నిష్కాలు** దానం చేసినట్లు ఉత్తరేశ్వర దాన శాసనం తెల్పుతూ ఉంది.[168] శా. శ. 1059కి సరి అయిన క్రీ.శ. 1137 నాటి రెండు కొల్లూరు శాసనాలు సంస్కృతంలో 5 **నిష్కాల**ని తెలుగులో 5 **గద్యల**ని పేర్కొన్నాయి.[169] ఒక త్రిపురాంతకం శాసనంలో గ. 850 + **నూట ఎంబై మాడలు** గ. 150 = గ. 1000 **మాడల**ని పేర్కొన్నాయి.[170] ఇవన్నీ, ఇంకా ఇతర ఆధారాలు **నిష్కం, మాడ, గద్య** పర్యాయ పదాలని తెల్పుతున్నాయి. అక్కడిదే క్రీ. శ. 1293 నాటి మరో శాసనం **పహిండి గ.** అని పేర్కొన్నది.[171] అంటే **గద్యలు** బంగారు నాణాలు. **గద్య**కు గుర్తు ఒక నిలువుగీత. శాసనాలలో అక్కడక్కడ కనిపిస్తుంది. ఆలుగడప శాసనంలో గుర్తుగా ౫। అనీ మాటల్లో 5 **మాడ**లనీ పేర్కొన్నారు.[172] అదే విధంగా గుంటూరు జిల్లా పెదగంజాములోని ఒక శాసనం 6 **గద్య**లను తెల్పడానికి ౬। అని పేర్కొంది.[173] ఈ శాసనాధారాలను బట్టి సూర్య చంద్ర చిహ్నాల మధ్య నిలువుగీత ఉన్న బంగారు నాణాలలో నిలువుగీత **గద్య** లేదా **గద్యాణా**న్ని సూచిస్తుందని చెప్పవచ్చు. **రూక**కు చిహ్నం ౼. పెదగంజాం శాసనం, రుద్రదేవుని ఆకునూరు[174] శాసనాలు 3, 5, 2 **రూక**లను ౼ 3, ౼ ౫, ౼౼లతో సూచించారు. సూర్యచంద్ర చిహ్నాల నడుమ నిలువుగీత ఖడ్గాన్ని కూడా సూచిస్తుంది. గరవపాడు, ఖండవల్లి తామ్రశాసనాల ముద్రలతో సహా కొన్ని కాకతీయ శాసనాలలో ఒక నిలుచున్న గోవు ముందు నిలువుగా ఒక ఖడ్గం కనిపిస్తుంది. కాకతీయుల బంగారు నాణాలలో నిలువుగీత **గద్యాణా**న్ని సూచిస్తుందో ఖడ్గాన్ని సూచిస్తుందో అధ్యయనం చేయవలసిన అవసరం ఉంది.

---

168. *EI.* XXXVIII, p. 89. l. 91.
169. *SII.* X, 100 and 101.
170 *Ibid,* 340.
171. *Ibid,* 475.
172. *Corpus* III, p. 110.
173. *SII.* X. 427.
174. *IAP. Wg.,* No. 37.

గద్య తరువాతి చిన్న నాణెం **రూక.** 10 **రూకలు** ఒక **గద్య** లేదా **మాడ.** నల్లగొండ జిల్లా బొల్లేపల్లిలోని ఒక శాసనం పది **రూకలు** ఒక **మాడ** అని స్పష్టంగా పేర్కొంది.[175] అట్లాగే గుంటూరు జిల్లా బాపట్లలోని క్రీ. శ. 1156 నాటి ఒక శాసనం 5 గురు వ్యక్తులకు 25, 25, 25, 25, 20 **రూకలిచ్చి**నట్లు మొత్తం 12 **బిరుదు మాడ**లని పేర్కొన్నది.[176] చోళరాజు కులోత్తుంగ రాజేంద్రచోడ బిరుదు ధరించిన వెలనాటి రాజులు ముద్రించిన **మాడ**లివి.

అందువల్ల 1 **మాడ** = 10 **రూకలు**. **కేసరిరూకలు** కాకతీయుల **రూకలు**. వరంగల్లు వాస్తవ్యుడయిన అమాద్ అలీ సేకరించిన నాణాలలో **రాజరాజకేసరి** లాంఛనంతో ఉన్న వెండి **రూకలు** కొన్నింటిని గమనించటం జరిగింది. అవి కాకతీయుల **రూకలే** అనిపిస్తు న్నాయి.

శా. శ. 1180కి సరిఅయిన క్రీ. శ. 1258 నాటి ఒక నాదెండ్ల శాసనంలో **కేసరద్దుగ** అన్నమాట కనిపిస్తుంది. ఇది అర్ధ **రూక** అయి ఉంటుంది.

పాదిక పావు **రూక.**

కాకతీయుల కాలానికి సంబంధించిన వరంగల్లు, నాదెండ్ల మరెన్నో ఇతర శాసనాలలో **కేసరివీసం** కనిపిస్తుంది. 1 **వీసం** = $\frac{1}{16}$ **రూక.** దీనికి గుర్తు అడ్డుగీత –.

కేసరి చిన్నము

దీని కచ్చితమయిన విలువ తెలియదు. కొన్ని శాసనాలలో ఇది $\frac{1}{14}$ **మాడ**గా కనిపిస్తుంది.[177] శా. శ. 1218కి సరిఅయిన క్రీ. శ. 1296 నాటి పాలకొల్లు శాసనం ఒక **సనచిన్నం** $\frac{1}{14}$ గద్యగా చెప్పింది. 21 **సనచిన్నాలు** 2 **గద్యల** 1 **చిన్న**మని పేర్కొంది.[178] క్రీ. శ. 1118 నాటి ఒక దాక్షారం శాసనం 8 **చిన్నాలు,** 22 **చిన్నాలు** అని పేర్కొన్నది.[179] 22 **చిన్నాల** కంటే విలువైన నాణెముందని ఇది సూచిస్తుంది. పి.శ్రీనివాసా చారి బ్రౌన్ మతం ప్రకారం 1 **చిన్నము** $\frac{1}{8}$ **పగోడా**తో సమానమని చెప్పాడు.[180]

హైదరాబాదులోని రాష్ట్ర పురావస్తు ప్రదర్శనశాలలోని నాణాల విభాగాన్ని పరిశీలిస్తే వీటిలో కొన్ని చిన్న నాణాల గురించిన వివరాలు తెలియవచ్చు.

పాటి వరాహ వరాహ ముద్ర కలిగిన నాణెం కావచ్చు. దాని కచ్చితమయిన విలువ తెలియదు. కర్కాలలోని కన్నడ శాసనాల ప్రకారం గ లేదా **గద్యాణ** లేదా **వరాహగద్యాణ** లేదా **గద్యాణక** అన్నీ **వరాహ**కు పర్యాయ పదాలనీ 3½ రూపాయలకు సమానమయిన **పగోడా**తో సమాన విలువగలిగినవనీ హెచ్.కృష్ణశాస్త్రి చెప్పాడు.[181] ఇటీవలి వరకు

---

175. బి.ఎన్.శాస్త్రి: **శాసన సంపుటి,** పు. 205
176. *SII.* VI. 183.
177. *Ibid.*. V. 66 & 1208.
178. *Ibid.*. 131.
179. *Corpus* II. p. 203.
180. *Ibid.*
181. *EI.* VIII. p. 130.

తెలుగుదేశంలోని గ్రామాలలో ఒక **వరాహ**ను నాలుగు బ్రిటీషు రూపాయలుగా చెప్తుండే వారు. సి.పి.బ్రౌన్ తెలుగు – ఇంగ్లీషు నిఘంటు **వరాహ** అంటే 3½ రూపాయలనీ, **కరకు వరాహ** అంటే 4 రూపాయలనీ ఇచ్చింది.

ఈ **వరాహ**లు కాకతీయుల కాలంలో కూడా ఉన్నాయా అన్నది తెలియదు. **పాటి వరాహ** అనేది **కేసరి పాటి వరాహ**కు సంక్షిప్త రూపంగా కనిపిస్తుంది. **కేసరి** ముద్ర కలిగిన ప్రామాణిక **వరాహ.** పైన ఇచ్చిన విలువల్లో కొన్ని అంచనాలు మాత్రమే. మరింత పరిశీలన అవసరం. వివిధ రాజులు ముద్రించిన **బిరుదు గద్యలు, గోకర్ణ గద్యలు, కేసరి గద్యలు** ఒకే విలువ కలిగినవో కావో తెలియదు. వాటి విలువ ఒకటే అయితే వాటి పరిమాణం, వాటిలో ఉండే బంగారం పరిమాణం ఒకటిగా ఉండాలి. ఈ విషయంలో సరయిన ఆధారాలు లేవు. కాకతీయ కాలపు శాసనాల్లో వీటి ప్రసక్తికూడా కనిపిస్తుంది.

ఈ నాణాల పేర్లను ఒక పద్ధతి లేకుండా వాడడం వాటి విలువను నిర్ధారించడంలో సమస్యల నేర్పరుస్తున్నది. ఇప్పుడు కూడా మనం పైసా అంటే రూపాయిలో వందో భాగం గానూ వాడుతున్నాం, డబ్బు అన్న అర్థంలోనూ వాడుతున్నాం. వాడి దగ్గర పైస లేదు అంటే డబ్బులేదని అర్థం. నాటి శాసనాలు కూడా ఈ నాణాలను కేవలం డబ్బు అన్న అర్థంలోనూ వాడాయి. గణపతి దేవుని మంత్రి దోచన పెగ్గడ వేల్పూరు శాసనం **వరుస రూకలు** అన్నమాటను నిర్దిష్టకాల వ్యవధిలో ఆవృత్తమయ్యే సుంకం అన్న అర్థంలో ప్రయోగించింది.[182] దాని కచ్చితమైన విలువ తెలియదు.

అడ్డుగ, పాదిక, పరక, వీసం అన్నమాటలు ప్రామాణిక నాణెంలో వరుసగా ½, ¼, ⅛, 1/16 భాగాలు. వీటికి వరుసగా ။, ।, =, – గుర్తులు. ప్రామాణిక నాణెం **రూక.** కొన్ని శాసనాలు స్పష్టంగా **మాడ**కు **మాడబడి వీసము** అని వాడాయి. ఒక **మాడ** కొనుగోలు లేదా అమ్మకపు విలువ మీద పదహారో వంతు సుంకం అని దీనికి అర్థం. కొన్ని సందర్భాలలో కేవలం **వీసం.** అంటే **మాడ**కు **రూక**లో పదహారో వంతు అని మాత్రమే అర్థం. మొదటి అర్థంలో **మాడ**కు పది వీసాలు, రెండో అర్థంలో **మాడ**కు ఒక **వీసం. దబ్బు,** కాసు, **కాణి**ల విలువ కూడా కచ్చితం కాదు. అందువల్ల వీటి విలువను నిర్ణయించే ప్రయత్నం ఒక ఊహ మాత్రమే.

కొలతలు:

శాసనాలలో కాకతీయ నాణాలు సాధారణంగా **కేసరి** అన్న పూర్వపదంతో **కేసరి గద్య, కేసరి మాడ, కేసరి వీసము, కేసరి చిన్నము, కేసరి అడ్డుగ** అన్న విధంగా ఉన్నాయి. …రు తవ్వించిన **కేసరి తటాకాలు, కేసరి సముద్రాల**తో ఈ మాటలు పోలి ఉన్నాయి. …రి తూనికలు, కొలతల ప్రమాణాలు కూడా కేసరి అన్న పూర్వపదంతో **కేసరిపుట్టి,** …రితూము, కేసరిమానిక, కేసరి **కుంచము** అన్న విధంగా ఉన్నాయి. తెలుగుదేశంలో … కేసరి కొలతలు కాకతీయులు ప్రారంభించినవే. అంతకు ముందు పశ్చిమ చాళుక్యుల

182. *SII,* X, 314.

గంధహస్తి మాడలు, వెలనాటి చోడుల **బిరుదు గద్యలు** (వీటి మీద కులోత్తుంగచోడ, రాజేంద్రచోడుల బిరుదులుండేవి), **గోకర్ణ గద్యలు** (కందూరి చోడులు?), **తూర్పు** చాళుక్యుల **త్రిభువనాంకుశ మానికలు** మొదలయినవి ఉండేవి. కేసరి కొలతలు, తూనికలు, నాణాలు కచ్చితంగా కాకతీయులవే. ఖండవల్లి తామ్ర శాసనం మీద కనిపించే గుర్తులూ, అక్షరాలే ఈ కొలతలు, తూనికల మీదకూడా కనిపిస్తాయి. విద్వాంసులు ఇప్పటిదాకా కొలతలు, తూనికల మీద ఉన్న **కేసరిపాటి** అన్న మాటలు తెలుగుదేశంలోని కేసరిపాడు గ్రామానికి సంబంధించినవని భావిస్తూ వచ్చారు. ఈ గ్రామంలో ఒక రాతిమీద ప్రామాణికమైన కొలతల రేఖలు గుర్తించి ఉన్నాయనీ వాటినే చాలామంది వాడారనీ వారి అభిప్రాయం. కాని **పాటి** అన్న తెలుగు మాటకు ఒక 'ప్రమాణం' అని అర్థం. అందువల్ల **కేసరి** అన్న బిరుదు రాసి ఉన్న రాచ ప్రమాణాలు **కేసరిపాటి, పుట్టి** మొదలయినవి. గణపతిదేవుడు ఒక గ్రామంలో ఒక కొలత ప్రమాణాన్ని ఏర్పరచగా ఆ గ్రామానికి **కేసరిపాడు** అని పేరు వచ్చి ఉండవచ్చు కూడా. గణపతిదేవుడు తీరాంధ్రంలో తొట్టతొలుత భూమి సర్వే ప్రారంభించినట్లు కూడా దీన్నిబట్టి అర్థంచేసుకోవచ్చు. అంతకు ముందు ఆ ప్రాంతంలో భూమి కొలత ఎటువంటి పూర్వపదమూ లేకుండా **పుట్లు, తూములలో** జరిగేది. గణపతిదేవుని కాలంలోనే శాసనాలలో **కేసరి పుట్లు, కేసరి తూములు** మొదలయి నవి కనిపించడం మొదలుపెట్టాయి.

భూమి కొలవడానికి ప్రామాణికమైన పొడవుగల **గడలను** వాడేవారు. ఇవి ప్రాంతానికీ ప్రాంతానికీ వేరుగా ఉండేవి. కొన్నిచోట్ల గడ పొడవు 20 జానలు, కొన్నిచోట్ల 22 జానలు ఉండేది. కొన్నిచోట్ల 10 మూరలు, కొన్ని చోట్ల 11 మూరలు ఉండేది. ప్రతాపరుద్రుని పరిపాలనా కాలంలో శా. శ. 1236కు సరి అయిన క్రీ. శ. 1314 నాటి గుంటూరు జిల్లా దుగ్గిరాలకు సమీపంలోని పెనుమూలి శాసనం అడుగున రాతిపైన ప్రామాణికమైన **మూర** పొడవును గీతతో గుర్తించి ఉంది. ఇళ్ల స్థలం విషయంలో 8 **మూరల గడను,** పొలాల విషయంలో 24 **మూరల గడను** వాడాలని ఈ శాసనం చెప్తున్నది.[183] ఇతర ఆధారాలను బట్టి 112½ చదరపు గడలు ఒక **తూము** నేల.[184]

కాకతీయుల కాలపు ఘనపరిమాణాన్ని కొలిచే కొలతల్లో అన్నిటికన్నాచిన్నది **గిద్ద,**[185] పెద్దది **పుట్టి.** కింది పట్టిక ఈ కొలతల పరస్పర విలువను తెలుపుతుంది.

4 గిద్దలు	=	1 సోల
2 సోలలు	=	1 తవ్వ
2 తవ్వలు	=	1 మానిక
2 మానికలు	=	1 అద్ద
2 అద్దలు	=	1 కుంచం

183. *Ibid.*, 509.
184. M.S.Sarma; *The Reddi Kingdoms,* p. 365.
185. *Corpus* III, *Mn.* 46; *Ibid.* II, pp. 108-9 & p. 244.

2 **కుంచాలు** = 1 **ఇరస**

2 **ఇరసలు** = 1 **తూము** (న అన్న అక్షరంతో గుర్తిస్తాయి)

2 **తూములు** = 1 **ఇద్దుము**

2 **ఇద్దుములు** = 1 **నల్తుము**

5 **తూములు** = 1 **ఏందుము**

10 **తూములు** = 1 **పందుము**

20 **తూములు** = 1 **పుట్టి** (ఖ అన్న అక్షరంతో గుర్తిస్తారు. బహుశా సంస్కృత **ఖణ్డుక**కు సంక్షిప్తరూపం కావచ్చు)

ఈ మాటలన్నీ శాసనాలలో కనిపిస్తాయి. **తూములు, పుట్లు** ప్రాథమిక కొలతలు. తక్కినవన్నీ వాటి గుణకారాలు, భాగహారాలు, **కేసరితూము, కేసరిపుట్టి** సాధారణ ప్రామాణిక కొలతలు. వీటిని భూమి కొలతకు కూడా వినియోగించేవారు.

ప్రస్తుతం మన కొలతలతో వీటి పరిమాణాన్ని అంచనా వేసే సాధనం లేదు. కొన్ని శాసనాలు దేవాలయంలో ఒక అఖండ దీపాన్ని వెలిగించడానికి ఒక **మానిక** నేయి అవసరమనిచెప్తే, మరికొన్ని శాసనాలు మూడు **సోలలు** చాలని చెప్తున్నాయి.

శా. శ. 1212కు సరిఅయిన క్రీ. శ. 1290 నాటి నల్లగొండ జిల్లా పాతర్లపాడులో లభించిన ఒక శాసనాన్ని ఈ విషయంలో ఉదాహరించవచ్చు. సోమనాథదేవునికి, మరి కొందరు దేవతలకు 13 దీపాలను కానుకగా ఇచ్చినట్లు ఈ శాసనం చెప్తున్నది. ఒక్కొక్క దీపానికి రోజుకు 3 సోలల నేతిని పోయవలసి ఉంటుంది. లెక్క ఇలా ఉంది.

13 అఖండ దీపాలకు రోజుకు న. $(\frac{1}{4} + \frac{1}{4} + \frac{1}{16})$ + 3 **సోలలు**

13 అఖండ దీపాలకు నెలకు న. $18\frac{1}{4}$ + 1 **తవ్వ**

13 అఖండ దీపాలకు ఏడాదికి **ఖ** 10, న. $(19 + \frac{1}{4} + \frac{1}{8})$ – (i)

మొత్తం పరిమాణం (i) గా ఇవ్వబడింది.

ఈ అంకెలు న. గుణకారాలు, భాగహారాలను తెలుసుకోవడానికి, లెక్కవేయడానికి ఉపయోగపడతాయి.

ప్రతి అఖండ దీపానికి రోజుకు = 3 **సోలలు**

13 అఖండ దీపాలకు రోజుకు = 13 X 3 = 39 **సోలలు**

= న ॥ – 3 **సోలలు**

= $\frac{1}{4} + \frac{1}{4} + \frac{1}{16}$ **తూములు** + 3 సోలలు

నెలకు 30 ($\frac{9}{16}$ **తూములు** + 3 **సోలలు**)

= $\frac{270}{16}$ **తూములు** + 90 సోలలు

= $\frac{270}{16}$ **తూములు** + 22 **మానికలు** + 1 **తవ్వ**

= 16 **తూములు** + 14 **మానికలు** + (22 **మానికలు** + 1 **తవ్వ**)

= 16 **తూములు** + 36 **మానికలు** + 1 **తవ్వ**

= 16 **తూములు** + 2 **తూములు** + 4 **మానికలు** + 1 **తవ్వ**

= 18 **తూములు** + 4 **మానికలు** + 1 **తవ్వ**

= $18\frac{1}{4}$ **తూములు** + 1 **తవ్వ**)

ఏడాదికి 12 ($7\frac{3}{4}$ **తూములు** + 1 తవ్వ)

= 219 **తూములు** + 6 **మానికలు**

= 10 **పుట్లు** + 19 **తూములు** + $\frac{1}{4}$ **తూము** + $\frac{1}{8}$ **తూము**

= **ఖ.** 10, న. ($19 + \frac{1}{4} + \frac{1}{8}$) పైన చెప్పిన (i) కి సమానం.

సంస్కృత **ఖణ్డు**కకు సమానమైన తెలుగుమాట **పుట్టి**. తెలుగు శాసనాల్లో దీనికి గుర్తు **ఖ**. దీనిలో 20వ వంతు **తూము**. దీనికి గుర్తు న. బహుశా పొడవును, ఘన పరిమాణాన్ని కొలిచే ఒక కొలతకు సంస్కృత పదం **నల్వ** లేదా **నల్వణ** (మోనియర్ విలియమ్స్: **సంస్కృత - ఇంగ్లీషు నిఘంటువు**) అయివుంటుంది.

భూమి కొలతకు సంబంధించి పుట్టి లేదా **ఖణ్ణుకతో** పాటు **మర్తురు** అన్న కొలత కూడా ఉంది. మాగాణి భూముల కొలతగా ఇది కనిపిస్తుంది. అక్కడక్కడా మెట్ట భూములకు కూడా వాడడం కనిపిస్తుంది.[186] దీనికి సంస్కృతంలో సమానపదం **నివర్తన**. గణపతి దేవుని పాకాల శాసనంలో ఇది కనిపిస్తుంది.[187] ప్రామాణిక ఆధారాలు భిన్నమైన కొలత లిస్తుండడం వల్ల **మర్తురు**కు, **పుట్టి**కి సరయిన విలువనివ్వడం కష్టం.[188] తోట భూముల కొలత విషయంలో **'రె'** అనే మరో గుర్తు శాసనాలలో కనిపిస్తుంది. దీని పరిమాణమూ కచ్చితంగా చెప్పలేము.

తూనికలు:

శాసనాలలో **తులం, పలం,** వీశ మొదలైన తూనికలు అక్కడక్కడా దర్శనమిస్తాయి. రుద్రమదేవి కొలనుపాక శాసనం 64 పలాల కంచు పాత్రను, 18 పలాల దాని ఆధారాన్ని (చట్రాన్ని) పేర్కొన్నది.[189] బంగారాన్ని, రత్నాలను తూయడానికి ఉపయోగించే అత్యల్ప తూనిక **గురిగింజ**. 4 **గురిగింజలు** 1 సిన్నం. 30 సిన్నాలు 1 **తులం**. 3 **తులాలు** 1 **పలం**. 40 పలాలు 1 వీశ. 2 వీశలు 1 **ఎత్తు**. 8 వీశలు లేదా 4 **ఎత్తులు** 1 **మణుగు** లేదా **తూము**. 20 **మణుగులు** 1 **పుట్టి** లేదా **ఖణ్డుక**.[190]

ప్రస్తుత మెట్రిక్ విధానం అమలులోకి రాక పూర్వం ఈ కొలతలన్నీ తెలుగుదేశంలో వాడుకలో ఉన్నాయి.

✪ ✪ ✪

186. *Corpus* II, pp. 133, 141 & 161.
187. *IAP. Wg.*, No. 67.
188. కొన్ని శాసనాలు **మర్తురు** అంటే 20 గడలు, మరికొన్ని శాసనాలు 22 గడలు అని ఇస్తున్నాయి.
189. *Corpus* II, p. 85, ll. 138-141.
190. *Ibid.*, pp. 203, 209 & 211.

అధ్యాయం -13

సమాజం - మతం - గుడి

I. సమాజ నిర్మాణం

కాకతీయ యుగంలో పౌర పరిపాలనలో ప్రజల పాత్ర గురించి వివరిస్తూ గత అధ్యాయంలో ఈ విషయాన్ని గురించి కొంత చర్చించాం.

దేశంలోని ఇతర ప్రాంతాల్లో లాగానే కాకతీయుల కాలంలో ఆంధ్రదేశంలో కూడా సమాజం ప్రధానంగా బ్రాహ్మణ, క్షత్రియ, వైశ్య, శూద్ర అనే నాలుగు వర్ణాలుగా వర్గీకృతమై ఉంది. ప్రాంతాలను బట్టి ఈ వర్ణాలలో అనేక ఉప వర్ణాలున్నాయి. ఉదాహరణకు బ్రాహ్మణులు వెలనాటి, వేంగినాటి, తెలింగాణ, కమ్మనాటి, కాసలనాటి, ములికినాటి మొదలయిన విధంగా అనేక రకాలు. తక్కిన వర్ణాల విషయంలోనూ అంతే. రాజధాని నగరం ఓరుగల్లులో నివసించే వివిధ కులాల ప్రజల ఇండ్ల పట్టికను ప్రతాపచరిత్ర విపులంగా అందించింది. వీటిలో కొన్ని కులాలను క్రీడాభిరామం కూడా పేర్కొన్నది. వాళ్ల ఇళ్ల సంఖ్య మనం నమ్మక పోయినప్పటికీ రాజధాని నగరంలో 27 వర్గాల ప్రజలు నివసిస్తున్నారని మాత్రం గుర్తించక తప్పదు.[1] శాసనాలలో తరచుగా అష్టాదశ ప్రజల ప్రసక్తి వస్తుంది. వీటిలో ఎక్కువ భాగం వృత్తుల నుండి ఏర్పడ్డవి.

ఈ పట్టిక ద్వారా ఆ రోజుల్లో సామాజిక వ్యవస్థ గురించి మనం అర్థం చేసుకోవచ్చు. ఈ వర్గాలేకాక బంటెల వారు (అన్ని కులాల సైనికులు), కురుమలు (గొంగళ్లు నేసేవారు) వంటి వర్గాలు కూడా ఉన్నాయి.

II. మతం

1. బౌద్ధం:

అనేక శతాబ్దాల వైభవం తర్వాత ఆంధ్రదేశంలో బౌద్ధం 10-11 శతాబ్దాలలో కనుమరుగయింది. ఈ కాలపు శాసనాలలో చాలా అరుదుగా ఈ మత ప్రసక్తి వస్తుంది. కోట కేతరాజు ధరణికోటకు చెందిన అతని కాంతలు బుద్ధదేవునికి దీపాలను కానిక

---

1. *EI,* VI. p. 146.
   1. బ్రాహ్మణులు, 2. మంత్రులు ఇతర అధికారులు, 3. యోధులు, 4. సాధారణ వైశ్యులు, 5. ధనిక వర్తకులు, 6. పద్మనాయకులు, 7. విశ్వకర్మలు, 8. గొల్లలు, 9. కాంపులు, 10. ఈడిగలు, 11. శివబ్రాహ్మణులు, 12. కుమ్మర్లు, 13. నేతగాండ్రు (పట్టునేత గాండ్రు), 14. పద్మసాలీలు (నూలు-నేతగాళ్ళు), 15. మేదర్లు, 16. రంగులు వేసేవాళ్ళు, 17. ఉప్పర్లు, 18. మేరలు, 19. బెస్తలు, 20. తెనుంగులు, 21. బుక్కలు, 22. సంగర్లు, 23. రజకులు, 24. వేశ్యలు, 25. పూటకూటి వారు, 26. బలిజలు, 27. ఇతర కులాలు.

పెట్టిన విషయాన్ని క్రీ.శ. 1182 నాటి అబ్బూరు శాసనం తెల్పుతున్నది. ఇదే కాలానికి చెందిన మరొక శాసనం సోమన పెగ్గడ అనే వ్యక్తి అమరావతిలోని బుద్ధదేవునికి దాక్షారామం, క్షీరారామం (పాలకొల్లు), భీమారామం (సామర్లకోట), కొమరారామం (భీమవరం)లలో దీపాలు పెట్టించినట్లు తెలుపుతుంది.[2] క్రీ. శ. 1171 నాటి కాకతీయ మంత్రి గంగాధరుని కరీంనగరు శాసనం పట్టశాలలో అతడు బుద్ధదేవుని ప్రతిష్ఠించినట్లు తెలుపుతుంది. శ్రీ మహావిష్ణువే బుద్ధుని అవతారమెత్తి అసురులను మోసగించినట్లు చెప్పడం ఆసక్తి దాయకం.[3] ఇతర మతస్థులు కూడా ఈ విధంగా విష్ణువు అవతారాలలో బుద్ధావతార మొకటని విశ్వసించారు. కాకతి రుద్రుని సామంతుడయిన మల్లిరెడ్డి తన బెక్కల్లు శాసనంలో ఈ నమ్మకాన్ని వ్యక్తం చేశాడు. అతని బిరుదులలో ఒకటి **సముద్ధరిత సమయ చతుష్టయ** అన్నది. అంటే బౌద్ధ, జైన, శైవ, వైష్ణవ మతాలు నాలుగింటినీ పోషించిన వాడు.[4] ఈ శాసనాధారాలు కాక పాల్కురికి సోమన **పండితారాధ్య చరిత్ర**లో బౌద్ధానికి సంబంధించిన ఒక ఇతివృత్తం ఉంది. అది బౌద్ధాచార్యునికి, మల్లికార్జున పండితా రాధ్యునికీ జరిగిన మత చర్చ.[5] చందవోలును పరిపాలించిన వెలనాటి చోడరాజు రెండవ రాజేంద్ర చోళుని (క్రీ. శ. 1162-81) సభలో ఇరు మతాల ఆచార్యులకూ వాదం జరి గింది. ఈ వాదం ఎంతవరకూ సాగిందంటే పండితారాధ్యుని శిష్యులు ఆగ్రహించి బౌద్ధా చార్యులను వధించి వారి ఆరామాన్ని ధ్వంసం చేసే వరకూ పోయింది. అప్పుడు రాజు ఆగ్రహించి పండితారాధ్యుని కళ్లు పెరికించాడనీ, పరమ శివుని అనుగ్రహంతో ఆయనకు మళ్లీ కళ్లు వచ్చాయనీ, రాజును శపించి ఆయన శ్రీశైలం వెళ్లిపోయాడనీ ఈ కథ చెప్తుంది. బౌద్ధమతానికి వ్యతిరేకంగా ఆంధ్రదేశంలో జరిగిన సంఘటనలలో ఇది చివరి చారిత్రక సంఘటనకావచ్చు.

2. జైనం:

రాష్ట్ర కూటుల పాలనలో జైనం రాజ పోషకంగా ఉన్న కాలంలో తెలుగుదేశంలో కాకతీయుల అధికారం ప్రారంభమయింది. తెలంగాణాలో ముఖ్యంగా వేములవాడ చాళు క్యుల సంపూర్ణ పోషణ జైనమతానికి లభించింది. వీరి ఆస్థాన కవులైన సోమదేవుడు, పంప రచించిన **యశస్తిలక, ఆదిపురాణం** వంటి రచనలు ఈ విషయాన్ని నిరూపిస్తాయి. తొలి కాకతీయులు వీరికి సమీపస్థులే. **సిద్ధేశ్వర చరిత్ర** వర్ణించినట్లుగా మాధవవర్మ కథతో వీరి సంబంధం తొలి దశలో వీరు జైనమతాన్ని అవలంబించినట్లుగా సూచిస్తుంది. యుద్ధ మల్ల జినాలయానికి మొదటి బేతరాజు ఒక దానం చేసినట్లు శనిగరం శాసనం తెలుపుతూ ఉంది.[6] మొదటి మేడరసుని బానాజీపేట శాసనం కాకతీయ రెండవ బేతరాజు జాల్నా

2. *SII.* IV, 749.
3. *IAP. Kn.*, p. 69.
4. *Ibid.*, Wg., p. 50.
5. పాల్కురికి సోమన: **పండితారాధ్య చరిత్ర,** 'మహిమ ప్రకరణం.'
6. *IAP. Kn.*, No. 14.

బసదికి ఒక దానం చేసినట్లు తెలుపుతున్నది.[7] క్రీ. శ. 1117 నాటి రెండవ ప్రోలరాజు పద్మాక్షి ఆలయ శాసనం కదలలాయ **బసది** నిర్మాణాన్నీ, దానికి అతని మంత్రి భార్య మైలమ, రెండవ మేడరాజులు చేసిన దానాన్ని తెలుపుతున్నది.

విద్యానాధుడు **ప్రతాపరుద్రీయంలో** చెప్పినట్లు ప్రతాపరుద్రుని కాలంవరకు ఉన్న వారి గరుడ ధ్వజంలోని గరుడ చిహ్నం వారి వైష్ణవ మతావలంబనకు ప్రమాణం కాదు. దీనికి తగిన సాక్ష్యాలు లేవు. ఈ గరుడ చిహ్నం పదహారవ **తీర్థంకరుడయిన** శాంతినాధుని చిహ్నంకావచ్చు.

గోవింద పురం శాసనం[8]లోనూ, **సిద్ధేశ్వర చరిత్ర**లోనూ కనిపించే రెండు సమాన వృత్తాంతాలను ఇక్కడ ఉదహరించడం అసమంజసం కాదు. పొలవాస వంశరాజులకు మూల పురుషుడయిన మాధవ చక్రవర్తి జినదేవుని ఆజ్ఞననుసరించి యక్షేశ్వరీదేవి అనుగ్రహంతో ఎనిమిది వేల ఏనుగులు, పది కోట్ల గుర్రాలు, అసంఖ్యాక సైనికులూ గలిగిన సైన్యాన్ని సమకూర్చుకున్నట్లు గోవిందపురం శాసనం చెప్తున్నది. కాకతీయ వంశ స్థాపకుడయిన మాధవవర్మ పద్మాక్షీదేవి అనుగ్రహం వల్ల అనేక వేల ఏనుగులు, లక్షల గుర్రాలు, పదాతి సైనికులూ కలిగిన గొప్పసైన్యాన్ని సంపాదించినట్లు **సిద్ధేశ్వరచరిత్ర** చెప్తున్నది.[9] రెండవ ప్రోలరాజు కుమారుడయిన దుర్గుడు వేసిన దాక్షారామ శాసనం మాధవ వర్మ కాకతీయ వంశస్థాపకుడని చెప్తున్నది.[10] ప్రస్తుతం శైవ దేవతగా పూజలందుకుంటున్నప్పటికీ అనుమకొండ సమీపంలోని గుట్టమీద పద్మాక్షిదేవి నిస్సందేహంగా జైన దేవతే. జైన **తీర్థంకరుల** బొమ్మల నడుమ ఉన్న దేవీ విగ్రహం శైవదేవత కావడానికి వీల్లేదు. మొదట ఉన్న జైనదేవత విగ్రహం తరువాతి కాకతీయుల శైవ మతావలంబనకు అనుగుణంగా శైవదేవత రూపాన్ని సంతరించుకుంది. ముందు చెప్పిన జైన గాథ శైవగాథగా మారిపోయింది. ఇరవైమూడవ తీర్థంకరుడయిన పార్శ్వనాథుని **శాసనదేవి** లేదా యక్షేశ్వరి పద్మావతి పద్మాక్షిగా శైవదేవతగా మారింది. ఈ ఆలయం ముందున్న రెండవ ప్రోలరాజు శాసనాన్ని పరిష్కరిస్తూ హెచ్.కృష్ణశాస్త్రి కదళలాయ బసది అంబిక లేదా పద్మావతీదేవి కన్నడనామం కదళలాయ పేరుమీద వెలసిందై ఉండవచ్చునన్న అభిప్రాయాన్ని ప్రకటించాడు.[11] ఈ ఆధారాలన్నీ తొలికాకతీయ రాజులు జైన మతావలంబకులని తెలుపుతున్నాయి. అనుమకొండ గుట్టమీద జైన దేవతను గరుడ బేతరాజు లేదా మొదటి బేతరాజు ప్రతిష్ఠించి 'కాకతి' అని పేరు పెట్టాడని ఊహించటం అసమంజసం కాదు. గరుడ బేతరాజును సింహాసనం మీద ప్రతిష్ఠించి కాకతి రాజ్యస్థాపన చేసినట్లు కామసాని గూడూరు శాసనం తెల్పుతూ ఉంది.[12]

---

7. *Ibid., Wg.,* No. 14.
8. *Ibid.,* No. 26.
9. సిద్ధేశ్వర చరిత్ర, p. 73.
10. *SII.* VI, 1071.
11. *EI*-IX, pp. 256 ff.
12. Appendix-3.

తరువాతి కాకతీయ రాజులుకూడా జైన మతాన్ని పోషించినట్లు చెప్పడానికి పద్మాక్షి గుట్టమీది జైన బసదిని రుద్రదేవుని మంత్రి గంగాధరుడు పునరుద్ధరించినట్లు చెప్తున్న గంగాధరుని హనుమకొండ శాసనం ఆధారం.[13] జైనకవి అయిన అప్పయార్యుడు తన **జినేంద్ర కళ్యాణాభ్యుదయ** కావ్యాన్ని కాకతీయ కుమార రుద్రదేవుని అంటే ప్రతాపరుద్రుని పరిపాలనా కాలంలో పూర్తి చేసినట్లు చెప్పుకున్నాడు.[14] కాకతీయుల పరిపాలనా కాలాంతం వరకు జైనమతం ఆంధ్రదేశంలో వర్ధిల్లిందని చెప్పడానికి ఇదొక నిదర్శనం.

నాడు సమాజంలో జైన మతం వైపు కొంత మొగ్గు ఉందనడానికి రుద్రదేవుని పాలనా కాలంనాటి జనగామ తాలూకా బెక్కల్లులో వేసిన ఒక శాసనాన్ని పరిశీలించవచ్చు. జైన మతం తన కుటుంబ మతమైనప్పటికీ మల్లిరెడ్డి అనేవాడు తన కుటుంబ సభ్యుల సంఖ్య ననుసరించి ఇరవై ఒక్క శివాలయాలను కట్టించినట్లు ఈ శాసనం చెప్తున్నది. పైగా శైవ, వైష్ణవ, జైన, బౌద్ధములనే **చతుస్సమయాల** మధ్య భేదం **సంశయహేతు**వనీ దేవుడొక్కడేనన్న ఐక్యభావంతో మల్లిరెడ్డి ఈ ఆలయాలను నిర్మించాడనీ చెప్పడం గమనార్హం.[15] అందువల్ల నాడు ప్రజలు భేదభావం లేకుండా నాలుగు మతాలను అనుసరిస్తున్నారని చెప్పవచ్చు.

3. శైవం:

కాలాముఖ, కాపాలిక, పాశుపత, ఆరాధ్యశైవ, వీరశైవాది శైవభేదాలలో పాశుపత శైవం కాకతీయుల కాలంలో ప్రముఖంగా ఉండేది. జైనంతో సంబంధాలు తెంచుకున్న తర్వాత మొదటి కాకతీయులు కాలాముఖశైవాన్ని అవలంబించారు. పగిలిపోయిన హనుమకొండ శాసనంలో రెండవ బేతరాజు రామేశ్వర పండితునికి ఉత్తమ శిష్యుడనీ ఆయనకు వైజనపల్లి గ్రామాన్ని శివపురమని పునర్నామకరణం చేసి దానం చేశాడనీ చెప్తున్నది.[16] రామేశ్వర పండితుడు **లకులేశ్వర ఆగమ మహాసిద్ధాంతం**లో నిష్ణాతుడు. రెండవ బేతరాజు శ్రీశైల మల్లికార్జున శిలామఠా చార్యుడు, కాలాముఖ తపోధనుడూ అయిన ఈ రామేశ్వర పండితునికే శివపుర గ్రామాన్ని దానం చేసినట్లు కాజీపేట దర్గా శాసనం తెలుపుతూ ఉంది.[17] లకులేశ్వర ఆగమంలో విద్వాంసుడయిన రామేశ్వర పండితుడు రెండవ బేతరాజు కుమారులయిన దుర్గరాజు, రెండవ ప్రోలరాజులకు కాలాముఖ శైవదీక్షనిచ్చాడు. ఆంధ్రదేశంలో అతిముఖ్యమైన శైవమత కేంద్రం శ్రీశైలం కాలాముఖ **గురువు** ఆధిపత్యంలో ఉన్నప్పుడు ఆ రోజుల్లో కాలాముఖ శైవం ప్రధాన మతంగా ఉందని తేలికగా చెప్పవచ్చు. క్రీ. శ. 1112 నాటి ఒక అబ్లూరు శాసనం కాలాముఖులు **పర్వతాన్వయ** లేదా **పర్వతావళి**కి చెందిన శక్తిపర్షలో ప్రసిద్ధి గడించారని చెప్తున్నది.[18] పైన

---

13. *JAHRS.* XXXVI-1. Appendix-4.
14. *EHD.* p. 688.
15. *IAP. Wg.*, p. 50.
16. *Ibid.*, No. 35, p. 93.
17. *Ibid.*, No. 15.
18. *EHD.* p. 705.

పేర్కొన్న మల్లికార్జున శిలామఠం శ్రీపర్వతంమీద ఉన్న ఐదు ప్రసిద్ధశైవ **మఠాలలో** ఒకటి. కాలాముఖశైవ సన్యాసుల పేర్లు **శక్తి, రాసి, పండిత, రాసి పండిత** అన్న మాటలతో అంత మవుతాయి. లకులేశ్వర లేదా నకులేశ్వరుడు కాలాముఖ సిద్ధాంత స్థాపకుడు. కాలాముఖ శాఖకు చెందిన సన్యాసులు న్యాయ, వైశేషిక, సాంఖ్య దర్శనాలలో పండితులు. రెండవ బేతరాజు, రెండవ ప్రోలరాజుల రాజగురువూ శ్రీశైల శిలామఠాచార్యుడూ అయిన ఈ రామేశ్వరపండితుడే దాక్షారామ ఆలయ **స్థానపతి**, ఇతర ముఖ్యమైన **మఠాల** అధిపతీ అయి ఉండవచ్చు.[19]

మొదటి ప్రోలరాజు, రెండవ బేతరాజు, రెండవ ప్రోలరాజులు పరమ మాహేశ్వరులని శనిగరం శాసనాలు తెల్పుతున్నాయి.[20] రుద్రదేవుడు కూడా పరమ మాహేశ్వరుడే. అతని ఆధ్యాత్మిక **గురు**వెవరో మనకు తెలియదు. రుద్రదేవుని అనుమకొండ శాసనంలో శాసన రచయిత అచింతేంద్రుని గురువు అద్వయామృత **యతి**, తండ్రి రామేశ్వర **దీక్షితుల** పేర్లు న్నాయి. వీరిలో ఒకరు రుద్రదేవుని ఆధ్యాత్మిక గురువై ఉండవచ్చు. మహాదేవుని **రాజ గురువు** ధ్రువేశ్వర పండితుడు.[21]

ఆంధ్రదేశంలో తుంగభద్ర తీరాన ఉన్న అలంపురం మరొక ముఖ్యమైన కాలాముఖ శైవ కేంద్రం. అక్కడి బ్రహ్మేశ్వరాలయ **మహాస్థానాధిపతులు** తమ పాండిత్యానికీ, ధార్మిక చింతనకూ ప్రసిద్ధులు. ప్రజలు వీరిని గొప్పగా ఆరాధించే వారు. అలంపురానికి సమీ పంలో ఉన్న అగస్త్యేశ్వరం ఈ సన్యాసులకు మరొక ప్రధాన కేంద్రం.

ఈ విధంగా పన్నెండో శతాబ్దాంతం వరకు ఆంధ్ర దేశమంతటా ఆలయాలలోనూ, మఠాల్లోనే కాక రాజాస్థానంలో కూడా కాలాముఖ శైవం వ్యాపించి ఉందని మనం తెలుసు కుంటాం.

ఆంధ్రదేశ శైవమత చరిత్రలో గణపతిదేవుని పరిపాలనా కాలం గుర్తుంచుకోదగిన కాలం. ఆంధ్రదేశంలో పాశుపత శైవ గురువులు అడుగుపెట్టడంతో కాలాముఖ శాఖ అదృష్టం మారిపోయింది. వాస్తవానికి ఈ శాఖల దర్శనంలో పెద్ద భేదం లేదు. అయితే మతాచార వ్యవహారాల ఆధారంగా ఈ రెండు మార్గాలూ క్రమంగా వేరు మార్గాలు పట్టాయి. గణపతిదేవుని పరిపాలనా కాలంలో నర్మదానదీ తీరపు డాహలదేశ గోళకీ **మఠా**నికి చెందిన పాశుపత శైవులు ప్రజల్లోనూ, పాలకుల్లోనూ ఆదరణ పొందారు. కాలా ముఖ సన్యాసులపేర్లు **రాసి, పండిత, శక్తి** అన్న పదాలతో అంతమయినట్లుగానే పాశు పతుల పేర్లు **శివ, శంభు, పండిత, ఋషి** పదాలతో అంతమవుతాయి. మల్కాపురం శాస నంతో పాటు మరికొన్ని శాసనాలు విశ్వేశ్వర శివ గురువు గణపతిదేవునికి,[22] అతనికుమార్తె రుద్రమదేవికి **రాజగురువు**గా ఉన్నట్లు తెలుపుతున్నాయి. ఉర్సుగుట్ట శాసనం శాసన కవినామాంకిత పద్యంలో కవి నరసింహ **ఋషి రాజగురు**వైన విశ్వేశ్వర పండితుని

19. *IAP. Wg.*, p. 33.
20. *IAP. Kn.*, Nos. 19, 22,24.
21. *IPA. Wg.*, No. 47
22. *SII.* X, 395.

కుమారుడని చెప్పబడింది.[23] పైన చెప్పిన రుద్రమదేవి మల్కాపురం శాసనం గోళకీ **మఠా**నికి చెందిన శైవ గురువులను గురించి ఆసక్తికరమయిన వివరాల నందిస్తున్నది. గంగా నర్మదానదుల నడుమ **డాహల** మండలంలో దుర్వాసర్షి వంశానికి చెందిన శైవ గురువుల పరంపర వర్ధిల్లింది. ఈ పరంపరలో సద్భావశంభు జన్మించాడు. ఆయన కాలచుర్య చక్రవర్తి యువరాజదేవుని నుండి ముఖ్ మండలాన్ని **భిక్ష**గా గ్రహించాడు. ఈ శైవముని గోళకీ మఠాన్ని స్థాపించి మఠంలోని ఆచార్యుల పోషణార్థం ఆ మండలాన్ని **వృత్తి**గా ఇచ్చాడు. ఈ గోళకీమఠంలో భూపతులను శపించగల, అనుగ్రహించగల సామర్థ్యం కలిగిన గురువులు, వేలాది శిష్యులు తయారయ్యారు. శక్తి **శంభు, కీ**ర్తి **శంభు,** విమల శివ, విశ్వేశ్వర **శంభు**లు ఈ మఠంలోని కొందరు సుప్రసిద్ధ గురువులు. చివర పేర్కొన్న విశ్వేశ్వర **శంభు** లేదా **శివ** గణపతిదేవ మహారాజుకు **దీక్షా గురువు.** దీక్షానంతరం గణపతి దేవుడు తనను విశ్వేశ్వర **శంభువు**కు (ఆధ్యాత్మిక) పుత్రునిగా చెప్పుకున్నాడు.

గోళకీ మఠానికి చెందిన ఈ శివాచార్యులను శాసనాలలో గోళకీ **వంశం** వారిగా, **భిక్షామఠ సంతానం**గా వర్ణించారు. కాలచురి, కాకతీయ, మాళ్వ, చోళ రాజులమీద ఈ శైవాచార్యుల ప్రభావం అమితంగా ఉండేది. మల్కాపురం శాసనంలో చెప్పిన శైవాచార్య పరంపర కొంతవరకు జబల్‌పూర్ శిలాశాసనంలో కూడా సమానంగా కనిపిస్తుంది.[24]

శా. శ. 1183 దుర్మతినామ సంవత్సరానికి సరి అయిన క్రీ. శ. 1261 నాటి మల్కాపురం శాసనం రుద్రమదేవి తన తండ్రి కోరిక ప్రకారం విశ్వేశ్వర **శంభు**కు వెలనాటి – **విషయం**లో కృష్ణాతీరాన మందరం లేదా మందడం అన్న గ్రామాన్ని దానం చేసినట్లు తెలుపుతుంది. రాణి నుండి ఈ కానుకను పొందిన తర్వాత విశ్వేశ్వర **శంభు** ఆ గ్రామంలో ఒక శివాలయాన్ని, శుద్ధశైవ **మఠ** మనేమఠాన్ని, ఒక అన్న సత్రాన్ని నిర్మించాడు. ఆ గ్రామంలో అనేక బ్రాహ్మణులను స్థిరపరచి దీనికి విశ్వేశ్వరగోళకి లేదా విశ్వనాథ గోళగిరి అని పేరు పెట్టాడు. ఈ **మఠం**లో ప్రసూత్యారోగ్యశాల కూడా ఉంది.

ఈ శాసనం విశ్వేశ్వర **శంభు** ఇతర ప్రదేశాలలో చేసిన దానాలను కూడా పేర్కొన్నది. ఆయన కాళేశ్వరంలో ఒక శివాలయాన్ని, **ఉపలమఠా**న్ని నిర్మించాడు. కరీంనగరు జిల్లాలో గోదావరీ తీరంలోని కాళేశ్వరంలో లభించిన శాసనం ఈ విషయాన్ని నిరూపిస్తున్నది.[25] కాళేశ్వరంలోని ఈ మఠాచార్యుడు విశ్వేశ్వర శివాచార్యుని (ఆధ్యాత్మిక?) కుమారుడు ధర్మ శివుడు. ఆయన కృష్ణాతీరంలోని ఏలేశ్వరంలో పదహారు **ఆవరకాల** మఠాన్ని కట్టించాడు. ఇవికాక విశ్వేశ్వరశంభు శివాచార్యుడు మంత్రకూటం, చంద్రవల్లి, కొమ్ముగ్రామం, నివృత్తి(?), ఉత్తర సోమశిలలలో శివలింగాలను ప్రతిష్ఠించాడు.

ఆంధ్రదేశంలో భట్టిప్రోలు, పుష్పగిరి, శ్రీపర్వతం, త్రిపురాంతకం, అలంపురం, దాక్షా రామం మొదలయిన అనేక చోట్ల గోళకీ మఠశాఖలున్నాయి. ఈ అన్నిచోట్ల స్థాన పతులు ఈ మఠాల శైవాచార్యులే. ప్రజలమీద వీరి ప్రభావం ఎంతగానో ఉంది. పాశుపత శైవ

23. *IAP. Wg.*, Nos. 99 & 100.
24. *EHD.* p. 705-6.
25. *IAP. Kn.*, No. 32.

మతానికి చెందిన ఈ మఠాలు చివరి కాకతీయ చక్రవర్తి ప్రతాపరుద్రుని పరిపాలనా కాలాంతం వరకు వైభవాన్ని అనుభవించాయి. తరువాతి కాలపు శాసనాలలో వీటి ప్రసక్తి అరుదు.

ఆనాడు పాశుపత మతస్థులకున్న ప్రాధాన్యాన్ని గణపతిదేవుని కాలానికి చెందిన దుర్గి శాసనంలో గమనించవచ్చు. వంకేశ్వర దేవుని ఆలయ అన్న సత్రానికి ఒక దానం చేస్తూ చాతుర్మాస్య కాలంలో ప్రతిరోజూ ఐదుగురు పాశుపత శైవులకు చక్కగా భోజనం పెట్టాలని ఇది చెప్తున్నది.[26] త్రిపురాంతకంలో విశుద్ధశివ మఠాన్ని నెలకొల్పుతూ దాని నిర్వహణ కోసం వివిధాంశాలకు ఇచ్చిన అనేక **వృత్తులను** ఒక శాసనం పేర్కొంటున్నది.[27] మఠ ఉద్యోగులలో కరణం, భృత్యులు, వంటగాళ్ళు, నీళ్లు మోసేవాళ్లు, తోటమాలులు, కాపలా దారులు ఉన్నారు. రాజగురువు విశ్వేశ్వర శంభు నిర్మించిన శుద్ధ శైవ **మఠాన్ని** గురించిన వివరాలన్నీ ముందు పేర్కొన్న మల్కాపురం శాసనంలో ఉన్నాయి.[28]

ఆంధ్రదేశంలోని మఠాల చరిత్రలో కాకతీయుల కాలంలో విలసిల్లిన మరో శైవశాఖ ఆరాధ్య శైవం. కాకతీయ రాజులు వీరిని పోషించకపోయినప్పటికీ ఈ కాలంలో ఇది విస్తృతప్రచారం పొందింది. పండిత **త్రయం**గా ప్రసిద్ధి చెందిన ముగ్గురు ఆచార్యులు శ్రీపతి పండితుడు, మల్లికార్జున పండితుడు, మంచన పండితుడు ఈ కాలంలో వర్ధిల్లి ఆంధ్రదేశం నలుమూలలా శైవమత ప్రచారం చేశారు. ఈ ఆచార్యుల శైవ శాఖను అనుస రించే వారిని **ఆరాధ్యులనీ, లింగధారులనీ** అంటారు. వీళ్లు **లింగం** ధరిస్తారు. ఈ ఆరాధ్య శైవులు ఆంధ్రదేశంలో ఇప్పటికీ బహు ప్రాంతాలలో ఉన్నారు, కుల భేదాన్ని పాటిస్తారు. మల్లికార్జున పండితుడు వెలనాటి చోడ రాజయిన రెండవ రాజేంద్ర చోళునికి (క్రీ.శ. 1162–1181) సమకాలికుడు. ప్రతాపరుద్రునికి సమకాలికుడయిన పాల్కురికి సోమ నాథుడు రచించిన తెలుగు ద్విపద రచన **పండితారాధ్య చరిత్ర**లో మల్లికార్జున పండితా రాధ్యుని జీవిత చరిత్ర, బోధనలు విపులంగా వర్ణితమయ్యాయి. కాలచురి బిజ్జలుని మంత్రీ, కర్ణాటకలో వీర శైవ మతస్థాపకుడూ అయిన బసవన పట్ల పండితునికి అభిమానం, గౌరవం.

ఆ నాడు కర్ణాటకలో వీరశైవం పరాకాష్ఠలో ఉన్నప్పటికీ తెలుగుదేశ ప్రజలమీద దాని ప్రభావం దాదాపు శూన్యం. అయితే ఆంధ్రదేశంలో దాని ప్రాతినిధ్యం బసవేశ్వరుని బోధనలను తన **బసవపురాణాది** రచనల ద్వారా ప్రచారం చేసిన పాల్కురికి సోమనాథునిలో కనిపిస్తుంది.

కాకతీయుల కాలంలో శైవ**మఠాలు** గొప్ప విద్యాసంస్థలుగా విలసిల్లాయి. వీటిలో కేవలం మతబోధనలే కాక శిష్యులకు వేద, శాస్త్ర, దర్శన, ఆగమాదుల బోధన కూడా ఉండేది. ముందు పేర్కొన్న మల్కాపురం శాసనం అక్కడి మఠంలోని **విద్యామండపం**లో వివిధ శాస్త్రాల బోధనకు విశ్వేశ్వర శంభు చేసిన ఏర్పాట్లను పేర్కొన్నది. ఋగ్యజుస్సామ

26. *SII*. X. 334.
27. *Ibid*., 395.
28. *Ibid*.,

వేదాలు మూడూ, **పదవాక్యప్రమాణమూ** (వ్యాకరణం, తర్కం), సాహిత్యం, ఆగమాలు (శైవాగమాలు), పంచ వ్యాఖ్యాతలు (బహుశా దర్శనాచార్యులు), వైద్యం ఇక్కడ బోధించే విషయాలు. ఈ శాఖల ఆచార్యులందరికీ **వృత్తు**లీయబడ్డాయి. జన్నిగ దేవుని ఇటిగుల్లపాడు శాసనంలో కూడా ఒక **విద్యామండపం** ప్రసక్తి ఉంది.[29] శివలింగ**మఠం,** విద్యా మండపం, అన్నసత్రాల నిర్వహణకోసం శ్రీశైలంలోని అభినవ గోళకీ **మఠా**నికి చెందిన శాంతశివ దేశికునికి ఇచ్చిన దానాన్ని ఈ శాసనం తెల్పుతుంది. ఇటువంటిదే మరో శాసనం కడప జిల్లాలోని పొందలూరులో లభించింది. గణపతిదేవుని 62వ రాజ్యసంవత్సరంలో ఆయన సేనాని కాయస్థ నాయకుడు జన్నిగదేవుడు తన ఆధ్యాత్మిక గురువయిన శ్రీపర్వత అభినవగోళకీ మఠాచార్యుడు శాంత శివదేశికునికి **విద్యామండపం,** శివలింగ మఠ అన్న సత్ర నిర్వహణకుగాను పురుందలూరు (పొందులూరు) గ్రామాన్ని దానం చేశాడు.[30] ఈ శివలింగమఠం శ్రీశైలంలో ఉండి ఉండవచ్చు. శ్రీశైలంలోని అభినవ గోళకీ**మఠం** ఆనాడు ఒక **విద్యామండప**ాన్ని నిర్వహిస్తున్నట్లు దీనివల్ల తెలుస్తున్నది.

4. వైష్ణవం

శైవ మతాన్ని అవలంబించినప్పటికీ కాకతీయులు వైష్ణవమత ప్రచారానికి వ్యతిరేకులు కారు. అనంతర కాలంలో శ్రీవైష్ణవ శాఖగా ప్రసిద్ధికెక్కిన శాఖ కాకతీయుల కాలంలో అంత ప్రచారంలో లేదు. వారి ముద్రల మీద, నాణాల మీద వరాహ లాంఛనం, వారి త్రికూటాలయాలన్నిటిలోనూ ఒకడుగా హరిని ప్రతిష్ఠించడం కాకతీయులు వాసుదేవుడు లేదా విష్ణువును కూడా ఆరాధించినట్లు నిరూపిస్తుంది. రుద్రదేవ మహారాజు అనుమకొండలోని రుద్రేశ్వరాలయం (వేయిస్తంభాల గుడి)లో వాసుదేవుని ప్రతిష్ఠించాడు.[31] అతని మంత్రి వెల్లకి గంగాధరుడు అనుమకొండలో ప్రసన్న కేశవస్వామిని ప్రతిష్ఠించి పెద్దగుడి కట్టించినట్లు అతని శాసనం చెప్తున్నది. కొత్త బస్‌డిపో సమీపంలో చెరువు కట్టమీద ఈ దేవాలయ శిధిలాలు ఇటీవలే బయట పడ్డాయి. గణపతిదేవుని సోదరి రాణీ మైలాంబ ఇనుగుర్తిలో గోపాల కృష్ణునికి గుడికట్టించి దానాలు చేసినట్లు ఇనుగుర్తి శాసనం తెల్పుతున్నది.[32] ప్రతాపరుద్ర మహారాజు సేనాని దేవరి నాయకుడు తన ప్రభువు ఆజ్ఞ మేరకు కావేరిలోని శ్రీరంగనాధునకు సలకలవీడు గ్రామాన్ని దానం చేశాడు.[33] ప్రతాపరుద్రుడు క్రీ.శ. 1321లో చెన్నకేవవస్వామికి కొన్ని దానాలు చేసినట్లు మహబూబునగరు జిల్లా కొలనుపల్లిలో లభించిన శాసనం తెల్పుతున్నది.[34] ఈ మహారాజు నరసింహస్వామి దేవాలయానికి కొన్ని దానాలుచేసినట్లు పలివెల శాసనం చెప్తున్నది.[35]

---

29. *IAP. Cu.,* I, No. 140.
30. *Ibid.,* No. 142.
31. *IA.* XI, pp. 9 ff
32. *IAP. Wg.,* No. 49.
33. Appendix-5.
34. Unpublished.
35. *Ibid.*

ప్రతాపరుద్రుని దేవేరి లక్మాదేవి కరీంనగరు జిల్లా యెల్గేడులోని రామనాథదేవునికి కొన్ని కానుకలిచ్చినట్లు అక్కడి శాసనంవల్ల తెలుస్తున్నది.[36] ఇటువంటి సంఘటనలెన్నైనా పేర్కొన వచ్చు. దీన్నిబట్టి కాకతీయ రాజులంతా విష్ణుభగవానునికూడా కొలిచినట్లు చెప్పవచ్చు.

వాస్తవానికి ఆనాడు సమాజం ప్రధానంగా శైవవైష్ణవాలనే రెండు ముఖ్యమైన మత శాఖలుగా విడిపోయి ఉంది. ఈ రెండు **సమయాల** గురువులకు విద్వాంసులైన ఆచార్యుల నాయకత్వంలో ప్రత్యేక **మఠాలు**న్నాయి. కాకతీయుల కాలంలో సింహాచలం, సర్పవరం, శ్రీకాకొలను, భావపట్టు (బాపట్ల), మాచెర్ల, అహోబిలం, నెల్లూరు, ధర్మపురి, తిరుపతులు ఆంధ్రదేశంలో ముఖ్యమైన వైష్ణవ మత కేంద్రాలుగా రూపుదిద్దుకున్నాయి. ప్రతాపరుద్రుని కాలంలో తెలింగాణా ప్రాంతంలోని వెలమ నాయకులు వైష్ణవాన్ని పోషించారు. మొదటి సింగమనేని కుమారుడు మాధవ నాయకుడు, అతని కుమారుడు వెన్నమనీడు విష్ణుభక్తులని కందికొండలోని వారి శాసనాలు తెల్పుతున్నాయి. వెన్న భూపతి కోరికమీదనే వేదాంత దేశికులు **తత్త్వ సందేశోపసంహారాన్ని** రచించినట్లు కొందరు విద్వాంసులు భావిస్తు న్నారు.[37]

తెలుగు వీరగాథ **పల్నాటి వీర చరిత్ర** ననుసరించి వీరవైష్ణవ మతానికి చెందిన బ్రహ్మనాయుని నాయకత్వంలోని వారికి, శైవులయిన నలగామరాజు, **నాయకురాలు** నాగమ్మల పక్షానికి యుద్ధం జరిగింది. ఈ దాయాదుల యుద్ధానికి మత విభేదాలు కూడా ఒక కారణమని నమ్ముతారు. మాచెర్లలోని చెన్నకేశవ స్వామి ఆలయం ఆరోజుల్లో గొప్ప వైష్ణవ కేంద్రం. ఇక్కడ బ్రహ్మనాయుడు కుల, జాతి భేదాలు లేని విశ్వజనీన వైష్ణవ మతాన్ని ప్రబోధించాడు.

మత సామరస్యం:

ఆ కాలంలో కర్ణాటకలో జరిగినట్లుగా ఆంధ్రదేశంలో వీర, శైవ మతాల మధ్యా, వాటికీ ఇతర మతాలకూ మధ్య ఉన్న భేదాలు మత యుద్ధాలుగా పరిణమించలేదు. దీనికి కారణం కాకతీయుల మత సహనం. దీనివల్ల సమాజంలోని అన్ని వర్గాల వారు పరస్పరం విరోధించుకోవడానికి బదులు సామరస్యంగా కలిసి మెలిసి జీవించగలిగారు. గంగాధర మంత్రి బుద్ధుని విష్ణువ తారాలలో ఒకటిగా భావించి పట్టశాలలో బుద్ధ విగ్రహాన్ని ప్రతిష్ఠించాడు.[38] మల్లిరెడ్డి తన బెక్కల్లు శాసనంలో శైవ వైష్ణవ జైన బౌద్ధ **సమయాలలో** కేవలం పైకి కనిపించే భేదాలు మాత్రమే అనవసర సంశయాలు కలిగిస్తున్నాయని పేర్కొన్నాడు. వాస్తవానికి భగవంతుడొక్కడే అని విశ్వసిస్తూ తన కుటుంబం తరతరాలుగా జైన మతాన్ని అవలంబిస్తున్నప్పటికీ అనేక శివాలయాలు కట్టించాడు.[39] వివిధ మతాల మధ్య సామరస్యానికి ఈ ప్రకటనలు అద్దంపడుతున్నాయి.

---

36. *IAP. Kn.,* No. 37.
37. *EA.* I, p. 108.
38. *IAP. Kn.,* 69.
39. *IAP. Wg.,* p. 50.

III. గుడి

దక్కను మధ్యయుగ చరిత్రలో గుడి వివిధ సామాజిక కార్యకలాపాలకు ప్రతీకాత్మక ప్రతినిధిగా రూపొందింది. కేవలం మతపరమైన విషయాలలోనే కాక రాజకీయ, సామాజిక, సాంస్కృతిక చరిత్రకు సంబంధించి కూడా రాళ్లలో నిక్షిప్తం చేసిన చరిత్రయే ఆధునిక చరిత్ర పరిశోధకునికి పెన్నిధి. వీటిలో ఎన్నో పాడైపోయి కనిపిస్తాయి. గుడిలేని ఊరుండదు. ఇది కేంద్రంగానే గ్రామాలు, పట్టణాలు, వ్యాపారం అభివృద్ధి చెందాయి. కొత్త గ్రామాలను నిర్మించినప్పుడు స్థపతులు గుడికోసం మంచి స్థలాన్ని వదిలిపెడతారు. క్రీ.శ. 1299 నాటి ఒక మంథెన శాసనం రాజ పురోహితుడయిన మంచిభట్టోపాధ్యాయులు ఒక గ్రామాన్ని నిర్మించి, చెరువును తవ్వించి మహాదేవునికి ఒకటి, కేశవదేవునికి ఒకటి దేవాలయాలను నిర్మించినట్లు చెప్తున్నది.[40] సప్త సంతానాలలో ఆలయ నిర్మాణం ఒకటి. స్వంత కొడుకు, దత్తపుత్రుడు, సాహిత్యరచన, అగ్రహారం, తోట, చెరువు, గుడి - సప్తసంతానాలు.[41] ఈ పట్టికలోని అంశాల విషయంలో తేడాలున్నప్పటికీ అన్ని పట్టికల్లోనూ గుడి మాత్రం ఉంది. ఆ నాడు ధనవంతులు తమ డబ్బును, వనరులను ఖర్చుచేసే అంశాలివి.

రాజధాని నగరం ఓరుగల్లులో కాకతీయుల ఇలవేల్పు స్వయంభూదేవుని అద్భుత దేవాలయముండేదని శాసనాలు, సాహిత్యం, కట్టడాలు చెప్తున్నాయి.[42] పాంచాలరాయ, కాకతి, ఏకవీర దేవాలయాలు ఉన్నాయి. వేయిస్తంభాల రుద్రేశ్వరాలయం, కొండమీది పద్మాక్షి ఆలయం, ప్రసన్న కేశవాలయం అనుమకొండలోని ప్రసిద్ధ దేవాలయాలు. పాలంపేట, పిల్లలమర్రి, ఘనపురం, నగునూరు, నాగులపాడులలోని ఆలయాలు కాకతీయుల కాలంలో నిర్మించిన కొన్ని ప్రసిద్ధదేవాలయాలు. కర్నూలుజిల్లా శ్రీశైలం, కరీంనగరు జిల్లా కాళేశ్వరం, తూర్పుగోదావరిజిల్లా దాక్షారామాలలోని శివలింగాల వల్ల ఆంధ్రదేశానికి **త్రిలింగదేశమనే** పేరు వచ్చిందని **ప్రతాపరుద్రీయ** కర్త విద్యానాథ మహాకవి వర్ణించాడు. త్రిపురాంతకం, సిద్ధవటం, అలంపురం, ఉమామహేశ్వరంలోని దేవాలయాలను శ్రీశైలానికి నాలుగు ద్వారాలుగా భావిస్తారు. అమరావతి, దాక్షారామం, భీమేశ్వరం, పాలకొల్లు, భీమవరం సమీపంలోని కుమారారామాలను పంచారామాలంటారు. సింహాచలంలోని నరసింహ దేవాలయం, సర్పవరం భావనారాయణ స్వామి దేవాలయం, శ్రీకాకొలనులోని విష్ణ్వాలయం, వేదాద్రి, ధర్మపురులలోని నరసింహదేవాలయాలు, మోపూరు, నందలూరు, నెల్లూరు, పుష్పగిరి, మహానంది, కాళహస్తి ఆలయాలు కాకతీయుల కాలంలోని మరికొన్ని ముఖ్యమైన ఆలయాలు. ఈ ఆలయాలన్నిటికి స్వంత పాలనా వ్యవస్థలూ, పాలన సంఘాలు, ఆదాయం కోసం స్వంత భూములూ, గ్రామాలూ ఉన్నాయి.

---

40. *EI.* XXXIV, pp. 67, 68.
41. *IAP. Kn.*, p. 69.
42. **స్వయంభూదేవ దివ్య శ్రీపాద పద్మారాధక** మొదలైనవి, **ప్రతాపరుద్రీయంలోని ప్రశస్తులు.**

బహు కార్యకలాపాల సంస్థగా గుడి ప్రాధాన్యం గురించి పరిశీలిద్దాం. మధ్య యుగంలో గుడి పాత్రను కె.ఏ.నీలకంఠశాస్త్రి సముచితంగా అంచనా వేశాడు. ఆయన మాటల్లో –

"భూస్వామిగా, యజమానిగా, సరుకులు – సేవల వినియోగదారుగా, బాంకుగా, పాఠశాలగా, వస్తు ప్రదర్శనశాలగా, వైద్యశాలగా, రంగస్థలంగా, ఒక్కమాట చెప్పాలంటే అత్యుత్తమమయిన కళలూ నాగరికతలకు సంబంధించి కేంద్ర బిందువుగా, ధర్మబద్ధమైన మానవతతో వాటిని నియంత్రించేదిగా మధ్యయుగ భారతీయ దేవాలయంతో సమానమైన వేవీ మానవ చరిత్రలో లేవు"[43]

ఒక గొప్ప చరిత్రకారుని వాక్యాలను ఉటంకించిన తర్వాత వాటికి తగిన ఉదాహరణలను చూపడం తప్ప మనం కొత్తగా చెప్పగలిగిందేమీలేదు. ఆంధ్రప్రదేశ్‌లోని తిరుమల కొండల మీద శ్రీ వేంకటేశ్వరుని ఆలయపాలన భవన సముదాయాన్ని చూస్తే ఈ అభిప్రాయం ఇప్పటికీ వాస్తవమే. దాక్షారామం, త్రిపురాంతకం, అలంపురం, సర్పవరం, భీమేశ్వరం, పాలకొల్లు, బాపట్ల, సింహాచలం దేవాలయాలలోని శాసనాలు ఈ విషయాన్ని నిరూపిస్తాయి.

స్థానం: ఆలయ పాలకసంఘాన్ని **స్థానం** అంటారు. దీని అధ్యక్షుణ్ణి **స్థానాధిపతి** లేదా **స్థానపతి** అంటారు. మతాధీనంలోని ఆలయాలన్నిటిపైనా అధికారం కలిగిన ప్రధాన మతాచార్యుడే **స్థానపతి** కావలసిన అవసరంలేదు. ఆలయ పాలన నిర్వహణార్థం నియమితుడయిన **వృత్తి** మంతుడు **స్థానాధిపతి.** శా. శ. 1055కు సరి అయిన క్రీ. శ. 1133 నాటి నాదెండ్ల శాసనం ఇతర ఉద్యోగులతో పాటు **స్థానపతి**కి కూడా భూదానం చేసింది.[44] ఆలయ పాలన కార్యాలయాన్ని సూచించడానికి ఇప్పుడు కూడా **దేవస్థాన**మన్న మాటే వాడుకలో ఉంది. పాలనాకార్యాలయ యంత్రాంగం, సేవా యంత్రాంగాలతో ఇది పూర్తి స్థాయి సంస్థ. ఆలయం ఏదో ఒక మతానికి చెందిన మఠం పరిధిలో ఉంటుంది. ఆ మఠాచార్యుడు స్వయం ప్రతిపత్తితో ఆ ఆలయాలమీద అధికారం కలిగి ఉంటాడు. వాస్తవానికి ఆలయాలు వారి మతబోధలకు శాఖలు. ప్రతి దేవాలయంలోనూ పూజలు ఒక ప్రత్యేక **మఠం** ఆగమ శాస్త్రం ప్రకారం జరుగుతాయని ప్రత్యేకంగా చెప్పవలసిన పని లేదు. మఠాచార్యుడి పలుకుబడితో పాటు ఆలయ సంపద పెరుగుతూ ఉండేది.

భూస్వామిగా దేవాలయం:

రాజులు, సామంతులు ఆలయాలకు గ్రామాలు దానం చేసేవారు. క్రీ. శ. 1313 నాటి ప్రతాపరుద్రుని శాసనం ప్రకారం శ్రీశైలం మల్లికార్జున ఆలయానికి వివిధ నాడులలో డెబ్బై గ్రామాలున్నాయట.[45] వీటి మీద అరిసి మఠం, ఎడమఠాలదే పెత్తనం. మరికొన్ని

---

43. K.A.N.Sastry; *The cholas,* p. 654.
44. *SII.* IV., 677.
45. *Ibid.,* X, 504.

గ్రామాలు కలిగిన ఇతర మఠాలు కూడా శ్రీశైలంలో ఉండేవి. అదేవిధంగా త్రిపురాంతకం, అలంపురం, దాక్షారామం, బాపట్ల, సర్పవరం, బెజవాడ, కాళేశ్వరం, మల్కాపురం, అమరావతి, వేల్పూరులలోని ఆలయాలకు ఎన్నో గ్రామాలు **దేవ వృత్తులు**గా ఉన్నాయి. ఆ విధంగా వివిధ ప్రాంతాలలో వివిధ భూములు, గ్రామాలు కలిగిన ఆలయాలు మాండలిక రాజ్యాల వంటివి. దేవాలయాలకు ఇతర రాజ్యాలలో, ప్రాంతాలలో కూడా భూములు, గ్రామాలు ఉండేవి. ఉదాహరణకు శ్రీశైలం దేవాలయానికి హోయసల రాజ్యంలోని ద్వార సముద్ర ప్రాంతంలో హరళయ పురమనే గ్రామం **వృత్తి**గా ఉండేది. అదే విధంగా ప్రతాప రుద్రుడు శ్రీరంగంలోని శ్రీరంగసాథస్వామికి నేటి ప్రకాశం జిల్లాలోని సలకలవీడు గ్రామాన్ని దానం చేశాడు. శ్రీరంగం పాండ్యరాజ్యంలో ఉంది. అందువల్ల ఆలయ ఆస్తులకు రాజకీయ సరిహద్దులు లేవు. ఈ విషయంలో సామంత ప్రభువుల కంటే ఆలయాలకు ఎక్కువ అధికారాలుండేవి. పైగా రాజులు ఆలయ ఆదాయంపై నామమాత్రపు పన్నులే తీసుకొనేవారు. ఉదాహరణకు ఈ సలకలవీడు గ్రామం దాని మొత్తం ఆదాయంతో సహా శ్రీరంగనాథునికి దానమీయడం జరిగింది. లేకపోతే దీనిమీది పన్నులన్నీ సంబంధిత జమీందారు దేవరినాయకుడు రాజుకు చెల్లించవలసివచ్చేది. కాబట్టి **దేవవృత్తి** భూములన్నీ **సర్వమాన్యాలు**గా ఉండేవి. ఆ రోజుల్లో ఆలయ భూస్వామ్య స్వరూపం ఇది.

యజమానిగా గుడి:

ఆలయ ఉద్యోగులు సాధారణంగా నాలుగు రకాలు - **స్థానపతులు, మానులు, సానులు, నిబంధకారులు.** క్రీ. శ. 1135 నాటి వెలనాటి గొంకరాజు సాతులూరు శాసనంలో ఈ నాలుగు రకాల ఉద్యోగులను పేర్కొన్నాడు.[46] క్రీ.శ. 1221 నాటి జుత్తిగ శాసనం అక్కడి ఆలయంలో **స్థానాధిపతులు, శ్రీకరణం, సానిమున్నూర్వురు, నిబంధకారులను** పేర్కొన్నది.[47] **స్థానపతుల**లో ఆలయ పూజారులు కూడా ఉంటారు. అయితే కొన్ని సందర్భాలలో **స్థానపతుల**ను, **పూజారుల**ను విడివిడిగా పేర్కొనడం కూడా ఉంది. రాజమండ్రిలోని ఒక శాసనం **స్థానాధిపతుల**ను, **పూజారుల**ను విడివిడిగా పేర్కొన్నది.[48] క్రీ.శ. 1312 నాటి ఒక త్రిపురాంతకం శాసనం **స్థానాధిపతుల**ను, **పూజారుల**ను విడివిడిగా పేర్కొంది.[49] దీనివల్ల ఆలయ పాలనలో **పూజారి** స్థానం పాలక సంఘ సభ్యుడయిన **స్థానపతి** స్థానంతో సమానమైనది కాదని తెలుస్తుంది. పూజారి ఒక్కొక్కసారి **స్థానపతి** కావచ్చు, లేదా **స్థానం** అనుమతితో **స్థానపతుల**లో ఒక సభ్యుడు కూడా కావచ్చు. **స్థానపతులు** లేదా **స్థానం వారికి** తక్కిన ఆలయ ఉద్యోగుల లాగానే **వృత్తులు** ఇచ్చేవారు.

2. రెండో వర్గం ఉద్యోగులు **మానులు**. ఈ పదం సంస్కృత **మాన్య** శబ్దం నుండి ఏర్పడి ఉంటుంది. క్రీ.శ. 1269 నాటి కాజ శాసనంలో **సాని, మాన్య, నిబంధములకు**

46. *Ibid.*, 97.
47. *Ibid.*, 268.
48. *Ibid.*, 194.
49. *Ibid.*, 502.

అని ప్రయోగించబడింది.[50] కొన్ని సందర్భాలలో **కొట్టరువు భండారి,**[51] **బోయ,**[52] **శ్రీ కరణము**[53]లను **మానులనడం** కన్పిస్తుంది. **స్థానంలో** వీరికేమైనా పాత్ర ఉందేమో తెలియదు. **పూజారులు, తెలిక** కూడా ఈ వర్గంలోకి వస్తాయి. క్రీ. శ. 1255 నాటి జుత్తిగలోని ఒక శాసనం వాసుకి రవి సోమేశ్వరదేవునకు నగదు రూపంలో ఒక కానుక ఇస్తూ దాన్ని **స్థానపతులు, శ్రీ కరణం** కొమ్మనపెగ్గడ, **సాని** - 300, **నిబంధకారుల** అధీనంలో ఉంచాడు.[54] ఇక్కడ **శ్రీకరణం** ఆలయ **మానుల**లో ఒకడు. ఈ ఉద్యోగులను అక్కడక్కడ **అయ్యనులు** అనడం కూడా కనిపిస్తుంది.[55] ఇది అయ్య / ఆర్య శబ్దం నుండి ఏర్పడి ఉంటుంది. క్రీ.శ. 1152కు చెందిన ఒకచేబ్రోలు శాసనం 300 **సానులు**, 300 **అయ్యనులు, మానుల**ను పేర్కొన్నది.[56] దీన్ని మరింత అధ్యయనం చేయవలసిన అవసరం ఉంది.

3. ఆలయ ఉద్యోగులలో మూడో రకం **సానులు.** ఇది సంస్కృత స్వామిని శబ్ద భవం. గౌరవ నీయులయిన స్త్రీలు రాజులు, బ్రాహ్మణులు, రెడ్ల భార్యల పేర్ల చివర కూడా **సాని** శబ్దాన్ని వాడారు. ఆలయ సానులు ఆ నాడు ఒక ప్రత్యేక వర్గం. ప్రతిరోజు **రంగ మండపంలో** భగవంతుని **రంగభోగా**నికై నాట్యం చేయడానికి ఈ స్త్రీలను భక్తులు ఆల యాలకు దానం చేస్తారు. ఇతర ఉద్యోగులకు లాగా వీరికి నగదు రూపంలోగాని, వస్తు రూపంలోగాని నిర్దిష్ట జీతాలున్నట్లు కనిపించదు. దాతల దానాల పైనే వారి ఆదాయం ఆధారపడి ఉంటుంది. కొందరు దాతలు తమ పేరిట ప్రతిరోజు అధికారులు నిర్ణయించిన సమయాలలో భగవంతుని ముందు నాట్యం చేయడం కోసం వీరిని నియోగించేవారు. గుంటూరుజిల్లా వేల్పూరులో వేసిన ఒక శాసనంలో మహామండలేశ్వర కోట గణపతి దేవుడు భండారము అక్కమను **సాని**గా రామేశ్వర స్వామికి దానం చేస్తూ ఆమెకు **వృత్తి**గా కొన్ని భూములను, ఇంటి స్థలాన్ని దానం చేశాడు. ఇప్పుడు నాగార్జున సాగరంలో మునిగి పోయిన ఏలేశ్వరంలో క్రీ. శ. 1271లో వేసిన ఒక శాసనం మంకిసెట్టి అనే వ్యక్తి తన ఇద్దరు మనుమరాళ్లను ఏలేశ్వర దేవరకు **సానులు**గా అర్పించినట్లు చెప్తున్నది.[57] దీన్ని బట్టి ఇతర దేవాలయాలలో కూడా **సానుల** వ్యవస్థ గురించి తెలుసుకోవచ్చు. సాధారణంగా అందరూ అనుకొనేటట్లు వాళ్లు సాధారణ వేశ్యలు కారు. వారు గౌరవంగా కుటుంబ జీవితాన్ని గడుపుతున్న వివాహిత స్త్రీలు. దాత తరఫున ఆలయంలో నృత్య సంగీతాల కోసం ఏర్పరచిన స్త్రీలు. **షోడశోపచారాలలో నృత్యగీతాలు** రెండూ ఉన్నాయి. భక్తులు

---

50. *Ibid.*, IV, 705, 707.
51. *Ibid.*, 990, 995.
52. *Ibid.*, X, 81.
53. *Ibid.*, 268.
54. *Ibid.*, 348.
55. *Ibid.*, VI, 116.
56. *Ibid.*, 101.
57. Md. Abdul waheed Khan: *Yeleswaram Excavations,* p. 63.

ఆలయాలలో ఇటువంటి ఏర్పాట్లు చేస్తూ ఉంటారు. ఆలయ అధికారులు వారి ప్రదర్శనకు సమయం కేటాయించి **సానులు** ఈ కార్యక్రమానికి భంగం కలిగించకుండా కొనసాగేటట్లు చూస్తారు. ఒక సానికి ఇటువంటి నియోగాలు ఒకటి కంటే ఎక్కువ ఉండవచ్చు. ఆమెకు ఆలయ కోశం నుండి డబ్బు చెల్లించనవసరంలేదు. కొన్ని సందర్భాలలో ఆలయోద్యోగులలో స్థాయీభేదం లేకుండా పురుషులందరినీ **మాన్యులు** లేదా **మానులు** అనీ స్త్రీలందరినీ **సానులనీ** పిలవడంకూడా ఉంది.

4. నాలుగో వర్గం వారు భృత్యులు. వీరిని **నిబంధకాండ్రు, కరణ కర్మకులు** అంటారు. కింది స్థాయి సేవకులు, వంటవాళ్ళు, నీరుమోసే వాళ్ళు, ఊడ్చేవారు, కాపలాదార్లు, శంఖమూదే వారు, తాపీ పనివారు, ఇతర వృత్తుల వారు ఈ వర్గంలోకి వస్తారు. క్రీ. శ, 1135 నాటి సాతులూరు శాసనం **స్థానపతులు, సానులు, మానులు, నిబంధకారులను** పేర్కొంటూ చివరి వర్గంలో **నట్టవుండు** (నాట్యమాడే పురుషుడు) మొదలయిన వారిని పేర్కొన్నది.[58] క్రీ.శ. 1269 నాటి గణపతిదేవుని పరిపాలనా కాలపు దుర్గి శాసనం **రంగభోగం** ఒక్కదానికే చెందిన ఇరవైమంది ఉద్యోగుల పేర్లను పేర్కొంది.[59] వారు **మద్దెల కాండ్రు, ఆవజకాడు, కాళకాడు, వాసెకాడు, (-) తు కాడు, భరత కాండ్రు, పాత్రలు, పాడెడివారు, సియాణేతలు** (స్త్రీలు), **వీరణతిండ్లవారు, బొమ్మిడివారు, జేగంటలవారు, దివ్వెకోలవాడు, గ్రదగువాడు, అంగరేకసువాసి, కావడివడుగు, కూలిగపుబానెస, సంప్రదాయపు వెన్నకూత**. బహువచనం ఉన్నచోట ఆపనిచేసే ఉద్యోగులు ఒకరి కంటే ఎక్కువ అని తెలుసుకోవచ్చు.

క్రీ.శ. 1133 నాటికి చెందిన నాదెండ్లలోని ఒక శాసనం **పూజారులు, స్థానపతులు, పౌరాణికులు, అధ్యక్షుడు,** తాపీ పనివారు, గాయకులు, సహగాయకులు, వేణువాదకులు, వీణావాదకులు, **తంత్రపాలురు,** ఛత్రవాహకులు, కుమ్మరి, **కాసెవారు** మొదలయిన 48 మంది ఉద్యోగులను పేర్కొన్నది.[60] దేవికి నగలు చేసే కంసాలులు, శిల్పులు కూడా వీరిలో ఉన్నారు.[61] కొన్ని దేవాలయాలు శిల్పులు, తాపీపనివారు, కంసాలులను శాశ్వత ప్రాతిపదికన ఉద్యోగులుగా నియమించుకొనేవి. మొత్తం మీద రాజాంతఃపురం, సాధారణ పరిపాలనా వ్యవస్థల మాదిరిగానే దేవాలయానికీ 72 రకాల సేవలు చేసేవారుండేవారు. వీరిని **డెబ్బై రెండు నియోగాలవారు** అంటారు. గంగయ **సాహిణి** అతని సన్నిహిత బంధువులయిన కాయస్థ నాయకులకు, ఇందులూరి ప్రభువులకు **బాహత్తర నియోగాధిపతి** అన్న బిరుదు ఉండేది. కాకతీయ పరిపాలనలో 72 రకాల శాఖలకు వీరు అధిపతులు.[62]

రాజాంతఃపురం తర్వాత ఆ స్థాయిలో అనేకమంది ఉద్యోగులను వస్తు, నగదు రూపంలో జీతాలమీద, భూములను **వృత్తులు**గా ఇవ్వడం ద్వారా నియమించే అతిపెద్ద సంస్థ దేవాలయమే.

---

58. *SII* X, 97.
59. *Ibid.*, 422.
60. *Ibid.*, IV, 677.
61. *Ibid.*, 663.
62. *Ibid.*, X, 346.

ఈ ఉద్యోగులలో కొందరు సంఘాలుగా ఏర్పడ్డారు. **స్థానపతులు, మాన్యులు, సానులు మున్నూర్వుర** సంఘాలు - **స్థానపతులు** - 300, **సానులు** - 300, **అయ్యనలు** - 300 అని చేబ్రోలు శాసనం పేర్కొన్నది. ఈ సంఖ్య ఒక దేవాలయంలోని ఉద్యోగుల సంఖ్యనే తెల్పేది కాదు. ఆ వృత్తికి సంబంధించిన శ్రీశైలం, దాక్షారామం, త్రిపురాంతకం వంటి పెద్ద దేవాలయంలో ఉండే సంస్థలో సభ్యులయిన వారి సంఖ్యను ఇది తెలుపుతుంది. ప్రధాన దేవాలయానికి అనుబంధించి ఉన్న దేవాలయాల ఉద్యోగులందరూ మున్నూర్వురు పాలక సభ్యులను కలిగి ఉన్న మాతృ సంస్థలో సాధారణ సభ్యులుగా ఉంటారు.

సేవల, సరుకుల వినియోగదారుగా దేవాలయం:

ప్రజలకున్న దైవభక్తివల్ల విలువైన ఉత్పత్తులన్నీ ధాన్యం, పండ్లు, బెల్లం, గొర్రెలు, ఆవులు, ఎద్దులు ముందుగా దేవాలయానికి చేరతాయి; చివరికి **సానులు** కూడా చేర్తారు. వేముల వాడ రాజేశ్వరాలయం దీనికి మంచి ఉదాహరణ. ఇప్పుడు కూడా రైతులు స్వామికి ఎన్నో ఎద్దులు దానం చేస్తారు. ఆలయ ఆదాయంలో ఇది ముఖ్యమైన భాగం. దాక్షారామ దేవాలయం గోడలమీద చెక్కిన అనేక శాసనాలు భీమేశ్వర స్వామికి వేల సంఖ్యలో గొర్రెల, మేకల, ఆవుల దానాలను తెల్పుతున్నాయి. ముందే చెప్పినట్లు ఆలయాలకు దాసీలను, నాట్యకత్తెలను దానం చేయడం కూడా ఉంది. అందువల్ల రాజభవనం తర్వాత ధాన్యం వంటి సరుకులు పెద్ద ఎత్తున వినియోగమయ్యేది దేవాలయంలోనే. ఈ వినియోగమంతా చివరికి గ్రామస్థుల కొరకే. రోజూ ప్రసాదాలు పంచేది ఆలయభృత్యులకూ, పేదలకే కదా.

ఏ ఆధారం లేని ఎవరైనా గుళ్లో ఏదో పని చేసుకుని పొట్టపోసుకోవచ్చు. తనకున్న విస్తృతమైన వనరులతో నిస్సహాయులయిన పేదలకు తిండి పెట్టటం గుడికి పెద్ద సమస్య కాదు. దాతల తరఫున ఆలయానికి ప్రతిరోజూ నేయి, నూనె వంటి సరుకులను సరఫరా చేసే చిల్లరవర్తకులు, తెలికవారు, గొల్లలు, బోయలు వంటి వారెందరో శాశ్వత ఉద్యోగులు కాకపోయినా ఆలయ భృత్యులుగానే గుర్తించవలసి ఉంటుంది.

బాంకుగా దేవాలయం:

ఆ రోజుల్లో దేవాలయాలు వడ్డీకి అప్పులిచ్చేవి. పన్నెండవ శతాబ్దానికి చెందిన ఒక దాక్షారామ శాసనం కొన్ని **నిష్కాలను** (సంఖ్య స్పష్టంగా లేదు) దానం చేస్తూ వాటిమీద వచ్చిన వడ్డీని ఆలయంలో ప్రతి ఏటా జరిగే దమనోత్సవానికి వినియోగించవలసిందిగా నిర్దేశించింది. వడ్డీ 25 **మహన్నిష్కాలుగా** నిర్ణయించారు.[63] అసలును **సన్నిష్కాలుగా** వడ్డీని **మహన్నిష్కాలుగా** పేర్కొన్నారు. అందువల్ల ఆలయం డబ్బు వడ్డీకి ఇవ్వడం ద్వారా బాంకింగు వ్యాపారం కూడా చేసేదని చెప్పవచ్చు. బెజవాడలోని మల్లేశ్వరస్వామి గుళ్లోని శాసనం ఒక ఆసక్తికరమైన విషయాన్ని తెల్పుతుంది.[64] కునిసెట్టి అనే వ్యక్తి కుమార తెలుంగు రాయలనే మరొక వ్యక్తి వద్ద తీసుకున్న అప్పును సమయానికి తీర్చలేక అసలుకు మరొక రుణపత్రం రాయడానికి అంగీకరించి వడ్డీగా తన **సుకృతాలన్నిటినీ** రుణదాతకు

---

63. *Ibid.*, IV, 1140.
64. *Ibid.*, 784.

బదిలీచేశాడు. అంటే అతను అంతకుముందు దేవాలయానికి చేసిన దానాలు - దీప, గోదానాలు లాంటివి- ఇక నుండి రుణదాత పేరుమీద చెల్లుబడి అవుతాయి. గుడి నిజంగా ఒక వింతబాంకు. ఇక్కడ శాసనం ద్వారా తమ **సుకృతాలను** కూడా బదిలీ చేసుకోవచ్చు. క్రీ. శ. 1244 నాటి ఒక శాసనం ఒక **గద్యను** దానం చేస్తూ దాని మీద వడ్డీని సాయం కాలం ఒక దీపాన్ని వెలిగించడానికి ఉపయోగించాలని చెప్పింది.[65] దీన్నిబట్టి ధన రూపంలో దానం చేసినప్పుడు దానిపై వడ్డీని మాత్రమే నిర్దిష్ట ప్రయోజనానికి ఉపయో గించాలని తెలుస్తున్నది.

ఒక విద్యాసంస్థగా దేవాలయం:

ఉపాధ్యాయుల, విద్యార్థుల పోషణకోసం చేసిన దానాలను తెలిపే శాసనాలెన్నో ఉన్నాయి. మొదటి త్రైలోక్యమల్ల సోమేశ్వరుని కాలానికి చెందిన సుప్రసిద్ధ నాగై దేవాలయం కర్ణాటకలో ఒక గొప్ప **ఘటికాస్థానం** (విద్యాసంస్థ).[66] విశ్వేశ్వర శివాచార్య మఠానికి సంబంధించిన విద్యాసంస్థల గురించి గుంటూరు జిల్లా మల్కాపురం శాసనం వర్ణిస్తు న్నది.[67] శ్రీశైల మల్లికార్జునాలయానికి చెందిన **విద్యామండపం** గురించి ముందే చెప్పు కున్నాం. దాదాపు అన్ని దేవాలయాలూ సమర్థులయిన ఉపాధ్యాయులతో **విద్యామండపా** లను నిర్వహించేవి. విద్యార్థులకు ఉచితంగా భోజనవసతి ఉండేది.

పురావస్తు ప్రదర్శనశాలగా దేవాలయం:

భారతదేశంలోనూ విదేశాలలోనూ ఆధునిక పురావస్తు ప్రదర్శనశాల లన్నిటిలోనూ భారతదేశ పురాతన దేవాలయాలు, స్తూపాల నుండి సంగ్రహించిన ఉత్తమ కళాఖండాల గాలరీలున్నాయనడం వాస్తవం. ఢిల్లీలోని భారత పురాతత్వశాఖ ప్రాంగణంలో దాని వైభ వాన్ని ప్రదర్శించడానికి కాకతీయ స్వయంభూదేవాలయ **తోరణం** నమూనాను నిర్మిం చారు. అనుమకొండ, పాలంపేట, పిల్లల మర్రి, నాగులపాడు, ఘనపురాలలోని ఆలయా లన్నీ వేలాది మంది సందర్శకులను ఆకర్షించే కళాప్రదర్శనశాలలే. అవి కాకతీయ కళా వైభవ ప్రదర్శనశాలలు. శ్రీకాకుళంజిల్లా ముఖలింగంలోని అద్భుత దేవాలయాలు తొలి కళింగరాజుల కళకు ఒక ప్రదర్శనశాల. నల్లగొండజిల్లా పానగల్లు దేవాలయం అనంతర కాలపు చాళుక్య కళకు ప్రాతినిధ్యం వహిస్తుంది. అలాగే మాచర్ల, తాడిపత్రి తదితర స్థలాల్లోని దేవాలయాలు భిన్న రకాల చిత్రశిల్ప కళారీతులను ప్రదర్శిస్తున్నాయి.

రంగ మండపంగా దేవాలయం:

ఆలయ వాస్తుకు చెందిన గ్రంథాలన్నీ ఆలయంలో భగవంతుని **రంగభోగం** కోసం **రంగమండప** నిర్మాణాన్ని గురించి చెప్తున్నాయి. ఉత్సవాల సందర్భంలో ప్రత్యేక కార్య క్రమాలు ఏర్పాటుచేసేవారు. ఒక నాటకమో, సంగీత కార్యక్రమమో, హరికథో ఏర్పాటు చేయాలంటే గ్రామంలో అనుకూలమైన స్థలం దేవాలయమే.

---

65. *NDI*. II. K. 25.
66. *APAS*. 3, *Gb*. No. 2.
67. *SII*. X, 395.

కమ్యూనిటీ హాలుగా దేవాలయం:

సాధారణంగా అన్ని గ్రామ సభలూ ఆలయంలోనే జరిగేవి. కొన్ని సందర్భాలలో సభానిర్ణయాలను శాశ్వతంగా కాపాడడానికి గుడిగోడలమీద చెక్కించేవారు. వివాహాలు ఆలయాలలోనే జరిగేవి. రాజులు, రాజ్యాధికారులు కూడా పౌరులను ఆలయాలలోనే కలుసుకొనే వారు. తమ నిర్ణయాలను ఆలయ కుడ్యాలపై చెక్కించేవారు. రాజుల పట్టాభిషేకాలు, విజయోత్సవాలు కూడా ఆలయాలలోనే జరిగేవి. చాళుక్యచోళ యువరాజు పరాంతకునికి తమ విధేయతను తెలుపుతూ కొందరు సామంతరాజులు చేసిన ప్రతిజ్ఞ దాక్షారామ భీమేశ్వరాలయ కుడ్యాలపై కనిపిస్తుంది.[68] వాళ్లు ముఖ్యమైందీ పవిత్రమైందీ అనుకున్న ప్రతి పనీ భగవంతుని సమక్షంలో చేసేవారు, అక్కడి రాళ్లపై చెక్కేవారు.

ఒక్క మాటలో చెప్పాలంటే ఆలయం పూజాస్థలం మాత్రమే కాదు, సమస్త సామాజిక జీవితం ప్రతిబింబించే దర్పణం.

ఒక ధర్మకర్తల సంఘం కాని, లేదా ఆ ఆలయం ఏ మతానికి చెందిందో ఆ మతాధిపతిగాని ఆలయ పాలనను నిర్వహించే వారు. ఆలయానికి సొంత కొలతలు ఉండవచ్చు. శివాలయాలలో **నంది మానికలు, నంది కుంచాలు** ఉంటే విష్ణ్వాలయాలలో గరుడముద్ర కలిగిన కొలతలుండేవి. అదేవిధంగా ఆలయ సరిహద్దుల్లో నంది స్తంభాలు లేదా గరుడ స్తంభాలుండేవి. కొన్ని దేవాలయాలలో నేతిని సేకరించే బాధ్యత **సానులది.** వాళ్లు **సానియంబాటి మానికను** ఉపయోగించేవారు. గొల్లలవద్ద, ఆలమందల వద్ద ఈ ప్రమాణంతో నేయి కొలుచుకునే వారు.

త్రిపురాంతకంలోని ఒక శాసనం నిర్ణీత సుంకానికి ఒక **సమయానికి** ఆలయ అధికారులు వ్యాపారానుమతిని ఇచ్చారు.[69] ప్రతాపరుద్రుని కాలంలో బైరిసెట్టి అనే వర్తకుడు ఒక చెరువు తవ్వించి దాని కింద సాగయ్యే భూమిలో మూడో వంతును ఆలయానికి, మిగిలిన రెండు వంతులను రాజుకు సమర్పించి వ్యాపారానుమతిని పొందినట్లు చిత్తాపూర్ శాసనం తెల్పుతున్నది. వర్తకుని భక్తిని రైతులకు సాగునీటి వసతి కల్పించడానికి రాజు సముచితంగా వినియోగించుకున్నాడు. ఆ విధంగా ఆలయం పరోక్షంగా గ్రామంలో వ్యవసాయాభివృద్ధికి, అంగడి సదుపాయానికి తోడ్పడింది.

మధ్యయుగ సమాజంలో నిర్మాణ కార్యక్రమాలన్నిటిలో ముఖ్యమైంది ఆలయ నిర్మాణం. దేశ సంపద, శక్తి, నైపుణ్యం, కళలు అన్నీ ఈ ఏకైక దైవ కార్యక్రమంలో వ్యక్తమయ్యాయి. మధ్యయుగ సమాజం మతానికి ఇచ్చిన ప్రాధాన్యం గుడిలో వ్యక్తమవుతున్నది. దీన్ని రాజభవనాలుగాని, ఆనకట్టలు కాని, వంతెనలు కాని ప్రతిబింబించడం లేదు. దేవాలయాలు మాత్రమే ఈ నాటికీ నిదర్శనంగా నిలిచాయి. కాకతీయ పాలన కాలం నాటి సమాజమూ దీనికి అపవాదం కాదు.

✪✪✪

68. *Ibid.,* IV, 1269 to 1274.
69. *Ibid.,* X, 473.

అధ్యాయం-14

సాహిత్యం, శిల్పం, వాస్తుకళ

I. సాహిత్యం

1. సంస్కృత సాహిత్యం:

కాకతీయుల కాలపు విద్యావ్యవస్థలో సంస్కృతం ప్రథమ స్థానం వహించింది. రాజులు, వారి సామంతులు చేసిన అనేక శాసనాలలో విద్యాసంస్థల గురించిన, పండితుల గురించిన ప్రసక్తమయిన విషయాలు నాడు ఆంధ్రదేశంలో సంస్కృత సాహిత్యాభివృద్ధికి అద్దం పడుతున్నాయి. క్రీ. శ. 1261 నాటి మల్కాపురం శాసనం నాటి **విద్యామండపాల** స్థితిగతుల గురించి మనకు వివరిస్తుంది.[1] 'గణపతిదేవునికి, రుద్రమదేవికి రాజగురువయిన విశ్వేశ్వర శివాచార్యుడు రుద్రమదేవి నుండి మందర గ్రామాన్ని అగ్రహారంగా పొంది అక్కడ విశ్వేశ్వర గోళకి అన్న కొత్త గ్రామాన్ని నిర్మించి ఒక శైవమఠాన్ని, **విద్యా మండపాన్ని** ఏర్పరిచాడు. ఆ **విద్యామండపంలో** ఋగ్యజుస్సామవేదాలను, వ్యాకరణ, తర్క సాహిత్యాలను బోధించే ఏర్పాటు ఉంది. శ్రీశైలం, పుష్పగిరులలో కూడా ఇటువంటి **విద్యా మండపాలు** ఉండేవి. ఇటీవలే ప్రచురితమయిన కుమార రుద్రదేవుని ఉత్తరేశ్వర శాసనం, ఖండవల్లి తామ్ర శాసనాలలో దానగ్రహీతలుగా **ఘటశాసి** బిరుదాంకితులయిన అనేక మంది బ్రాహ్మణుల ప్రసక్తి ఉంది.[2] వీరు **ఘటికా స్థానాలలో** ఆచార్యులై ఉంటారు. ఈ ఆధారాలను బట్టి రాజులు, సామంతుల పోషణలో సంస్కృతాన్ని బోధించడానికి శాశ్వతమైన కళాశాలలుండేవని తెలుస్తుంది. వాస్తవానికి అగ్రహారాలు, బ్రహ్మదేయాల దానాలన్నీ ఈ లక్ష్యం కోసమే. ఆ నాడు పాఠ్యప్రణాళికలో **షడంగాలతో** కూడిన వేదాధ్యయనం ఉండేది.

కాకతీయుల కాలంలో జరిగిన సంస్కృత సాహిత్య సేవ తక్కువదేమీ కాదు. ఎన్నో శాసనాలు ఆలంకారిక సంస్కృత పద్యాలతో రచితమయ్యాయి. సంస్కృతంలో ఒక లఘు **కావ్యం** అనదగిన రుద్రదేవుని వేయి స్తంభాల గుడి శాసన రచయిత అద్వయామృతయతి శిష్యుడైన అచింతేంద్రుడు. కోట ప్రభువుల వేల్పూరు, అమరావతి శాసనాలలో **అనుప్రాస, ప్రాతిలోమ్య, యమకాది** క్లిష్ట రచన కనిపిస్తుంది.

గణపతిదేవుని పరిపాలన చివరి దశలో మల్యాల గుండసేనాపతి, అతని భార్య కుప్పాంబ వేసిన బూతపుర శాసన రచయిత మయూర భట్టకుమారుడయిన ఈశ్వర భట్టోపాధ్యాయుడు పాణినీయంలో మహాపండితుడు. ఈ శాసనంలో ఒక **చక్రబంధం** ఉంది. ఈ పద్యంలోని నాలుగు పాదాలను మూడు వ్యాసాలు, అనేక ఏకకేంద్రక వృత్తాలలో అమర్చవచ్చు. రెండవ వృత్తంలో **తడాగశాసన** అనీ, నాలుగవ వృత్తంలో **గుండవీరనుతి**

---

1. *SII*, X, 395.
2. *Ibid.*, 198, 199, 200.

అనీ, ఏడవ వృత్తంలో **ఈశ్వరార్యకృతము** అనీ ఉంటుంది. ఈ **చక్రబంధాన్ని కవి, కావ్య, కథానాయక చక్ర**మంటారు.

కాకతీయుల కాలపు శాసన కవులలో దర్గశాసన కవి దేవనభట్టు,[3] గణపేశ్వరం శాసనకవి నందిమిత్రుడు,[4] కుందవరం శాసనకవి బాలభారతి. పాకాల శాసన కవి కవి చక్రవర్తి పేర్కొనదగిన ఇతర కవులు. జాయప వేసిన చేబ్రోలు శాసనంలో **శాసనాధికారి**గా పేర్కొనబడిన కవిచక్రవర్తియే పాకాల శాసన కవి కూడా అయి ఉంటాడు. పాకాల శాసన కవి అయిన కవి చక్రవర్తి కేవలం బిరుదు నామంతోనే పేర్కొన బడడం అతను గణపతి దేవుని ఆస్థాన కవి అని తెలుపుతున్నది.

నాటి గ్రంథ కర్తలలో మొదట పేర్కొన దగినవాడు విద్యానాథుడు. ప్రతాపరుద్రుని ఆస్థాన కవి. **ప్రతాపరుద్రీయ**మనే అలంకార శాస్త్ర గ్రంథాన్ని రచించాడు. దీన్నే **ప్రతాప రుద్రయశోభూషణ**మని కూడా అంటారు. విద్యానాథుడు తనను అగస్త్య మహామునితో పోల్చుకున్న శ్లోకం ఆధారంగా కొందరు అగస్త్యుడు, విద్యానాథుడు ఒకడేనని అభిప్రాయ పడుతున్నారు.[5] అగస్త్యుడు బహుగ్రంథకర్త. అతను 74 కృతులు రచించాడని చెప్తారు, కాని మూడు మాత్రమే నేడు లభిస్తున్నాయి. అవి **బాలభారత**మనే మహాకావ్యం, **నలకీర్తి కౌముది** అనే ఖండకావ్యం, **కృష్ణచరిత** అనే గద్యకావ్యం. విజయనగర యువరాజు కుమార కంపన రాణీ, **మధురావిజయ** కావ్యకర్త్రీ అయిన గంగాదేవికి అగస్త్యుడు గురువని చెప్తారు. కాకతీయుల ఆస్థానంలో ఉన్న మరో పండితకవి శాకల్యమల్లకవి. ఈయన **ఉదాత్తరాఘవ** కావ్యాన్ని, **నిరోష్ఠ్యరామాయణా**న్ని రచించాడు. నిరోష్ఠ్యమంటే ఓష్ఠ్య ధ్వనులయిన పవర్గాక్ష రాలు లేకుండా చేసిన రచన. దుద్రదేవుని ఉత్తరేశ్వరం శాసనం వల్ల మహాపండితుడయిన విద్దణాచార్యుడు ప్రమేయ **చర్చామృతం** రచించినట్లు తెలుస్తున్నది. నేడిది అలభ్యం.

పై రచనలన్నిటిలో విద్యానాథుని **ప్రతాపరుద్రీయం** అత్యంత ప్రచారం పొందిన గ్రంథం. **అలంకార శాస్త్రం**గా నేటికీ పఠన పాఠనాలలో ఉంది. ఈ గ్రంథ నాయకుడయిన ప్రతాపరుద్రుని ఆస్థాన కవి విద్యానాథుడు. దాదాపు అన్ని ఉదాహరణ శ్లోకాలలోనూ కవి ప్రతాపరుద్రుని ప్రస్తుతించాడు. **దశరూపకాలలో** నాటక లక్షణం చెప్పడానికి **నాటక ప్రకరణ**మనే అధ్యాయాన్ని రచించాడు. ఈ ప్రకరణంలో కళింగ, పాండ్య, సేవుణాదుల మీద ప్రతాపరుద్రుని విజయయాత్రను విద్యానాథుడు వర్ణించాడు. ప్రతాపరుద్రుని ఆస్థానంలో మరో ముఖ్యమైన కవి **బ్రాహ్మణాధికారి** అయిన గండయభట్టు. ఈయన శ్రీహర్షుని **ఖండన ఖండఖాద్య**మనే అద్వైత గ్రంథానికి వ్యాఖ్య రచించాడు.

ఇతర శాస్త్ర రచనలలో రుద్రమదేవి, ప్రతాపరుద్రుల సేనానులలో ప్రసిద్ధుడయిన కొలని రుద్రదేవుని వ్యాకరణ గ్రంథం ముఖ్యమైంది. ఇది **శ్లోక వార్తిక వ్యాఖ్య**. దీన్నే కవి పేరుతో **రాజరుద్రీయ**మని కూడా అంటారు. ఇందులూరి కుటుంబానికి చెందిన మనుమ

---

3. *IAP. Wg.*, No. 15
4. *EI.* III. p. 91.
5. ఈ శ్లోకం **"ఔన్నత్యం యది ..."** అని ప్రారంభమవుతుంది.

గన్న సేనాని కుమారుడితడు. పతంజలి పేర్కొన్న **శ్లోకవార్తికా**నికి వ్యాఖ్య అయిన ఈ గ్రంథం వ్యాకరణ శాస్త్రంలో ముఖ్యమైన రచన.[6]

గణపతిదేవుని సేనాని జాయప రచించిన **నృత్తరత్నావళి** ఒక గొప్ప రచన. ఈ గ్రంథ ప్రాధాన్యమేమిటంటే గణపతిదేవుని కాలంలో ఆంధ్రదేశంలో స్థానికంగా ప్రచారంలో ఉన్న నృత్యరీతుల్ని **'దేశినృత్తం'** అన్న పేర ప్రత్యేక ప్రకరణంలో చర్చించడం. ఎనిమిది ప్రకరణాల గ్రంథం ఇది. **నాట్యం, మార్గ-దేశి, అభినయం, కరణాలు, అంగహారాలు** మొదలయిన ప్రకరణాలున్నాయి. జాయపసేనాని **గీతరత్నావళి** అనే సంగీత గ్రంథాన్ని, **వాద్యరత్నావళి** అనే వాద్యపరికరాలపై గ్రంథాన్ని కూడా రచించాడని చెప్తారు.

ఓరుగల్లు కోటలోని శాసన పరిశోధనలలో కొన్ని సాహిత్య రచనలు వెలుగు చూశాయి. వాటిలో ఇంతవరకు తెలియని ఒక కవి **రాజకవి** విశ్వేశ్వర శివాచార్యుల కుమారుడు నరసింహఋషి పేరు కనిపిస్తుంది. ఏకశిలమీద పెద్ద అక్షరాలలో చెక్కిన ఒక **శార్దూలవిక్రీడిత** పద్యం వీరరుద్ర మహారాజును వర్ణిస్తున్నది. ఈ పద్యం నరసింహర్షిది. ఒక **తోరణం** మీద చెక్కిన **ఆర్యా** శ్లోకంలో శ్లేషతో నరసింహకవిని నరసింహస్వామితో పోల్చడం కనిపిస్తుంది. స్తంభంలో నుండి వెలికిరాకుండా, హిరణ్యకశిపుని చంపకుండా, నరసింహుని వికృతముఖం లేకుండానే నరసింహుడు తన దశ **రూపకాల** ద్వారా ప్రసిద్ధుడయాడని వర్ణితమయింది. విష్ణువుకు కూడా అన్వయించే ఈ శ్లోకం **దశరూపకాల**ను రచించిన నరసింహ కవి గొప్ప దనాన్ని కూడా వర్ణిస్తూన్నది. మరో **తోరణ** స్తంభం మీద కూడా నరసింహకవి ఛందోకృతి కనిపిస్తుంది. మరో శాసనం **మాల్యవతి** అనే **గద్యకావ్యాన్ని** పేర్కొంటున్నది. మరో ద్వారం మీద గ్రంథ లిపిలో ఉన్న ఒక శ్లోకం శాస్త్రకర్త అయిన నరసింహకవి ఋగ్వేద **ఛాయ** (వ్యాఖ్యానం)ను రచించాడని, **కాకతీయ చరిత** అనే ఎనిమిది సర్గల కావ్యాన్ని ఒక్క రోజులో రచించాడనీ తెలుపుతుంది.[7]

పైన చెప్పిన శ్లోకాలేకాక వరంగల్లుకు సమీపంలోని ఉర్సు దగ్గర ఒక గుట్టమీద బండపై **రాజగురు** విశ్వేశ్వర కుమారుడైన నరసింహర్షివిగా గుర్తించదగిన రెండు కావ్యాలు చెక్కబడి ఉన్నాయి.[8] మొదటిది నాగరిలిపిలో అసంపూర్ణంగా ఉంది. ఉన్న భాగం కూడా చెడిపోయి గుర్తు పట్టరాకుండా ఉంది. తెలుగులిపిలో ఉన్న రెండో కావ్యం మాత్రం మంచి స్థితిలో ఉంది. ఈ సంపూర్ణ కృతిలో 60 శార్దూల విక్రీడిత పద్యాలు, చివర రెండు స్రగ్ధర వృత్తాలూ ఉన్నాయి. ఈ కావ్యానికి పేరు పెట్టలేదు. కావ్య విషయాన్ని బట్టి ఈ గ్రంథ రచయిత దీనికి **సిద్ధోద్వాహ**మని పేరుపెట్టి పరిష్కరించాడు. సిద్ధ నాయికా నాయకుల ప్రేమ, వివాహాలను ఈ కావ్యం వర్ణిస్తున్నది. ప్రసిద్ధకావ్యం **మేఘ సందేశం**లాగా ఈ కావ్యం ప్రారంభమవుతుంది. గంగానది ఇసుక తిన్నెలమీద ఈ ప్రేమికులు విహరిస్తుండగా ఒక యక్షుని దుండగంవల్ల సిద్ధయువకుడు తన ప్రియురాలి నుండి దూరమవుతాడు. ఈ

---

6. V.Raghavan: *Nrittaratnavali, Introduction,* p. 15.
7. *IAP. Wg.,* 95-98.
8. *Ibid.,* 99, 100.

వియోగ దుఃఖం ప్రియురాలితో అతని తొలి జ్ఞాపకాలను మదిలో మెరిపిస్తుంది. కాళిదాసు కావ్యం **కశ్చిత్కాంతా విరహ గురుణా....** అన్న శ్లోకంతో మొదలవుతుంది. నరసింహర్షి కాళిదాసును అనుకరిస్తూ **కశ్చిత్ సిద్ధయువాసమమ్ దయితయా త్రైస్రోతసే సైకతే** అని మొదలుపెట్టాడు. తరువాతి భాగంలో **ముగ్ధానాయికను** వర్ణించాడు.

అనుమకొండ సమీపంలోని మరో గుట్టమీద 37 అనుష్టుప్ శ్లోకాల అసంపూర్ణ రచన ఒకటి కనిపిస్తున్నది.[9] ఆంధ్రదేశ వర్ణనతో, ఓరుగల్లు వర్ణనతో ఈ రచన ఆరంభ మయింది. కవి ఎవరో తెలియదు.

2. తెలుగు సాహిత్యం:

ఈ కాలంలో అనేక శాసనాలు సంస్కృత భాషలో ఉన్నట్లుగానే ఎన్నో శాసనాలు తెలుగు పద్యాలలోనూ ఉన్నాయి. క్రీ. శ. 1145 నాటి గుంటూరు జిల్లా చేబ్రోలు శాస నంలో భీమయ పండడు మార్గదేశి పద్ధతులు రెండింటిలోనూ కవిత్వం చెప్పగల సమర్థు డుగా వర్ణింపబడ్డాడు. కాకతీయ గణపతిదేవుని సేనాని, రాజనాయకుని కుమారుడూ నయిన కాటేనాయకుడు వేసిన ఉప్పరపల్లి శాసనం తెలుగు పద్యగద్యాలతో ఆలంకారిక కావ్యశైలిలో ఉంది.[10] కర్త తెలియని అనేక తెలుగు పద్యశాసనాలు వాటి సాహిత్య విలువల వల్ల గణనీయమైనవి.

ఆంధ్ర మహాభారతం: కాకతీయ కాలంనాటి తెలుగు సాహిత్య రచనలన్నిటిలోనూ మొదట పేర్కొనదగింది తిక్కన సోమయాజి విరచితమైన **ఆంధ్రమహా భారతం.** ముందే చెప్పినట్లు నెల్లూరు తెలుగుచోళ రాజయిన రెండవ మనుమసిద్ధి ఆస్థానంలో తిక్కన విల సిల్లాడు. తిక్కన రచన 'విరాట పర్వం'తో ఆరంభమవుతుంది. మొదటి రెండున్నర పర్వాలు తిక్కనకు రెండు శతాబ్దాలకు ముందే నన్నయ రచించాడు. తిక్కనకు 'కవిబ్రహ్మ' అని బిరుదు. వ్యాస భారతానికి అనువాదమైనప్పటికీ అనేక మంది విమర్శకులు దీన్ని కేవలం అనువాదంగా భావించరు. కళాత్మక సౌందర్యంలో మూల సంస్కృత ఇతిహాసాన్ని మించిన రచనగా గుర్తిస్తారు. తిక్కన మూలంలో కొన్ని భాగాలను వదిలిపెట్టడానికి, సంక్షేపించ డానికి, విస్తరించడానికి సందేహించడు. ఆయన రచన మౌలికంగా ఉండి స్వతంత్ర కావ్యంగా భాసిస్తుంది. తెలుగు సాహిత్యంలో ఇదొక మహోన్నత రచన. దీర్ఘసమాస భూయిష్ఠమైన శైలిని విడిచిపెట్టి అలతి అలతి తెలుగు మాటల వాడుక ఈ రచన ప్రత్యేకత. సందర్భానికి తగినట్లు దేశీయపదాలు వాడతాడు తిక్కన.

రామాయణం: కాకతీయుల కాలంలో ఒకటి కంటే ఎక్కువ రామాయణాల రచనే జరిగింది. ఇక్కడ కూడా ముందుగా తిక్కననే పేర్కొనాలి. తిక్కన సోమయాజి **ఉత్తర కాండను నిర్వచనోత్తర రామాయణము**గా రచించాడు. తిక్కన తాత మంత్రి భాస్కరుడు పూర్వ రామాయణ కాండలను రచించాడనీ అందుకే తిక్కన **ఉత్తర రామాయణం** రచించాడనీ అంటారు. అయితే మంత్రి భాస్కరుని రచన లభ్యం కాదు. ప్రస్తుతం లభిస్తున్న

9. *Ibid.*, 101.
10. *IAP. Kn.*, 30.

భాస్కర రామాయణం మంత్రి భాస్కరుని రచనే అన్న కొందరు పండితుల అభిప్రాయంతో విమర్శకులలో చాలామంది ఏకీభవించడంలేదు. ప్రస్తుతం లభిస్తున్న భాస్కర రామాయణం నలుగురు కవుల ఉమ్మడి రచన. వీరు హుళక్కి భాస్కరుడు, అతని కుమారుడు మల్లికార్జున భట్టు, **సాహిణి** - మారయ కుమారుడైన కుమార రుద్రదేవుడు, శాకల్య మల్లకవి తనయుడయిన అయ్యలార్యుడు. వీరంతా సమకాలికులు కారంటారు. కుమార రుద్రదేవుని **సాహిణి** - మారయ రుద్రదేవుడని కూడా అంటారు. క్రీ. శ. 1311 నాటి గుంటూరు జిల్లా నెవలికల్లు శాసనం ఈ మారయ ప్రతాపరుద్ర మహారాజునకు సామంతుడని చెప్తున్నది.[11] బాల, కిష్కింధా, సుందరకాండలు రచించిన మల్లికార్జునభట్టు **సాహిణి** - మారయకు పూర్వుడంటారు. అరణ్య యుద్ధకాండ పూర్వభాగాలు హుళక్కి భాస్కరుని రచన. యుద్ధకాండలో మిగిలిన భాగం అయ్యలార్యుడి రచన. అయ్యలార్యుడు పదిహేనో శతాబ్ది ఆరంభంలో వెలమ ప్రభువు పెద వేదగిరి నాయని ఆస్థానంలో విలసిల్లిన కవి. కుమార రుద్రదేవుడు అయోధ్యాకాండ కర్త. కావ్యసౌందర్యం దృష్ట్యా ఇది అత్యుత్తమ రామాయణంగా భావింపబడుతున్నది.

రంగనాథ రామాయణం దేశి రీతిలో **ద్విపద** ఛందస్సులో రచితమయిన మరొక మహాకావ్యం. ఈ కావ్య కర్తృత్వ విషయంలోనూ చాలా వివాదం ఉంది. రంగనాథుడనే కవి దీన్ని రచించాడని పరంపరగా చెప్పుకుంటారు. అయితే ఈ కావ్య పీఠికలో కోన వంశానికి చెందిన కాట భూపతి మునిమనుమని కుమారుడు, రుద్రభూపతి మునిమనుమడు, బుద్ధభూపతి మనుమడూ, విట్టల భూపతి కుమారుడూనైన కోనబుద్ధ భూవిభుడు ఈ కావ్యాన్ని రచించినట్లు చెప్పబడింది. కాని బుద్ధ రాజు, అతని పూర్వీకుల గురించి తెలిసింది చాలాతక్కువ. తెలుగు ద్విపద కావ్యాలలో **రంగనాథ రామాయణా**న్ని ఉత్తమోత్తమంగా భావిస్తారు.

మార్కండేయ పురాణము: తిక్కన సోమయాజి శిష్యుడైన మారన సంస్కృత మార్కండేయ పురాణాన్ని ఆంధ్రీకరించాడు. తన గురువుగారి లాగానే మారన కూడా అనువాదంలో స్వాతంత్ర్యం వహించాడు. మారన శైలి దీర్ఘ సమాన భూయిష్ఠంకాక దేశి పద బహుళమైన సరళ శైలి.

కావ్యాలు: నన్నెచోదుని **కుమారసంభవ** కావ్యం తొలి కాకతీయ రాజుల కాలం నాటిదిగా భావిస్తారు. కాళిదాస **కుమారసంభవ** కావ్యాన్ని కొన్ని చోట్ల అనుసరించినా తక్కిన భాగమంతా దానికి భిన్నం. గణేశుని జన్మం, దక్షయజ్ఞం, సతి ఆత్మాహుతి, పార్వతిగా ఆమె పునర్జన్మ, శివునితో పార్వతి వివాహం, కుమార జననం, తారక సంహారం ఈ కావ్యంలో ప్రధానాంశాలు.

ఆంధ్ర దశకుమార చరిత్ర: కేతన రచించిన తెలుగు కావ్యం ఇది. ప్రసిద్ధమయిన దండి **దశ కుమార చరిత్ర** గద్యకావ్యానికి ఇది తెలుగు గద్యపద్యానువాదం. కేతన కథా కథన నైపుణ్యం, సహజ వివరణాత్మక శైలి ప్రశంసనీయాలు. ఈ పద్ధతికి చెందిన

11. *EHD*, p. 693.

మరోకావ్యం మంచన **కేయూరబాహు చరిత్ర.** ఇది రాజ శేఖరుని నాటకం **విద్ధ సాల భంజికకు** అనువాదం. అయితే మంచన పంచ తంత్రాదుల నుండి ఎన్నో కథలు చేర్చాడు. కేతన **ఆంధ్ర భాషాభూషణ**మనే వ్యాకరణ గ్రంథాన్ని రచించాడు. ఆరవ చాళుక్య విక్రమాదిత్యుని ఆస్థానంలో న్యాయాధికారి అయిన విజ్ఞానేశ్వరుడు **విజ్ఞానేశ్వరీయ**మనే పేర **యాజ్ఞవల్క్య స్మృతి**కి రచించిన వ్యాఖ్యానంలోని వ్యవహారకాండను కేతన తెనిగించాడు.

కాకతీయుల కాలంలో రచితమయిన తెలుగు రాజనీతి గ్రంథాలలో **నీతిసారం, కామందకం, పురుషార్థసారం, నీతి శాస్త్రముక్తావళి, సుమతీశతకం** ముఖ్యమైనవి. కొందరు విద్వాంసులు **నీతిసార** కర్త రుద్రదేవుడని భావిస్తుండగా మరికొందరు ప్రతాప రుద్రుడంటున్నారు. **పురుషార్థసార**కర్త ప్రతాపరుద్రుని **రాజగురు**వయిన శివదేవయ్య. చివరి రెండు రచనలు తెలుగుచోడ ప్రభువయిన బద్దెన రచనలుగా భావిస్తున్నారు.

కాకతీయుల కాలపు తెలుగు సాహిత్యం శైవ రచనలకు ప్రసిద్ధం. మతపరమయిన రచనలయినప్పటికీ సాహిత్యపరంగా ఇవి ముఖ్యమైన రచనలు. ఈ శైవ సాహిత్యంలో అత్యంత ప్రధానమైన రచనలు పాల్కురికి సోమనాథుని **పండితారాధ్య చరిత్ర, బసవ పురాణాలు.** సోమనాథుడు ప్రతాపరుద్రుని సమకాలికుడు. వరంగల్లు జిల్లా జనగామ తాలూకా పాలకుర్తి గ్రామవాసి. ఈ రెండు కావ్యాలూ **ద్విపద** కావ్యాలు. బసవేశ్వరుడు ప్రచారం చేసిన వీరశైవ మత సిద్ధాంతాలను ప్రతిపాదించేవి ఈ రెండు గ్రంథాలు. ఈ సిద్ధాంతాలను ప్రతిపాదిస్తూ సోమనాథుడు ఇతర మతాలను ముఖ్యంగా వేదాలను, వేదాంతాన్ని తీవ్రంగా విమర్శించాడు. ఆ కాలపు మత సామాజిక పరిస్థితులు సోమనాథుని గ్రంథాలలో విపులంగా వ్యక్తమయ్యాయి. బసవేశ్వరుని సిద్ధాంతాల ప్రచారానికి సోమనాథుడు **జాను తెనుగును** ఎన్నుకున్నాడు. సోమనాథుడు సంస్కృతాంధ్రాలలోనే కాక బహుభాషల్లో పండితుడు.

ఆంధ్రదేశంలోని **ఆరాధ్యత్రయం**లో ఒకడయిన మల్లికార్జున పండితారాధ్యుని జీవిత చరిత్రే **పండితారాధ్య చరిత్ర.** వీరశైవ మత స్థాపకుడయిన బసవేశ్వరుని జీవిత చరిత్ర **బసవపురాణము.** ఇవికాక సోమనాథుడు **బసవోదాహరణం** వంటి అనేక లఘుకృతులు రచించాడు. కాకతీయయుగానికి చెందిన రావిపాటి త్రిపురాంతకుడనే మరోకవి తెలుగులో **త్రిపురాంతకోదాహరణాన్ని**, సంస్కృతంలో **ప్రేమాభిరామాన్ని** రచించాడు. **ప్రేమాభిరామం** వీధి - **రూపకం**, అలభ్యం.

II. శిల్పం, వాస్తుకళ

కాకతీయులు ఇతర అంశాలలో లాగానే చాళుక్య యుగ నిర్మాణశైలికి కూడా వారసులయ్యారు. **వాస్తు**, శిల్ప గ్రంథాలలో చెప్పిన లక్షణాలకు కొంతభిన్నంగా కాకతీయ వాస్తు శిల్పం ప్రాంతీయ లక్షణాలను పులుముకుంది. **త్రికూటాలయాలలో** వారు చాళుక్య శిల్పాన్ని చాలా సన్నిహితంగా అనుసరించారు.

విమానం వరకు ప్రధాన నిర్మాణాలన్నిటికీ స్థానికంగా లభ్యమయ్యే గనేటు రాయినీ, ఇసుక రాతినీ వాడారు. విమానాన్ని ఇటుకలు, సున్నంతో నిర్మించారు. నల్లసేనపు రాతిని

స్తంభాలు, జాయింట్లు, లింటెళ్లు, విగ్రహాలు, శిల్పఫలకాలకు వాడారు. గణపతిదేవుని కాలం నాటి కొండపర్తి శాసనం కాకతీయ శిల్ప నిర్మాణ సామర్థ్యాన్ని కింది శ్లోకంతో వర్ణించింది.[12]

ప్రాకారోజయతి త్రికూటమ్ అభితస్తత్ తేన నిర్మాపితః
సుశ్లిష్టైః క్రమశీర్షకై రుపచితో నీలోపలైః కల్పితః।
యశ్చా లక్షిత సంధిబంధ కథనాదేకాశిలా తక్షకైః
సంతక్ష్యైవ మహీయసీమ్ ఇవ శిలాం యత్నాత్ సముత్తారితః॥

(అను: నల్లని రాళ్లను సమానంగా నున్నగా చెక్కి సన్నిహితంగా కూర్చి నిర్మించిన త్రికూట ప్రాకారం విలసిల్లుతూ ఉంది. అతుకుల గీతలు కనిపించకుండా ఏకశిలా నిర్మితంగా భాసించే ఈ ప్రాకారాన్ని మహాప్రయత్నంతో శిల్పులు నిర్మించారు.)

కాకతీయ దేవాలయ శిల్పుల నైపుణ్యం ఇటువంటి సమగ్రతను సంతరించుకుంది.

ముఖ్యమైన కాకతీయ నిర్మాణాలలో మొదటిది అనుమకొండలోని **త్రికూటం – వేయి స్తంభాల గుడి** అని ఇది ప్రసిద్ధం. క్రీ. శ. 1162 ప్రాంతంలో స్వతంత్ర ప్రభువుగా తనను ప్రకటించుకున్న సందర్భంలో రుద్రదేవుడు దీన్ని కట్టించాడు. దేవాలయం ఇప్పుడు రెండుభాగాలుగా ఉంది. ఒకటి **త్రికూటం.** ఇక్కడ రుద్రేశ్వరుడు, వాసుదేవుడు, సూర్యదేవుడు ముఖ్యం. దీనికి ఎదురుగా శిథిలావస్థలో ఉన్న **మండపాలు**న్నాయి. ఈ రెండింటిలో దేనికీ విమానం లేదు. ఇది అసంపూర్ణంగా ఆగిపోయిందో తరువాత ఎవరయినా ఆక్రమణదారులు ధ్వంసం చేశారో తెలియదు. అది అసంపూర్ణంగా ఆగిపోయి ఉంటే క్రీ. శ. 1163లో రుద్రదేవుడు నిర్మించిన మూల దేవాలయానికి గణపతిదేవుని కాలంలో కొన్ని మార్పులు జరిగి ఉండాలి. అంతకు ముందు గరుకుగా ఉన్న నిర్మాణాలను నునుపు చేసి ఉండవచ్చు. ప్రధాన దేవతల మందిరాలలో స్తంభాలు, ద్వారాల విస్తృతాలంకరణను ఎదురుగా ఉన్న మండపాల నిర్మాణంతో పోలిస్తే ఇటువంటి మార్పు జరిగిందని తెలుస్తుంది. ఈ ఆలయ భూప్రణాళిక ప్రతిష్ఠిత మూర్తుల వరుస పేర్ల క్రమంలో ఉంది. మధ్యలో నలుచదరపు హాలుతో మూడు వైపుల తూర్పు పశ్చిమ ఉత్తర ముఖాలుగా ఏకరీతి గర్భ గృహాలున్నాయి. దక్షిణ ముఖంగా ద్వారమంటపం ఉంది. దక్షిణాన ఉన్న **మండపం**లో మూడు వందల స్తంభాలున్నాయి. బహుశా మొదట మొత్తం ఆలయంలో వేయి స్తంభాలున్నాయేమో. అందుకే దానికి **వేయిస్తంభాల గుడి** అన్నపేరు. ప్రధాన **త్రికూట** నిర్మాణంలోనూ, **మండపం**లోనూ కొన్ని స్తంభాలు నశించాయేమో. ముఖ మండపంలోని స్తంభాలు, ద్వారాలు, శివలింగపు **పానవట్టం,** నంది అద్భుతమైన అలంకారాల్ని పరమోత్కృష్ట స్థాయి నునుపు దనాన్ని ప్రదర్శిస్తున్నాయి.

వరంగల్లు జిల్లా ములుగు తాలూకా పాలంపేట గ్రామంలోని దేవాలయాన్ని క్రీ. శ. 1213లో గణపతిదేవుని సుప్రసిద్ధ సేనాని రేచర్ల రుద్రుడు కట్టించినట్లు అక్కడి శాసనం తెలుపుతున్నది. ఎనిమిది చదరపు మైళ్ల వైశాల్యం గలిగిన రామప్పచెరువు అనే పెద్ద

12. *IAP. Wg.*, p. 198.

చెరువు పక్కన ఈ గుడి ఉంది. ఇది **త్రికూట** నిర్మాణం కాదు. గర్భగృహమూ, ఒక వైపు **అంతరాళమూ** మరోవైపు ద్వారమంటపాలూ కలిగిన దేవాలయం ఇది. ఆరున్నర అడుగుల ఎత్తుగల ఉపపీఠం మీద ఈ గుడిని నిర్మించారు. పది అడుగుల వెడల్పున్న **ప్రదక్షిణ పథం**గా కూడా ఈ పీఠం ఉపయోగపడుతున్నది. ప్రధాన మందిరం గోడలమీద ఖాళీలను **కుడులతో** అలంకృత కుడ్య **స్తంభాలతో** అలంకరించారు. ప్రతి గోడమీద మూడంతస్తుల గూడును అలంకరించారు. మండపం, ముఖమంటపాలను నాలుగు సమాంతర పంక్తులలో ఏనుగులు, ఇతర అలంకార చిహ్నాలతో అలంకరించారు. ఈ వరుసలలో ఋషులు, గణేశుడు, భైరవుడు, శివుడు, నృసింహాది శిల్పాలున్నాయి. ద్వార స్తంభాలపై వెలుపలికి చొచ్చుకొని వచ్చిన కప్పుకు ఆధారంలాగా చెక్కిన విగ్రహాలు సుప్రసిద్ధాలు. వీటిలో కొన్ని **అలసాకన్యలు,** కొన్ని సింహాలు. ఆలయగోపురం నాలుగు **భూములతో** పిరమిడ్ నిర్మాణాన్ని కలిగి ఉంది. ఈ ఆలయ నిర్మాణం కోసమే తయారుచేసిన బరువులేని ఇటుకలతో దీని నిర్మాణం జరిగింది.

తల్లి దూలాలు, ద్వారబంధాల మూలలు, ద్వారబంధాలపై పలకలు, స్తంభ మకుటాలు, గోడల చివర చెక్కిన అద్భుత శిల్పాలు నాటి శిల్పుల శిల్ప కళానైపుణ్యాన్ని చాటుతున్నాయి. వాద్యగాళ్లు, గాయకులు భక్తిగీతాలు పాడే **రంగ మండపం**లోని స్తంభాల మీద **గోపికా వస్త్రాపహరణాన్ని, రాసక్రీడ** వంటి భాగవత దృశ్యాలను అత్యద్భుతంగా చెక్కారు.

ఓరుగల్లు కోటలో జరిపిన తవ్వకాలలో గణపతి దేవుడు కట్టించినట్లు భావించే స్వయంభూదేవ ఆలయ శిధిలాలు లభించాయి. నున్నగా చెక్కిన పెద్ద రాళ్లతో ఈ గుడిని నిర్మించారు. కాకతీయ శిల్పులకు పెద్ద శిలల మీద ఉన్న ప్రీతికి – నేలపరుపుగా ఉపయోగించి రెండు అడుగుల మందమూ పదహారు చదరపు అడుగుల వైశాల్యమూ ఉన్న ఏక శిలను ఉదాహరణగా తీసుకోవచ్చు. ఈ పలక అందంగా మెరుగు పెట్టబడి అద్దంలాగా మెరుస్తూ ఉంది. ఈ ఆలయానికి నాలుగువైపులా నిర్మించిన నాలుగు అద్భుతమైన **తోరణాలు** ఒక విశిష్ట లక్షణం.

రాయగజకేసరి చిహ్నం: ఈ ఆలయపు మొత్తం నిర్మాణాన్ని జాగ్రత్తగా పరిశీలిస్తే అది ఒక్కసారిగా కాక అంచెలంచెలుగా నిర్మితమయినదేమోనన్న సందేహం కలుగుతుంది. తూర్పువైపున ఉన్న కట్టడం గణపతిదేవునికాలానికీ, పశ్చిమంవైపు **మండపమూ** తోరణాలు రుద్రమదేవి కాలానికీ చెందినవిగా కనిపిస్తున్నాయి. దీనికి ప్రధాన కారణం స్తంభాల మీద కనిపిస్తున్న గజకేసరి చిహ్నం. ఏనుగు తొండంమీద నిలిచిన సింహంమీద ఒక యోధురాలి **శిరస్త్రాణంతో** కత్తి డాలు ధరించిన ఒక స్త్రీ శిల్పం చెక్కబడింది. ఒక రాణి సింహం మీద కూర్చుని యుద్ధం చేస్తున్నట్లుగా చెక్కిన ఈ శిల్పంలోని స్త్రీ మూర్తి రుద్రమదేవే అయి ఉండాలి. సాధారణంగా సింహం మీద కూర్చున్నట్లుగా మానవ వనితల్ని చిత్రించరు. ఒక్క దుర్గను మాత్రమే సింహ వాహనగా చిత్రించడం సంప్రదాయం. మనం కాకతీయుల కాలపు నాణాలను గురించి చర్చించిన సందర్భంలో బీదరు శాసనంలో రుద్రమదేవికి **రాయగజకేసరి** బిరుదు ఉండడం గమనించాం. రుద్రమదేవి సేవుణుల మీద తన విజయా

నికి గుర్తుగా తన పరిపాలనా కాలం ప్రారంభంలో ఈ మండపాన్ని నిర్మించినట్లు ఇది స్పష్టం చేస్తుంది. ఈ **మండప** స్తంభాల మీదే **రాయగజకేసరి** చిహ్నం ఉంది. అంతకు పూర్వపు దేవాలయాలలో ఇటువంటి చిహ్నం లేక పోవడంకూడా ఈ విషయాన్ని సమర్థి స్తుంది.

అదేవిధంగా మరొక **గజకేసరి** చిహ్నంలో ఏనుగులపై సింహాలను చెక్కడం కని పిస్తుంది. ఇక్కడ సింహంపై ఒక పిల్లవాడు వెల్లకిల పడుకుని చేతితో సింహం తోకను ఎత్తి పట్టుకున్నట్లు, ఒక కాలును సింహం నోటి దగ్గర పెట్టినట్లు చిత్రించారు. పిల్లవాడు సింహం మీద ఆడుకుంటున్నట్లు ఉంది. ఇది ప్రతాపరుద్రుని **దాయగజకేసరి** బిరుదును సూచిస్తుంది. యువరాజు శైశవ దశలో ఈ చిహ్నాన్ని చెక్కి ఉంటారు. ఈ రెండు చిహ్నాలూ పదమూడవ శతాబ్ది ద్వితీయార్ధంలో రుద్రమదేవి స్వయంభూదేవాలయ **మండప** భాగాన్ని నిర్మించినట్లు తెలుపుతున్నాయి. తూర్పు ద్వారానికి సమీపంలో ప్రధాన దేవాలయానికి సరిగా అతకని **తోరణాలు** రుద్రమదేవి విజయ **మండపా**నికి తరువాత జోడించినవే అయి ఉంటాయి.

కాకతీయ ప్రభువులు కాని, వారి సేవకులుగాని తమ విగ్రహాలు చెక్కించుకున్నట్లు కాకతీయ శిల్పంలో ఆధారాలు లేవు. **రాయగజకేసరి, దాయగజకేసరి** బిరుదుల్ని సూచించే రెండు చిహ్నాలు అటువంటి ప్రతిమలకు ప్రతినిధులు. ఒక రాజు కిరీటం పెట్టుకొని డాలు, కత్తితో యోద్ధగా చిత్రించిన ఒక శిల్పం శిధిలాలలో కనిపిస్తున్నది. అయితే దాన్ని కాకతీయ రాజులలో ఒకరిగానో, సేనానులలో ఒకరిగానో గుర్తించే ఆధారాలు లేవు.

కాకతీయ శిల్పంలో **కీర్తిముఖం** అనేది ఒక ముఖ్యమైన చిహ్నం. అనేక శిల్పాలలో ఇది కనిపిస్తుంది. ఒక ముఖ్యమైన అలంకార చిహ్నం.

అలసాకన్యలు పాలంపేట, ఘనపుర దేవాలయాలలో బ్రాకెట్ స్తంభాల మీద అలంక రించిన అద్భుత శిల్పాలు. ఆలయ వైభవాన్ని ఇనుమడింపజేసే అనేక శైలులలో ఇవి ఉన్నాయి.

కాకతీయ శిల్పి ప్రాభవానికి అద్దంపెట్టేవి **నంది** విగ్రహాలు. పాలంపేట, వేయి స్తంభాలగుడి, శంభునిగుడి, ఘనపురం, కొలనుపల్లిలలో కనిపించే **నంది** విగ్రహాలు అంద మైన గంటల అలంకరణతో అలరారుతున్న ఉత్తమ శిల్పాలు.

తోరణాలమీద, ఇతరచోట్ల అలంకరించిన **హంసల** శిల్పాలు కూడా పేర్కొనదగినవే.

అలంకరణ శిల్పాలలో నాట్యకత్తెల **కోలాట** దృశ్యాలు పేర్కొనదగినవి. నృత్యశాస్త్ర వేత్తలు ఈ దృశ్యాలు ఆనాడు ప్రచారంలో ఉన్న దేశీయ నృత్యరీతులకు ప్రాతినిధ్యం వహిస్తా యనీ, జాయపసేనాని, తన **నృత్తరత్నావళిలో** వీటికి ప్రత్యేక ప్రకరణం రచించి వర్ణించాడనీ చెప్తున్నారు.

ఆ నాడు ఓరుగల్లులో మహాశిల్పులు పని చేసిన ఒక గొప్పశిల్ప కర్మాగారం ఉన్నట్లుగా కనిపిస్తుంది. వారు చెక్కిన శిల్పాలను రాజ్యంలోని వివిధ ప్రదేశాలలో ఆలయ నిర్మాతలు కొనేవారు. పాలంపేట, నాగులపాడు, పిల్లలమర్రులలోని సుప్రసిద్ధ దేవాలయాల

లోనే కాక చిన్న చిన్న దేవాలయాలలో కూడా ద్వారబంధాలు, ద్వారఫలకాలు, లోకప్పు ఫలకాలు వంటి కొన్ని విశిష్ట భాగాలు గొప్ప పనితనాన్ని చూపుతున్నాయి. ఈ గుళ్లలో తక్కిన భాగాలు సాధారణంగానే ఉంటాయి. నల్లగొండ జిల్లా పరివెలలోని నరసింహాలయం ద్వారబంధాలు, ద్వారఫలకాలు అద్భుతంగా చెక్కినవి. నిడిగొండలోని దేవాలయంలో కూడా తక్కిన భాగాలు మామూలుగా ఉండగా మండపస్తంభాలు, లోకప్పు అద్భుతంగా మెరుగుపట్టబడ్డాయి. తెలంగాణాలోని అనేక దేవాలయాలలో దర్శనమిచ్చే అందమైన నందులు ఓరుగల్లు శిల్ప విధానంలో చెక్కబడి ఆయా స్థలాలకు చేరుకున్నట్లు కనిపిస్తుంది.

✪✪✪

అనుబంధం-1

దానార్ణవుని మాంగల్లు తామ్ర శాసనం నుండి (ఎపిగ్రాఫియా ఆంధ్రికా I, pp. 67 ff)

రెండవ రేకు వెనుక వైపు

21. ....మేళైమ్మా[1] విజయాదిత్యనందనో భీమభూపతిః తాన్ సమస్తాన్ స
22. ముత్థాయ ద్వాదశాబ్దాన పాద్భువమ్ (వమ్) (3*) సూనుస్తస్యామ్మ రాజ స్సురపతి విభవః పట్ట

మూడవరేకు పైవైపు

23. బద్ధో ధరిత్రి (త్రీమ్) రక్షన్నేకాదశాబ్దా (న్) అగమ (త్ కృ) ష్ణ కోపాత్ కళింగామ్ (గాన్) । తస్య
24. ద్వైమాతురః క్షామ్ (క్ష్మామ్) సకల జనముదే వల్లభాదాప్త రాజ్యో భైమో ధా (దా) నార్ణవేశో
25. పృవతి మనునయాదంకి దేవీ తనూజః (।4*) వైదగ్ధ్యమ్ వ[2]చ ధరస్య[3] వారిరుహ
26. సంభూతస్య భూదేవతా గ్రామూ (య) త్వాకలితమ్ కలాసు గదితం వాగంగ
27. నాయః (యా) అపి॥ స్త్రీ నైసగ్గి (ర్గి) క చాపలాస్పదతయా నిందార్హమ్ ఇత్యాద
28. రాదు[4] ద్వైదగ్ధ్యమ్ అలమ్ కలాసు సకలైస్సంస్తూయతే సజ్జనైః॥ [5*] స్థిరాపి
29. శశ్వద్భ్రమతి త్రిలోకీమ్ జన (నా) ను రాగమ్ కురుతే సితాపి। విచిత్ర రూపేతిసె (స)
30. దా వి (శి*) ష్టైర్వి చార్యతే కీర్తిలతా యదీయా। [6*] స సమస్త భువనాశ్రయ శ్రీ[5] విజయా

మూడవ రేకు వెనుక వైపు

31. దిత్యమహారాజాధిరాజ పరమేశ్వర పరమభట్టారకః పరమ బ్రహ్మణ్యోనాత
32. వాడి విషయ నివాసినో రాష్ట్రకూట ప్రముఖాం కుటుంబినస్సమాహూయ మ
33. న్త్రి పురోహిత సేనాపతి యువరాజాద్యష్టాదశ త్రైర్థద్యక్షమ్[6] ఇత్థమా
34. జ (జ్ఞ) పయతి। శ్రీ సంభూతి నిమిత్తే[7]ము (ము) క్తాఫల పుర (రు) ష రత్న సమ్యుక్తమ్।
35. సామ (న్త) వొద్ది సంజ్ఞామ్ కులమాసీజ్జలనిధి ప్రతిమం (మమ్)। [7*] తద్వంశ వారి

---

1. 'మేలాంబ' అని చదవాలి.
2. 'వ' అనవసరం.
3. దీన్ని 'చతురస్య' అని చదవాలి.
4. 'ఆదరాద్యద్' అని చదవాలి.
5. 'య' 'శ్రీ' అన్న అక్షరాలను 'వి' కింద చెక్కారు.
6. 'తీర్థాధ్యక్షాన్' అని చదవాలి.
7. 'నిమిత్తం ముక్తాఫల పురుష' అని చదవాలి.

36. నిధి వృద్ధికర (రః) కరాసినిద్ద (ర్ద) రిచత[8] బలవి (వీ) ర భటాంధకారః। అసీత్స (చ్ఛ) శాం

37. క గ (ఇ) వ గుండియ రాష్ట్ర కూటస్సుతుప్పూజ్య సత్ప [థ] గతి ప్రవన (ణస్) స్వః (స్వ) వృత్తః। (18) శ్రీమచ్ఛ

38. లుక్య (కుభలుక్య)[9] వంశోదిత భూమిపాల శ్రీద్వార మధ్యా[10]ను గతమ్ ప్రవిశ్య [।*] నను[11]

39. విప (ద్*) ద్వారమము[12] విశామీత్యక్షష్ట[13] వాటమ్ గత వల్ల భేశం (శమ్)[14] సమస్త సత్యాదిగు

నాలుగవ రేకు పైవైపు

40. ణ ప్రపన్నః పరోపకార ప్రవణ ప్రభావః। అభూదరాతీంధనవహ్నిరుగ్రః త ((గ్రస్త) దా

41. త్మ భూః ఎరియ రాష్ట్రకూటః । [।10*] తు (తు) రంగ మారోహణ కౌ (కౌ) శలేన తీరస్థ (స్కృ) తానిందిత వత్స[15] (రాజః। అభూత్ సు*)

42. తో బేతియ నామపె (ధే) యస్సమస్త సంపన్నిలయస్తదీయః [।11*] తస్య శ్రీ వ (స్థ) నామ్బాయామ

43. భవవద్[16] భవసన్నిభః [।*] సమస్త సంపన్నిలయో గుండయనత[17] ఖ్యః సుతోత్తమః [12*] ప్రతాపాయ [తి]

44. తామేతి విరోధి తిమిరాపహః [।*] నిత్యం పద్మాకరారాధ్యోయస్యగ[18] తేజోవి

45. రోచనః [13*] తేన కాకర్త్య గుండ్యన నామధేయేన ప్రార్థ్యమానైరస్మాభిః। తస్మై దోత్ (్మ) మన నామ్నే

46. మాంగల్లు నామ గ్రామస్సర్వకర పరిహారేణ ఉదకపూర్వముత్తరాయణ ని

47. మిత్తమ్ అగ్రహారీ కృత్య అస్మాభిర్దత్త గ(ఇ)తి విదిత మస్తు వః [। *] అస్యావధయః॥

---

8. 'నిర్ధారితారిబల' అని చదవాలి.
9. ఈ భాగం తొలగించాలి.
10. 'మాజ్ఞా' అని చదవాలి.
11. 'నూనమ్' అని చదవాలి.
12. 'మహమ్' అని చదవాలి.
13. 'అక్షాంష్ట' అని చదవాలి.
14. ఈ శ్లోకాన్ని కింది విధంగా పునర్నిర్మించవచ్చు.
    చాళుక్య వంశోదిత భూమిపాల శ్రీ ద్వారమాజ్ఞానుగతం ప్రవిశ్య।
    నూనం విపద్ద్వార మహం విశామిత్యక్షంష్టవాటం గత వల్లభేశం॥
15. 41-42 పంక్తుల మధ్య (రాజః। అభూత్సు) వంటి భాగం లుప్తం.
16. ఒక 'వ' అధికం.
17. 'నార్యః' అని చదవాలి. అస్పష్టమైన ఈ అక్షరం అధికం.
18. 'గ' అధికం.

అనుబంధం-2

కాకతి మైలమ బయ్యారం తటాక శాసనంనుండి (ఎపిగ్రాఫియా ఆంధ్రికా I, pp. 87-89)

12. .... తద్బాహూ తేజో మా
13. హాత్మ్యజ్జాతా రాజన్య సంతతిః॥ కస్తత్ర విస్మయస్సోపి పురుషామ్
14. (గా) ద్ వినిర్గతః॥ [6*] తత్రైవ దుర్జయోనామ రాజాభూద్యోగికాభిధః॥ య
15. (న్నామ) శ్రవణాదేవ వైరిణస్త్రి (తృ) ణ దంశినః॥ [7*] తదన్వయే వెన్ననృపో బభూవ
16. (ఖ్యా*) తస్సదాసన్నతవైరి భూపః (।*) యః కాకతిస్థః పృథివీమ్ శశాసతేనా
17. [స్య*] వంశ్యఅపి కాకతీశాః॥ [8*] తత్పుత్ర పౌత్రనప్త్రారః క్రమశో గు [ం]
18. డ సంజ్ఞకాః॥ జాతాః ఖ్యాతానృపాః పృథ్వ్యాం రామత్రితయ విక్రమాః॥ [9*]
19. ఎఱ్ఱనామ నృపతిశ్చ తత్పరః కుఱ్ఱవాడి ముఖసర్వదేశపః॥ పిండి
20. గుండ నృపతిస్తతో భవత్ ఖండితారి నరనాథ మండలః॥ [10*] జాతోఽ౽స్మా
21. ద్ గరుడాంక బేత నృపతిస్తన్నామ వాహాన్వయాత్ ప్రఖ్యాతః క్షితిమం
22. డలే గుణనిధిర్భూపాల చూడామణిః॥ హత్వాయోనుమ నామ
23. ధేయ మహితం కొండం చ చక్రే పురం విఖ్యాతానుమ కొండ
24. మూర్జితయశః కర్పూస భాండోపమం (మ్)॥ [11*] తస్మాత్ ప్రోలక్షితీశో
25. భూత్ ఖ్యాతారి గజకేసరీ। యః కేసరి తడాగం తం చక్రే భూ
26. చక్ర వల్లభః॥ [12*] తేనోద్ధృతాభూస్సకలాస్మదీయే త్యాఖ్యాతుకా
27. మైరివ భూమి పాలైః యద్ వంశజై [స్*] స్వర్ణగవాదికేషు వరాహ
28. ముద్రా విహితా కృతజ్ఞైః॥ [13*] జతోస్మ [త్*] త్రిభువనమల్ల భూమి పా
29. లః ప్రాలేయద్యుతి విశద ప్రభూత కీర్తిః॥ శేషాహిప్రతి ధరణీశ
30. వాసవానాం యన్నామాక్షర తతిరేవ భీతి హేతుః॥ [14*] తత్పుత్రః
31. ప్రోఽ౽ అభూపస్త్రిభువన వినుత స్ఫార సార ప్రతాపః కందర్ప
32. స్పర్ధి సూపః ప్రథిత పృథుతర స్వాన్వయైక ప్రదీపః య (స్) స్ఫీతాశ్చర్య
33. శౌర్యః ప్రతిముఖ నృపతీన్నిర్జితాన్ ఊర్జిత శ్రీర్భూయస్తుంగై
34. స్తురంగై ర్ఘటయతి నిజదోర్దండ కండూం వినేతుమ్ [15*] త
35. స్య శస్య మహసో మహీపతే రాత్మజేషు బహుషూదితేష్వపి
36. విశ్రుతావ భవతాముభౌసుతౌ రుద్రదేవ మహాదేవ భూపతీ
37. ॥ [16*] ఏకస్తయోరధిపతిః క్షితి పాలకానామ్ ధీమనమానుషబ
38. లః కిల రుద్రదేవః॥ యం వైరి నీరనిధి నిర్మథన ప్రగల్భమ్ హర్షేణ
39. పూరుష వరమ్ స్వయమాపలక్ష్మీః॥ [17*] మాన్యస్త దన్యోథరిపు ప్ర
40. మాథీమహీ మహేంద్రో మహాదేవ భూపః సమస్త సామం
41. త శిఖామణీ నాంగణై స్సముత్తేజిత పాదపీఠః॥ [18*] యః కర్ణ
42. స్య వివర్ణతామ్ సమతనోన్నానార్థ దానోద్యతైశ్చక్రే శక్ర నిరాకృ

43. తిం నిరుపమైశ్వర్యైక భూమి ర్భువన్। కందర్పమ్ గతరూపదర్ప
44. మ్ అకరోత్ లావణ్య పుణ్యాకృతిః కస్తం వర్ణయితుం కవిర్భు
45. వి మహాదేవ క్షితీశమ్ క్షమః [19*] క్షోణినాథస్య తస్యా భవదతి వి
46. (భ) వే భక్తి భాజః పురారౌ గౌరీసేవాను రక్తా ప్రియతమ మహి
47. (షీ) బయ్యమాం బాభిధానా యాఽసౌ సౌభాగ్యసీమా తిలకవి
48. రచనా శేషయోషా జనానాం భూషా విశ్వంభరాయాః కుల గృ
49. (హ) మ్ ఉచితం భామినీ సద్గుణానాం(మ్)॥ [20*] తన్నందనోజయతి చంద
50. (నచా) రు కీర్తి (శ్) శ్రీణా మిహోదితగణో గణపత్యధీశః దుష్టేషు శి
51. [ష్ట] నికరేష్వపి చ క్రమేణ యస్సం దధాతి నిధనంచ ధనంచ సద్యః॥ [21*]

రెండవ వైపు

52. [...] థాఽస్యాం విదితనృప మహాదేవతస్సుగ్రహాధ్యే
53. [..శకే శ] ర ఖ శివ మితే శోభకృత్సంజ్ఞా వర్షే లోకానందై
54. [...] వచన శతైర్ది క్రుసత్యాబ్జ నాదైర్దేవానాం పుష్ప
55. [...] ఖిల శుభైః కన్యకాకాపిజజ్ఞే॥ (22*) శ్రీ పర్వతేంద్ర శిఖరా
56. యతలోకవంద్య శ్రీ మల్లికార్జున సమాహ్వాయినీ పితృభ్యామ్।
57. [...] ఏచ ధర్మనివహైర్మహనీయ కీర్త్యాసా ధర్మకీర్తి (గుణ నామ)
58. [పర?] ం జగామ॥ [23*]

అనుబంధం-3

క్రీ. శ. 1124 నాటి గూడూరు శాసనంలోని తెలుగు భాగం

1. అనుపమ దుర్జయాన్వయ సు
2. ధాబ్ధి ననేకులు రాజనందనులు సని
3. న బొఅంటి వెన్నడను సంభవుడయ్యె నతి
4. ప్రసిద్ధుడై [। *] వినుత విరోధి మండలిక
5. వెన్నడు వెన్నుడై వోలె వానికిని ఘను
6. డగు నెఱ్ఱ భూపతి జగద్వినుతుండు [ద]*
7. యించె గీర్తిఁ తోను॥ [।]* భావిత కీర్తిఁ నత [నికి]*
8. పాండవ మధ్యమ భీముడో యనంగా [వి]*
9. రియాల భీమ న్రిప ఘస్మరుడై [యు]*
10. దియించె వానికిను భూవినుతుణ్డు
11. మణ్డలిక భూషణుడెఱ్ఱ నరేంద్రుడు (త్ర)*
12. మ శ్రీ వినుతుణ్డు బంధు జన సేవ్యుణ్డు
13. దానుదయించె నున్నతిని ।। [2] అతణ్డని బొ
14. ట్టు బేత వసుధాధిపు జేకొని వాని వైరి

15. నుద్ధితమున జంపి యక్కొరవి దేశ
16. మున (ం) దు ప్రతిష్ఠ సేసి తత్తనెయురు
17. పేరు పొడగల దాయము బి
18. ట్టర గద్యనంబున ప్రతిముడు వాని
19. మొగడు పల్లియు పంద్రెడు నేలు
20. నప్పుడే॥ (3)* అరుదగునట్టి ఎఱ్ఱనృపు
21. (నం?) గన గామమసాని యొక్క మే
22. ల్గరుడని బేత భూవిభుని గాక
23. తి వల్లభు బిన్నవాని దా బరగంగ జేత
24. బట్టి ఘను బల్లవరాయని యో
25. గి జొచ్చి భాస్కర విభు చక్రవర్తి
26. గని కాకతి నిల్పుట గోటి సేయదే॥ (4)*
27. కారక కాలుద్దై పడసె గాడయ
28. నాయకు జంపి సూరడొ వేలుపు
29. గొండ రవ్వనిపు వేలుపుగొండ
30. న నిల్పి వానిచే మేలుగ మూద
31. ముప్పయిని మేలుగ నే రెడు
32. బోటి పాడునుం మేలుగ బె
33. క్కుమావిడ్లు మేలుగ రెండెయ
34. రాజు సంగడ్లు॥ (5)* సూత్రధారి
35. కొమ్మోజన బరహ॥ శ్రీశ్రీ
36. అడప గట్టు దేవరకు జను॥

అనుబంధం - 4

కాకతీయ రుద్రదేవుని అనుమకొండ వేయిస్తంభాలగుడి శాసనం నుండి.

(*Ind. Ant.* XI, pp. 12-15)

21. శ్రీ కాకత్య నరేంద్ర బృంద తిల
22. కో వైరీంద్ర హృత్తాపకః సత్పాత్రే వసుదాయకః ప్రతి దినం కాంతామనోరంజ
23. కః దుష్కాంతాచయ దూషకః పురహరః (ర) శ్రీపాద పద్మార్చకోన్య గ్భారీకృత నాయకస్త్రి (త్రి)
24. భువన శ్రీమల్ల దేవోబభౌ॥ తత్పుత్రః శివ పాద పద్మయుగల ధ్యానామృతానం
25. ద భూర్లుంఠాకో రిపు సుందరీజన మహాసౌభాగ్య సంపచ్ఛియః ప్రో
26. లో రాజ ఇతి ప్రసిద్ధి మగమద్వైరీంద్ర దర్పాపహోనిశ్శంక ప్రథ(ధ)న ప్రబం
27. ధన మహాహంకార లంకేశ్వరః॥ హస్త్యారోహణ కర్మ కర్మఠగతిం
28. చాళుక్య చూడామణిం శశ్వద్యుద్ధ నిబద్ధ గహ్వరమతిం యుద్ధే బ

29. బంధ క్షణాత్ శ్రీమత్తైలపదేవమంబుద నిభస్తంబేరమస్థం క్ష [ణా]
30. త్ప్రఖ్యాతో రిపు కంఠ ఖండన విధౌ భక్త్యాను రాగాజ్జహౌయోఽ కుంఠోఽరి
31. పతేరకుంఠ పరశు శ్లక్ష్ణాగ్ర ధారోల్ల సద్ధారా పాత నిపాతనైక చతురం
32. [గో] విందరాజాహ్వయమ్। బధ్వోన్ముచ్య తదోదయక్షితి భృతే రాజ్యం దదౌ
33. ఇ (ఈ) లయా లుంఠాకో విషయస్య తస్య సమరే సద్వీర దీక్షాగురుః॥ క్రుద్ధే
34. నోద్ధుర మంత్రకూట నగరీం (రీ) నాథో థయోనిస్త్రపోగుండః ఖండిత ఏవ ముం
35. డిత శిరః క్రోడాంకవక్ష (ః*) స్థలః॥ ఏడోడింభకవత్పలాయన పరోజాతోగతః
36. స్వాం పురీం ఆహూతోపి నృపేశ్వరస్య పురతః ప్రోలేన యుద్ధాయ యత్
37. అన్యచ్చానుమకొండ నామ నగరీం సంవేష్ట్య యోయం స్థితో నానామండలికా
38. న్వితో భువి జగద్దేవస్స దేవ ప్రభుః। స్తబ్ధ స్తంభిత ఏవకార్యకరణేఽ శక్తః
39. క్షణాన్నిర్గతః శ్రీమత్ప్రోలనృపస్య తస్యజయినః కి (ం*) భూమహే గౌరవం॥
40. దేవీ ముప్పమ నామధేయ మహితాయస్యా గుణాస్తారకాః కీర్తిః శారద చ
41. ంద్రికేవ విలసత్కాంతే స్తునైవోపమా॥ కౌసల్యేవచ జానకీవచ సతీకుంతీ
42. వ పద్మేవ సా పౌలోమీవ చ చండికేవ చ
43. వరా తస్యాభవద్భామినీ॥ తస్యాస్తస్య
44. సుతోఽజనీహ పరమానందైక కందాంకు
45. రః కామః కిం నలకూబరశ్శివ సుతః
46. స్కందో జయంతో థవా జిష్ణుర్వజ్రధరో
47. థవా హరిరయం దస్రౌ కుమారౌ న తే భ
48. క్తః శ్రీ గిరిశే హితాయ జగతః శ్రీ రు
49. ద్రదేవో నృపః॥ త్వంగత్తుంగ తురంగ పుం
50. గవ చయారోహక్రమే కర్మఠం దో
51. మ్మం చారుపరాక్రమ క్రమ భరం భ
52. ం [క్*] త్వా సకృల్లీలయా। కర్ణం పార్థ ఇవా
53. మల్లైః శరశతైర్విద్రావ్య విద్రావ్య యో
54. లేభే సర్వ విశేషయుక్త నగర గ్రామం
55. స రుద్రోనృపః ఇదేమేడ విడంబ దం
56. బర భర క్షోదక్షమం క్షమాభృతాం దుర్వా
57. రోద్ధుర వీరమంత్ర సమయాదానైక దీ
58. క్షా గురుం। శ్రీమన్మైలిగి దేవ సంగ స
59. మయ ప్రోద్భూత దర్పాపహం ప్రాప్త
60. శ్రీ పొలవాసదేశ విభవమ్ శ్రీ రుద్ర దే
61. వం సదా॥ భీమేన భీమనకులేన కు
62. లేన హీనోగ్రస్తోమామర గృహ మూ

63. షక వత్ క్షణేన। మార్జార డింభక వరే
64. ణ మహాంధకారే గోకర్ణనామ భు
65. జగో భువి శూరమానీ॥ శ్రీ మద్రు
66. ద్ర పరాక్రమోద్భవ భయ వ్యామోహ
67. నాఖ్యోల్ల సచ్ఛస్త్రత్రస్త సమస్త గాత్ర
68. విలస చ్చోడోదయ క్ష్మాపతేః ఉన్మత్తా
69. ఇవ విస్మృత ఇవ మహాభూతాభి భూ
70. తా ఇవ ప్రోద్భ్రాంతా ఇవ సంకులా ఇవ
71. తదా ప్రాణాః ప్రయాతా దివం॥ యాతే
72. పి తైలప నృపే దివం అస్యభీత్యా సర్వా
73. తిసారా కబళీకృత గాత్ర యష్టౌ శ్రీ రు
74. ద్రదేవ నృపతేః పృథువిక్రమస్య భీమో
75. పి రాజ్య పదవీం క్షణికాం స లేభే॥ ఏకో జం
76. బుక డింభకోలఘుతరై స్సంవేష్టితో జంబు
77. కై రాజాహంకృతి ధిక్కృత క్షితితల స్సింహేన సం
78. స్పర్ధతే ఫేట్కారాకుల గర్జితైర్ముఖరయన్ స
79. ర్వదిశో విహ్వలో యాతః క్వాపి సటా విధూన
80. న భరైః కంఠీరవస్యాతురః॥ తద్వ ద్భీమ నృ
81. పాధమో నరపశుర్మాతుస్సపత్నీపతి
82. ర్ధ్వాంతా భ్రాతృ వరస్య భోజన విధౌ భీమే
83. న సంస్పర్ధతే। ఆకాశ గ్రసన ప్రయాస
84. నిరతః శ్రీ రుద్ర దేవేన యత్సూర్ధా వర్ధి
85. తగర్వ పర్వత మహా శృంగాగ్ర మారోహ
86. తి॥ శ్రుత్వా భీమ నృపస్య రాజ్య విభవం చా
87. రైశ్చ దుశ్చేష్టితం శ్రీ మద్రుద్రనరేశ్వరో థ
88. విజయ ప్రారంభ సోంభార భాక్జాతో జా
89. త రిపుస్సమగ్ర పృతనామేలాపనే యో
90. జితః సద్యస్సజ్జ బలాన్వితః ప్రముదితః శీఘ్రం శ్రియై
91. నిర్గతః॥ యస్యోద్యద్విజయ ప్రయాణ సమయే గంభీర
92. భేరి భవద్భాంకారోద్భవ సంభ్రమ వ్యతికర వ్యాజృంభణోద్వే
93. గతః। భశ్యంత్యభ్ర చయాశ్చలంత్యవనయోభ్రామ్యం త్సమీ భూ
94. ధరః కూర్మః క్లా (క్లా) మ్యతి ముహ్యతి ద్విరసనః కుంఠంతి దిక్కుంజరాః॥
95. కోశాంగేహేష్వముంచన్ పథికరితురగాన్ బాంధవాన్ అర్థమార్గే దుర్గే
96. ష్వ (ం*) తఃపురాణి ప్రతిరవ చకితా రుద్రదేవస్య భీత్యా। యస్యో
97. ద్యోగే భ్రమంతస్సమ సమయ సమారంభ గంభీర భేరి భాంకారా

98. కీర్ణ కర్ణ జ్వర భర తరలః ప్రేక్షితశాః క్షితీశః॥ గత్వా జవా

99. త్రి చతురాణి పదాది రాజా సస్యస్య ఖండనం ఇవ ప్రథమాహుతిం

100. వా। భ్రూభంగ వీక్షణ వివర్ధిత కోప వహ్నౌ యద్వర్ధమాన న

101. గరీం ప్రథమం జుహావ॥ యస్యాక్షి వీక్షణ భయాచ్చకితస్స భీ

102. మో దుర్యోధనస్య నృపతేరివ విహ్వలాంగః॥ స్వభ్రాతృ మా

103. తృ వనితా సహితస్సమగ్ర లక్ష్మీం విహాయ వనమేవ య

104. యౌ విలజ్జః॥ తత్పృష్ఠతోను చ జగామ దదాహరాజా చోడోదయ

105. స్య నగరీం అగరీయసీం తాం। లంకాం ఇవామరపురీ సదృశీం మృగాక్షి శ్రేణి విలసలలితామ్ ఇ

106. వ చాంజనేయః॥ ఉలావచ వనం తస్యదుర్గమర్గళ విభ్రమమ్। తడాగం అకరోత్ తత్ర పురమధ్యేఖ ఉద్భు

107. తం మహత్॥ కందూరోదయచోడ వంశ విలస త్క్షీరాబ్ధి గర్భో (ర్భ) ద్భవత్ప ద్మైకాశ్రయ రుద్రదేవ నృప

108. తేః కిం వర్ణయతే విక్రమః॥ క్షుద్ర క్షాత్రకులోన్నతి క్షయకృత స్సర్వావని శ్రీ భృతో రామస్యేవ

109. కుతార ఖండిత రిపు వ్రాతస్య పృథ్వీ పతేః॥

....

....

158. రాజ్యం ప్రాజ్యం ల

159. వణ జలధేస్తీర పర్యంతం అస్య శ్రీ

160. శైలాంతం ప్రచరతి సదా దక్షిణాశాం

161. సమగ్రాం। ప్రాతీచ్యంతా కటక నిక

162. ట స్థాయినీ రాజ్యలక్ష్మీః కౌబేర్యాశా

163. తట విలసితే మాల్యవంత ప్రదేశే॥ అ

164. ర్చనార్థ మిహ దత్తవాన్ మహన్మద్ది చెఋవు

165. ల నామ ఖేటకం। శ్రీ మహేశ రవి శౌరిణే

166. స్థిరం రుద్రదేవ నృపతిర్మతస్సతామ్॥

అనుబంధం-5

క్రీ. శ. 1317 నాటి ప్రతాపరుద్రుని సలకలవీడు శాసనం ఉభయ కావేరి శ్రీరంగనాథ దేవస్వామికి పాండ్యులమీద తన విజయానికి గుర్తుగా రాజాజ్ఞపై దేవరి నాయకుడు ఏఋవ భూమిలోని సలకలవీడు గ్రామ దానాన్ని ఈ శాసనం నమోదు చేస్తున్నది. ఈ శాసనంలో అనేక సుంకాలను పేర్కొన్నారు. ఈ దానాన్ని చిట్టరు, తిరుకూర పెరుమాళులకు అందించారు. వీరు శ్రీరంగం దేవాలయ ప్రతినిధులు కావచ్చు.

(ఎపిగ్రాఫియా ఆంధ్రికా IV, p. 124)

1. శ్రీమత్కాకెత వంశ దుగ్ధ జలధౌ ప్రతాపాంకితే
2. రుద్రే భూపతి మౌళి రత్నరుచి భిర్నీరాజితాంఘ్రి ద్వయే భూమిం
3. భుంజతి భోజరాజ మహిమా ఏతసే సేనాపతి స్సూనుర్మా
4. చయ నాయకస్య సుమనోబృందస్య మందారకః॥ (1)
5. పృథ్వ్యామ్ పృథ్వీపతీనాం ప్రథిత భుజబలో దేవరాఖ్యో మ
6. హీశస్సామంతస్సల్కవీడుం పురం ఉరు ఫలదం ప్రాజ్య రా
7. జ్య ప్రతాపః కావేర్యాః పుణ్యనద్యాస్తట భువిపటవే విష్ణవే
8. విశ్వ పుష్టౌ శ్రీ రంగేశాయ జిత్వా జిత విదితయశః పాండ్య
9. మీడ్య ప్రకామం॥ (2) స్వస్తి శ్రీ శక వరుషంబులు 1239 అగు
10. నేంటి పింగళ సంవత్సర చైత్ర శు 15 సోమవారాన స్వస్తి
11. శ్రీ మన్మహా మండలేశ్వర కాకతీయ ప్రతాపరుద్రదేవ
12. మహారాజుల ఆనతిని మాచయనాయనింగారి కొడు
13. కు దేవరి నాయనింగారు తమకుం బుణ్యముగాను
14. సోమగ్రహణ పుణ్యకాలమప్పుడు ఉభయ కావేరి మధ్య
15. మందు శ్రీరంగనాథదేవర అంగరంగ భోగముదుపడి
16. సాతు పడ్లకూను యేఋవభూమిలోను సలకలవీడు
17. ధారాపూర్వకముసేశి యిస్తిమి। పంగతప్పు కటికొల్చు
18. పన్ను కానిక పుల్లరి సాదము[1] సుంకము తలారి కానిక
19. సుంకెకానిక పుల్లరి కానిక[2] దరిశన కానిక పవిత్ర కానిక అష్ట
20. భోగ తేజస్వామ్య సకలాయ సహితముగాను సర్వ మా
21. న్యము ఆచంద్రార్కస్థాయిగాను యిస్తిమి॥ స్వదత్త (ద్) ద్వి
22. గుణం పుణ్యమ్ పరదత్తాను పాలనమ్। పరదత్తాపహారేణ
23. స్వదత్తం నిష్ఫలం భవేత్॥ స్వదత్తాం పరదత్తాం వా యోహ
24. రేతి (త) వసుంధరామ్। షష్టిర్వర్ష సహస్రాణి విష్టయాం జా
25. యతే క్రిమిః॥ లక్ష్మీ కప్పలతోత్తుంగ స్తన స్తబక చంచలః శ్రీ
26. శ్రీ రంగరాజ భృంగం స్తే రమతాం మానసాంబుజే॥ మంగళ
27. మహా శ్రీశ్రీశ్రీ। ఈ యీరువురు చెల్లించిన వారు చిట్ట
28. రు తిరుకూర పెరుమాళు। శ్రీరంగ నాథాయ నమః॥

---

1. దేవాలయ భూముల మీద పన్ను సాదము కావచ్చు.
2. పవిత్ర కానిక రాజుకు గుడి చెల్లించవలసిన కానుకగా కనిపిస్తుంది.

ఉపయుక్త గ్రంథాలు

ఇంగ్లీషు

Alteker, A.S.	*The Rashtrakutas and Their Times, Poona,* 1954
Appa Dorai	*Social and Economic Conditions in South India,* Madras
Bhandarkar, D.R.	*Some Aspects of Ancient Hindu Polity,* Banaras, 1928.
Bhandarkar, R.G.	*Early History of the Deccan, Calcutta,* 1920.
Briggs, John	*History of the Rise of the Mahomedan power,* 4 Vols., Calcutta, 1910.
Brown, Percy	*Indian Architecture,* Bombay, 1949.
Desai Dinakar	*Mahāmandalës'varas Under the Chalukyas of Kalyāni,* Bombay, 1951.
Desai, P.B.	1. *Basavës'vara and His Times,* Dharwar, 1968
	2. *Jainism in South India,* Sholapur, 1957
(Editor)	3. *History of Karnātaka,* Dharwar, 1970
Dikshit, G.S.	*Local Self-Government in Medieval Karnataka,* Dharwar, 1964.
Dubreil	*Ancient History of the Deccan* (Tr. by V.S.S.Dikshitar), Pondichery, 1920.
Fleet, J.F.	*Dynasties of Kanarese Districts,* (Bombay Gaz. Vol. I part II), Bombay, 1896.
Ganguli, D.C.	*History of the Paramāra Dynasty,* Dacca, 1933.
Handiqui, K.K.	*Yas'astilaka and Indian Culture,* Sholapur, 1949.
Isvari Prasad	*History of Medieval India,* Allahabad, 1950.
Isvara Dutt, Kunduri	*Historical Geography of Andhra dës'a* (Telugu), Hyderabad, 1962.
Keith, A.B.	*A History of Sanskrit Literature,* London, 1968.
Krishnama chariar, M.	*History of the Classical Sanskrit Leterature,* Madras, 1937.

Krishnasvami Aiyangar — *Ancient India and South Indian History and Culture,* 2 Vols. Poona, 1941.

Kittel — *Kannada English Dictionary,* 1971.

Muzumdar, R.C. and Pusālkar, A.D. (ed). — *History and Culture of the Indian people* (1) *Struggle for Empire,* Bombay, 1964 and (2) *Delhi Sultanate,* Bombay, 1960.

Panikkar, K.M. — *A Survey of Indian History,* Bombay, 1957.

Rādhakrishna Sarma, M. — *Temples of Telingāna,* Hyderabad, 1972.

Ramarao, M.
1. *The Kākatiyas of Warangal.*
2. *Select Kākatiya Temples,* Tirupati, 1966.
3. Andhra Through the Ages, Guntur, 1958.

Ramesan, N.
1. *Copper Plate Inscriptions of Hyderabad Museum* Vol I and II, Hyderabad, 1962, 1970.
2. *Studies in Medieval Deccan History,* Hyderabad, 1970.

Ritti, S.H. — *The Sëunas of Devagiri,* Dharwar, 1972.

Sastry, K.A.N
1. *The Cholas,* 2nd (edn). Madras, 1955.
2. *A History of South India,* London, 1958.
3. *Foreign Notices of South India,* Madras, 1939.

(ed.) 4. *Comprehensive History of India.* Vol. II.

Sastry, P.V.P.
1. *Select Epigraphs of Andhra Pradesh,* Hyderabad, 1965.
2. *Kākatiya Coins and Measures,* Hyderabad, 1975.

Somasekhara Sarma, M. — *History of the Reddi Kingdoms of Kondavidu and Rajahmundry,* Waltair, 1945.

Venkataramanayya, N.
1. *The Chālukyas of Vëngi,* Madras, 1950.
2. *Early Muslim Expansion in South India,* Madras, 1942.
3. *Kampili and Vijayanagara,* Madras, 1929.
4. *The Chālukyas of Vemulavāda,* Hyderabad, 1953.

Yazdani, G. — *The Early History of the Deccan,* 2 Vols., Oxford, 1960.

తెలుగు - సంస్కృత గ్రంథాలు

ఏకామ్రనాధుడు - ప్రతాపచరిత్ర, తణుకు.

కాసె సర్వప్ప సిద్ధేశ్వర చరిత్ర, హైదరాబాదు, 1969.

కేతన - దశకుమార చరిత్ర, హైదరాబాద్, 1969.

గోన బుద్ధారెడ్డి - రంగనాధ రామాయణం, మద్రాసు.

జాయపసేనాని - నృత్త రత్నావళి (సం) వి.రాఘవన్, మద్రాసు, 1965.

తిక్కన సోమయాజి ఆంధ్ర మహాభారతము, మద్రాసు.

- నిర్వచనోత్తర రామాయణము, హైదరాబాదు, 1968.

నన్నెచోడుడు - కుమార సంభవము, హైదరాబాదు, 1968.

పాల్కురికి సోమ బసవ పురాణము, మద్రాసు, 1936.

నాధుడు - మల్లికార్జున - పండితారాధ్య చరిత్ర (సం) సి.నారాయణరావు, మద్రాసు, 1939.

మంచెన - కేయూరబాహు చరిత్ర, హైదరాబాదు, 1966.

రామారావు, మారేమండ- కాకతీయ సంచిక, రాజమండ్రి, 1935.

సోమశేఖరశర్మ, మల్లంపల్లి - (సం) ఆంధ్ర విజ్ఞాన సర్వస్వము, వాల్యూం - 3, మద్రాసు.

శాస్త్రి, పి.వి.పి. - (సం) సిద్ధోద్వాహ, హైదరాబాదు, 1968.

శ్రీనాధుడు - పలనాటి వీరచరిత్ర, మద్రాసు, 1958.

- క్రీడాభిరామము, (సం) వి.ప్రభాకరశాస్త్రి, హైదరాబాదు, 1960.

వెంకట రమణయ్య, ఎన్ - వాఙ్మయ వ్యాసములు, హైదరాబాదు, 1968.

హుళక్కి భాస్కరుడు, భాస్కర రామాయణము, మద్రాసు

తదితరులు

EPIGRAPHY AND OTHER PERIODICALS

Annual Reports on South Indian Epigraphy.

Annual Reports on Indian Epigraphy.

Andhra Pradesh Annual Reports on Epigraphy, 1965, 1966 and 1967.

Epigraphia Andhrica, Vol. I, III, and IV.

Epigraphia Carnatica, Vol. XII.

Epigraphia Indica.

Indian Antiquary.

Inscriptions of Andhra Pradesh, Hyderabad.

Warangal District by Dr. N.V.Ramanayya, 1974.

Karimnagar District by P.V.P.Sastry, 1974.

Cuddapah District, Part I by P.V.P.Sastry, 1977.

Hyderabad Archaeological Series.

Corpus of Telingāna Inscriptions, Hyderabad.

I, II and III by Dr. P.Srinivasāchar 1940, 1958.

IV by M.Somasekhara Sarma, 1973.

Corpus of Kannada Inscriptions in the Districts of Hyderabad State by Dr. P.B.Desai, 1958.

Kannada Inscriptions of Andhra Pradesh, Hyderabad, 1961 by Dr. P.Srinivasāchar and Dr. P.B.Desai,

South Indian Inscriptions IV, V, VI, VII, IX-1, X and XX

Journal of Andhra Historical Research Society, Rajahmundry

Journal of Indian History, Trivandrum

Journal of Andhra Sahitya Parishat (Telugu), Kākinada

Journal of Andhra History and Culture, Guntur.

Journal of Deccan History and Culture, Hyderabad.

Journal of Numismatic Society of India, Banares.

భారతి.

రచయిత

ఆంధ్రదేశ చారిత్రక పరిశోధనకు దిశానిర్దేశం చేసిన దిగ్గంతులలో ప్రముఖంగా పేర్కొనవల్సిన వారు – నేలటూరి వెంకట రమణయ్య, మల్లపల్లి సోమశేఖరశర్మ, పుచ్చా వాసుదేవ పరబ్రహ్మశాస్త్రి. కాకతీయ చరిత్రను గురించి ఎవరు ఏం రాసినా, పరబ్రహ్మ శాస్త్రి మాటే చివరిమాట. అందుకు ఆయన రాసిన **వరంగల్లు కాకతీయులు – వారి కాలం** నిలువెత్తు సాక్ష్యం.

చారిత్రక పరిశోధన రంగంలో అందరూ 'పివిపి' అని ప్రేమాదరాలతో పిల్చే పుచ్చా వాసుదేవ పరబ్రహ్మశాస్త్రి గుంటూరు జిల్లా, దుగ్గిరాల మండలంలోని పెదకొండూరు గ్రామంలో 10-01-1922లో జన్మించారు. వారి తండ్రి పుచ్చావెంకటేశ్వర్లు, తల్లి రుక్మిణమ్మ. గుంటూరు జిల్లా, తెనాలి తాలూకాలోని కొల్లూరు హైస్కూలులో విద్యాభ్యాసం చేశారు. అక్కడే చెరువు నారాయణశాస్త్రి వద్ద సంప్రదాయ పద్ధతిలో పంచకావ్యాలు చదువుకున్నారు. ఆ తర్వాత వ్యాకరణ, వేదాంత శాస్త్రాల అధ్యయనకోసం పిఠాపురం వెళ్ళి ఆ కాలంలో వ్యాకరణ, తర్క, వేదాంతాది శాస్త్రాల్లో ప్రఖ్యాత పండితులయిన వారణాసి సుబ్రహ్మణ్య శాస్త్రి అంతేవాసి అయ్యారు. 1942 దాకా పిఠాపురంలోనే ఉన్నారు. ఆ తర్వాత వేదవేదాంగాల్లో మరింత పాండిత్యం గడించటానికి వారణాసి వెళ్ళారు. కాని, విధి గమ్మత్తయింది. కాశీలో ఇంటర్మీడియెట్‌లో చేరి ఆ తర్వాత గణితం ప్రత్యేక విషయంగా బి.ఎస్సీ పట్టా పుచ్చుకున్నారు.

అది 1948వ సంవత్సరం. హైదరాబాదు సంస్థానం పోలీసు చర్య తర్వాత ఇండియన్ రిపబ్లిక్‌లో భాగమయింది. అంతకు కొన్నేళ్ళ ముందే వరంగల్లు జిల్లా, జనగాంలో స్థాపించిన ఓ తెలుగు మీడియం స్కూల్లో పెద్ద మాష్టారుగా పని చెయ్యాలన్న ఓ మిత్రుడి ఆహ్వానాన్ని మన్నించి అక్కడ చేరారు. అక్కడ మూడేళ్ళు పనిచేశాక, హైదరాబాదు వచ్చారు. కేశవ మెమోరియల్ హైస్కూలులో మాథమెటిక్స్, సైన్సు ఉపాధ్యాయులుగా పనిచేశారు. అప్పుడే ఆయన బెనారస్ హిందూ విశ్వవిద్యాలయం నుండి 1955లో సంస్కృతంలో ఎం.ఏ పట్టా పుచ్చుకున్నారు. 1959లో ఆయన సంస్కృత భాషా పాండిత్యాన్ని గమనించిన పి.శ్రీనివాసాచారి ప్రభుత్వ పురావస్తు, ప్రదర్శనశాలల శాఖలో అసిస్టెంట్ ఎపిగ్రఫిస్టుగా నియమించారు. తెలంగాణ ఆంధ్రప్రదేశ్‌లో విలీనమయ్యాక ఆ ప్రాంతంలో తెలుగులోకి వచ్చిన ఎన్నో శాసనాలను చదివి, వ్యాఖ్యానించగల పండితుల అవసరం అప్పుడు ఆ శాఖలో ఎంతో ఉంది. అలా శాసన పాఠకుడుగా, పురావస్తు పరిశోధకుడుగా, చరిత్ర నిర్మాతగా ఆయన జీవితం ప్రారంభమైంది.

ఏ పనయినా సీరియస్‌గా తీసుకునే తత్త్వం పివిపిది. ఆ పనికి కావలసిన శక్త్యుత్సాహాలు ఆయనకు పుష్కలంగా ఉన్నాయి. శాసనాలు కనుగొనటానికి ఆయన ఎన్నో గ్రామాలు సందర్శించవల్సి వచ్చేది. ప్రయాణ సౌకర్యాలు అంతగా పెంపొందని ఆ రోజుల్లో ఎంతో దూరం నడిచే వెళ్ళాల్సి వచ్చేది. ముఖ్యంగా శ్రీశైలం హైడ్రో ఎలక్ట్రిక్ ప్రాజెక్టు కింద

ముంపుకు గురయ్యే గ్రామాల్లో పర్యటించటం ఎంతో కష్టంతో కూడుకున్న పని. కృష్ణానది ఎడమగట్టు వైపు మహబూబ్‌నగర్ జిల్లాలో ఎన్నో గ్రామాల్ని ఆయన పర్యటించారు. ఎక్కి దిగాల్సిన కొండలు, దాటాల్సిన వాగులు వంకలు, పురుగూ పుట్రా తిరిగే అగమ్య ప్రదేశాలు, క్రూర జంతువులు సంచరించే అడవులూ దాటి ఏ శిథిల దేవాలయపు గోడల మీదో, స్తంభాల పైనో చెక్కిన శిలా శాసనాలను గమనించి వాటి కాపీలను తీయాల్సిన అవసరం పడేది. ఒకోసారి తిండీ తిప్పా కూడా ఉండేదికాదు.

ఆంధ్రప్రదేశ్ పురాతత్త్వ శాఖలో 1964 పేర్కొనాల్సిన సంవత్సరం. అప్పుడు ఎన్.రమేశన్ రాష్ట్ర ప్రభుత్వ విద్యాశాఖ కార్యదర్శిగా ఉన్నారు. ఆర్.సుబ్రహ్మణ్యం ఆర్కిలాజికల్ సర్వే ఆఫ్ ఇండియాకు సూపరింటెండెంటుగా పనిచేస్తున్నారు. వీరిద్దరూ రాష్ట్రంలోని 'డిపార్ట్‌మెంట్ ఆఫ్ ఆర్కియాలజీ అండ్ మ్యూజియమ్స్'లో ఎపిగ్రఫీని ఓ ప్రత్యేక శాఖగా రూపొందించాల్సిన అవసరం ఉందని భావించారు. అలా ఆ శాఖ ప్రారంభమైంది. దానికి ప్రఖ్యాత చరిత్రకారులయిన నేలటూరి వెంకట రమణయ్య డెప్యూటీ డైరెక్టరుగా నియమితులయ్యారు. ఆంధ్రప్రదేశ్‌లోని గ్రామ గ్రామాన్నీ సర్వే చేయించి, శాసనాలనన్నీ వెలికి తీయించి సాంవత్సరిక నివేదికలూ, జిల్లా వాల్యూంలూ ప్రకటింపచేయాలన్నది ఆ శాఖ లక్ష్యం. ఆ శాఖలో పివిపి అసిస్టెంట్ డైరెక్టరయ్యారు. ఉత్సాహవంతులయిన యువచారిత్రక పరిశోధకుల సాయంతో జిల్లాల్లోని ప్రతి గ్రామాన్నీ సందర్శించి శాసనాల కాపీలు సేకరించసాగారు. పివిపి వారికి శాసనాలను కాపీ చేయటంలో గల మెలకువలను నేర్పారు. సేకరించిన శాసనాల కాపీలను జాగ్రత్త చేయటంలో ఎంతో శ్రద్ధ తీసుకున్నారు. ఈ పని మొదటగా వరంగల్లు జిల్లాతో ప్రారంభమైంది. ఆ సందర్భంగానే వరంగల్, కరీంనగర్, నల్గొండ జిల్లాల్లో కాకతీయులకు సంబంధించిన ఎన్నో శాసనాలు వెలికి వచ్చాయి. వాటి సాయంతో 1976లో పివిపి *The Kakatiyas of Warangal and Their Times* అన్న పరిశోధనా గ్రంథం రాసి ధార్వార్‌లోని కర్ణాటక విశ్వవిద్యాలయం నుండి పిహెచ్.డి పట్టం పొందారు.

శాసనాలను సేకరించటం ఒక యెత్తు, వాటిని చదవటం ఒక యెత్తు. ఎపిగ్రఫీ అసిస్టెంట్లు శాసనాల కాపీలను, వారి వ్యాఖ్యానాలు చేర్చాక అవి పివిపి, నేలటూరిల దృష్టికి వెళ్ళేవి. శాసనాలను చదవటం తేలికైన పనికాదు. ఎస్టాంపేజీని గోడకు తగిలించి చదివే ప్రయత్నం చేస్తే గంటలూ, రోజులూ గడిచేవి. ఉదాహరణకు ఉర్సుగుట్ట శాసనం సిద్ధోద్వాహం చదవటం ఆర్నెల్లు పట్టింది. అలాగే జినవల్లభుడి కుర్క్యాల శాసనం కూడా ఎంతో సమయం తీసుకుంది. చదివాక దాన్ని అర్థం చేసుకోవటం మరో యెత్తు. శాలివాహన శకాన్ని క్రీస్తు శకంలోకి మార్చాలి. శాసనం లభించిన స్థానం, రాచవంశం, రాజు, తారీకు, భాష, లేఖనం ఇత్యాదులెన్నింటినో పరిగణనలోకి తీసుకుని, చారిత్రక పరిజ్ఞానంతో వాస్తవాల్ని వెలికి తీయాల్సి ఉంటుంది. అంతా అయ్యాక సాంవత్సరిక నివేదికలు, జిల్లా వాల్యూంలూ తయారయ్యేవి. వాటి తయారీలో పివిపి యువ చారిత్రక పరిశోధకులకు ఎంతో శిక్షణ ఇచ్చారు. ఆయన ఆ శాఖలో పనిచేసిన 16 సంవత్సరాల్లో మూడు సాంవత్సరిక నివేదికలు, నాలుగు జిల్లా వాల్యూంలూ, నాలుగు ఎపిగ్రాఫియా

ఆంధ్రికా వాల్యూంలు, కొన్ని మోనోగ్రాఫ్‌లు - అలా 18 గ్రంథాలకు పైనే ప్రచురితమయ్యాయి. ఎపిగ్రఫిస్టుగా పివిపి సుమారుగా వెయ్యికి పైగా శిలాశాసనాలను, అనేక తామ్ర శాసనాలను సేకరించారు, చదివారు, వ్యాఖ్యానించారు.

చరిత్ర నిర్మాణంలో శాసనాలను చదవటం ఒక భాగం. తగిన చారిత్రక సందర్భానికి వాటిని వ్యాఖ్యానించాల్సి ఉంటుంది. ఆ సందర్భంగా ఆయన ఎన్నో చారిత్రక పరిశోధక వ్యాసాలు రాశారు. పేరున్న చరిత్ర పత్రికల్లో అవి ప్రచురితమయ్యాయి. కాకతీయుల శాసనాల గాఢ పరిశీలనలో పివిపి ఎన్నో సత్యాలను వెలికి తీశారు. కొన్నింటిని ప్రస్తావించుకుందాం. (1) బయ్యారం చెరువు శాసనం ఆధారంగా కాకతీయుల మూలాలను వెలికి తీయటం. (2) అంబదేవునితో జరిగిన యుద్ధంలో చందుపట్ల శాసనం ద్వారా కాకతి రుద్రమదేవి మరణించిన సంవత్సరం క్రీ. శ. 1290గా నిర్ధారించటం. (3) **రాయగజకేసరి** బిరుదు ముద్ర ఆధారంగా కాకతీయులు వేయించిన నాణాలను గుర్తించటం. (అప్పటి దాకా వాటిని యాదవులకు చెందిన నాణాలుగా భావించే వారు). (4) కాకతి రుద్రమదేవి శిలాచిత్రాన్ని వెలికి తీయటం. (5) రుద్రదేవుని హనుమకొండ శాసనాన్ని పునర్వ్యాఖ్యానించటం. నిజానికి కాకతీయులని గురించి ఆయన చెప్పిందే చివరి మాట అని ఎన్.ఎస్.రామచంద్రమూర్తి అన్నారు.

నాణాల అధ్యయనంలో కూడా పివిపి దిట్ట. **చిముక సాతవాహన, సిరిసాతవాహన, సిరిసాతకర్ణి, సామగోప, సిరికంవాయ, గోభద, నరన** ముద్రలతో గోదావరి తూర్పు ఒడ్డున ఉన్న కరీంనగర్ జిల్లా కోటిలింగాల గ్రామంలో లభ్యమయిన నాణాలను పరిశీలించాక ఆయన శాతవాహనుల మూలాలు, వంశావళి, కాలక్రమణికలను స్థిరీకరించగలిగారు పిఠాపురం రణదుర్జయ వంశజుడు, పృథ్వీ మహారాజు గోదావరి పత్రాల పునర్వ్యాఖ్యానంలో ఆయన విష్ణుకుండినానంతర/ పూర్వచాళుక్య కాలపు తొలి తీరాంధ్ర చరిత్రలో కొత్త అధ్యాయానికి తెరతీశారు. నాగనిక నానెఘాట్ శాసనాన్ని పునర్వ్యాఖ్యానించారు. తుమ్మలగూడెం, కొరవి శాసనాలు బయటపడ్డాక నేలటూరి, పివిపిల మధ్య జరిగిన చర్చలు విష్ణుకుండినుల చరిత్ర కెంతో ఉపకరించాయి. నన్నయ కంటే ఓ శతాబ్దం ముందు జీవించిన తొలి తెలుగుకవి, **కవిజనాశ్రయ** కర్త మల్లియ రేచనను కనుగొన్న ఘనత పివిపికే దక్కుతుంది.

అలా ఎపిగ్రఫిస్టుగా జీవితాన్ని ప్రారంభించిన పివిపి చరిత్రకారుడుగా, శాసన పాఠకుడుగా, నాణాల శాస్త్రజ్ఞుడుగా కొత్త ఎత్తులకు ఎదిగారు. 1981లో ఎపిగ్రఫీ శాఖలో డిప్యూటీ డైరెక్టర్‌గా పనిచేస్తూ పదవీ విరమణ చేశారు. అయినా, పొట్టి శ్రీరాములు తెలుగు విశ్వవిద్యాలయం, ఉస్మానియా విశ్వవిద్యాలయాల విద్యా సంబంధ సంఘాలలో ఆయన సేవలు, సలహాలు నిరంతరం కొనసాగుతూనే ఉన్నాయి. ఎంతో మంది పరిశోధకులకు ఆయన పర్యవేక్షకుడిగా కూడా వ్యవహరించారు.

సౌమ్యుడు, మృదుస్వభావి అయిన పివిపి నిరాడంబరుడు. మహా పండితుడైనా నిగర్వి.

పివిపి చారిత్రక వ్యాసంగం - పొందిన గౌరవాలు

సంపాదకుడు:

ఆంధ్రప్రదేశ్ రాష్ట్ర పురాతత్వ, ప్రదర్శనశాల శాఖ ప్రచురించిన **ఎపిగ్రాఫియా ఆంధ్రికా** రెండు, మూడు, నాలుగు భాగాలకు సంపాదకుడిగా వ్యవహరించారు.

1983, 1988లలో హైదరాబాదులోని 'తెలుగు భాషా సమితి' వారు ప్రచురించిన **తెలుగు విజ్ఞాన సర్వస్వము** ఒకటి, రెండు రివైజ్డ్ ఎడిషన్స్‌లోని చరిత్ర - సంస్కృతి భాగాల ప్రధాన సంపాదకుడిగా వ్యవహరించారు. ఈ వాల్యూంలలో తానే స్వయంగా నలభై వ్యాసాలకు పైగా రచించారు.

గ్రంథకర్త:

సెలక్ట్ ఎపిగ్రాఫ్స్ ఆఫ్ ఆంధ్రప్రదేశ్, ఆంధ్రప్రదేశ్ పురాతత్వ, ప్రదర్శనశాలల శాఖ, హైదరాబాదు, 1964.

ది కాకతీయాస్ ఆఫ్ వరంగల్, ఆంధ్రప్రదేశ్ ప్రభుత్వం, హైదరాబాదు, 1978.

సిద్ధోద్వాహ: (శాసన సంస్కృత కావ్యం), ఆంధ్రప్రదేశ్ పురాతత్వ, ప్రదర్శనశాలల శాఖ, హైదరాబాదు.

కాకతీయ శాసన సాహిత్యము, ఆంధ్ర సారస్వత పరిషత్తు, హైదరాబాద్, 1981.

ఇన్‌స్క్రిప్షన్స్ ఆఫ్ ఎ.పి.కరీంనగర్ డిస్ట్రిక్ట్, ఆంధ్రప్రదేశ్ పురాతత్త్వ, ప్రదర్శనశాలల శాఖ, హైదరాబాదు, 1985.

శ్రీశైలం, ఇట్స్ హిస్టరీ అండ్ కల్ట్, శ్రీశైల దేవస్థానం, శ్రీశైలం, 1985.

ఇన్‌స్క్రిప్షన్స్ ఆఫ్ ఎ.పి.నల్గొండ డిస్ట్రిక్ట్ (మొదటి భాగం), ఆంధ్రప్రదేశ్ - పురాతత్వ, ప్రదర్శనశాలల శాఖ, హైదరాబాదు, 1986.

ఇన్‌స్క్రిప్షన్స్ ఆఫ్ ఎ.పి.కడప డిస్ట్రిక్ట్ (3 భాగాలు), ఆంధ్రప్రదేశ్ పురాతత్వ, ప్రదర్శన శాలల శాఖ, హైదరాబాదు, 1977-86.

శాతవాహన ఎపోక్ - ఎ న్యూలైట్, తెలుగుగోష్ఠి, హైదరాబాదు, 1996.

రూరల్ స్టడీస్ ఇన్ ఎర్లీ ఆంధ్రా, హైదరాబాదు, 1997.

విజయనగర్ తెలుగు ఇన్‌స్క్రిప్షన్స్, ఇండియన్ కౌన్సిల్ ఆఫ్ హిస్టారికల్ రీసెర్చ్‌కి సమర్పించిన ప్రాజెక్టు రిపోర్ట్ (ప్రచురించవల్సి ఉంది)

పొందిన గౌరవాలు:

★ సిముక సాతవాహనుని నాణాలను కనుగొన్నందుకు గాను 1981లో ఆంధ్రప్రదేశ్ ప్రభుత్వ నగదు సత్కారం.

★ 1986లో జబల్‌పూర్‌లో జరిగిన 'ఎపిగ్రాఫికల్ సొసైటీ ఆఫ్ ఇండియా' వారి వార్షిక సదస్సులో శాసన, నాణె శాస్త్ర రంగాలలో వారి కృషిని పేర్కొంటూ బహూకరించిన తామ్రపత్రం.

★ 1992లో తిరువనంతపురంలో జరిగిన 'సౌత్ ఇండియన్ న్యుమిశ్మాటిక్స్ సొసైటీ' వారి ద్వితీయ వార్షిక సదస్సుకు జనరల్ ప్రసిడెంట్.

★ 1996లో జి.మామిడాడలో 'ఆంధ్రప్రదేశ్ హిస్టరీ కాంగ్రెసు' వారి 21వ సదస్సుకు జనరల్ ప్రెసిడెంట్.

★ 'సోషల్ - కల్చరల్ రెలీజియన్ ఇన్ మిడీవల్ ఆంధ్రా' అన్న పేరుతో 2000 డిసెంబరు 24-25లలో జరిగిన నేషనల్ సెమినార్‌లో శాలువా, మెమొంటోల సత్కారం.

★ ఇండాలజీ రంగంలో వారి సేవలకు గుర్తింపుగా 'సనాతన ఛారిటబుల్ ట్రస్ట్' వారు 2003 డిసెంబరు 6న హైదరాబాదులో ముప్ఫై వేల నగదు పురస్కారంతో పాటు 'ఎమినెంట్ సిటిజన్'గా సన్మానించటం.

★ 2004లో పొట్టి శ్రీరాములు తెలుగు విశ్వవిద్యాలయం శ్రీశైలం కేంద్రానికి డీన్‌గా నున్న డాక్టర్ పి.చెన్నారెడ్డి సంపాదకత్వంలో 'బ్రహ్మశ్రీ' అనే శీర్షికతో పలువురి ప్రసిద్ధ పరిశోధకుల వ్యాసాలతో రెండు సంపుటాలుగా పివిపి ని సత్కరిస్తూ సన్మాన సంచికను వెలువరించారు.

✪ ✪ ✪

సాలభంజిక - పాలంపేట

స్తంభాగ్రం, పాలంపేట

ఘనపూర్ దేవాలయం

పిల్లలమఱ్ఱి దేవాలయం

రాయగజకేసరి చిహ్నశిల్పం, వరంగల్ కోట

వరంగల్‌కోట తోరణం

స్తంభం మీద ఉన్న శిల్పాలు, పాలంపేట

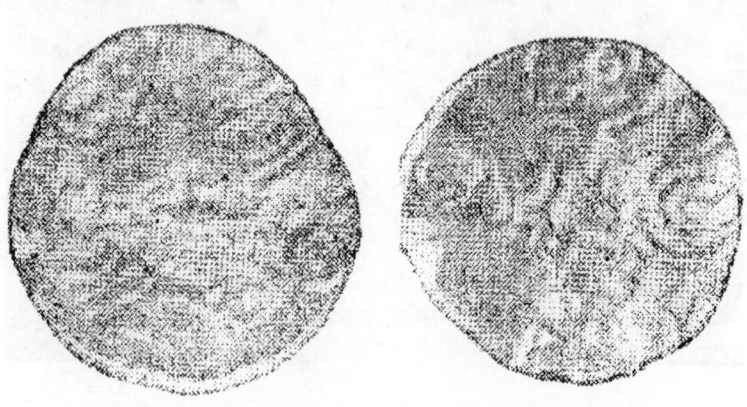

ఖండవల్లి దానపత్రాలపై కాకతి ప్రతాపరుద్రుని దాయగజకేసరి ముద్ర, వరంగల్ కోట

దాయగజకేసరి ముద్రతో విడుదలైన బంగారు నాణాలు

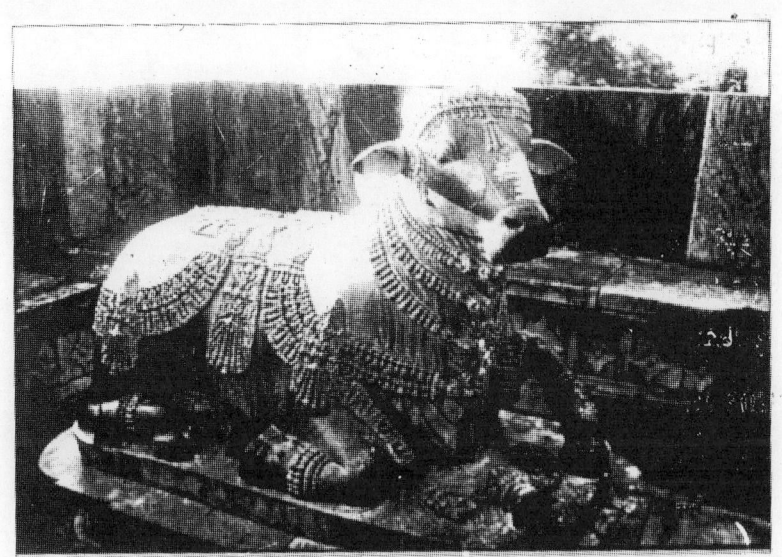

నందీశ్వరుడు, కొలనుపల్లి

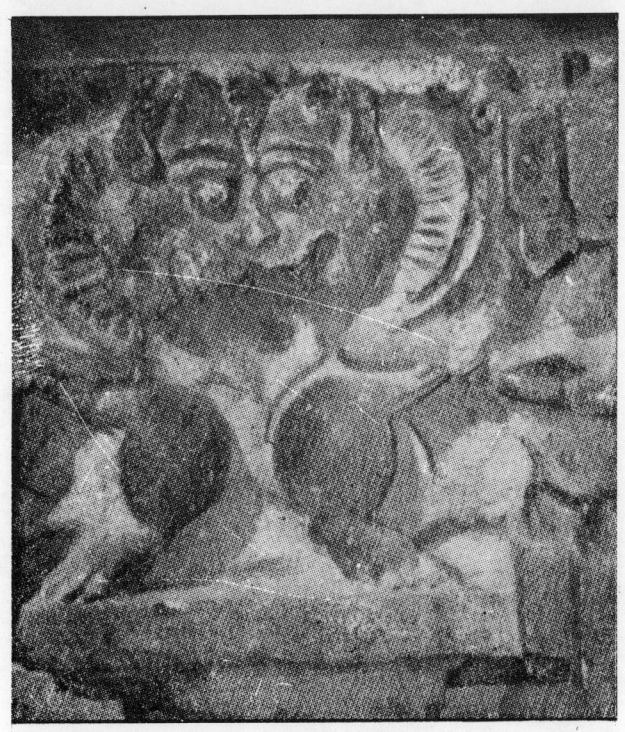

వరంగల్ కోటలోని రెండు సింహాలతో కూడిన కీర్తి ముఖ చిహ్నాశిల్పం